D1772041

சி. மோகன் மதுரையில் பிறந்தவர் (1952, ஜூன் 12). ஐம்பது ஆண்டுகளாக, எழுத்து, புத்தகம் சார்ந்த பணிகளில் ஈடுபட்டிருப்பவர். இரு நாவல்கள் (விந்தைக் கலைஞனின் உருவச் சித்திரம், கமலி); இரண்டு சிறுகதைத் தொகுப்புகள் (ரகசிய வேட்கை, கடல் மனிதனின் வருகை); இரண்டு கவிதைத் தொகுப்புகள் (தண்ணீர் சிற்பம், எனக்கு வீடு நண்பர்களுக்கு அறை); இரண்டு மொழி பெயர்ப்புகள் (ஓநாய் குலச்சின்னம் நாவல், பியானோ சிறுகதைகள்) வெளியாகியுள்ளன. மொழிபெயர்ப்புக்கான முன்மாதிரியாக ஓநாய் குலச்சின்னம் கருதப்படுகிறது. நடைவழிக் குறிப்புகள், காலம் கலை கலைஞன், சி. மோகன் கட்டுரைகள், நடைவழி நினைவுகள் உள்ளிட்ட பல கட்டுரைத் தொகுப்புகள் வெளியாகியுள்ளன. ஜி. நாகராஜன் படைப்புகள், கோபிகிருஷ்ணன் படைப்புகள் உள்ளிட்ட சில நூல்களின் தொகுப்பாசிரியர். முதுகலை தமிழ் பயின்றபோது நடத்திய விழிகள் முதல் இவருடைய சிற்றிதழ் பங்களிப்பு தொடர்கிறது. இலக்கியம், நாட்டார் கலை, நவீன ஓவியம் ஆகியவற்றுக்கான களமாகப் புனைகளம் இதழை நடத்தினார். பிறகு வயல் பதிப்பகம் தொடங்கினார். இதனால் வயல் மோகன் என்றும் அறியப்பட்டார். 1983இல் க்ரியாவில் பணியாற்றுவதற் காகச் சென்னை வந்தார். பாளையங்கோட்டை நாட்டார் வழக்காற்றியல் ஆய்வு மையத்தின் பதிப்புத்துறையில் பணியாற்றிய போது வெளியான முக்கியமான நூல் அயோத்திதாசர் சிந்தனைகள். ஜே.ஜே: சில குறிப்புகள், தண்ணீர், இடைவெளி போன்ற நாவல்களில் பணியாற்றியிருக்கிறார். அதிகம் அறியப்படாதிருந்த ப. சிங்காரம், ஜி. நாகராஜன், எஸ். சம்பத் போன்ற படைப்பாளிகளைக் கவனப் படுத்தியவர். விளக்கு விருது உள்ளிட்ட பல விருதுகளைப் பெற்றிருக்கிறார்.

நடைவழி நினைவுகள்

சி.மோகன்

அடையாளம்

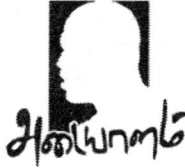

முதல் பதிப்பு 2020
இரண்டாம் பதிப்பு: அடையாளம் 2021
© சி. மோகன்
வெளியீடு: அடையாளம், 1205/1 கருப்பூர் சாலை, புத்தாநத்தம் 621310, திருச்சி மாவட்டம், இந்தியா, தொலைபேசி: 04332 273444
நூல் வடிவம்: த பாபிரஸ், அச்சாக்கம்: அடையாளம் பிரஸ், இந்தியா
ISBN 978 81 7720 334 9
விலை: ₹ 250

Nataivazhi Ninaivukal is the collection of essays on Tamil writers in Tamil by C. Mohan, Published by Adaiyaalam, 1205/1 Karupur Road, Puthanatham 621310, Thiruchirappalli District, Tamilnadu, India, email: info@adaiyaalam.net

இலக்கிய நாடோடிகளான
விக்ரமாதித்யனுக்கும் கோணங்கிக்கும்

நடைவழி நினைவுகள்

	முன்னுரை	ix
1	க.நா. சுப்ரமண்யம்	1
2	சி.சு. செல்லப்பா	15
3	ப. சிங்காரம்	30
4	தி. ஜானகிராமன்	46
5	நகுலன்	61
6	ஜி. நாகராஜன்	75
7	சார்வாகன்	89
8	சுந்தர ராமசாமி	103
9	அசோகமித்திரன்	129
10	மா. அரங்கநாதன்	143
11	வெங்கட் சாமிநாதன்	158
12	ந. முத்துசாமி	172
13	தருமு சிவராம்	187

14	எஸ். சம்பத்	201
15	பிரபஞ்சன்	215
16	கோபிகிருஷ்ணன்	229
	பின்னிணைப்புகள்	
	1. சா. கந்தசாமி	247
	2. கி. ராஜநாராயணன்	252

முன்னுரை

தமிழில் காத்திரமான படைப்புகளைத் தந்து, தம் வாழ்வையே கலை இலக்கியத்திற்கு அர்ப்பணித்த ஆளுமைகளைப் பற்றி அறிந்துகொள்வதும், அவர்களின் படைப்புகளை வாசிப்பதும் நல்ல வாசகரின் கடமை. சி.மோகன் எழுதிய நடைவழி நினைவுகள் அந்தத் தேடலுக்கு வழிகாட்டியாய் விளங்குகிறது. நாவல், சிறுகதை எழுத்தாளர், கவிஞர், விமர்சகர், மொழிபெயர்ப்பாளர் எனப் பன்முகத்தன்மை கொண்ட சி. மோகன் இந்து தமிழ் திசை நாளிதழின் நடுப்பக்கத்தில் ஞாயிற்றுக்கிழமை தோறும் கநாசு தொடங்கி கோபிகிருஷ்ணன் வரை 16 எழுத்தாளுமைகளைக் குறித்து, ஒவ்வொருவர் குறித்தும் 4 கட்டுரைகள் என, 64 வாரங்கள் தொடர்ந்து எழுதிய கட்டுரைகளின் தொகுப்பு நடைவழி நினைவுகள்.

ஒரு எழுத்தாளரின் வாழ்வு, படைப்புலகம், முக்கிய படைப்புகள், அவரோடான நட்பு என இந்நூலில் ஒவ்வொருவரைப் பற்றியும் மிக விரிவான கட்டுரைகளை எழுதியிருக்கிறார் சி.மோகன். இத்தொகுப்பை வாசிக்கையில் 16 ஆளுமைகளையும் நாம் நேரில் சந்தித்த உணர்வைக் கொடுப்பது சிறப்பு. ஒவ்வொரு எழுத்தாளரின் குணநலன்கள், அவர்கள் படைப்பை வெளியிட மேற்கொண்ட சிரமங்கள், அவர்களுடைய எழுத்தின் சாரம், அவர்களைக் குறித்து பலரும் அறியாத பல செய்திகளை நடைவழி நினைவுகள் கொடுக்கிறது.

ஒவ்வொருவரைக் குறித்தும் வியந்து சொல்லக்கூடிய பல விசயங்கள் இருக்கின்றன. எழுத்தை வாழ்வாகக் கொண்டவர்கள்.

பல நெருக்கடிகளுக்கு மத்தியிலும் தம் படைப்பு மனநிலையைக் கைவிடாதவர்கள். ஒருவரைப் போல மற்றொருவர் எனக் குறிப்பிட முடியாதபடி இதிலுள்ள ஒவ்வொரு படைப்பாளியும் தனித்துவமானவர்கள்.

தனது படைப்புகளை எழுதியதோடு க.நா.சு. உலக இலக்கியங் களைத் தேடிப்படித்து ஐம்பதிற்கும் மேலான நாவல்களை அறிமுகம் செய்து, 20 நாவல்ளை மொழிபெயர்த்து இலக்கிய இயக்கமாகவே செயல்பட்டிருக்கிறார். தம் வாழ்வின் முற்பகுதியைச் சுதந்திரப் போராட்டத்திற்கும், பிற்பகுதியைத் தமிழிலக்கியத் திற்கும் தந்தவர் சி.சு. செல்லப்பா. மனைவியின் நகையை அடகுவைத்து சி.சு. செல்லப்பா எழுத்து இதழைக் கொண்டு வந்திருக்கிறார். ப. சிங்காரத்தின் படைப்புகளை நம் சமூகம் கொண்டாடியிருந்தால் மதுரை குறித்த நல்லதொரு நாவல் நமக்குக் கிடைத்திருக்கும். பேரன்பில் ஒளிரும் படைப்புலகைத் தந்தவர் தி. ஜானகிராமன். இவருடைய படைப்புகள் எல்லாத் தரப்பு வாசகர்களையும் சென்றடைந்தது மகிழ்ச்சி.

ஜி. நாகராஜனைக் குறித்த தேடலின் வழியாக சி. மோகன் எழுத்துகளை வாசித்தேன். சி. மோகன், ஜி. நாகராஜனின் மாணவர் என்பது மட்டுமில்லாமல் அவருடைய இறுதி நாட்களிலும் உடனிருந்தவர். சுந்தர ராமசாமியைப் பார்க்க முடியாமல் போனதே என்ற ஏக்கம் அவரைக் குறித்து வாசிக்கும்போது ஏற்படுகிறது. அக எழுத்து, தன்னோடான உரையாடல் என்ற வகையில் எழுதிய நகுலனின் படைப்புகள் முக்கியமானவை. மருத்துவத்துறையில் புகழ்பெற்று விளங்கிய ஹரி சிறீனிவாசனின் (சார்வாகன்) படைப்புகள் அவர் எழுதிய காலத்திலேயே நூலாக்கம் பெற்றிருந்தால் இன்னும் பல படைப்புகள் கிட்டியிருக்கும்.

அறுபது ஆண்டுகளுக்கும் மேலாகப் படைப்புலகில் இயங்கிய அசோகமித்திரன் தமிழ் இலக்கியத்திற்கு விட்டுச்சென்ற படைப்புகள் ஏராளம். முன்றில் சிற்றிதழ், பதிப்பகம், புத்தக விற்பனைக்கூடம் என இலக்கியம் வளர்க்கச் செயலாற்றிய மா. அரங்கநாதன் தொன்மத்தைத் தம் படைப்புகளில் புனை வாக்கியவர். விமர்சனம், நவீன ஓவியம், நாட்டார் கலைகள், திரைப் படம், இலக்கியம் எனப் பல துறைகளிலும் ஆர்வம் செலுத்தியவர்

வெங்கட் சாமிநாதன். கூத்துப்பட்டறை ந. முத்துசாமி தமிழில் நல்ல புனைகதை எழுத்தாளர் என்பது பலரும் அறியாத விசயம்.

ஈழத்தமிழரான தருமு சிவராம் (பிரமிள்) நல்ல ஓவியராகவும் விளங்கியிருக்கிறார். மரணம் என்பது இடைவெளித் தன்மை கொண்டது என்று கண்டடைந்த சம்பத் தன் முதல் நாவல் தனிநூலாக வருவதைப் பார்க்காமல் காலமானது பெருஞ்சோகம். நடைவழி நினைவுகள் நூலிலுள்ள 16 ஆளுமைகளில் பிரபஞ்சனைப் பார்க்கவும், அவருடைய உரைகளைக் கேட்கவும் வாய்ப்பு எனக்குக் கிட்டியது பெரும் பேறு என நினைக்கிறேன். மனப் பிறழ்வு கொண்ட மனிதர்களின் குரலையும், பித்து மொழி யையும், அபூர்வ நடத்தைகளையும் தம் எழுத்தின் வாயிலாகப் பதிவு செய்தவர் கோபி கிருஷ்ணன்.

நவீன இலக்கியத்தை வாசிக்கத் தொடங்கியவர்கள், புதிதாக வாசிக்க விரும்புபவர்கள் எல்லோருக்கும் எழும் முக்கியமான கேள்வி எந்தப் புத்தகத்தை வாசிப்பது? எதிலிருந்து தொடங்குவது என்பதுதான். சி.சு. செல்லப்பா காலந்தொட்டு இக்கட்டுரைகள் எழுதிய சி. மோகனின் சமகாலம்வரை பள்ளி-கல்லூரிக் கல்வித் துறைக்கும் நவீன இலக்கியத்திற்குமான இடைவெளி அதிகமாகத் தான் இருக்கிறது. அதைப் போக்கும்விதமாக, எளிமை யாகவும் செறிவாகவும் எழுதப்பட்டிருக்கும் இந்தத் தொகுப்பை நாம் மாணவர்களிடம் கொண்டுசேர்க்க முயல வேண்டும்.

நம் வீட்டு நூலகத்தில் அவசியம் இருக்க வேண்டிய புத்தகம், நாம் பரிந்துரைக்கும் புத்தகம், நாம் பரிசளிக்க விரும்பும் புத்தகம், நம்மைப் பல நல்ல புத்தகங்களை நோக்கி வழிநடத்தும் புத்தகம் என்று சி. மோகனின் நடைவழி நினைவுகள் நூலைச் சொல்லலாம். ஆங்கிலத்தில் நாம் அவசியம் வாசிக்க வேண்டிய நூல்கள் என்ற பட்டியல் உள்ளது. அதுபோல, நம் தமிழில் அவசியம் வாசிக்க வேண்டிய நூல்களின் பட்டியலை உருவாக்க வழிகாட்டியாய் நடைவழி நினைவுகள் திகழ்கிறது. இந்த நூல் பல்லாயிரம் பல்லாயிரம் பிரதிகள் விற்க வேண்டுமென்பது என்னுடைய ஆசை. இதன் வாயிலாக இதிலுள்ள 16 படைப்பாளிகளின் நூல்களை நோக்கிய தேடல் உருவாகும்போது நம்முடைய வாசிப்புலகம் இன்னும் விரிவடையும்.

சி. மோகன் தன்னுடைய வாசகரான எனக்கு இந்நூலைக் குறித்து முன்னுரை எழுத வாய்ப்பு அளித்தமைக்கும், இந்த நூலை வெளியிடும் அடையாளம் பதிப்பகத்திற்கும் என்னுடைய நன்றிகள் பல. எனைக் காக்கும் மதுரைக்கும் தமிழுக்கும் நன்றி.

சித்திரவீதிக்காரன்

என் குறிப்பு

இந்த நூல் என் மனதுக்கு மிக நெருக்கமானது. நினைவுகளின் அபூர்வ வாசனை, இந்தத் தொகுப்பின் ஒவ்வொரு கட்டுரையிலும் இதமாகப் படர்ந்திருக்கிறது. அதன் காரணமாக ஒரு பூ மணப்பின் குணத்தை இந்தத் தொகுப்பு சூடிக்கொண்டிருக்கிறது. நவீனத் தமிழிலக்கியத்தின் வளமான பிராந்தியத்தை வடிவமைத்த படைப்பு சக்திகள் பற்றிய நூல். கலை நம்பிக்கையும் படைப்பாக்க மேதமையும் அர்ப்பணிப்பும் அயரா உழைப்பும் கொண்டியங்கிய 16 ஆளுமைகளின் எழுத்தும் வாழ்வும் பற்றிய கட்டுரைகளின் தொகுப்பு. அதேசமயம், அவர்களுடன் ஏற்பட்ட பரிச்சயத்திலிருந்தும் நட்பிலிருந்தும் அவர்கள் பற்றிய ஆளுமைச் சித்திரத்தை இந்தக் கட்டுரைகள் தீட்டியிருப்பது, இந்தக் கட்டுரைகளுக்குப் புது மலர்ச்சியைத் தந்திருக்கின்றன. அவர்களுடைய பிரத்தியேகக் குணாம்சங்களின் வாசனைகளும் வெளிப்பட்டிருக்கின்றன. இத்தன்மை காரணமாக, நவீனத் தமிழிலக்கியத்தின் முதன்மைப் படைப்பாளிகளான இந்தப் படைப்பு சக்திகளுடன் வாசகர்கள் மிக அந்நியோன்யமான ஒரு நெருக்கத்தை உணரக்கூடியதாக இந்த நூல் அமைந்திருக்கிறது. மேலும், என்னுடைய 21ஆவது வயதிலிருந்து 68 வயது வரையான என் கலை இலக்கிய வாழ்க்கைப் பயணம் இந்தக் கட்டுரைகளில் இழைந்து இழைந்து இணைந்து வந்திருக்கின்றது. ஒவ்வொரு ஆளுமை பற்றியும் 4 உட்பிரிவுகள் கொண்ட கட்டுரைகளாக இவை அமைந்திருக்கின்றன. இப்படியான ஒரு லயத்துடன் அவர்களுடைய படைப்புகள் குறித்த தீர்க்கமான பார்வைகளையும் அவர்களுடைய தனித்துவ மேன்மைகளையும் மிக நெருக்கமாக இந்தக் கட்டுரைகள் முன்வைக்கின்றன.

இந்து தமிழ் திசை நாளிதழ் ஞாயிறுப் பதிப்பின் நடுப்பக்கத்தில் ஒவ்வொரு ஆளுமை பற்றியும் 4 வாரங்கள் என, 64 வாரங்கள் தொடர்ந்து வெளியாகிப் பரவலான வரவேற்பைப் பெற்ற தொடர்,

நடைவழி நினைவுகள். அதன் நூல் வடிவம் இது. எனினும், நாளிதழில் வெளிவந்ததை விடவும் சற்றே விரிவானது. நாளிதழில் வெளியான வடிவில் அல்லாமல் நான் எழுதி அனுப்பிய வடிவத்தில் கட்டுரைகள் இந்த நூலில் அமைந்திருப்பதே காரணம். மேலும், இந்த நூலில் பின்னிணைப்பாக இரண்டு புதிய கட்டுரைகள் சேர்க்கப்பட்டிருக்கின்றன. ஒன்று, சா. கந்தசாமியின் மறைவுக்குப் பிறகு, இந்து தமிழ் திசை நாளிதழில் எழுதிய அஞ்சலிக் கட்டுரை. மற்றொன்று, கி.ரா. நூற்றாண்டைக் கொண்டாடும் விதமாகக் கதைசொல்லி வெளியிடும் சிறப்பிதழுக்காகக் கி. ரா. பற்றி எழுதிய கட்டுரை.

இந்தக் கட்டுரைகள் எழுதப்பட்ட காலத்தில் மனம் புத்தெழுச்சியில் திளைத்திருந்தது. என் எழுத்து வாழ்க்கையில் இந்தக் கட்டுரைகள் மிகுந்த கவனத்தைப் பெற்றதன் மூலம் மனம் உற்சாகமும் உத்வேகமும் நம்பிக்கையும் பெற்றது. மேலும், எளிமையும் செறிவும் கூடிய ஓர் அழகிய மொழிநடையை இந்தக் கட்டுரைகளின் வழியாக நான் கண்டடைந்ததைப் பெரும் பேறாகவே கருதுகிறேன். இந்தப் புத்தகம் உரிய கவனத்தைப் பெறுவது வாசகத் தளத்தில் நல்ல மாற்றங்களை ஏற்படுத்தும்; நம் பெருமிதங்களை நாம் அறியவும் போற்றவும் வழி பிறக்கும்.

இந்தக் கட்டுரைகளின் உருவாக்கத்தின்போது, நண்பர்கள் சமஸ், ஷங்கர் ராமசுப்பிரமணியன், த. ராஜன் ஆகியோர் அளித்த உத்வேகம் பெறுமதியானது. அவர்களுக்கு என் அன்பும் நன்றிகளும் என்றும் உரியன.

என்னுடைய புத்தகங்கள் அனைத்தையும் கொண்டுவரும் திட்டத்தில் முதலாவதாக இந்தப் புத்தகத்தை அடையாளம் பதிப்புக்குழு வெளியிடுகிறது. நண்பர் சாதிக்கிற்கு அன்பும் வணக்கங்களும்.

சி. மோகன்

நடைவழி நினைவுகள்

1

க.நா. சுப்ரமண்யம்

(1912-1988)

1. இலக்கிய இயக்கம்

நவீனத் தமிழ் இலக்கியத்தின் மகத்தான இயக்க சக்தி க.நா. சுப்ரமண்யம். நாவல், சிறுகதை, கவிதை, விமர்சனம், கட்டுரை, படைப்பிலக்கிய அறிமுகம், கதைச் சுருக்கம், படைப்பாளிகள் பற்றிய குறிப்புகள், மொழிபெயர்ப்பு, சிறுபத்திரிகை இயக்கம் என அமைந்த முழுநேர இலக்கிய வாழ்வு இவருடையது. நாம் போற்றிப் பெருமிதம் கொள்ளவேண்டிய மகத்தான இலக்கிய இயக்கம். எந்த ஒரு வகைமைக்குள்ளும் தன்னைக் குறுக்கிக் கொள்ளாமல் இலக்கியத்தின் எல்லாப் பக்கங்களிலும் திசைகளிலும் தன் வாழ்வைக் கட்டமைத்துக்கொண்டவர். அதன்மூலம், நவீனத் தமிழ் இலக்கியப் பிராந்தியத்தின் எல்லைகளை விரிவுபடுத்திய சக்தி. தார்மீக உந்துதலோடும், மேன்மையான அக்கறைகளோடும், சலிக்காத செயல் வேகத்தோடும், உலக இலக்கிய வளங்கள் குறித்த மெய்ஞானத்தோடும் இயங்கியவர். நவீனத் தமிழ் இலக்கியத்தின் சத்தான எழுத்துகளை அறிந்திடாத ஊடக, வாசகத் தளங்களின் மொண்ணையான போக்கில் மாற்றங்களை நிகழ்த்த விழையும் பங்களிப்புகளோடு வெகு தீவிரமாகச் செயல்பட்டவர். இத்தகைய அர்ப்பணிப்புகளின் வழியாக, நவீனத் தமிழ் இலக்கியச் சூழலின் இருபது ஆண்டுகளை (1945-65) நிர்மாணித்தவர். இலக்கிய வாழ்வைக் கடும் தவமென மேற்கொண்ட மேதை.

க.நா.சுவின் படைப்பாளுமை மிக முக்கியமானதென்ற போதிலும், தன் படைப்புகளின் உருவாக்கத்துக்கு அப்பால் சூழல் குறித்த பிரக்ஞையோடு அவர் ஆற்றிய அளப்பரிய பணிகள்

அதி முக்கியத்துவம் வாய்ந்தவை. பிரமிப்பூட்டக்கூடியவை. க.நா.சுவின் எண்ணமும் சிந்தனையும், அக்கறையும் உத்வேகமும், நோக்கமும் கலை நம்பிக்கையும் எவ்வளவு மேலானதாகச் செயல்பட்டிருக் கின்றன என்பதற்கு அவருடைய மொழிபெயர்ப்பு முயற்சிகள் மட்டுமே போதுமானவை. உலக இலக்கியத்தின் செழுமையைக் கணிசமான, காத்திரமான மொழிபெயர்ப்புகள் மூலம் தமிழுக்குக் கொண்டுவந்து சேர்த்ததிலும், வாசகத் தரத்தை மேம்படுத்துவதன் மூலம் சூழலில் ஓர் எழுச்சியைத் தோற்றுவிக்க முடியும் என்ற நம்பிக்கையோடு பெறுமதியான நவீனத் தமிழ்ப் படைப்புகளை மட்டுமல்லாது இந்திய, உலக இலக்கியப் படைப்பாளிகளையும் அறிமுகப்படுத்துவதில் அயராது காட்டிய முனைப்பிலும் இவருடைய பங்களிப்பு தனித்துவமானது.

எழுத்தாளராகவே தன் வாழ்வை அமைத்துக்கொள்ள இளம் வயதிலேயேதீர்மானித்துவிட்ட க.நா.சு. கடைசிவரை முழுநேர எழுத்தாளராக எழுதுவதிலும் வாசிப்பதிலும் நிறைவடைந்தார். 1928-34 வரையயான ஆறு ஆண்டுகள் (16 வயதிலிருந்து 22 வயது வரை) எதற்காக எழுதுகிறேன் என்ற சிந்தனை இல்லாமல் ஆங்கிலத்தில் பல கட்டுரைகள் எழுதியதாகக் க.நா.சு. குறிப்பிட்டிருக்கிறார். ஆனால், பின்னாளில் மனைவி, ஒரே மகள் என்ற தன் சிறு குடும்பத்தின் வாழ்க்கைப்பாட்டிற்கான வருமானத்தை ஆங்கிலப் பத்திரிகை களில் கட்டுரைகள் எழுதுவதன் மூலமே அடைந்திருக்கிறார். முழு நேர இலக்கியப் பணி சார்ந்த வாழ்வு என்பது, இன்றும்கூட சற்றும் உகந்ததில்லை என்ற நிலையில், அன்றைய காலச் சூழலில் எவ்வளவு சிரமமானதாக இருந்திருக்கும் என்பதை நாம் எளிதில் உணர முடியும். இதை ஈடுசெய்வதற்கான அவருடைய இன்னொரு பரிமாணமாக ஆங்கில இதழ்களில் தொடர்ந்து கட்டுரைகள் எழுதுவது அமைந்திருந்தது. 'தமிழில் நான் எழுத்தாளன். ஆங்கிலத்தில் பத்திரிகையாளன்' என்று அவர் குறிப்பிட்டிருக் கிறார். தன் படைப்புகளை எழுதுவது, மொழி பெயர்ப்பது, ஆங்கிலக் கட்டுரைகள் எழுதுவது, வாசிப்பது என எல்லாத் தளங்களிலும் நாள்தோறும் விடாது செயல்பட்டிருக்கிறார். அவருடைய ஒருநாள் என்பது எப்போதும் சீராக அமைந் திருந்ததை நினைத்துப் பார்த்தால் பிரமிப்பாகத்தான் இருக்கிறது. அவருள்ளிருந்து அவரை இயக்கிய சக்தி மகத்தானது.

இலக்கியப் பிரவேசத்தின் ஆரம்ப காலத்தில் சூறாவளி, சந்திரோதயம் என்ற சிற்றிதழ்களை நடத்தியபோதிலும், சி.சு. செல்லப்பாவின் எழுத்து இதழின் எழுத்து முறையில் அதிருப்தி அடைந்து அவர் நடத்திய இலக்கிய வட்டம் சிற்றிதழ் மரபில் ஒரு புத்தெழுச்சியாக அமைந்தது. எனினும், 1965இல் க.நா.சு. தன்னுடைய 53ஆவது வயதில் தன் குடியிருப்பை டில்லிக்கு மாற்றினார். கடும்தவமென முனைப்புடன் செயலாற்றியும் தமிழில் வணிகச் சூழலின் செல்வாக்கு செழித்தோங்கியதிலும், வாசகத் தளம் எவ்வித மாற்றத்துக்கும் ஆட்படாததிலும் விரக்தி யடைந்து அவர் இந்த மாற்றத்தை மேற்கொண்டதாகத் தெரிகிறது. டில்லி வாழ்க்கையில் வாழ்க்கைப்பாட்டிற்காக ஆங்கிலத்தில் எழுதுவதைத் தீவிரமாக மேற்கொண்டார். இது, இந்தியப் பரப்பிலும் உலகப் பரப்பிலும் குறிப்பிடத்தகுந்த கவன ஈர்ப்பை ஏற்படுத்தியிருக்கிறது. ஆனால் பல்லாயிரக்கணக்கான அந்த ஆங்கில எழுத்துப் பக்கங்களிலிருந்து ஒரு சிறு தொகுதிகூட வெளிவராமல் போனது துரதிர்ஷ்டம். அதற்கான எவ்வித பிரயாசையும் அவர் எடுத்ததாகத் தெரியவில்லை. இக்கால கட்டத்தில் அவர் தமிழிலிருந்து ஆங்கிலத்தில் சில நாவல்களை மொழிபெயர்த்தார். நீல. பத்மநாபனின் *தலைமுறைகள்*, இந்திரா பார்த்தசாரதியின் *குருதிப்புனல்* இரண்டும் ஒப்பந்த அடிப்படையில் மொழிபெயர்க்கப்பட்டு பிரசுரமும் ஆகின. ஆனால் க.நா.சு. விருப்பத்துடன் மேற்கொண்ட, அவர் பெரிதும் போற்றிய ஆர். ஷண்முகசுந்தரத்தின் *சட்டி சுட்டது* நாவலின் ஆங்கில மொழிபெயர்ப்பு அவர் எவ்வளவோ பிரயாசைகள் எடுத்துக்கொண்டும் கடைசி வரை வெளிவந்ததாகத் தெரியவில்லை. இருபது ஆண்டுகளுக்குப் பின் அவர் தன் குடியிருப்பை மீண்டும் சென்னைக்கு மாற்றிய போது முதுபெரும் எழுத்தாளருக் கான அங்கீகாரமும் கௌரவமும் அவரைத் தேடிவந்தன. 1988ஆம் ஆண்டின் மத்தியில் மீண்டும் டில்லி சென்ற க.நா.சு. அவ்வாண்டின் இறுதியில் தன் வாழ் வியக்கத்தை முடித்துக்கொண்டார்.

நான் சென்னைக்குக் குடியேறிய சில மாதங்களில் க.நா.சுவைச் சந்திக்கும் முதல் வாய்ப்பு அமைந்தது. 1983ஆம் ஆண்டின் இறுதியில் அல்லது 84ஆம் ஆண்டின் தொடக்கத்தில் இது கூடியது. ஏதோ ஒரு காரியமாக சென்னை வந்து, ஏ.கே. கோபாலனின் *சகோதரர்*

அ. கி. ஜெயராமனின் ஆழ்வார்பேட்டை சீதாம்மாள் காலனி வீட்டு மாடியில் க.நா.சு. தங்கியிருந்தார். 1950களில் ஏ.கே. கோபாலன், அ.கி. ஜெயராமன், க.நா.சு. மூவரும் இணைந்து உலக இலக்கிய வளங்களைத் தமிழுக்குக் கனிசமாகக் கொண்டுவந்து ஒரு பொற்காலத்தை வடிவமைத்தார்கள். சென்னைக்குக் குடியேறிய தொடக்க ஆண்டுகளில் நான் குடியிருந்த வீட்டின் உரிமையாளரும், நவீனக் கலை இலக்கிய ஞானமும் நவீன ஓவிய மற்றும் சிறுபத்திரிகை இயக்கப் படைப்பாளிகளுடன் நெருக்கமான நட்பும் கொண்டிருந்த நண்பர் கி. அ. சச்சிதானந்தம் ஒருநாள் மாலை அங்கு என்னைக் கூட்டிக் கொண்டு போனார். ஏ.கே. கோபாலனும் அவருடைய அண்ணன் அ.கி. ஜெயராமனும் இப்போது பக்தி நூல்கள் வெளியிட்டு அமோகமாக இருப்பதாகக் க.நா.சு. சிரித்தபடி சொன்னார். 1980 வாக்கில் அவர் பாண்டிச்சேரி பல்கலைக்கழகத்தில் கௌரவப் பேராசிரியராக இரண்டாண்டுகள் பணி புரிந்ததைப் பற்றிப் பேச்சு வந்தபோது, எழுபதாவது வயதில் முதல் முறையாக மாதச் சம்பளம் வாங்கினேன் என்று புன்முறுவலுடன் குறிப்பிட்டார்.

1985ஆம் ஆண்டு க.நா.சு. மீண்டும் தன் மனைவியுடன் சென்னைக்குக் குடிவந்தார். அவருடைய 1985-88 வரையான பிற்காலச் சென்னை வாழ்க்கையில் அவர் குடியிருந்த வீட்டுக்கு இரண்டு வீடு தள்ளி நான் குடிபெயரும்படி அமைந்தது, வாழ்வு என்மீது காட்டிய கருணைகளில் ஒன்று.

2. ரசனையில் சுடர்ந்த விமர்சன ஒளி

விமர்சகர் என்ற அடையாள முத்திரை மூலம் பிற காத்திரமான பங்களிப்புகள் உரிய கவனம் பெறாது போகுமளவு விமர்சனத் தளத்தில் இயங்கியவர் க.நா.சு. விமர்சனம் என்பதைக் காலத்தின் தேவையைப் பூர்த்தி செய்யும் அத்தியாவசியமான செயல்பாடாகக் கருதி அதிலும் தீவிரமாகச் செயல்பட்டவர். தமிழ்ப் படைப்புலகம் புதுமைப்பித்தன், மௌனி, கு.ப.ரா., ஆர். ஷண்முகசுந்தரம், கு. அழகிரிசாமி போன்ற கலை ஆளுமைகளால் பொலிவுற்றிருந்த அதேசமயம், வணிகப் பத்திரிகைகளின் ஆதிக்கத்தால் இலக்கிய ரசனையும் வாசகத் தரமும் மலினப்பட்டிருப்பதைக் காணச் சகிக்காது விமர்சனத்தைக் கைக்கொண்டவர். அதனாலேயே ரசனைவழி தர நிர்ணய விமர்சனமாக அவருடைய விமர்சனமுறை

அமைந்தது. வாசகனைத் திருப்திப்படுத்த படைப்பாளி இறங்கி வருவதான பாவனை மூலம் இலக்கியமும் பயனடைவதில்லை; வாசகனும் பயனடைவதில்லை. அதனாலேயே வாசகனின் வாசிப்புப் பயணத்தைத் தொடர்ந்து வலியுறுத்தியவர். ஒரு வாசகனாகத் தன்னுடைய வாசிப்பிலிருந்து மேலானவற்றை முன்வைத்தபடி இருந்தார். ஒரு வாசகனாக மிளிர்ந்த விமர்சகராகவே அவருடைய விமர்சனப் போக்கு அமைந்தது.

'இலக்கியாசிரியனின் கடமை வாசகனை எட்டுவதல்ல. அதற்கு எதிர்மாறாக வாசகனின் கடமைதான் ஆசிரியனை எட்டிப் பிடிப்பது என்பதை வலியுறுத்த இன்று இலக்கிய விமர்சனம் உபயோகப்பட வேண்டும். இலக்கியாசிரியனொரு வாசகனையோ, ஒரு இலட்சிய வாசகனையோ எண்ணிக்கொண்டு எழுதுவதில்லை. வாசகன்தான் தன் இலக்கியத் தாகத்தில், 'நமக்கேற்ற ஆசிரியன் இவன்' என்று தேடிக்கொண்டு இடைவிடாமல் ஓட வேண்டும்' என்று விமர்சனக் கலை நூலில் க.நா.சு. குறிப்பிட்டிருக்கிறார். இப்படிச் சொன்னது மட்டுமல்ல, தன்னுடைய இடைவிடாத தேடலில் தான் கண்டடைந்த பொக்கிஷங்களை தமிழ் வாசகர்களுக்கு உவந்து அளித்தபடி இருந்தார்.

அதேசமயம், விருப்பமில்லாமலேயே, அவசியம் கருதி, விமர்சனத்தை மேற்கொண்டதாக அவ்வப்போது க.நா.சு. குறிப்பிட்டிருக்கிறார். எனினும், ரசனை அடிப்படையிலான தர நிர்ணயத்தின் மூலம் தற்கால இலக்கியம் குறித்த விமர்சனப் போக்கை உருவாக்கிய முதல் விமர்சகர் இவர்தான். இதே காலகட்டத்தில் கல்வித்துறை சார்ந்த அலசல் விமர்சனம் மூலம் படைப்புகளை அணுகியவர் சி.சு. செல்லப்பா. இவர்களைத் தொடர்ந்துவந்த தருமு சிவராம் என்ற பிரமிள், இலக்கியக் கருத்தாக்க அடிப்படை யில் படைப்பினை அணுகித் தர நிர்ணயம் செய்தார். ஆனால், விமர்சன ஆய்வு முறையோ, இலக்கியக் கருத்தாக்கங்களின் துணையோ இன்றி தன் வாசிப்பு அனுபவங் களிலிருந்து ரசனை அடிப்படையில் மேலான படைப்புகளைக் கண்டடைந்தவர் க.நா.சு. ஒரு பட்டியல் விமர்சகராக அவர் கருதப்பட்டபோதிலும், அதுவரை அவர் முன்வைத்த பட்டியல்கள் தான் தற்காலத் தமிழ் இலக்கியத்தின் வரிவடிவமாக நிலை பெற்றிருக்கிறது என்பது, அவருடைய கூரிய அவதானிப்பையும், ரசனையின் துல்லியத்தையும் மிகவும் தெளிவாக்குகிறது.

இலக்கியத்தின் அவசியம் என்ன? நாம் ஏன் இலக்கியப் படைப்புகளை வாசிக்க வேண்டும்? தமிழ் இலக்கியத்தின் சத்தான பகுதிகள் எவை? நவீனத் தமிழ் இலக்கியம் என்பது எது? பத்திரிகை எழுத்துக்கும் இலக்கிய எழுத்துக்கும் வித்தியாசம் என்ன? உலக இலக்கியப் போக்குகளின் மைய, கிளை நீரோட்டங்கள் எத்தன்மையானவை? இந்திய இலக்கியப் பாரம்பரியம் எத்தகையது? இந்தியத் தன்மை என்றால் என்ன? இந்தியத் தன்மை கொண்ட படைப்புகள் எவை? தமிழில் அது எவ்வாறு இழையோடி இருக்கிறது? (மௌனியின் பிரபஞ்ச கானம், ஜெயகாந்தனின் வைராக்கியம் போன்ற சில கதைகளை அவர் பிரத்தியேகமான இந்தியக் கதைகளாகக் குறிப்பிட்டுள்ளார்.) பாரதிக்குப் பின்னான இலக்கியத் தடங்களைத் தமிழ்ப் பண்டிதர்கள் அறியாதிருக்கும் மொண்ணைத்தனத்தின் காரணம் என்ன? போன்ற பல அடிப்படையான கேள்விகளை எழுப்பி அவற்றுக்கான விடைகளைத் தன் எழுத்தில் தேடிச் சென்றவர். விமர்சனக் கலை, இலக்கிய விசாரம், படித்திருக்கிறீர்களா? (இரண்டு தொகுதிகள்), முதல் ஐந்து தமிழ் நாவல்கள், இலக்கிய வளர்ச்சி, நாவல் கலை, கலை நுட்பங்கள் ஆகியன இவரின் முக்கிய விமர்சன நூல்கள்.

1985-88 வரையான, அவருடைய 73ஆவது வயதிலிருந்து 76 வயது வரையான, மூன்றாண்டு காலப் பிற்காலச் சென்னை வாழ்க்கையின்போதும் வாசிப்பையும் எழுதுவதையும் தொடர்ந்தபடி இருந்தார். அச்சமயத்தில் மயிலாப்பூர் டி.எஸ்.வி. கோயில் தெருவில் நாங்கள் அருகருகாகக் குடியிருந்தோம். ஒவ்வொரு முறை வெளியில் போகும்போதும் வரும்போதும் அவர் வீட்டைக் கடந்துதான் நான் போகவேண்டும்; வரவேண்டும். அப்போது, வயோதிகத்தின் தளர்ச்சியோடு அவருக்குக் கண் பார்வையும் சீர்கெட்டிருந்தது. அந்த வீட்டின் ஜன்னல், தெரு பார்த்திருக்கும். பகலில் பெரும்பாலான நேரங்களில் ஜன்னல் முன் நின்றபடி, கண்களுக்கு மிக நெருக்கமாக ஒரு கையில் புத்தகத்தை வைத்துக்கொண்டு மறுகையில் பூதக்கண்ணாடி கொண்டு வாசித்துக்கொண்டிருப்பார். அக்காலகட்டத்தில் குங்குமம், துக்ளக் ஆகிய இதழ்களில் தொடர்கட்டுரைகளும் எழுதினார். எழுதுவதையும் பூதக்கண்ணாடியின் துணையுடன்தான் மேற் கொண்டார். இலக்கிய வாழ்வின் தொடக்கத்திலிருந்து இறுதிவரை

வாசிப்புதான் அவருடைய வாழ்வியக்கத்தின் ஆதார சுருதியாக இருந்திருக்கிறது. வாசிக்காமலும் எழுதாமலும் வீணே ஒரு நாளைக்கூட அவரால் சுமந்திருக்க முடியாது.

அக்காலகட்டத்தில் ஒருமுறை ஏதோ ஒரு செமினாருக்காக வடக்கே தொலைதூர நகரம் ஒன்றுக்குச் செல்வதாக இருந்தார். இப்போது அவசியம் நீங்கள் அங்கு தனியாகப் போக வேண்டுமா எனக் கேட்டேன். ஏன் எங்கயாவது தனியா செத்துப் போயிடுவேன்னு பயப்படுறியா... உயிரோட இருக்கிற வரைக்கும்தான் இந்த உடம்பு நம்மோட பிரச்சினை. செத்துப் போயிட்டா இந்த உடம்பை என்ன செய்வது, எவர்வசம் ஒப்படைப்பது என்பதெல்லாம் அடுத்தவங்க பிரச்சினை என்று சிரித்தபடியே சொன்னார். இன்று நான் ரசித்திருக்கும் என்னுடைய தனிமை வாழ்க்கையில் இந்த வார்த்தைகள் புதுவெளிச்சம்கொண்டு துலங்குகின்றன.

சுவையான காபி, பதார்த்தங்கள், சாப்பாட்டிலும் அலாதியான ருசியும் ரசனையும் கொண்டவர். நல்ல உணவகத்தைத் தேடிப் போய்ச் சாப்பிடுபவர். அவர் செல்லக்கூடிய எந்த ஒரு சிற்றூரிலும் கூட ருசியான உணவு கிடைக்கக்கூடிய சிறு கடைகளை அவருடைய ருசி வேட்கை தேடிக் கண்டடைந்திருக்கிறது. அவருடைய இந்த ருசி வேட்கை சக எழுத்தாளர்களின் கிண்டலுக்கும் கேலிக்கும் ஆளாகியிருக்கிறது.

ஒருமுறை மதியச் சாப்பாட்டுக்கு நான் கோபாலபுரம் காதி கிராமோத்யக் பவன் பற்றிச் சொன்னேன். மறுநாளே ஒரு ரிக்ஷாவில் போய் அங்கு சாப்பிட்டுவிட்டு மனைவிக்கும் பார்சல் வாங்கிவந்துவிட்டார். அன்று மாலை அவரைச் சந்தித்தபோது மிகவும் சிலாகித்தார். பாரீஸில் பல எழுத்தாளர்கள் ஏதேனும் ஒரு காஃபி ஷாப்பில் இருந்துதான் எழுதுவார்கள். அவர்கள் தங்களுடைய ஏதேனும் ஒரு புத்தகத்தை அந்த காஃபி ஷாப்பிற்கு சமர்ப்பணம் செய்திருக்கிறார்கள். தானும் அப்படி ஒரு புத்தகத்தை காதி பவனுக்கு சமர்ப்பிக்க வேண்டும் என்றார்.

வாழ்வின் சகல அம்சங்களிலும் ரசனை வழிநடத்திய வாழ்வு அவருடையது.

3. மொழிபெயர்ப்பு பொக்கிஷங்கள்

க.நா.சுவின் மகத்தான பங்களிப்புகளில் மிக முக்கியமானது, உலக இலக்கிய வளங்களைத் தமிழுக்குக் கொண்டுவர அவர் தொடர்ந்து அயராது மேற்கொண்ட மொழிபெயர்ப்புப் பணி. என் வாசிப்புப் பழக்கத்தையும் ரசனையையும் வடிவமைத்திலும் மேம்படுத்தியதிலும் அவருடைய மொழியாக்கங்களுக்குப் பெரிதும் பங்குண்டு. சிறந்த இலக்கியத்துடனான என் முதல் உறவு, க.நா.சுவின் மொழிபெயர்ப்பில் வெளியான நார்வே நாட்டு எழுத்தாளரான நட் ஹாம்சனின் நோபல் பரிசு பெற்ற நிலவளம் நாவல் வாசிப்பிலிருந்துதான் தொடங்குகிறது. பள்ளி நாட்களிலேயே வாசிப்புப் பழக்கம் உருவாகிவிட்ட போதிலும், ஓர் ஆழமான நவீன இலக்கியப் படைப்புடனான அறிமுகம் இதிலிருந்துதான் தொடங்கியது. நான் பட்டப்படிப்பு மேற்கொண்ட மதுரை தியாகராசர் கல்லூரி மிகச் சிறந்த நூலகத்தைக் கொண்டிருந்தது. அங்குதான் நிலவளம் கிடைத்தது. என் பதின்மூன்றாவது வயதிலேயே நூலகத்துக்குச் சென்று வாசிப்பதென்பது ஏற்பட்டு விட்டிருந்தது. எனினும், கல்லூரி நாட்களில் இது தீவிரமடைந்தது. மதுரை மைய நூலகத்திலும் மஹால் கிளை நூலகத்திலும் உறுப்பினராக இருந்தேன். மொழிபெயர்ப்பு நாவல்களை வாசிக்கும் தீராத வேட்கையை நிலவளம் ஏற்படுத்தியது. மொழிபெயர்ப்புப் படைப்புகளில் சகஜமாக இடம்பெறும் பாலியல் நிகழ்வுகள் இளம் வயதுக் கிளர்ச்சிக்கு ஏதுவாக இருந்தன. இதுவே அவற்றின் தேடலுக்கான முக்கிய காரணமாக அன்று அமைந்ததென்றாலும், பின்னர் அதுவே பரந்து விரிந்த, பெறுமதியான ஒரு உலகத்துக்கு அழைத்துச் சென்றது. அன்று நூலக அடுக்குகளில் மொழி பெயர்ப்புப் புனைவுகள் கணிசமாக இருந்தன.

இக்காலகட்டத்தில், படைப்பு, விமர்சனம், சிறுபத்திரிகை இயக்கம் எனப் பல்வேறு தளங்களில் ஆற்றலோடும் அயரா உழைப்போடும் பங்காற்றித் தற்காலத் தமிழிலக்கியச் சூழலை வளப்படுத்திய க.நா. சுப்ரமண்யம் மொழிபெயர்ப்புப் பணியிலும் அர்ப்பணிப்போடு ஓர் இயக்கமெனச் செயல்பட்டார். அவர் குறிப்பிடுகிறார்: ‘மொழிபெயர்ப்பு தமிழ் இலக்கிய வளர்ச்சிக்கு மிக மிக அவசியம். அதை உணர்ந்து இலக்கியத் தொண்டின் ஒரு பகுதியாக, ஆரம்ப காலம் முதல் இன்றுவரை ஏதாவது ஒரு

மொழிபெயர்ப்பில் ஈடுபட்டிருந்தேன்.' உலக இலக்கியத்தின் செழுமையான பகுதிகளைத் தமிழுக்குக் கொண்டுவருவதில் ஓர் இலக்குடன் செயல்பட்ட க.நா.சுவின் லட்சிய உழைப்பு அபூர்வமானது. நாம் போற்றிப் பெருமிதம் கொள்ளவேண்டிய மகத்தான உழைப்பு. அவருடைய புகழ் பெற்ற நாவல்கள் நூலின் பின்னுரையில் க.நா.சுவின் தீர்க்கமான மனோபாவத்தை வெளிப்படுத்தும் ஒரு பகுதி இது:

> உலக நாவல் பாரம்பரியம் பரவலானது, விரிவானது. அந்த நூல்களில் பலவும் தமிழ் மொழியில் நாவல் எழுத விரும்புபவர் களுக்கு முன்னுதாரணமாக மொழிபெயர்ப்பில் வரவேண்டும் என்று நான் எண்ணுகிறேன். அப்போதுதான் தமிழ் நாவல் வளமும் பெருகும். தமிழில் இருப்பது போதாது என்று சொல்லவில்லை. அது மட்டும் போதாது. உலக இலக்கிய வளம் தெரிய வேண்டும் என்று கட்சியாட இடம் உண்டு. மொழி பெயர்ப்புகள் அதிகமாகத் தமிழில் பாராட்டப்படுவதில்லை, பரிபாலிக்கப்படுவதில்லை என்பதனால் சுருக்கமாகவேனும் நாவல்களைத் தமிழர்களுக்குத் தந்து, நாவல்கள் படிக்கும் பழக்கத்தை, பலதரப்பட்ட நாவல் களங்களை, பல இலக்கியத் தர தளங்களத் தமிழ் வாசகர்கள் தெரிந்துகொள்ள வேண்டும் என்ற சிந்தனையுடன் புகழ்பெற்ற நாவல்கள் என்ற இந்த நூலின் முதல் தொகுதியைத் தமிழ் வாசகர்கள் கவனத்துக்கு சமர்ப்பிக் கிறேன்.

உலகத்துச் சிறந்த நாவல்கள் என்ற நூலில் பதினைந்து முக்கியமான நாவல்களைக் கதைச் சுருக்கத்தோடும், அவற்றின் சிறப்பு குறித்த அறிமுகத்தோடும், படைப்பாசிரியர் பற்றிய குறிப்போடும் அறிமுகப்படுத்தியிருக்கிறார். புகழ்பெற்ற நாவல்கள் என்ற தலைப்பில் இரு நூல்களைத் தந்திருக்கிறார். முதல் தொகுதியில் 33 நாவல்களும், இரண்டாவது தொகுதியில் 25 நாவல்களும் அறிமுகப் படுத்தப்பட்டிருக்கின்றன. ஐரோப்பியச் சிறுகதைகள் என்ற நூலில் எழுத்தாளர்கள் பற்றிய குறிப்புகளோடு 18 சிறுகதைகளைத் தந்திருக்கிறார். அவர் அளிக்கும் தகவல்களும் குறிப்புகளும் நம்மைப் புதிய திசைகளுக்கு இட்டுச் செல்லக்கூடியவை.

இவை போன்ற தொகுப்பு நூல்களைத் தவிர, க.நா.சு. இருபது நாவல்களை முழுமையாகத் தமிழாக்கம் செய்திருக்கிறார்.

உலக மொழிகளில் ஆதிக்கம் செலுத்திய ஆற்றல்மிக்க படைப் பாளுமைகளின் மகத்தான படைப்புகளைத் தமிழுக்கு அளித்திருக்கிறார். நட் ஹாம்சனின் நிலவளம் (நார்வே), செல்மா லாகர்லெவ்வின் மதகுரு (ஸ்வீடன்), பெர்லாகர் க்விஸ்ட்டின் பாரபாஸ் எனும் அன்பு வழி (ஸ்வீடன்), ஆந்த்ரே ழீடின் குள்ளன் (பிரெஞ்சு), ஹெர்மென் மெல்வில்லின் மோபி டிக் எனும் திமிங்கல வேட்டை (அமெரிக்கா), தாமஸ் மன்னின் மாறிய தலைகள் (ஜெர்மன்), ஜார்ஜ் ஆர்வெல்லின் விலங்குப் பண்ணை, 1984 (இங்கிலாந்து) போன்றவை இவற்றுள் மிகவும் முக்கியமானவை.

ஒரு மொழிபெயர்ப்பாளரின் தேர்வில் அவருடைய நோக்கமும் அக்கறையும் வெளிப்படுகின்றன. இவ்வகையில், க.நா.சு. ஸ்காண்டிநேவியப் பிரதேசப் படைப்புகளை அதிகமாகக் கவனத்தில் கொண்டது மிகவும் முக்கியமானது. இருபதாம் நூற்றாண்டின் தொடக்கத்திலிருந்து, இலக்கிய உலகில் நவீன ஐரோப்பியப் படைப்பாளிகளின் புதிய சிந்தனைகள் இழையோடிய தத்துவார்த்த ஒளி கூடிய படைப்புகளின் புதிய வெளிச்சம் சுடர் விட்டது. ஃபிரான்ஸ், ஜெர்மனி, இத்தாலி, ஸ்பெயின் ஆகிய நாடுகளில் வெளிப்பட்ட இத்தகைய நவீனத்துவ மைய நீரோட்டத் துக்கு எதிராக, ஐரோப்பாவில் உள்ளடங்கிய ஸ்காண்டிநேவியப் பிரதேசங்களான ஸ்வீடனும் நார்வேயும் ஓர் எழுச்சிமிக்க மாற்றுப் போக்கினை இலக்கிய ஆக்கங்களாகக் கொண்டிருந்தன. அன்பு, காதல், ஆன்மா, வாழ்வின் அர்த்தம், அது குறித்த மனிதனின் தேடல் என்றான வாழ்வின் நித்திய உண்மைகள் இழையோடிய நவீன செவ்வியல் படைப்புகளை உருவாக்கிய ஸ்வீடனின் ஸெல்மா லாகர்லாவ், பெர்லாகர் குவிஸ்ட், நார்வேயின் நட் ஹாம்சன் போன்ற படைப்பாளுமைகள் இவருடைய தேர்வில் முதன்மையாக அமைந்தனர். நம் கீழைத்தேயப் படைப்பு மனங் களுக்கு இந்தப் படைப்புகள் உத்வேகமாக அமையும் என்று அவர் கருதியிருப்பார்.

க.நா.சுவின் மொழியாக்க முறை மிகவும் கச்சிதமோ துல்லியமோ கொண்டதல்ல. மூலப் படைப்பாளியின் படைப்பு மொழியில் சலனிக்கும் வார்த்தைகளின் தொனி, சாயை, இழையாடல் ஆகிய பெறுமதியான தன்மைகளை அவர் கவனத்தில் கொள்வதில்லை. மாறாக, அந்தப் படைப்புலகின்

ஜீவனை சுதந்திரமான மொழிபெயர்ப்பில் வசப்படுத்தி விடுவதிலேயே அவருடைய கவனக்குவிப்பு இருந்திருக்கிறது. மொழி நுட்பங்களில் அல்ல; கதைக் களன்களிலேயே அவர் கவனம் மேலோங்கியிருந்தது. துரிதகதியில் செயல்பட்டாக வேண்டிய கட்டாயத்தை அவர் உணர்ந்திருந்தார். இந்த உணர்வே அவருடைய மொழிபெயர்ப்பு முறையைத் தீர்மானித்தது. ஒரு மொழியின் படைப்பாக்க எழுச்சிக்கு, அதற்கு உதவக்கூடிய, தம் காலத்தின் பிரக்ஞை கொண்ட பிற மொழிப் படைப்பாளிகளின் ஆதிக்கம் அவசியம். நம்முடைய வளத்துக்கு உலக வளங்களின் சேர்மானம் அத்தியாவசியம் என்ற மேலான புரிதலுடன் பெரும் கனவுகளோடும் லட்சிய வேட்கையோடும் செயல்பட்டவர். நம் காலத்தின் மகத்தான இலக்கிய ஆகிருதி க.நா.சு.

4. தனிப்பெரும் இலக்கிய ஆகிருதி

க.நா.சுவின் உலக இலக்கிய ஞானம் மிகவும் பரந்துபட்டது; ஆழமும் நுட்பமும் கூடியது. இந்த ஞானத்தின் எல்லைகளி லிருந்தும் அனுபவங்களிலிருந்துமே தமிழில் அவருடைய படைப்பாக்கங்கள் உருவாகின. சிறுகதைகள், மயன் என்ற பெயரில் கவிதைகள் எனக் கணிசமாக எழுதியிருக்கிற போதிலும் படைப்பிலக்கிய ஆளுமையாக க.நா.சுவின் வெளிப்பாட்டில் ஒளிர்வது அவருடைய நாவல்கள்தாம். அவை வரலாற்றுரீதியான முக்கியத்துவமும் கொண்டவை. நவீனத் தமிழ் இலக்கிய உருவாக்கத்தின் தொடக்கத்தில் தமிழ் நாவல் பரப்பில் நிலவிய வறட்சி, அச்சாதனத்தில் சில வளமான முன்னோடி முயற்சிகளை முன்வைக்க க.நா.சுவின் படைப்பாளுமைக்கு உதவி இருக்கிறது. 1946இல் வெளிவந்த இவருடைய பொய்த்தேவு தமிழ் நாவலின் உயரிய மரபைக் கட்டமைத்த முதல் நாவல்.

ஒவ்வொரு நாவலையும் வெவ்வேறு விதமாக, ஒன்றைப் போல் மற்றொன்று இல்லாமல், எழுதிப் பார்க்கும் உத்வேகத்தோடு செயல்பட்டவர் க.நா.சு. கதைக்களன்களில் புதிய உலகங் களையும், கட்டமைப்புகளில் புதிய பாணிகளையும் அவர் தன்னுடைய ஒவ்வொரு நாவல் மூலமாகவும் உருவாக்கியபடி தன் புனைவுப் பயணத்தைத் தொடர்ந்திருக்கிறார். சோதனை முயற்சிகளாகவும், பல்வேறு வகையினதாகவும் அவர் எழுதிய

பிற நாவல்கள்: சர்மாவின் உயில், ஏழு பேர், ஒரு நாள், வாழ்ந்தவர் கெட்டால், ஆட்கொல்லி, பெரிய மனிதன், அவரவர் பாடு, மாதவி, கோதை சிரித்தாள், பித்தப் பூ, தாமஸ் வந்தார், அவதூதர். எனினும், பொய்த் தேவு, ஒருநாள், அசுரகணம், வாழ்ந்தவர் கெட்டால் ஆகிய நான்கும் அவருடைய புனைவுவெளிப் பயணத்தின் அரிய கொடைகள்.

பொய்த்தேவு ஒரு காலத்தை, ஒரு குறிப்பிட்ட பின்புலத்தில் அகப்படுத்திய நாவல். சாத்தனூர் மேட்டுத்தெருவில் சிறுவனாக வளரும் சோமு, சிறுவயதிலேயே தன் சமயோசித சாகசத் திறனால் பிச்சாண்டி என்ற கொள்ளைக்காரனை போலிஸில் பிடித்துக் கொடுக்குமளவு திறமை கொண்டவன். பின்னர், வணிகம், தரகுவேலை எனப் புதிய தொழில் பிரிவுகளில் கவனம் செலுத்தி சோமு முதலியாராக வளர்ச்சி காண்கிறான். பொருள் சேர்ப்பதே வாழ்க்கை என்றாகிவிட்ட நிலையில் குடி, கூத்தி என்பனவும் சேர்ந்துகொள்கிறது. காலம் அதன் பாதையில் வாழ்வின் அர்த்தம் குறித்த கேள்விகளை எழுப்புகிறது. நித்திய உண்மை பற்றிய ஓர் ஒளி தென்படுகிறது. சோமு முதலியார் சோமுப் பண்டாரமாகிறார். ஒரு காலச் சூழலின் பல்வேறு தளங்களில் பயணப்பட்ட நாவல். இப்பயணத்தினூடாக, ஒரு வளரும் சிற்றூரின் பூகோள அமைப்பு, சமூக அமைப்பு, சாதியப் பிரிவுகள் என அனைத்தும் உயிர் கொண்டிருக்கின்றன. தபாலாபீஸ், ரயில்வே ஸ்டேஷன் போன்றவற்றின் வருகை எனக் காலமும் சமூகமும் வாழ்வும் அடர்த்தியாகப் புனையப்பட்டிருக்கின்றன.

பொய்த்தேவு எழுதப்பட்ட அதே காலத்தில் உருவான நாவல் ஒருநாள். இந்த நாவலும் சாத்தனூரையும், சர்வமானிய அக்ரஹாரத்தையும் பின்புலமாகக் கொண்டிருந்தாலும் அக்ரஹாரம் பற்றிய ஓர் ஏளனமும், குடும்பம் என்ற அமைப்பின் அத்தியாவசியம் பற்றிய கரிசனமும் மிகக் கச்சிதமான கட்டமைப்பில் வடிவம் பெற்றிருக்கும் படைப்பு.

அவருடைய நாவல்களில் மிகவும் சிறந்ததாக நான் கருதுவது, அசுரகணம். அசுரகணங்களின்மீது மனித மனம் கொண்டிருக்கும் அலாதியான கவர்ச்சியை அற்புதமாக வசப்படுத்தியிருக்கும் நாவல். இந்தப் படைப்பில் புற நிகழ்வுகள் வெகு சொற்பம். மன

நிகழ்வுகளால் கட்டமைக்கப்பட்டிருக்கும் நாவல். அசாதாரண மானவன், விசித்திரமானவன், சிந்தனையாளன் என்றெல்லாம் தன்னைக் கருதிக்கொள்ளும் ஓர் இளைஞனிடம் சுழித்துச் சுழன்றோடும் சுபாவமான எண்ணவோட்டங்களில் இப்படைப்பு உருப்பெற்றிருக்கிறது. ஒரு நிகழ்வின் அடியாக ஓர் எண்ணம் எழுந்து, அது அதன் எல்லாப் பக்கங்களிலும் விரிந்து பரவி வியாபிக்கிறது. காதல்-காமம் என்ற பீடிப்புகளின் சுழல் பாதையில் விரியும் நாவல். மனித மனத்தில் எவ்வித பிரயாசைகளுமின்றி ஓயாது அலையடித்துக்கொண்டிருக்கும் எண்ணங்களின் பிரவாகத்தை அகப்படுத்தும் ஆற்றல்கொண்ட ஒரே கலை வடிவம் நாவல். ஒரு சாதனத்தின் தனித்துவமிக்க சிறப்பம்சத்தில் உயிர்கொள்ளும் படைப்புதான் அச்சாதனத்தின் உச்சங்களைத் தொடுகிறது. அவ்வகையில் தமிழில் குறிப்பிடத்தகுந்த நாவல் களில் ஒன்று, க.நா.சுவின் அசுரகணம்.

க.நா.சுவின் நூற்றாண்டாக 2012 அமைந்தபோது, அவருடைய பெரும்பாலான படைப்புகளை மீண்டும் வாசிப்பதற்கான ஒரு நல்வாய்ப்பு அமைந்தது. அப்போது, என் முன்கணிப்புகளுக்கும் அப்பாற்பட்டு அவர் ஒரு மிகப் பெரிய ஆகிருதியாகத் தென்பட்டார். நூற்றாண்டும், படைப்புகள் நாட்டுடமை ஆக்கப்பட்டிருந்ததும், ராயல்டி தர அவசியமில்லாத படைப்பாளிகளின் படைப்புகளை வெளியிடுவதில் பதிப்பகங்கள் கொண்டிருந்த முனைப்பும் க.நா.சுவின் படைப்புகள் மீண்டும் சரளமாகக் கிடைக்க வழி செய்தன. இச்சமயத்தில் ஓர் அற்புதமென நான் கண்டடைந்த அவருடைய நாவல் வாழ்ந்தவர் கெட்டால். அவருடைய நாவல்களில் விறுவிறுப்பும் சுவாரஸ்யமும் கூடியது. இலக்கியத்தில் ‘வேகம்’ என்பதற்கு எதிரான மனோபாவம் கொண்டவர் க.நா.சு. எனினும், இந்நாவலில் வேகம் இயல்பாகக் கூடிவந்திருக்கிறது. இதன் களமும் பரப்பும் சிறியது; பாத்திரங்களும் நிகழ்வுகளும் மிகக் குறைவு. எனினும், அது விரிக்கும் அனுபவப் பெருவெளி பிரமிப்பூட்டக்கூடியது. சிலுவையெனச் சுமந்துகொண்டிருக்கும் இறந்தகால நினைவுகளின் பாரத்தாலும், குற்றம்-தண்டனை, பாவம்-விமோசனம் என்ற மதிப்புகளின் தவிர்க்க முடியா சுமையாலும் அலைக்கழிக்கப்படும் ஒருவன், விபரீதமான ஒரு தருணத்தில் ரயிலின் முன் தன்னைத் தானே எறிந்துகொண்டு

இறந்துபோகிறான். அந்த மரணத்துக்குத் தான் காரணமென நினைக்கும் மற்றொருவன் கடும் காய்ச்சல் கண்டு மரணமடை கிறான். வாசிப்பில் நம்மை உலுக்கி எடுக்கும் படைப்பு.

தமிழின் வளமான சிறுகதை மரபின் முன், அவருடைய சமகாலச் சிறுகதை மேதைகளான புதுமைப்பித்தன், மௌனி, கு.ப.ரா. ஆகியோரின் சிறுகதை வளத்துக்கு முன், க.நா.சுவின் சிறுகதை முயற்சிகள் சாதாரணமாகிவிட்டிருக்கின்றன. மயன் என்ற பெயரில் அவர் மேற்கொண்ட கவிதை முயற்சிகளில் அபூர்வ மாக சில உயர்கவிதைகள் அமைந்துவிட்டிருக்கிற போதிலும், கவித்துவ எழுச்சி கைகூடாமல் பொதுவாகப் பலவீனப்பட்டே இருக்கின்றன. அலங்காரத்தையும் படிமத்தையும் முற்றிலுமாக உதறி, கவிதையை எளிமைப்படுத்த அவர் புதுமுயற்சி எடுத்த போதிலும், கவித்துவ உக்கிரத்துக்கான மொழியோ வெளியோ அவருக்கு வசப்படவில்லை. எனினும், நவீன கவிதை குறித்து அவர் முன்வைத்த அக்காலத்திய சிந்தனைகளே சமீப ஆண்டுகளாக ஆதிக்கம் செலுத்திவருகின்றன. படிமத்தை முதன்மைப் படுத்திய எழுத்து காலக் கவிதை இயக்கத்தில், படிமம் உட்பட சகல அலங்காரத்தையும் கவிதை துறக்க வேண்டுமென்ற இவருடைய கருத்துகள் மங்கியிருந்தன. ஆனால், இன்று அவையே பிரதானமும் பிரகாசமும் பெற்றிருப்பது அவருடைய கலை நம்பிக்கையையும் தீர்க்கத்தையும் உணர்த்துகின்றன.

நவீனத் தமிழ் இலக்கியத்தின் தனிப்பெரும் ஆகிருதி க.நா.சு. என் பணியறையில் கணினி மேசைக்கு மேலாக, ஓவிய நண்பர் நரேந்திரன் அன்புடன் அளித்த க.நா.சுவின் உருவ ஓவியம்தான் வீற்றிருக்கிறது. அவரளவுக்குப் பேராற்றலும் பெரும் உழைப்பும் இல்லையென்றாலும் என்னளவில் எளிமையாக இயங்கிக் கொண்டிருப்பதற்கும், சோராது பணியாற்றுவதற்குமான உத்வேகமாக, அந்த ஓவியம் இருந்துகொண்டிருக்கிறது.

□

2
சி.சு. செல்லப்பா
(1912-1998)

1. லட்சிய தாகம்

நவீனத் தமிழிலக்கிய வரலாற்றில் ஒரு மகத்தான இயக்க சக்தி, சி.சு. செல்லப்பா. காந்தி யுக அர்ப்பணிப்போடும் லட்சியப் பிடிமானத்தோடும் செயல் முனைப்போடும் கலை நம்பிக்கை யோடும் வைராக்கிய சித்தத்தோடும் இயங்கிய பேராற்றல்மிக்க சக்தி. தற்காலத் தமிழ் இலக்கியத்தின் வளத்துக்கும் செழுமைக்கும் களமாக அமைந்த சிறுபத்திரிகை இயக்கத்தைக் கட்டமைத்த தனித்துவ ஆளுமை. சிறுபத்திரிகை என்ற கருத்தாக்கத்துக்குச் செம்மையான வடிவம் கொடுத்த இதழான எழுத்து இவருடைய கடும் முயற்சிகளினாலும் மேலான கனவுகளாலும் உருவானது. நவீனத் தமிழிலக்கியப் பரப்பின் எல்லைகளை பரவலாக்கி, அதற்கு விரிவும் ஆழமும் தந்த களம். இவ்வியக்கம் நிர்மாணித்த எல்லைகளிலிருந்து விரிந்து செழித்ததுதான் சிறுபத்திரிகை இயக்கம். 11 ஆண்டுகள் (1959-70), கடும் நெருக்கடிகளுக் கிடையே, தன் இருப்புகளையெல்லாம் இழந்து இதழை நடத்திய கனவு மனிதர். காந்தி யுகத்தின் அர்ப்பண உணர்வும் லட்சிய தாகமும் வழி நடத்திய வாழ்வு இவருடையது. எழுத்து என்ற இதழ் மூலம் அவர் விரித்த பெரும் சிறகுகளுக்குள் அடைக்கலமாகி இலக்கிய வெளியில் பல ஆளுமைகள் உயரப் பறந்தனர். நவீனத் தமிழ் இலக்கியத்தில் ஒரு மகத்தான நிகழ்வாக எழுத்து அமைந்தது.

நான் மதுரை காமராசர் பல்கலைக்கழகத்தில் எம்.ஏ. தமிழ் முதலாமாண்டு படித்துக்கொண்டிருந்த சமயம்—என் 21ஆவது

வயதில்—1972ஆம் ஆண்டு இறுதியில், சி.சு. செல்லப்பாவைப் பார்த்தேன். இரு கைகளிலும் கைக்கு ஒன்றாக முரட்டுக் காடாத் துணிப் பையில் எழுத்து பிரசுரம் வெளியீடுகள் நிறைந்திருக்க சி.சு. செல்லப்பா, தமிழ்த்துறைக்கு வந்தார். அப்போது அவருக்கு வயது 60. மெலிந்த தேகம். லேசாகப் பழுப்பேறிய வேட்டி. தொள தொள வெள்ளைச் சட்டை. அது எழுத்து இதழ் நின்று, எழுத்து பிரசுரம் எனப் புத்தக வெளியீடுகளிலும் அவற்றை விற்பதிலும், தமிழ்த்துறையினரின் பரவலான கவனத்துக்குக் கொண்டு செல்வதிலும் சி.சு. செல்லப்பா கவனம் செலுத்திக்கொண்டிருந்த காலம். எங்கள் துறையில் நவீனத் தமிழ் இலக்கியம் பயிற்றுவித்த பேராசிரியர் சி. கனகசபாபதி, செல்லப்பாவுக்கு நன்கு அறிமுக மானவர். எழுத்து இதழில் புதுக்கவிதை குறித்துக் கல்விப்புல ரீதியிலான கட்டுரைகளைத் தொடர்ந்து எழுதியவர். என்னுடைய நவீன இலக்கிய ஈடுபாடு கனகசபாபதியுடன் அணுக்கமான உறவை உருவாக்கியிருந்தது. மேலும் செல்லப்பா என்ற ஆளுமையின் முக்கியத்துவத்தையும் நான் அப்போது அறிந்திருந்தேன். எழுத்து இதழ்கள் சிலவற்றையும் கனகசபாபதி மூலம் வாசித்திருந்தேன். சிறுபத்திரிகைகளைத் தேடி வாசிக்கும் முனைப்பும் கொண்டிருந்தேன். ஒரு கனவுவெளிக்குள் பயணப் படுவதற்கான ஆரம்ப உத்வேகத்தோடு இருந்துகொண்டிருந்த சமயம். நாளை செல்லப்பா வருகிறார் என்று கனகசபாபதி சொன்னதிலிருந்தே மனம் அவரைச் சந்திக்கும் பரவசத்துக்கு ஆட்பட்டிருந்தது.

எம்.ஏ. முதலாமாண்டு முதல் செமஸ்டர் தற்காலத் தமிழிலக்கியம் பற்றியது. எழுத்து இதழில் வெளிவந்த புதுக்கவிதைகளிலிருந்து சி.சு. செல்லப்பா தேர்ந்தெடுத்துத் தொகுத்த புதுக்குரல்கள் பாடத் திட்டத்திலிருந்தது. தருமு சிவராம், தி.சோ. வேணுகோபாலன், பசுவய்யா, நகுலன், சி. மணி, எஸ். வைத்தீஸ்வரன் என எழுத்து உருவாக்கிய கவிஞர்களின் கவித்துவப் பாதைகளைக் கண்டறிந்து பிரமித்திருந்த காலம். நாவல் பிரிவில் சி.சு. செல்லப்பாவின் வாடிவாசல் பாடமாக இருந்தது. நான் சிறப்புப் பாடமாக நாவலை எடுத்திருந்ததால் செல்லப்பாவின் ஜீவனாம்சம் நாவலையும் வாசித்திருந்தேன். செல்லப்பாவைக் காணும் பேராவலோடு காத்திருந்தேன்.

அன்று சி.சு. செல்லப்பா தமிழ்த்துறை நூலகத்துக்கும் பல்கலைக்கழக நூலகத்துக்கும் புத்தகங்களை விற்பதற்காக வந்திருந்தார். புதுக்கவிதையின் புது வடிவம் பற்றியும், கால முக்கியத்துவம் பற்றியும் மாணவர்களிடையே உரையாடினார். அக்காலத்தில் அவர் தமிழ்நாடெங்கும் ஒவ்வொரு கல்லூரியாகப் புத்தகங்கள் தாங்கிய துணிப் பைகளோடு சென்றுகொண்டிருந்தார். நூலகங்களுக்குப் புத்தகங்கள் விநியோகிப்பதற்கும் கல்லூரிப் பாடத் திட்டங்களில் நவீன இலக்கியப் படைப்புகளை இடம் பெறச் செய்வதற்குமாக முதிய வயதில் புத்தகங்களின் பாரம் சுமந்து கல்லூரி கல்லூரியாக அலைந்தார். அன்று கல்லூரித் தமிழ்த் துறையினரிடம் நவீன இலக்கியம் குறித்து கடும் வறட்சி நிலவியது மட்டுமல்ல; நவீன இலக்கியம் குறித்த எதிர் மனோபாவமும் பீடித்திருந்தது. இத்தகைய சூழலில் செல்லப்பா மேற்கொண்ட பிரயத்தனங்களும் தமிழ்ப் பண்டிதர்களிடம் சளைக்காமல் அவர் நடத்திய உரையாடல்களும் ஒரு கடுமையான முன்னோடி முயற்சி. கல்விப் புலங்களில் நவீன இலக்கிய பிரக்ஞையை உருவாக்குவதன் மூலமே மாற்றங்களை நிகழ்த்த முடியும் என்ற நம்பிக்கையோடு அல்லல்பட்டவர். அதன் பலன்கள் ஓரளவேனும் இன்று கூடிவந்திருக்கின்றன.

பல்கலைக்கழகத் தமிழ்த்துறையில் கனகசபாபதி இருந்ததும், துறைத் தலைவராக இருந்த முனைவர் முத்து சண்முகம் பிள்ளையின் நவீன பிரக்ஞையும் அன்று செல்லப்பாவின் வருகைக்குப் பலன் அளித்தன. மதியம் அவரை பஸ் ஏற்றிவிட கனகசபாபதியும் நானும் சென்றோம். அவரிடம் பைகளைத் தருமாறு கேட்டேன். பிடிவாதமாக மறுத்துவிட்டார். 'இப்ப நீ தூக்கிடுவ. பிறகு யார் தூக்குவா. என் சுமையை நாந்தான் சுமக்கணும்' என்றபடி இரு கைகளிலும் புத்தகப் பைகளோடு நடையைத் தொடர்ந்தார். பிற்காலங்களில் என்னுடைய சென்னை வாழ்க்கையில் அவருடைய இந்தப் பிடிவாதத்தைப் பலமுறை கண்டிருக்கிறேன்.

பேருந்து நிறுத்தத்தில் நாங்கள் நின்றுகொண்டிருந்தபோது, மீண்டும் கேட்டேன். 'பஸ் வரும்வரை வச்சுருக்கேன்' என்றேன். சட்டெனப் பைகளைக் கீழே வைத்துவிட்டு ஒரு பார்வை பார்த்தார். நான் அமைதியாகிவிட்டேன். பஸ் வந்ததும்

இரண்டு பைகளையும் எடுத்துக்கொண்டு, 'ஏறுங்க தர்றேன்' என்றேன். ஏறிய பிறகு கொடுத்தேன். லேசாகச் சிரித்தபடி வாங்கிக்கொண்டார்.

பல ஆண்டுகளுக்குப் பிறகு, என் சென்னை வாழ்வில் அவரை மீண்டும் சந்தித்தபோது தன் முந்தைய கால சாதனைகளோடு நிறைவுற்று, சமகாலப் போக்குகளில் அதிருப்தியும் சலிப்பும் கொண்டவராக மாறியிருந்தார். அவருடைய உடல்மொழியிலும் பழகு மொழியிலும் உரையாடல் மொழியிலும் ஓர் இறுக்கம் இருந்துகொண்டிருந்தது. இதே காலகட்டத்தில்தான், நவீனத் தமிழ் இலக்கியவெளியைக் கட்டமைத்த மற்றொரு சக்தியான க.நா. சுப்ரமண்யம் தன்னுடைய 20 ஆண்டு டில்லி வாசத்தை முடித்துக் கொண்டு தன் குடியிருப்பை 1985இல் சென்னைக்கு மாற்றினார். அப்போது மயிலாப்பூரில் அவர் குடியிருந்த வீட்டுக்கு இரண்டு வீடு தள்ளிதான் நான் குடியிருந்தேன். முதுமையிலும் க.நா.சு. சகல வயதுப் படைப்பாளிகளோடும் இலக்கிய ஆர்வலர்களோடும் சகஜமாக உரையாடினார். சமகாலத் தன்மையோடு இருந்து கொண்டிருந்தார். இலக்கியப் போக்குகளை அவதானித்தபடி லகுவாக இருந்தார்.

ஆனால் சி.சு. செல்லப்பா தன் சாதனைக் காலத்தோடு உறைந்துவிட்டிருந்தார். எனினும், தன் காலத்துக்கு அவர் ஆற்றிய பங்களிப்பு மகத்தானது. அவர் நிகழ்த்திக் காட்டிய வரலாறு நித்திய மதிப்பு கொண்டது. ஓர் ஆதர்ச சக்தியாக நாம் போற்றிக் கொண்டாடவேண்டிய பெருமிதம் அவர். செல்லப்பாவின் பெருமையை நாம் அறியத் தவறியிருக்கும் அவலத்தையும் அவருடைய முக்கியத்துவத்தையும், 'தமிழகம் உணர்ந்துகொள்ளாத ஒரு வாமனாவதார நிகழ்வு' என்று குறிப்பிடுகிறார் கலை இலக்கியப் பண்பாட்டு விமர்சகரான வெங்கட் சாமிநாதன்.

2. காந்தி யுக அர்ப்பணிப்பு

சிறுகதை, நாவல், நாடகம், கவிதை, விமர்சனம் என எழுத்தின் பல்வேறு தளங்களிலும் சி.சு. செல்லப்பா தன்னை வெளிப்படுத்திக் கொண்டிருக்கிற போதிலும், காலத்துக்கும் இவருக்குமான உறவில், இவருடைய உயர்ந்த பங்களிப்பானது, 11 ஆண்டு காலம் கடும் தவமென அவர் நடத்திய எழுத்து இதழில்தான் தங்கி

யிருக்கிறது. நவீனத் தமிழ் இலக்கியத்தில் மறுமலர்ச்சியையும் செல்லப்பாவின் இலக்கிய வாழ்வில் புத்தெழுச்சியையும் உருவாக்கிய எழுத்து முதல் இதழ் 1959ஆம் ஆண்டு ஜனவரியில் வெளிவந்தது. நவீனத் தமிழ் இலக்கிய வரலாற்றில் ஒரு மாபெரும் சகாப்தமாகவும் ஒரு மகத்தான இயக்க சக்தியாகவும் அமைந்தது.

க.நா. சுப்ரமண்யத்தின் ஆசிரியப் பொறுப்பில் இரண்டாண்டுகள் (1945-47) வெளிவந்த சந்திரோதயம் இதழில் இணைந்து செல்லப்பா பணியாற்றியபோது, க.நா.சுவின் பாதிப்பில் செல்லப்பாவுக்கு விமர்சன ஈடுபாடு ஏற்பட்டது. நாளடைவில் அது வளர்ந்து, தமிழ்ச் சூழலில் விமர்சனத்தின் தேவையை வெகுவாக உணர்ந்ததில், விமர்சனத்திற்கென்றே செல்லப்பா உருவாக்கிய இதழ்தான் எழுத்து. க.நா.சுவிடமிருந்து விமர்சன ஆர்வத்தை அவர் பெற்றிருந்தபோதும், க.நா.சுவின் ரசனைவழி தர நிர்ணய விமர்சன முறையை அவர் நிராகரித்தார். ஆங்கில விமர்சன நூல்களைத் தீவிரமாக வாசித்த இவர், படைப்பின் மேன்மையை எடுத்துரைக்க கல்விப்புலம் சார்ந்த பகுப்பாய்வு முறையே, அதாவது, அலசல் விமர்சனமே உகந்தது என்று கருதினார். அதுவே அவருடைய விமர்சன அணுகுமுறையாகவும் அமைந்தது. எழுத்துவில் செல்லப்பா அதிகமும் விமர்சனக் கட்டுரைகளே எழுதினார்.

எழுத்து இதழை மனைவியின் நகைகளை அடகுவைத்தே தொடங்கினார் செல்லப்பா. விமர்சனத்துக்கென்று எழுத்து தொடங்கப்பட்ட போதிலும், தற்செயல் நிகழ்வாகப் புதுக்கவிதை எனும் புதிய ஊடகத்துக்கான களமாகவும் அது அமைந்தது. புதுக்கவிதைகளும் புதுக்கவிதையின் இன்றியமையா முக்கியத்துவம், மற்றும் கால அவசியம் பற்றிய கட்டுரைகளும் இடம்பெறலாயின. காலத்தின் புனைவுக் குரலாகவும் விமர்சனக் குரலாகவும் எழுத்து அமைந்தது. தமிழ் இலக்கியப் பரப்பில் புதுக்கவிதை அலை எழுந்தது. 'இலக்கிய அபிப்ராயம் சம்பந்தமாக மாறுபட்ட கருத்து களுக்குக் களமாக எழுத்து அமைவது போலவே இலக்கியத் தரமான எத்தகைய புது சோதனைகளுக்கும் எழுத்து இடம் தரும்' என்று அதன் முதல் இதழ் பிரகடனத்தில் செல்லப்பா குறிப்பிட்டிருக்கிறார். புது சோதனைகளுக்கு இடம் தர முன்வரும் சி.சு. செல்லப்பாவின் இந்தச் சிற்றிதழ் மனோபாவம்தான் எழுத்து புதுக்கவிதை நீரோட்டத்துக்கான நதிமூலம்.

எழுத்து முதல் இதழில் சி.சு. செல்லப்பர், தன் இலக்கிய ஆசானான ந.பிச்சமூர்த்தியின் எழுத்து இடம்பெற வேண்டுமென விரும்பினார். பிச்சமூர்த்தி புதிதாக எதுவும் எழுதித் தராத நிலையில், சில ஆண்டுகளுக்கு முன்னர் வெளிவந்த அவருடைய 'பெட்டிக்கடை நாரணன்' என்ற புதுக்கவிதையையும், க.நா.சுவின் இரண்டு கவிதைகளையும் வெளியிட்டார். 'பெட்டிக்கடை நாரணன்' கவிதையில் வெளிப்பட்ட எளிய மனிதர்களின் வாழ்வியல் ஒரு புதிய பரிணாமமாக அன்று அமைந்தது. அது அளித்த உத்வேகமும் புதிய கவிதை வெளியும் புதிய கவித்துவப் பாய்ச்சலுக்கு முகாந்திரமாக அமைந்தன. இதன் தொடர்ச்சியாக அடுத்தடுத்த இதழ்களில் தி.சோ. வேணுகோபாலன், டி.கே. துரைஸ்வாமி (நகுலன்), பசுவய்யா (சுந்தர ராமசாமி) ஆகியோரின் கவிதைகள் புதிய பொருளம்சங்களோடும் கவித்துவப் பாதை களோடும் வெளியாகின. அடுத்து தொடர்ந்த இதழ்களில் தருமு சிவராம் (பிரமிள்), சி. மணி, எஸ். வைத்தீஸ்வரன் எனப் புதுக் கவிதை இயக்கம் வலுவான தடம் பதித்தது.

விமர்சனக் களத்தில் வெங்கட் சாமிநாதனின் தார்மீக ஆவேசக் குரலும், பிரமிளின் இலக்கியக் கோட்பாட்டுக் குரலும் புதுக் குரல்களாக எழுத்து இதழில் உரத்து ஒலித்து சூழலில் அதிர் வலைகளை எழுப்பின. ந. முத்துசாமி சிறந்த சிறுகதைப் படைப்பாளியாக வெளிப்பட்டார்.

எழுத்து மாத இதழாகத் தொடர்ந்து 111 இதழ்கள் வெளிவந்து, 1968இல் காலாண்டிதழாக மாறியது. 1970இல் தன் நெடும் பயணத்தை முடித்துக்கொண்டது. 11 ஆண்டுகள் லட்சிய முனைப்போடு இதழை நடத்திய சி.சு. செல்லப்பாவுக்கு அதனால் ஏற்பட்ட பொருள் இழப்பு கட்டுக்கடங்காதது. அர்ப்பண உணர்வும் இலக்கிய தாகமுமே அவ்வளவு காலம் தாக்குப் பிடிக்க வைத்திருக்கிறது. 'என் வாழ்க்கைப் பாதையில் முன்பாதியில் தேசத்துக்காக, பின்பாதியில் இலக்கியத்துக்காக' என்று அவர் மனம் இதை எளிதாக ஏற்றுக்கொள்கிறது.

சி.சு. செல்லப்பாவின் இலக்கியப் பாதையில் அடுத்த முக்கிய நிகழ்வாக அமைந்தது, எழுத்து பிரசுரம். எழுத்து இதழின் நான்காம் ஆண்டின்போது, 1962இல், சி.சு. செல்லப்பா எழுத்து பிரசுரம்

என்ற பதிப்பகம் தொடங்கி புத்தக வெளியீட்டிலும் ஈடுபட்டார். 1970இல் எழுத்து இதழ் நின்ற பிறகும் 1977 வரை பிரசுரம் நீடித்தது. இதன்மூலம் 50 புத்தகங்கள் வெளிவந்தன. இச்சமயத்தில் 60 வயதைக் கடந்த மெலிந்த தேகத்தோடு, இரண்டு கெட்டித் துணிப் பைகள் நிறைய தன் வெளியீடுகளோடு, கைக்கு ஒன்றாகச் சுமந்துகொண்டு கல்லூரிகளுக்கும் பல்கலைக்கழகங்களுக்கும் சென்றார். ஆசிரியர்களிடமும் மாணவர்களிடமும் புதுக்கவிதை பற்றியும் தற்காலத் தமிழ் இலக்கியம் பற்றியும் பேசினார். பழமைப் பிடிப்பும், தற்கால இலக்கியம் குறித்த உதாசீனப் போக்கும், படைப்பு மனோபாவமற்ற வறட்சியும் நிலவிய தமிழ்த் துறை வளாகங்களில் இவருடைய லட்சியக் குரல் எதிரொலிக்கத் தொடங்கியது. பல்கலைக்கழகங்கள், கல்லூரிப் பாடத் திட்டங் களில் தற்காலத் தமிழ் இலக்கியத்தின் செறிவான பகுதிகளும் இடம்பெறத் தொடங்கின.

அவருடைய இலக்கிய வாழ்வின் இடைக்காலமாக அமைந்த 18 ஆண்டுகள் (1959-77) மிகுந்த உத்வேகமும் எழுச்சியும் கொண்டது. கடும் உழைப்பும் அசுர வேகமும் கூடியது. இதன் விளைவாக இலக்கியச் சூழல் வளம் பெற்றது. அதேசமயம், இக்காலகட்டத்தில் இவருடைய படைப்பு வேகம் மட்டுப்பட்டது. 'என் இலக்கியப் படைப்புப் பாதையில் விமர்சனமும் புதுக் கவிதையும் குறுக்கிட்டு என் படைப்புப் போக்கைப் பின்தள்ளி விட்டாலும் இலக்கியப் பாதை விரிவானதுதான் எனக்குக் கிடைத்த புது லாபம்' என்று அதிலும் மகிழ்ச்சி கொள்கிறார் சி.சு. செல்லப்பா.

எனினும், எழுத்து இதழ் தொடங்கப்படுவதற்கு முன்பாக சிறுகதை எழுத்தாளராக அடையாளம் பெற்றிருந்த சி.சு. செல்லப்பாவை எழுத்து ஒரு விமர்சகராக அடையாளப் படுத்தியது. இவ்வளவுக்கும் எழுத்து காலகட்டத்தில் அவர் ஒரு படைப்பாளியாகத் தன்னை வெளிப்படுத்தியபடிதான் இருந்தார். சிறுகதைகள் எழுதினார். கவிதைகள் எழுதினார். நீ இன்று இருந்தால் என காந்தி பற்றிய குறுங்காப்பியம் எழுதினார். வாடிவாசல் என்ற சிறு நாவலைக் கொண்டுவந்து அதை எழுத்து வாசகர்களுக்கு இலவசமாக அனுப்பிவைத்தார். ஜீவனாம்சம் என்ற நாவலை அதில் தொடராக எழுதினார். முறைப் பெண் என்ற

நாடகப் பிரதியை உருவாக்கினார். இவற்றை எல்லாம் எழுத்து பிரசுரம் மூலம் புத்தகங்களாகக் கொண்டுவந்தார். அவருடைய அதுவரையான 109 சிறுகதைகளை ஏழு தொகுதிகளாக வெளி யிட்டார். தன் காலத்தில் தன் படைப்புகள் வாசிக்கப்பட வேண்டும் என்ற மனோவேகத்துடன் செயல்பட்டார்.

தன் கால இலக்கியப் பாதையை விரிவாக்கிய சி.சு. செல்லப்பாவின் இலக்கிய இயக்கம் ஓர் ஒப்பற்ற நிகழ்வு.

3. நினைவுகள் உறைந்த நதி

ஒரு காலத்தின் குரலாகவும், தன் காலத்தின் இலக்கியப் போக்குகளைக் கட்டமைக்கும் சக்தியின் உருவகமாகவும் வாழ்ந்த சி.சு. செல்லப்பா, தன் பிந்தைய காலத்தில் தன் செழுமையான அர்ப்பணிப்புமிக்க கால நினைவுகளில் உறைந்துவிட்டிருந்தார். சி.சு. செல்லப்பாவின் நெடிய இலக்கியப் பாதை மூன்று கட்டங்களாக அமைந்திருப்பதை அனுமானிக்க முடிகிறது. இடைக்காலமான எழுத்து இதழ் காலமே இவருடைய வாழ்க்கைப் பாதையின் மையம். அவர் இலக்கிய வாழ்வின் உச்சமான, பெறுமதியான காலம் அதுவெனில், அதை நோக்கியப் பயணமாக அமைந்தது அதற்கு முந்தைய காலகட்டம். பிந்தைய மூன்றாவது காலகட்டம் எழுத்து இதழ் காலம் நவீனத் தமிழ் இலக்கியத்துக்கு வழங்கிய கொடைகளின் பெருமித நினைவுகளில் திளைத்திருந்த காலம். அக்காலம் குறித்த நினைவுகளையும் அதன் அடையாளங் களையும் பதிவு செய்யும் முனைப்புடன் இக்காலத்தில் கையெழுத்துப் பிரதிகளை உருவாக்கியபடி இருந்தார்.

என் சென்னை வாழ்க்கையில் செல்லப்பாவை அவ்வப்போது சந்திக்கும் வாய்ப்பு கிட்டியது. 1983 மத்தியில் நான் மதுரை யிலிருந்து சென்னைக்குக் குடிபெயர்ந்தேன். சி.சு. செல்லப்பா எழுத்து இதழ் எழுத்து பிரசுரம் என்றான 18 ஆண்டுகாலக் கடுமையான யாத்திரைக்கும் பொருள் இழப்புக்கும் பின்னர், 40 ஆண்டுகால சென்னை வாசத்தை முடித்துக்கொண்டு, 1978இல் சொந்த ஊரான வத்தலக்குண்டு சென்றுவிட்டிருந்தார். ஆறாண்டு காலம் அங்கிருந்துவிட்டு இலக்கியத் தனிமை உணர்வு மேலிட, மீண்டும் 1984இல் சென்னை திரும்பி திருவல்லிக்கேணியில்

வசிக்கத் தொடங்கினார். அதற்குச் சற்று முன்பாகத்தான் நான் சென்னைக்குக் குடிபெயர்ந்து, எழுத்தாளரும் பீகாக் பதிப்பக உரிமையாளருமான கி.அ. சச்சிதானந்தம் வீட்டின் மாடியில் வசித்தேன். இக்காலகட்டத்தில் செல்லப்பாவை அவ்வப்போது சந்திக்கக் கிடைத்தது. சச்சிதானந்தம் எழுத்து காலம் தொட்டு செல்லப்பாவுடன் அணுக்கமாக இருந்தவர். எழுத்து எழுத்தாளர்கள் பலரும் செல்லப்பாவைவிட்டு, அவருடைய சமகாலத் தன்மை யற்ற பிடிவாதங்களால், ஒதுங்கிய நிலையில் சச்சிதானந்தம் மிகுந்த மதிப்புடன் உறவைத் தொடர்ந்துகொண்டிருந்தார். செல்லப்பா தன் வளமான இலக்கிய கால நினைவுகளின் பெருமிதத்தோடு வாழ்ந்துகொண்டிருந்தார். புதிய போக்குகளைப் பொருட்படுத்தாதவராகவும் புறக்கணிப்பவராகவும் கால மாற்றங் களில் சலிப்புற்ற அதேசமயம் வைராக்கியமிக்க முதியவராகவும் இருந்துகொண்டிருந்தார்.

சி.சு. செல்லப்பா ஒவ்வொரு ஞாயிற்றுக்கிழமை காலையிலும் சச்சிதானந்தம் வீட்டுக்கு வந்துவிடுவார். சச்சியும் நானும் வாய்ப்பு கிட்டும் மாலை நேரங்களில் அவர் வீட்டுக்குப் போவோம். எழுத்து காலத்துக்குப் பிறகு எதுவுமே சரியில்லை என்ற போக்கிலேயே அவருடைய உரையாடல் இருக்கும். இலக்கியம் தவிர்த்த பிற கலைகள்மீது சிறுபத்திரிகையாளர்கள் கொண்டிருக்கும் ஆர்வத்தில் அவருக்குக் கொஞ்சமும் உடன்பாடில்லை. விமர்சனம், படைப்பு என எல்லாத் தளங்களிலும் ஒரு சரிவையே அவர் கண்டார். சமயங்களில் புதிய போக்குகளின் சிறந்த அம்சங்கள் பற்றிச் சொல்லிப் பார்ப்பேன். மிக மூர்க்கமாகப் புறக்கணித்து விடுவார். 'பி.எஸ். ராமையா படிச்சிருக்கியா, முதல்ல அதப் படி' என்று கடுமையாகச் சொல்வார். அவருடைய கவனங்களும் அவதானிப்புகளும் அரசியலைப் பொறுத்தவரை காந்தியோடும், இலக்கியத்தைப் பொறுத்தவரை எழுத்து காலத்தோடும் நின்று விட்டது. அவரை அப்படியே இருக்க விட்டுவிடுவதுதான் உத்தமம் என்பது அப்போது எனக்குப் புரிந்திருக்கவில்லை.

அதேசமயம், காந்தியமும் இலக்கியமுமே அவர் வாழ்வை வழி நடத்தின. தன் கடந்த காலத்தையும் அக்காலத்திய இலக்கியப் பெறுமதிகளையும் எழுத்தாக்குவதில் அவர் அயரவே இல்லை. அவருடைய கடைசி 20 ஆண்டுகாலத்திலும் அவர் சோர்வுறாது

எழுதியிருக்கிறார். அவற்றின் பிரசுர சாத்தியங்கள் குறித்த கவலையின்றி எழுதுவதில் கவனம் செலுத்தியிருக்கிறார். இக்காலகட்டத்தில் எழுத்து இதழ் அனுபவங்கள் பற்றியும், மணிக்கொடி படைப்பாளிகள் பற்றியும், பி.எஸ். ராமையாவின் சிறுகதை பாணி பற்றியும், தன் சிறுகதை பாணி பற்றியும், ந. பிச்சமூர்த்தியின் கவித்துவம் பற்றியும் எழுதியிருக்கிறார். மேலும், சுதந்திர கால இயக்கம் குறித்து சுதந்திர தாகம் என்றொரு 2000 பக்க நாவலொன்றையும் எழுதினார். இவையெல்லாம் கைப்பிரதிகளாக அவர் வசமிருந்தன. அவற்றில் சில, அன்றைய சூழலில் புத்தகங்களானது பெருங்கதை.

இக்காலகட்டத்தில், தான் எழுதியவை புத்தகங்களாக வர வேண்டுமென்பதே அவருடைய ஒரே ஆசையாக இருந்து கொண்டிருந்தது. அவை புத்தகங்களாக வந்துவிட்டால் அவை பரவலான கவனம் பெற்று, எல்லாம் சரியாகிவிடும் என்ற நம்பிக்கையும் கொண்டிருந்தார். கி.அ. சச்சிதானந்தம் தன்னுடைய பீகாக் பதிப்பகம் மூலம் பிச்சமூர்த்தியின் கவித்துவம் பற்றிய ஊதுவத்திப் புல் நூலைக் கொண்டுவந்தார். அது, நான் நடத்திவந்த மிதிலா அச்சகத்தில்தான் நூலாக்கம் பெற்றது. இச்சமயத்தில் செல்லப்பா 'புரூப்' பார்ப்பதற்காகவும் பார்த்ததைக் கொடுப்பதற் காகவும் என ஓரிரு முறை அச்சகம் வந்திருக்கிறார். பிற கைப்பிரதிகள் அப்போது நூலாகவில்லை. சில ஆண்டுகளுக்குப் பின், பெங்களூர் சென்று வங்கியில் பணிபுரிந்த ஒரே மகனுடன் வசித்தார்.

அவர் பெங்களூரில் மகனுடன் வசித்த காலகட்டத்தில்தான், அமெரிக்காவில் உள்ள ராஜாராம், இலக்கிய ஆர்வம்கொண்ட சில நண்பர்களுடன் இணைந்து விளக்கு என்ற அமைப்பையும் அதன் சார்பாகப் புதுமைப்பித்தன் நினைவு அறக்கட்டளை யையும் ஏற்படுத்தி ஒவ்வோர் ஆண்டும் ஒரு சிறந்த தமிழ்ப் படைப்பாளிக்கு விருதளிப்பதென விழைந்தார். அதன் முதல் விருதை சி.சு. செல்லப்பாவுக்கு அளிப்பதென முடிவு செய்யப் பட்டு, பெங்களூரில் வசித்த தமிழவன் மூலம் செல்லப்பாவுக்குத் தெரிவிக்கப்பட்டது. பரிசுகள் பெறுவதில் தனக்குள்ள உடன் பாடின்மையைத் தமிழவனிடம் தெரிவித்திருக்கிறார் செல்லப்பா. மேலும், 'ஒரு மூத்த எழுத்தாளனைக் கவுரவிப்பதானால், வெளிவர வாய்ப்பில்லாமல் இருக்கும் அவனது படைப்பு நூலை

வெளியிடுவதுதான் தக்க கவுரவிப்பு ஆகும். நான் அதையே விரும்புவதாகச் சொன்னேன்' என்கிறார் செல்லப்பா.

அவருடைய விருப்பப்படியே, அவருடைய என் சிறுகதை பாணி என்ற நூல் விளக்கு வெளியீடாக 1995ஆம் ஆண்டு வெளிவந்தது. சி.சு. செல்லப்பா மீண்டும் மனைவியுடன் சென்னை திரும்பி திருவல்லிக்கேணியில் சிறு வீட்டில் வசிக்கத் தொடங்கினார். விளக்கு அமைப்பின் ஒருங்கிணைப்பாளராகச் சென்னையில் செயல்பட்ட வெளி ரங்கராஜன் அந்த நூலை வெளிக்கொணரும் பொறுப்பினை ஏற்றிருந்தார். அதன்மூலம் செல்லப்பாவிடம் ஏற்பட்ட நெருக்கமான உறவிலிருந்து, அவரிடம் இன்னும் பல கையெழுத்துப் பிரதிகள், சேதமடைந்து விடக்கூடிய மோசமான நிலையில் இருந்துகொண்டிருப்பதை வெளி ரங்கராஜன் அறிந்தார். அவற்றை நூல்களாக்கும் முனைப்பு கொண்டார். செல்லப்பா-ரங்கராஜன் கூட்டு முயற்சியில் கிட்டத்தட்ட 2000 பக்கங்கள் கொண்ட சுதந்திர தாகம் என்ற நாவலின் கையெழுத்துப் பிரதி 3 தொகுதிகளாக லலிதா ஜுவல்லரி சுகுமாரன் உதவியுடன் 'எழுத்து-வெளி' வெளியீடாக வெளிவந்தது.

தன் வாழ்வின் கணிசமான காலத்தை இதழ் வெளியீட்டிலும் நவீனத் தமிழிலக்கியப் பிரதிகளை நூல்களாக்குவதிலும் லட்சிய வேட்கையுடன் செயல்பட்டுப் பெரும் இழப்புகளை எதிர்கொண்ட சி.சு. செல்லப்பா, தன் இறுதிக் காலங்களில்தான் அயராது உருவாக்கிய கையெழுத்துப் பிரதிகள் புத்தகங்களாவதில் எதிர்கொண்ட இடர்கள் கால முரணன்றி வேறென்ன. தன் காலத்தின் லட்சிய உருவகம் சி.சு. செல்லப்பா.

4. சுதந்திர தாகமும் இலக்கிய வேட்கையும்

இளமையில் சுதந்திரப் போராட்டக் களத்திலும், அதனைத் தொடர்ந்து, இலக்கியத் தளத்திலும் தன்னை முழுமையாக அர்ப்பணித்துக்கொண்டவர் சி.சு. செல்லப்பா. காந்தி யுக அர்ப்பணிப்பு மனோபாவமே அவருடைய வாழ்வை வழிநடத்திய சக்தி. காந்தியமும் இலக்கியமுமே அவருடைய வாழ்வின் லட்சியப் பிடிமானங்களாகக் கடைசிவரை இருந்தன. வேள்வித் தீயென வாழ்வை அமைத்துக்கொண்டவர் சி.சு. செல்லப்பா.

1912ஆம் ஆண்டு செப்டம்பர் 29இல் வத்தலக்குண்டுவில் செல்லப்பா பிறந்தார். தந்தை அரசு அதிகாரி. தந்தையின் பணியிட மாற்றலுக்கேற்ப பாளையங்கோட்டை, தூத்துக்குடி, திண்டுக்கல், ஆகிய ஊர்களில் ஆரம்ப, நடுநிலை, உயர்நிலைப் பள்ளிப் படிப்புகளை முடித்தார். மதுரைக் கல்லூரியில் கல்லூரிப் படிப்பை மேற்கொண்டார். ஆங்கிலேய அரசு அதிகாரியான தந்தை ஒரு தேசியவாதி. தந்தையிடமிருந்து தேசிய ஊக்கம் பெற்ற இவர் சிறுவயதிலேயே ஊர்வலங்களிலும் கூட்டங்களிலும் தேசியப் பாடல்களைப் பாடியிருக்கிறார். (அப்போது நூறு தேசியப் பாடல்களுக்கு மேல் மனப்பாடம் செய்து வைத்திருந்ததாகக் குறிப்பிட்டிருக்கிறார்.) வீட்டில் ராட்டையில் நூல் நூற்றிருக்கிறார். சத்தியாகிரகத்தில் ஈடுபட்டுச் சிறையும் சென்றிருக்கிறார்.

உயர்நிலைப்பள்ளி, கல்லூரி விடுமுறை நாட்களில் வத்தலக் குண்டுவிலிருந்த தாய்வழிப் பாட்டிவீட்டுக்குச் சென்ற போது, மாமாவின் வீட்டு நூலகத்தில் அன்றைய தமிழ் நாவல்களை ஆர்வத்துடன் படித்திருக்கிறார். இலக்கிய ஆர்வமும் தேசிய சுதந்திர உணர்வும் மேலோங்கிய இளம்பருவ நாட்கள் இவருடையவை. பி.ஏ. தேர்வில் ஆங்கிலப் பாடத்தில் மட்டும் தவறி, அதைப் பல்வேறு ஊர்களில் தங்கிப் படித்துப் பலமுறை எழுதியும் அப்பாடத்தில் இவரால் தேற முடியவில்லை. (ஆங்கிலத்தின் மீது உள்ளூர கொண்டிருந்த வெறுப்பு இதற்குக் காரணமாக இருக்கலாம் என்கிறார்.)

இக்காலத்தில், அப்போது வெளிவந்துகொண்டிருந்த வ. ராவின் மணிக்கொடி, சங்கு சுப்ரமணியத்தின் சுதந்திரச் சங்கு ஆகிய இதழ்களோடு உறவு ஏற்பட்டதை அடுத்து, அவருடைய படைப்பாக்கப் பயணம் தொடங்கியது. சுதந்திரச் சங்கு வாரப் பதிப்பில் இவருடைய முதல் சிறுகதை 'மார்கழி மலர்' பிரசுரமானது. பின்னர், பி.எஸ். ராமையாவின் மணிக்கொடி முதல் இதழில் வெளிவந்த சரஸாவின் பொம்மை சிறுகதை தனிக் கவனம் பெற்றது. வத்தலக்குண்டுவைச் சேர்ந்த பி.எஸ். ராமையாவுடன் ஏற்பட்ட உறவும் நெருக்கமும் பத்திரிகைப் பணி மூலம் வாழ்வை நகர்த்துவதற்கான விருப்பத்தை உண்டாக்கியது. அதன்பொருட்டு 1937இல் சென்னை வாசத்தை மேற்கொண்ட செல்லப்பா பல்வேறு பத்திரிகைகளில் அவ்வப்போது பணிபுரிவதும், வேலையை

இழக்கும் தருணங்களில் வத்தலக்குண்டு சென்றுவிடுவதுமாக இருந்தார். இக்காலகட்டத்தில் 6 ஆண்டுகள் (1947-53) தினமணி கதிரில் பணியாற்றியதுதான் நீடித்தகால வருமானமிக்க பணி. மணிக்கொடி எழுத்தாளர்களில் ஒருவராகக் கவனம் பெற்று அநேக கதைகள் இந்தச் சமயத்தில் வெளிவந்தன.

சரஸாவின் பொம்மை (கலைமகள் பிரசுரம்), மணல் வீடு (ஜோதி நிலையம்) என்ற இரண்டு சிறுகதைத் தொகுப்புகள் எழுத்து இதழ் வெளிவருவதற்கு முன்னரே வெளிவந்திருக்கின்றன. க.நா. சுப்ரமண்யத்துடன் கொண்ட நட்பும் இலக்கிய உறவும் விமர்சனத்தின் மீது அளப்பரிய ஆர்வத்தை அவருக்குள் விதைத்தது. தமிழ்ச் சூழலில் அதன் உடனடி அவசியத்தை உணரச்செய்தது. விமர்சனத்துக்கென்று இதழ் கொண்டுவர முனைந்தார். அதன் விளைவுதான் எழுத்து.

எந்தவொன்றிலும் ஈடுபடுவதற்கு முன்பு தன்னை அதற்குத் தகுதிப்படுத்திக் கொள்வதென்பது சி.சு. செல்லப்பாவின் சுபாவம். பிரிட்டிஷ் கவுன்சில் நூலகம், அமெரிக்க தகவல் மைய நூலகம் இரண்டிலும் உறுப்பினராகி வாசிக்கத் தொடங்கினார். ஐ.ஏ. ரிச்சர்ட்ஸ், எஃப்.ஆர். லூவிஸ் போன்ற மேலை விமர்சன மேதைகளின் அணுகுமுறைகளையும் கோட்பாடுகளையும் கற்றறிந்தார். என்கவுண்டர் போன்ற சிறுபத்திரிகைகளிலிருந்தும் உத்வேகம் பெற்றார். அதேபோல் எழுத்து இதழ் ஆரம்பிப்பதற்குச் சற்றுமுன்னதாக, வாடிவாசல் நாவலை எழுத முனைந்திருந்த சி.சு. செல்லப்பா, நாவலுக்கான காட்சி முகாந்திரமாக ஜல்லிக் கட்டைப் புகைப்படங்கள் எடுக்க விரும்பினார். அதற்காகப் புகைப்படம் எடுக்கும் திறனை வளர்த்துக்கொள்ள ஒரு 'பாக்ஸ் கேமரா' வாங்கிப் பழகினார். வாடிவாசல் நாவலில் வெளிப்படும் காட்சிரீதியான துல்லியம் இந்தப் பிரயாசைகளிலிருந்து உருவானதுதான். வாடிவாசல் வெளிவந்தபோது அதன் முகப்பாக அமைந்தது, செல்லப்பா எடுத்த புகைப்படம்தான்.

வாடிவாசல் நாவல் ஜல்லிக்கட்டுக் களத்தை மையமாகக் கொண்ட சிறு நாவல். சிறிய படைப்பென்றாலும் மிகுந்த கலை வீர்யமிக்க படைப்பு. அளவிலும் சரி, கலையம்சத்திலும் சரி, படைப்பின் குணாம்சத்திலும் சரி, ஹெமிங்வேயின் நோபல் பரிசு

பெற்ற கடலும் கிழவனும் நாவலோடு பொருத்திப் பார்க்கத் தூண்டும் படைப்பு சக்தி கொண்டது. இன்று, செல்லப்பாவை நிலைபெறச் செய்திருக்கும் ஒரே படைப்பாக இது மட்டுமே இருந்துகொண்டிருக்கிறது. ஆனால், அவருடைய ஜீவனாம்சம் நாவலும் பொருட்படுத்தப்பட வேண்டிய ஒரு படைப்பு. ஒரு வீட்டுக்குள், விதவைப் பெண்ணான சாவித்திரியின் அக உலகிற்குள், நிகழும் புனைவுப் பயணம். நனவோடை உத்தியிலான நாவல். கணவனை இழந்து அண்ணன் வீட்டில் தங்கி வாழும் பெண், புகுந்த வீட்டாரிடம் ஜீவனாம்சம் கேட்டுத் தொடர்ந்த வழக்கின் பின்புலத்தில் விரியும் அக உலகச் சித்திரிப்பு. பொருள் சார்ந்த வாழ்வுக்கும் அன்பின் வலிமைக்கும் இடையேயான அகப் போராட்டத்தை வசப்படுத்தியிருக்கும் முக்கியமான நாவல்.

அவருடைய முறைப்பெண் நாடகம்கூட, தமிழ் நாடகப் பனுவல்களில் குறிப்பிடத்தகுந்த ஒன்றுதான். 'க.நா. சுப்ரமண்யம், தி. ஜானகிராமன், பி.எஸ். ராமையா, கு. அழகிரிசாமி எல்லோரும் நாடகங்கள் எழுதிப் பார்த்திருக்கிறார்கள். ஆனால் செல்லப்பாவின் முறைப்பெண் நாடகம்தான் நாடக மேடையேற்றத் தகுந்த நாடகப் பண்புகள் கொண்ட நாடகம்' என்கிறார் விமர்சகர் வெங்கட் சாமிநாதன். 'யதார்த்தா' பெண்ணேஸ்வரன் இந்த நாடகத்தை டில்லியில் மேடையேற்றியதோடு, சென்னையில் செல்லப்பா முன்னிலையிலும் மேடையேற்றியிருக்கிறார். செல்லப்பாவின் கிராம வாழ்வி லிருந்து, முக்குலத்தோர் சமூகப் பின்புலத்தில் அவர்களுடைய நம்பிக்கைகள், சடங்குகள், வாழ்முறைகள், பிடிவாதங்கள் என்றாக அமைந்த ஒரு சமூகச் சித்திரிப்பு இந்த நாடகம்.

திருவல்லிக்கேணியில் ஒரு குறுகிய வீட்டில் புத்தகக் கட்டுகள் அறையை அடைத்துக்கொண்டிருக்க, முதுமையின் தளர்ச்சியோடும் மனைவியின் துணையோடும் வாழ்ந்த செல்லப்பா டிசம்பர் 18, 1998இல் மரணமடைந்தார். அப்போது நான் திருவல்லிக்கேணியில் தான் குடியிருந்தேன். அன்று காலை, கவிஞரும் பத்திரிகையாளரும் அருகில் இருந்தவருமான ராஜமார்த்தாண்டன் என் அறைக்கு வந்து செல்லப்பாவின் மரணம் பற்றிச் சொன்னார். இருவரும் சென்று அஞ்சலி செலுத்தினோம். தமிழக காங்கிரஸ் தலைவர்கள் பலர் வந்து அஞ்சலி செலுத்தியது மரணத்தைக் கவனப்படுத்தியது.

செல்லப்பாவின் மரணத்துக்குப் பிறகு, அவருடைய சுதந்திர தாகம் நாவலுக்காக 2001ஆம் ஆண்டுக்கான சாகித்திய அகாதெமி விருது வழங்கப்பட்டது. ஆனால், எதுவுமே அவருடைய புத்தகங்கள் மறுபிரசுரமாவதற்கும் கைப்பிரதிகள் நூலாவதற்கும் துணை செய்யவில்லை. ஓர் அரிய பொக்கிஷத்தின் அருமையை நாம் அறியாதிருக்கிறோம். நவீனத் தமிழ் இலக்கிய வெளியை உருவாக்கியதில் பெரும் பங்காற்றிய சி.சு. செல்லப்பா, இன்று நம் நினைவுகளிலிருந்து மங்கிக்கொண்டிருக்கிறார். இது நம் இன்றைய இலக்கியச் சூழல் பற்றிய ஆதங்கமன்றி வேறில்லை.

□

3
ப. சிங்காரம்
(1920-1997)

1. புலம்பெயர் வாழ்வும் புனைவும்

புலம்பெயர் இலக்கியம் என்பது கடந்த 20 ஆண்டுகளாக நவீனத் தமிழ் இலக்கியப் பரப்பில் ஓர் ஆற்றல்மிக்க வகைமையாக, ஒரு தனித்துவமிக்க புதுப் பிராந்தியமாக வலுவான தடம் பதித்துள்ளது. விரிவாகப் பேசப்பட்டும் வருகிறது. உலகின் திசையெங்கும் அகதிகளாகக் குடிபெயர்ந்த ஈழத் தமிழர்களின் எழுத்தியக்கம் அளித்த கொடை இது. தாய் நிலத்திலிருந்து புலம்பெயர்ந்தாக வேண்டிய நெருக்கடி நிலைகளும், அகதிகளாகத் தஞ்சமடைந்த நிலத்தின் அரசியல்-சமூக-கலாசாரப் பின்புலத்தில் இனம், மொழி, நிறம், குடியுரிமை, பண்பாடு, சமூகம் என்றான அடிப்படை வேறுபாடுகளுக்கிடையே வாழ்ந்தாக வேண்டிய நிர்பந்தங்களும் என மனித மன அவதிகள் வடிவமைக்கும் எழுத்துலகம். எனினும், 50 ஆண்டுகளுக்கு முன்னர் புலம்பெயர் இலக்கியத்தைத் தமிழில் உருவாக்கிய முதல் முழு முற்றான மகத்தான படைப்பு சக்தி, ப. சிங்காரம்தான். ஆனால் அகதியாக அல்ல. பிழைப்புக்காகத் தென்கிழக்காசிய நாடுகளில் சில ஆண்டுகள் தஞ்சம் புகுந்தவரின் அனுபவங்களின் வெளிப்பாடு களாக அமைந்த படைப்புகள். புலம்பெயர்ந்த தென் கிழக்காசிய நாடுகளின் நேரடி வாழ்வனுபவங்களையும் நினைவுகளில் தாயகத்தின் அனுபவங்களையும் களமாகக்கொண்ட இரு நாவல்கள் ப. சிங்காரத்தின் கடலுக்கு அப்பால் மற்றும் புயலிலே ஒரு தோணி.

திரவியம் தேடித் திரைகடலோடும் தமிழர் மரபில் புலம்பெயர் வாழ்வென்பது ஓர் அம்சமாகவே காலந்தோறும் இருந்துவருகிறது.

தென்கிழக்காசிய நாடுகளுடன் தமிழர்கள் கொண்டிருந்த வர்த்தகத் தொடர்புகள் ஆயிரம் ஆண்டுகளைக் கடந்தவை. ப. சிங்காரம் இந்த நெடிய வரலாற்றினையும் புயலிலே ஒரு தோணி யில் குறிப்பிட்டுச் செல்கிறார்: 'இந்தோனேசியா-மலேசியா பிரதேசம் சைலேந்திரரின் ஸ்ரீவிஜய சாம்ராஜ்யத்தில் அடங்கியிருந்த காலத்திலும், அதற்கு முன்னரும் இந்த அலைகளின் மீது தமிழரின் வணிக நாவாய்கள் கூட்டம் கூட்டமாகத் துறைமுகங்களை நாடிச் சென்றிருக்கின்றன. சோழர்களின் போர்க் கப்பல்கள் இந்தக் கடலைக் கிடு கலக்கித் திரிந்த காலமும் உண்டு...' எனவும்; 'கி.பி. 1025இல் ராஜேந்திர சோழனின் போர்க் கப்பல்கள் அணி அணியாக வந்து சைலேந்திரரின் கடற்படையை நொறுக்கியும் எரித்தும் அமிழ்த்தியும் அழித்தன. கரையிறங்கிய படைவீரர்கள் சைலேந்திரரின் ராஜதானியான ஸ்ரீவிஜய நகரையும் வணிகப் பெரும்பட்டினமான மலையூரையும் சூறையாடித் தீக்கிரை யாக்கினர்...' எனவும்; 'சேர சோழ பாண்டியரின் நாவாய்கள் இந்த முந்நீரை மொய்த்திருந்த காலம் கனவாய்க் கற்பனையாய்ப் பாதாளப் புதையலாய் மறைந்து போயிற்று... ஆனால், சைலேந்திரரின் போர்க் கப்பல்களை எரித்தமிழ்த்திக் கரையிறங்கி அவர்களின் கோட்டை கொத்தளங்களைத் தகர்த்தெறிந்த தமிழ் வீரர்களின் கொடி வழியில் வந்தோரில் சிலர் இதோ...' என நடப்புக் கால வாழ்க்கை நிலையை விஸ்தரிக்கிறார்: 'பண்டைய ஸ்ரீவிஜய அரசின் ஒரு பகுதியான சுமத்ராவிலிருந்து மற்றொரு பகுதியான மலேயாவை நோக்கித் தொங்கானில் செல்கின்றனர். கடல்கடந்து போய் புத்தம் புதுமைகளைக் கண்டறிந்து செயல்புரிய வேண்டுமென்ற ஆர்வத்தினால் உந்தப்பட்டல்ல—வயிற்றுப் பிழைப்புக்காக. சீனர்களுக்குச் சொந்தமான, சீனர்களால் செய்யப்பட்ட, சீனர்களால் செலுத்தப்படும் பாய்மரக் கப்பல் இது; வாணிபச் சரக்குகளுடன் பினாங் துறைமுகத்தைக் கருதிச் சென்றுகொண்டிருக்கிறது—மலாக்கா கடல்மீது.

பிழைப்பு தேடிக் கடலோடியவர் ப. சிங்காரம். மதுரையை அடுத்த சிங்கம்புணரியில் பிறந்த இவர், தன்னுடைய 18ஆவது வயதில், 1938இல், இந்தோனேசியாவின் மைடானுக்கு வட்டிக் கடையில் அடுத்தாளாக வேலைக்குச் சென்றார் (பெட்டியடிப் பையன், அடுத்தாள், மேலாள் என்பன அந்தத் தொழில்துறையின்

படிநிலைகள்). 1940இல் இந்தோனேசியாவின் மராமத்துத் துறையில் குமாஸ்தாவாகப் பணியாற்றினார். இக்காலகட்டத்தில் தான், இரண்டாம் உலக யுத்தத்தின் தொடர்ச்சியாகத் தென் கிழக்காசிய யுத்தம் மூண்டது. இச்சமயத்தில் இந்தோனேசிய ராணுவ அரசின் அனுமதி பெற்று பினாங்குக்குக் கப்பலில் சரக்குகள் அனுப்பும் வர்த்தகத்தைச் சில தமிழர்களோடு சேர்ந்து மேற்கொண்டார். இக்காலகட்டத்தில் அவருக்குத் திருமணம் நடந்திருக்கிறது. முதல் பிரசவத்தின்போது மனைவியும் குழந்தையும் இறந்துவிட்டனர். வாழ்வு அவர்மீது நிகழ்த்திய கொடூரத் தாக்குதல் இது. அதனைத் தொடர்ந்து, தென்கிழக்காசிய நாடுகளில் பிழைப்புக்காக எட்டாண்டுகள் (1938-46) வேலைகள் பார்த்த சிங்காரம் தன்னுடைய 26ஆவது வயதில் ஊர் திரும்பினார். அதன் பின்னர், 1947இல் மதுரை தினத்தந்தி செய்திப் பிரிவில் பணியமர்ந்த அவர், அங்கு 40 ஆண்டுகள் பணிபுரிந்து 1987இல் ஒய்வுபெற்றார். மதுரை ஒய்.எம்.சி.ஏவில் 50 ஆண்டுகள் தனியறை வாசம் புரிந்தவர். உறவுகளோடு எவ்வித ஒட்டுறவும் கொள்ளாமல், நட்பு வட்டம் என ஏதுமில்லாமல் தனித் தீவென வாழ்ந்திருந்தார். 1950களின் தொடக்கத்தில் கடலுக்கு அப்பால் நாவலையும், 60களின் தொடக்கத்தில் புயலிலே ஒரு தோணி நாவலையும் எழுதினார்.

வாழ்வாதாரத்துக்காகத் தென்கிழக்காசிய நாடுகளில் புலம் பெயர்ந்து வாழ்ந்த அந்த எட்டாண்டுகளில், யுத்த காலமாக அமைந்துவிட்ட, 1942-46 வரையான நான்கைந்தாண்டுகள்தான் அவருடைய இரு நாவல்களும் களமாகக் கொண்டிருக்கும் காலம். இந்தோனேசியாவில் தமிழர்கள் வட்டிக்கடை நடத்தும் செட்டித் தெருவில் சாதாரண பெட்டியடிப் பையன்களாக இருந்த பல தமிழ் இளைஞர்களுக்கு லட்சிய நோக்குடன் கூடிய சாகச வாழ்க்கையைத் தேர்ந்தெடுக்கும் ஒரு சாத்தியத்தை யுத்த காலம் அளித்தது. 1942ஆம் ஆண்டின் தொடக்கத்தில் தென்கிழக்காசிய நாடுகளில் பிரிட்டிஷ் ராணுவத்தை அடிபணியச் செய்து, ஜப்பான் ராணுவம் ஆட்சியைக் கைப்பற்றுகிறது. இக்காலகட்டத்தில் நேதாஜி, இந்திய தேசிய ராணுவத்தை ஜப்பானின் ஆதரவோடு நிர்மாணிக்கிறார். அன்று தென்கிழக்காசிய நாடுகளில் வட்டித் தொழிலிலும் வர்த்தகத்திலும் ஈடுபட்டிருந்த தமிழர்கள் யுத்த கால

அவதிகளில் நிலை குலைந்திருக்கின்றனர். இந்தத் தருணத்தில் தோன்றியிருந்த இந்திய சுதந்திர சங்கத்தின் போர் உறுப்பான 'ஆஸாத் ஹிந்த் ஃபவ்ஜ்'இல் ஆயிரக்கணக்கான தமிழ் இளைஞர்கள் சேர்ந்து போர்ப் பயிற்சி பெறுகின்றனர்.

1945 ஆகஸ்டில் மீண்டும் பிரிட்டிஷ் ராணுவம், ஜப்பான் ராணுவத்தை வீழ்த்தி, ஆட்சிப் பொறுப்பேற்கிறது. ஜப்பானிய ராணுவ ஆட்சியின் கடைசி நாட்களில்தான் விமான விபத்தில் நேதாஜியின் மரணமும் நேர்கிறது. இதனையடுத்து, இந்திய தேசிய ராணுவத்தைச் சேர்ந்த தமிழ் இளைஞர்கள் அதிலிருந்து வெளியேறி, பழைய, புதிய பிழைப்புத் துறைகளுக்குத் திரும்புகிறார்கள். இக்காலச் சூழலின் விளைவாக, கடலுக்கு அப்பால் நாவலில் செல்லையா தன் காதலி மரகதத்தை அடைய முடியாத பெரும் இழப்புக்கு ஆளாகிறான். புயலிலே ஒரு தோணி பாண்டியன் அந்நிய மண்ணில் சுடப்பட்டு மரணமடைகிறான். 'கடவுளால் கைவிடப்பட்ட உலகத்தின் காவிய ஆக்கமே நாவல்' என்ற ஜார்ஜ் லூகாஸின் கருத்தை மெய்ப்பிக்கும் இரு நாவல்கள் இவை.

கடலுக்கு அப்பால் நாவல் இரண்டாம் உலக யுத்த கால நெருக்கடிகளின் பின்புலத்தில் ஓர் அழகிய காதல் கதையை ஊடுபாவாகக் கொண்டது. இரண்டாவது நாவலான புயலிலே ஒரு தோணி, தென்கிழக்காசிய நாடுகளின் யுத்த கால வரலாற்றைப் புனைவுத் தளத்தின் அதிகபட்ச சாத்தியங்களுடன் கைப்பற்றியது. புலம்பெயர்ந்த நாட்டில் இருப்பும், தாய் மண்ணின் ஏக்க அழைப்புகளும், யுத்த கால நெருக்கடிகளும், காலம் மனிதனுக்கு இடும் கட்டளைகளுக்குத் தன்னை ஒப்புக்கொடுக்கும் மனோபாவங்களும், புதிய சாத்தியங்களில் தன்னை இருத்தும் சாகச வேட்கையும் என ஒரு காலகட்டத்திய வாழ்வைப் புனைவுலகு அனுமதிக்கும் எல்லா எல்லைகளுக்குள்ளும் அகப்படுத்தியிருக்கும் மகத்தான படைப்பு.

1970களின் மத்தியில் புயலிலே ஒரு தோணி நாவலை வாசித்துவிட்டு பிரமிப்பின் உச்சத்தைத் தொட்டிருந்தேன். அது பற்றிய பேச்சாகவே இருந்துகொண்டிருந்தேன். அப்போது பெரியநாயகி அச்சகம் குமாரசாமியுடன் இணைந்து மதுரையில் தொடங்கியிருந்த பி.கே. புக்ஸ் என்ற பதிப்பக வேலைகள் தொடர்

பாகத் தஞ்சை பிரகாஷ் அவ்வப்போது மதுரை வந்து கொண்டிருந்தார். அவர்தான் ப. சிங்காரம் மதுரை தினத்தந்தி நாளிதழில்தான் பணிபுரிகிறார் என்றும் ஒய்.எம்.சி.ஏவில்தான் தங்கியிருக்கிறார் என்றும் சொன்னார். அதேசமயம், தான் ஒருமுறை பார்க்கச் சென்றது ஏமாற்றமளித்ததாகவும் யாரையும் சந்திக்கவோ பேசவோ சிங்காரம் விரும்பவில்லை என்றும் தெரிவித்தார். இது என்னைச் சோர்வடையச் செய்து உடனடியாகச் சந்திக்கவிடாமல் தடுத்துவிட்டது.

1983ஆம் ஆண்டு, ஜூன் 2இல் நான் மதுரையை விட்டுச் சென்னைக்குக் குடிபெயர்வதற்குச் சில நாட்களுக்கு முன்பாக, அவரைப் பார்த்தே தீர்வது என்ற முடிவோடு ஒரு நாள் மாலை ஒய்.எம்.சி.ஏ. சென்று அவரின் அறையை விசாரித்தறிந்து மாடிக்குச் சென்று அறையை அடைந்தேன். கதவு வெறுமனே சாத்தியிருந்தது. லேசாகத் திறந்து, எட்டிப் பார்த்தேன். கட்டிலில் சட்டை போடாமல் ஒரு பெரியவர் உட்கார்ந்திருந்தார். அவர்தான் சிங்காரம் என்ற நிச்சயத்தோடு, 'உங்களைத்தான் பார்க்க வந்தேன்' என்றேன். 'உள்ள வாங்க' என்றார். எளிமையான, இணக்கமான சந்திப்பு. நவீனத் தமிழ் இலக்கியம், சிற்றிதழ் இயக்கம் என்ற என்னுடைய ஆவேசத்துக்கு அவரிடம் கிஞ்சித்தும் இடமிருக்கவில்லை. அது பற்றியெல்லாம் அவருக்கு எவ்வித ஆர்வமும் இல்லை. தன் கால இலக்கியப் போக்கோடு ஒட்டுறவு இல்லாமலேயே ஒரு படைப்பாளி ஓர் அற்புதத்தை நிகழ்த்த முடியும் என்பதையும், ஒரு சிறந்த படைப்பு படைப்பாளியை விடவும் ஞானமிக்கது என்பதையும் பிரத்தியட்சமாக உணர்த்திய சந்திப்பு. பின்னர், நான் சென்னைக்குக் குடிபெயர்ந்த பிறகு, மதுரைக்குச் சென்ற ஒவ்வொரு முறையும் அவரைச் சந்திக்கத் தவறியதில்லை. அதேசமயம், வாய்ப்பு அமையும்போதெல்லாம் அவருடய படைப்புகளின் மேன்மையைப் பற்றி, குறிப்பாகப் புயலிலே ஒரு தோணி பற்றி, எழுதவும் உரையாடவும் செய்தேன். இதன் தொடர்ச்சியாக, எங்கள் உறவு, இலக்கியத்திலிருந்து கிளைத்து இலக்கியம் கடந்த ஒருவிதப் பாச உறவாகத் தன்னியல்பாக மலர்ந்தது. அவர் என் சந்திப்பை நேசித்தார். சரளமாகப் பேசத் தொடங்கினார்.

2. சூழல் சிதைத்த பயணம்

ப. சிங்காரம் தன் தனிப்பட்ட வாழ்க்கையை வெளியுலகு அறியாமல் அமைத்துக்கொண்டிருந்த அபூர்வப் படைப்பாளி. அவருடைய படைப்புகளின் வெளிச்சத்தில்தான் அவர் இன்று புலப்பட்டுக்கொண்டிருக்கிறார். படைப்பாளியை விடவும் படைப்பு ஞானம் மிக்கது. அதுவே கொண்டாடப்பட வேண்டியது என்பதற்கான உருவகமாகத் திகழ்ந்தவர். அவருடைய எழுத்துலகம் என்பது இரண்டு நாவல்கள் மட்டும்தான்.

1950களின் தொடக்கத்தில் அவருடைய முதல் படைப்பான கடலுக்கு அப்பால் நாவலை எழுதியிருக்கிறார். அவ்வப்போது விடுமுறை எடுத்துக்கொண்டு சென்னை சென்று பதிப்பாளர்களைச் சந்தித்திருக்கிறார். எதுவும் கூடிவரவில்லை. ஏழெட்டாண்டு அலைச்சல்களுக்கும் முயற்சிகளுக்கும் பிறகு, கலைமகள் நாவல் பரிசுப் போட்டிக்கு அனுப்பியிருக்கிறார். அது முதல் பரிசு பெற்றுப் புத்தகமாகவும் 1959இல் வெளிவந்தது. புத்தகம் அளித்த உத்வேகத்தில், 1960இல், காலமும் சூழலும் வாழ்வும் ஒன்றை யொன்று மேவிய, முழு வீச்சான தளத்தில் புயலிலே ஒரு தோணி நாவலை எழுதினார். இதைப் புத்தகமாக்க அவர் பட்ட பாடுகளும், பத்தாண்டு தொடர் முயற்சிக்குப் பின் அது புத்தகமாகியபோது நிகழ்ந்த விபரீதங்களும், நாவல் சற்றும் கவனிக்கப்படாத சூழலும் ஏற்படுத்திய வேதனைகளும் மனச் சோர்வுகளும் கடைசிவரை அவரை முடக்கியிருந்தன. அவர் தொடர்ந்து எழுதுவதற்கான உத்வேகமோ முனைப்போ கொள்ளாததற்கு இந்த அனுபவங்களின் தாக்கமே முதன்மை காரணமாக இருக்கக்கூடும்.

புயலிலே ஒரு தோணி நாவலின் கைப்பிரதியோடு அவ்வப் போது சென்னை சென்று பல பதிப்பகங்களை அணுகியிருக்கிறார். எதுவும் நடந்தபாடில்லை. அந்நாவலின் பெறுமதி குறித்துப் பெரும் நம்பிக்கைகொண்டிருந்த அவர், அது புத்தக வடிவம் பெறவேண்டும் என்பதிலும் பெருவிருப்பம் கொண்டிருந்திருக்கிறார். பத்தாண்டு அல்லாட்டங்களுக்குப் பின், நவீனத் தமிழ் இலக்கியத் தோடும், சிற்றிதழ் இயக்கத்தோடும் உறவுகொண்டிருந்த மலர்மன்னன் (¼ என்ற சிற்றிதழ் நடத்தியவர்; எழுத்தாளர், பத்திரிகையாளர்) வசம் சென்று சேர்ந்திருக்கிறது. சிங்காரம் ஒரு

பத்திரிகையாளர் என்பதன் மூலம் நடந்த ஒரு அனுகூலம். கையெழுத்துப் பிரதியை வாசித்துப் பிரமிப்படைந்த மலர்மன்னன் எடுத்துக்கொண்ட பிரயாசைகளின் விளைவாக, 1972இல் கலைஞன் பதிப்பகம் புயலிலே ஒரு தோணி நாவலை வெளியிட்டது.

அடுத்தது, அச்சாக்கத்தின்போது நிகழ்ந்த சில விபரீதங்கள். நாவலில் ஊர் நினைவாக வரும் ஒரு பகுதியில் சிதம்பரம் அண்ணாமலை செட்டியார் அளித்த, அன்று மிகவும் விசேஷமாகப் பேசப்பட்ட, 96 வகை காய்கறி விருந்து பற்றி சற்று விஸ்தாரமாக எழுதியிருக்கிறார். அந்தப் பகுதியை நீக்கிவிட்டார்கள் என்றார். 'அதை நீக்க வேண்டிய அவசியம் என்ன' என்று கேட்டேன். 'இல்லை, அதைப் பற்றி அப்போது ஊரில் நையாண்டியாகவும் நக்கலாகவும் பேசிக்கொண்டதை அப்படியே எழுதியிருந்தேன். அவர்களுக்குக் கஷ்டமாக இருந்திருக்கும்' என்றார் மெல்லிய முறுவலுடன். மேலும், அச்சில் பக்கங்கள் நீண்டுகொண்டே போனதால், பதிப்பகத்தார், நாவலின் இறுதியில் சில பகுதிகளை சர்வ அலட்சியமாக நீக்கிவிட்டிருக்கிறார்கள். பாண்டியன் காட்டில் கொரில்லாப் படையைக் கட்டமைப்பது, கொரில்லா வீரர்களோடு இணைந்து தாக்குதல்கள் நிகழ்த்துவது, கொரில்லா வீரர்களின் காட்டு வாழ்க்கை, உணவு முறைகள் என்றான பல பக்கங்களை இதன்மூலம் நாம் இழந்துவிட்டிருக்கிறோம். அச்சுக்கோப்பின் மூலம் புத்தகங்கள் உருவான காலகட்டம் அது. 16 பக்கங்கள் அச்சுக்கோத்து அடித்து இறக்கியபின் அச்செழுத்துகளைப் பிரித்துப் போட்டு மீண்டும் அடுத்த 16 பக்கங்கள் அச்சுக்கோக்கப்படும். இப்படியான 'லெட்டர் பிரஸ்' வசதிதான் புத்தகத் தயாரிப்புக்கு உகந்ததாக அன்று இருந்தது. பொதுவாக, 32 பக்கங்கள் வரை கோக்குமளவு அச்செழுத்துகள் இருக்கும். சில பெரிய அச்சகங்கள் 64 பக்கங்கள் கோக்குமளவு அச்செழுத்துகள் கொண்டிருக்கும். எது எப்படியென்றாலும் புத்தகத்தின் வளர்ச்சியைப் படிப்படியாகத் தான் பார்க்க முடியும்.

மேலும், அயலூரில் இருக்கும் ஒரு படைப்பாளிக்கு 'ப்ரூஃப்' அனுப்பி அவர் திருத்தி அனுப்பும்வரை காத்திருக்க முடியாது. அச்சகத்தில் வேலை முடங்கிவிடும். ஆக, மெய்ப்பு பார்ப்பது பதிப்பகத்தார் பொறுப்பு. அன்றைய பெரும் பதிப்பகங்கள் மெய்ப்பு பார்ப்பதற்கென்றே ஒருவரை அமர்த்தியிருந்தனர்.

பெரும்பாலும் ஓய்வுபெற்ற தமிழாசிரியராக அவர் இருப்பார். புயலிலே ஒரு தோணியை சிங்காரம் புத்தகமாகப் பார்த்தபோது, அதில் இத்தகைய நீக்கங்கள் தவிர பிழைகளும் மலிந்திருந்திருக்கின்றன. நாவலில் மலாய் சொற்கள் விரவி வரும் என்பதால் இது நேர்ந்திருக்கலாம். ஆனால், திருத்தி அனுப்பிய புத்தகத்தைப் பெற்றுக்கொண்ட பதிப்பகத்தார், அடுத்த பதிப்பில் இதனை மூலப்படியாகக் கொண்டு பிழைகளைக் களைந்துவிடலாம் என்று சொல்லியிருக்கிறார்கள். ஆனால் பத்தாண்டுகளுக்கும் மேற்பட்டு, அவருக்கு அறிவிக்காமலேயே இரண்டாம் பதிப்பு வெளிவந்து, புத்தகம் அவருக்கு அனுப்பப்பட்டிருக்கிறது. அது, முதல் பதிப்பின் அதே பிழைகளுடன் அப்படியே வந்திருக்கிறது என்று வருத்தப்பட்டார். ஒரு பிரதியும் எனக்குத் தந்தார். இந்த வருத்தங்களை எல்லாம் மீறி, அந்த நாவலைக் கொண்டுவந்ததற்காக அவர்கள் மீது அவருக்கு நன்றியும் மதிப்பும் இருந்துகொண்டிருந்தது.

அதேசமயம், அன்றைய இலக்கியச் சூழலும் புயலிலே ஒரு தோணி போன்ற ஒரு மகத்தான படைப்பைக் கண்டுகொள்ளத் தவறிவிட்டது. எழுத்தாளர்கள் சிட்டி, சிவபாதசுந்தரம் இணைந்து எழுதி, 1977ஆம் ஆண்டு வெளிவந்த *தமிழ் நாவல்: நூறாண்டு வரலாறும் வளர்ச்சியும்* என்ற விரிவான ஆய்வு நூலில் சிங்காரத்தின் இரு நாவல்களுமே அவர்களால் அறியப்படாமல் விடுபட்டுப் போயின. (ஜி. நாகராஜனின் *குறத்தி முடுக்கு, நாளை மற்றுமொரு நாளே* நாவல்களும் அந்த விரிவான வரலாற்றுப் பதிவில் இடம்பெற்றிருக்கவில்லை.) இவ்விரு ஆய்வாளர்களுமே ஓரளவு கவனத்துடன் அவதானிக்க முற்பட்டவர்கள் என்பதில் சந்தேகம் இல்லை. எனினும் இத்தகைய பிழைகள் நிகழ சூழலின் அசட்டைக்கும் பொறுப்புண்டு. பல ஆண்டுகளாக, புயலிலே ஒரு தோணி நாவல் கண்டுகொள்ளப்படாததில் விளைந்த விரக்திக்கும் அவருடைய பயணத்தை முடக்கியதில் நிச்சயம் பங்குண்டு.

1980களின் மத்தியில் ஒரு இதழுக்காக அவரை எழுதவைக்க விரும்பினோம். ஒரு சிறுகதை கேட்டுக் கடிதம் எழுதினேன். தயக்கத்துடன் மறுத்துவிட்டார். அவர் எப்போதுமே ஊரின் மாற்றங்களைப் பற்றி சுவாரஸ்யமாகப் பேசுபவர் என்பதால் மதுரையின் மாற்றங்கள் பற்றி ஒரு கட்டுரையாவது அனுப்பும்படி கேட்டுக்கொண்டேன். மிகுந்த தயக்கத்துக்குப் பிறகு என்னுடைய

வற்புறுத்தலுக்காக எழுதி அனுப்பினார். ஆனால் கட்டுரை அவருடைய அவதானிப்புகளின் சுவாரஸ்யத்தை இழந்திருந்தது. புனைவின் சஞ்சாரத்தில் மட்டுமே அவருடைய படைப்பு மனம் சிறகுகளை விரிக்கக்கூடியது என்பது புரிந்தது.

3. தனிமைத் தீவு

ப. சிங்காரம் என்றொரு கலைஞனை நான் கண்டடைந்து வெளிப்படுத்தியதன் மூலமே அவர் படைப்புகள் வெளிச்சத்துக்கு வந்திருக்கின்றன; இல்லையென்றால் அவற்றை இழந்திருப்போம் என்றொரு பேச்சும் பதிவும் நிலவுகின்றன. ஆனால் நிச்சயமாக அப்படியில்லை. அவை வெளிப்பட சற்று தாமதப்பட்டிருக்கலாம், அவ்வளவே. எந்த ஒரு மொழியும் தன்னுடைய பொக்கிஷங்களை ஒருபோதும் இழந்துவிடாது. காலம், சற்று தாமதமாகவேனும், தன் பெறுமதிகளைச் சேகரம் செய்துகொள்ளத் தவறுவதில்லை. அதேசமயம், ஆரவாரப் பொக்குகள் வெகு சீக்கிரமாகவே தூசுகளாக மறைந்துவிடுகின்றன. ப. சிங்காரத்திடமும் என்னால் தான் அவர் அறியப்பட்டுக்கொண்டிருப்பதான எண்ணம் வலுவாகப் பதிந்திருந்தது. புயலிலே ஒரு தோணி பற்றி நான் எழுதியது மற்றும் உரையாடியதன் தொடர்ச்சியாகவே அது தனக்கான இடத்தைப் பெற்றது என்று நான் அவரைச் சந்தித்த ஒவ்வொரு முறையும் அவர் சொல்லத் தவறியதில்லை.

1987இல் வெளிவந்த புதுயுகம் பிறக்கிறது முதல் இதழில் தமிழின் சிறந்த மூன்று நாவல்களில் ஒன்றாகப் புயலிலே ஒரு தோணியை நான் குறிப்பிட்டிருந்ததைத் தொடர்ந்தே ப. சிங்காரம் குறித்தும் புயலிலே ஒரு தோணி நாவல் குறித்தும் கவனக்குவிப்பு ஏற்பட்டது. மேலும், புதிய பார்வை இதழில் நான் நடைவழிக் குறிப்புகள் எழுதத் தொடங்கியபோது, ப. சிங்காரம் பற்றி எழுதிய குறிப்பிலிருந்துதான் அந்தத் தொடரே, உரிய அங்கீகாரம் பெற்றிராத தமிழ் ஆளுமைகள் பற்றியதாகத் திட்டமான வடிவம் பெற்றது. அவருடைய நாவல்களைப் படித்துவிட்டு இலக்கிய ஆர்வலர்கள் அவரைப் பார்க்கப் பரவசத்துடன் வந்ததில் அவர் உற்சாகமும் சந்தோஷமும் அடைந்திருந்தார். நான் அவரைப் பார்க்கச் சென்ற ஒவ்வொரு முறையும் யார் யார் வந்து போனார்கள் என்று சொல்வார். அவர்கள் யாரென்று கேட்பார். எனினும்,

நவீனத் தமிழ் இலக்கியச் சூழலோடு உறவுகொள்ள அவர் விருப்பமோ முனைப்போ கொண்டிருக்கவில்லை.

ஒருமுறை, 'நீங்கள் செய்த ஏற்பாட்டால், ஆல் இந்தியா ரேடியோவிலிருந்து செக் வந்தது' என்றார். 'ஆல் இந்தியா ரேடியோவில் புயலிலே ஒரு தோணி தொடராக ஒலிபரப்பப் பட்டதற்கும் எனக்கும் ஒரு சம்பந்தமுமில்லை. அது அவர்களே மேற்கொண்ட ஒரு காரியம்' என்றேன். 'அப்படியே இருந்தாலும். நீங்கள் இல்லாவிட்டால் அவர்களுக்கு இப்படி ஒரு நாவல் இருப்பதே தெரிய வந்திருக்காதுதானே' என்றார்.

ஒருமுறை கோணங்கியும் மார்க்ஸும் வந்திருந்ததாகவும் அவருடைய நாவல்களை வெளியிட மார்க்ஸ் அனுமதி கேட்டதாகவும் சொன்னார். பலரும் தன் நாவல்கள்மீது அக்கறை கொள்ளத் தொடங்கியிருப்பது குறித்த மகிழ்ச்சி அவரிடம் இருந்தது. அதேசமயம் எந்த மாற்று முயற்சிகள் எடுக்கவும் அவருக்கு நாட்டமிருக்கவில்லை. இதுபோன்ற ஒரு சந்தர்ப்பத்தில் தான் முதன்முறையாக அவரிடம், 'உங்கள் நாவல்களின் காப்புரிமையைத் தரக்கூடிய வகையில் நெருங்கிய சொந்தம் யாரும் இருக்கிறார்களா' என்று கேட்டேன். 'சென்னையில் அக்கா பையன் ஒருவன் இருக்கிறான். அவனுக்கு வேண்டுமானால் கொடுத்துவிடலாம்' என்றார். தன் உறவு பற்றி அவர் பேசியது அந்த ஒரே ஒருமுறை மட்டும்தான்.

1996ஆம் ஆண்டின் இறுதியில் நான் உடல்நலமிழந்து உறவுகளின் பராமரிப்பில் இருக்கவேண்டிய நிர்பந்தத்தில் மதுரை சென்றிருந்த சமயம். சிங்காரம் உடல்நலமின்றி இருப்பதாக அறிந்து, என் உடல்நலம் சற்று தேறிய நிலையில், அவரைப் பார்க்கச் சென்றேன். அதுதான் அவருடனான என் கடைசி சந்திப்பாகவும் அமைந்துவிட்டது. அப்போது அவர் மாரடைப்பு ஏற்பட்டு சிகிச்சை பெற்றிருந்தார். நான் உடல்நலம் பாதிக்கப் பட்டிருந்ததும் அவருக்குத் தெரிந்திருந்தது. மிகவும் நெகிழ்ச்சியான சந்திப்பு. காலையில் சென்ற நான் மாலை வரை அவருடன் இருந்தேன்.

மதியம் பக்கத்திலிருந்த ஒரு அசைவ மெஸ்ஸிற்கு மிகுந்த விருப்பத்துடன் கூட்டிச் சென்றார். அவர் ஒருவரைச் சாப்பிடக் கூட்டிச் செல்வது அவருடைய தீவு வாழ்க்கையில் அதுதான் முதன்

முறையாக இருக்கும் என்பது என் அனுமானம். இருவருக்கும் இலைகள் போடப்பட்டன. எனக்கு அப்போது ஏற்பட்டிருந்த உடல்நலக் குறைபாடென்பது, பாலி-நியுராஸிஸ் என்ற நரம்பு மண்டல பாதிப்பு நோய். அதன் சிரமங்கள் பல இருந்தாலும் வாழைஇலை முன் நான் எதிர்கொண்ட பிரச்சினை, கை விரல்களுக்கிடையே எவ்வித ஒத்திசைவும் இல்லை என்பது. நோய் வசப்பட்டதிலிருந்து தட்டில் ஸ்பூனால்தான் சாப்பிட்டு வந்தேன். சரி முயற்சி செய்து பார்க்கலாம் என்று எதுவும் சொல்லவில்லை. ஆனால் விரல்களை இணைத்து சாதத்தை எடுக்க முடியவில்லை. ஓரிரு பருக்கைகளே விரல்களில் ஒட்டிக் கொண்டு வந்தன. சிங்காரம் என் நிலை பார்த்துப் பரிதவித்துப் போய்விட்டார். எப்படி சாப்பிடுவீர்கள் என்றார். தட்டு, ஸ்பூனில் என்றேன். அவர் அந்த மெஸ்ஸின் நெடுங்கால வாடிக்கையாளர் என்பது நன்கு தெரிந்தது. பரிமாறுபவரிடம் தட்டு கொண்டுவரச் சொன்னார். அவர் அங்கும் இங்குமாகப் போய்விட்டு அங்கு தட்டே இல்லை என்றார். பக்கத்துப் பாத்திரக்கடைக்குப் போய் தட்டு வாங்கி வரச் சொன்னார். கொஞ்ச நேரத்தில் புது எவர் சில்வர் தட்டு வந்தது. ஸ்பூன் இல்லை. சிங்காரம் மெல்லிய கோபத்துடன் உரிமையாளரிடம் சலித்துக்கொண்டார். ஒருவழியாக, ஊறுகாய் கிண்ணத்திலிருந்த ஸ்பூனைக் கழுவிக் கொண்டுவந்து தந்தார்கள். நாங்களும் ஒருவழியாகச் சாப்பிட்டு முடித்து அறை திரும்பினோம்.

50 ஆண்டு கால அந்த அறை வாசம் பற்றியும், இப்போது நிர்வாகம் அவரைக் காலி பண்ணச் சொல்லி நெருக்கடி கொடுப்பதையும் சொன்னார். அறையின் மூலையிலிருந்த டிரங்க் பெட்டியிலிருந்து சில புத்தகங்களை எடுத்து, வைத்துக்கொள்ளுங்கள் என்றார். எல்லாமே பழந்தமிழ் இலக்கியங்கள். என்னால் அதிக கனத்தை சுமந்து செல்ல முடியாதென்பதால் மறுமுறை வரும் போது எடுத்துக்கொள்கிறேன் என்று சொல்லி நான்கைந்து புத்தகங்களை மட்டும் எடுத்துக்கொண்டேன். அவற்றில் ஒன்று, சங்கத் தமிழ் இலக்கியச் சொல்லகராதி. ஒருமுறை, கோணங்கி அதை ஆசையாகக் கேட்டார். கொடுத்துவிட்டேன்.

பழந்தமிழ் இலக்கியங்களின் மீது அவருக்கு ஈடுபாடும் வாசிப்பும் இருந்திருக்கிறது. புலம்பெயர்ந்து வாழும் மக்கள்

தங்களுடைய பண்பாட்டு அடையாளங்களையும் பெருமைகளையும் கொண்டாடும் மனோபாவம் இயல்பானதுதான். அவருடைய இரு நாவல்களுமே அதன் வலுவான தடங்களைக் கொண்டிருக்கின்றன. அதேசமயம், பண்டைத் தமிழர் வாழ்வு, இலக்கியம், பண்பாடு, வீரம் பற்றிய பெருமிதங்களின்மீதான கூரிய விமர்சனக் குரலும் இந்த நாவல்களில் வலுவாகவே ஒலிக்கிறது. இரு நாவல்களிலுமே பழந்தமிழ் நூல்களிலிருந்து பல விசயங்கள் அலசி ஆராயப்படுகின்றன. தமிழ்ப் பேரவை அமைத்து விவாதங்கள் நடைபெறுகின்றன. மன்னுயிர்க்கெல்லாம் உண்டியும் உடையும் உறையுளும் என்ற லட்சியக் கனவோடுதான் கடலுக்கு அப்பால் செல்லையாவும், புயலிலே ஒரு தோணி பாண்டியனும், பல தமிழ் இளைஞர்களும் இந்திய தேசிய ராணுவத்தில் சேர்ந்தனர். எனினும், மனம் சோர்வடையும்போதும், குழம்பித் தடுமாறும்போதும், வெறுமை பீடிக்கும்போதும் செல்லையாவையும் பாண்டியனையும் 'அரசியின் மனம் கவர்ந்த அறிவழகரான' தாயுமானவரின் வரிகளே பின்தொடர்கின்றன. 'எல்லாம் யோசிக்கும் வேளையில் பசி தீர உண்பதும் உறங்குவதுமாய் முடியும்' என்பதும், 'ஒன்றைவிட்டொன்று பற்றிப் பாசக் கடற்குள்ளே வீழாமல்' என்பதும் அடிநாதமாய் இவ்விரு நாவல்களிலும் இசைத்துக்கொண்டே இருக்கின்றன. ப. சிங்காரத்தின் இருப்பையும் வாழ்வையும் தீர்மானித்த வரிகளும் இவையென்றே தோன்றுகிறது.

4. நவீன காவியம்

ப. சிங்காரத்தின் எழுத்துலகப் பிரவேசத்துக்கு உந்துதலாக இருந்தது, நோபல் பரிசுபெற்ற அமெரிக்க எழுத்தாளர் ஹெமிங்வே. அவருடைய படைப்புகளின் அறிமுகமே சிங்காரத்தினுடைய படைப்பியக்க வாசல். யுத்த காலத்தில் இந்தோனேசியாவை ஜப்பான் துருப்பு கைப்பற்றியபோது, அங்கிருந்த நூலகம் சூறையாடப்பட்டிருக்கிறது. புத்தகங்கள் தெருவில் வீசி எறியப்பட்டிருக்கின்றன. இந்தச் சமயத்தில், நூலகத்தில் பணியாற்றிய ஒரு நண்பர், அவற்றிலிருந்து பல புத்தகங்களைக் கொண்டுவந்து சிங்காரத்திடம் கொடுத்திருக்கிறார். இவ்வாறாக அவருக்குக் கிடைத்த புத்தகங்களில் ஹெமிங்வேயின் நாவல்கள் இருந்திருக்கின்றன. ஹெமிங்வேயின் போர்க் கால நாவல்கள் அவரைப் பெரிதும்

ஈர்த்திருக்கின்றன. ஹெமிங்வேயின் நாவல்களில் அவருக்கு மிகவும் பிடித்தமானது, ஃபேர்வெல் டு ஆர்ம்ஸ். பின்னாளில் அவர் போர்க் காலப் பின்னணியில் தன்னுடைய நாவல்களை உருவாக்க ஹெமிங்வேதான் ஆதர்சமாக இருந்திருக்கிறார்.

புயலிலே ஒரு தோணியில் இரண்டாம் உலகப் போரின் தொடர்ச்சியாக அமைந்த தென்கிழக்காசிய யுத்த காலகட்டத்தில் இந்தோனேசியாவின் மெடான் நகர் கெர்க் ஸ்ட்ராட் வீதியில், காலைக் கருக்கிருட்டு நேரத்தில், பிரிட்டிஷ் ராணுவத்தை அடிபணியச் செய்து மெடான் நகரைக் கைக்கொள்ள வரும் ஜப்பானியப் படையை வரவேற்க, அந்த நகர மக்கள் இருபுறமும் கூடியிருக்கிறார்கள். மராமத்து காண்ட்ராக்டரிடம் குமாஸ்தாவாகப் பணிபுரியும் பாண்டியனும் வேடிக்கை பார்ப்பதற்காக அங்கு வருகிறான். ஒரு சாதாரணப் பார்வையாளனாகப் பாண்டியன் அறிமுகமாகும் அதே இடத்தில், நாவலின் இறுதியில், இந்தோனேசிய விடுதலைப் படையின் ராஜா உத்தாங் — காட்டரசன் — எனப் பெயரும் புகழும் பெற்று, அதிலும் சலிப்புற்று, ஊர் திரும்ப முற்படும்போது சுட்டுக் கொல்லப்படுகிறான். ஒரு காவிய நாயகனாக மரணமடைகிறான். அறிமுகத்துக்கும் முடிவுக்குமான இரு நிலைகளுக்கிடையில் ஒரு பிரமாண்டமான சாகச உலகம், பரந்து விரிந்து மகத்தான காவியப் படைப்பாக வெளிப் பட்டிருக்கிறது.

இந்திய தேசிய ராணுவப் படையில் சிங்காரம் பணியாற்றி இருக்கவில்லை. அதில் பணியாற்றிய பல நண்பர்கள் மூலம் அறிந்த தகவல்கள், கதைகள் மற்றும் மராமத்துப் பணியாளராகப் போர்க் களங்களுக்குச் சென்றுவந்த அனுபவங்களின் புனைவெழுச்சி யாகவே தன் படைப்புகளை உருவாக்கியிருக்கிறார். ஹெமிங்வேயின் போர்க் கால அடிப்படையிலான நாவல்களிலிருந்து அவர் உத்வேகம் பெற்றிருப்பதன் சில சாயல்களைப் போர் நிகழ்வுகளிலும் விவரணைகளிலும் அறிய முடியும். ஆனால் மனித மன உலகில் சிங்காரம், குறிப்பாகப் புயலிலே ஒரு தோணியில் கொண்டிருக்கும் சஞ்சாரம் மிகவும் அபூர்வமானது. புனைவில் பித்துநிலை கூடிய ஒரு படைப்பு மனதால் மட்டுமே சாத்தியப்படக்கூடியது. இவருடைய புனைவுப் பாதையில் மனித மனக்கதவுகள் திறந்துகொள்ளும் விந்தை நவீனத் தமிழ் இலக்கியம் பெற்றிருக்கும்

பெரும் பேறு. மனதின் தன்னிச்சையான நினைவோட்டங்கள் வெகு அநாயாசமாக மொழிநடையில் புரள்கின்றன.

புயலிலே ஒரு தோணியின் படைப்பு மொழி, நவீனத் தமிழ் உரைநடைகளில் மிகவும் விசேஷமானது. கதைமாந்தர்களின் மனமொழி, தமிழில் இவரளவுக்கு எவரிடமும் இவ்வளவு அநாயசமாக வசப்படவில்லை. மனக்குகை வாசல்கள் திறந்து கொண்டு உள்ளுலகை வெளிச்சமிட்டுக் காட்டுகின்றன. உணர்வு களின் ரகசிய முகமூடிகள் கழன்றோடி அப்பட்டமாய் வெளிப் படுகின்றன. ஒரு வார்த்தையைத் திரும்பத் திரும்ப இரண்டு முறை, மூன்று முறை என அடுக்கும் வாக்கிய அமைப்பில் இன்னிசையும் அழகும் கூடி முயங்குகின்றன. சில எண்ண வோட்டங்கள் மீண்டும் மீண்டும் புரண்டெழுந்து, அலை அலையாய்த் தொடர்ந்து வருவது அதிர்வுகளை எழுப்புகின்றன.

'செர்டாங்வே' என்ற அத்தியாயம் இதுவரையான தமிழ் நாவல் புனைவில் மிகச் சிறந்த பகுதி. நிறை போதையில் குதிரை வண்டியில் செல்லும் பாண்டியனின் நினைவோட்டங்களிலான இப்பகுதி அபாரமான புனைவு மொழி கொண்டது. வெளியீட்டில் மொழி உச்சத்தைத் தொட்டிருக்கிறது. அரசியின் மனம் கவர்ந்த அறிவழகரான தாயுமானவருடன் மனதளவில் உரையாடியபடியும் தர்க்கித்தபடியும் இயங்கும் பாண்டியனின் மனம் ஒன்றை விட்டொன்று பற்றி நகர்ந்துகொண்டே இருக்கிறது. ஒரு கட்டத்தில் விலைமாதர் நினைவுகள் உச்சியில் தெறிக்கின்றன. வண்டி செர்டாங்வேயில் திரும்பும்போது அயிஷா பொறியில் தட்டுகிறாள். 'ஆ, அயிஷா அயிஷா அயிஷா. நன்மனம் நல்லுடல் நன்மணம். தங்கத் தந்தப் பளிங்குப் பட்டுச் சிலை.'

அந்த நினைவோட்டப் பாதையின் ஒரு திருப்பத்தில் பாண்டியன் தன்னைப் பற்றியும் நினைத்துக்கொள்கிறான். '... நான் மந்தை யிலிருந்து விலகிப் பிரிந்த ஓடுகாலி. பிரிந்ததால் மந்தையின் வெறுப்புக்கும், பிரிய நேர்ந்ததால் தன் வெறுப்புக்கும் உள்ளாகி, இந்தப் பரந்த வையகத்தில் காலூன்ற இடமின்றி, ஒட்டிப் பற்ற ஈரப் பசை காணாமல் தன்னந்தனியனாய் அலைந்து திரிகிறேன்; அலைந்தலைந்தே திரிவேன்; அலைந்தலைந்து திரிந்தே அழிவேன்...' அந்த நினைவுப் பாதையில் எழுந்த வேசையர் நினைவுகளும்

நிறை போதையும் உந்தித் தள்ள வண்டி அயிஷா வீட்டை அடைகிறது. 'சாயா பூஞா சிந்தா! சாயா பூஞா ராஜா!' அயிஷா வரவேற்கிறாள். 'தங்கத் தந்தப் பளிங்குப் பட்டுச் சிலை அணைத்திறுக்கிக் குமுகுமுத்தது' என அந்த அத்தியாயம் ஒரு நீண்ட மனவோட்ட எழுச்சிகொண்டிருக்கும்.

படைப்பாளியின் தனிப்பட்ட வாழ்க்கை வெளிஉலகால் அறியப்பட அவசியமில்லாதது என்ற எண்ணத்தோடு, உலகெங்கும் பல மகத்தான எழுத்தாளர்கள், தங்களின் தனிப்பட்ட வாழ்க்கையை வெளியுலகம் அறியாதிருக்க பிரக்ஞைபூர்வமாக பிரயாசை எடுத்துக்கொண்டு இயங்கியிருக்கின்றனர். அது குறித்த தங்கள் பிடிவாதங்களையும் வெளிப்படுத்தியிருக்கின்றனர். ஆனால் எவ்விதப் பிரகடனமோ, பிரயாசையோ இன்றி, தன் தனிப்பட்ட வாழ்க்கையை அமைத்துக்கொண்டிருந்த படைப்பாளி, ப. சிங்காரம். அதுமட்டுமல்லாமல், சமகால எழுத்தாளர்கள் எவரோடும் நட்போ பழக்கமோ கொண்டிருக்கவில்லை என்பதோடு அவர்களை அறிந்துகூட வைத்திருக்கவில்லை என்பதுதான் பெரும் ஆச்சரியம். அதுபோன்றே நவீன எழுத்தியக்கங்கள் எவற்றோடும் எவ்விதத் தொடர்பும் கொண்டிருக்கவில்லை. இப்படியான ஒரு பின்னணியோடும் மனோபாவத்தோடும் தமிழின் மகத்தான, முற்றிலும் புத்தம்புதிதான, புனைவு மொழியில் அபாரமான சாத்தியங்களைக் கண்டடைந்த ஒரு நவீன காவியத்தை அவரால் படைக்க முடிந்ததென்பது படைப்பாக்கத்தின் அறிய முடியாத புதிர்க் குணம்தான்.

ப. சிங்காரத்தின் படைப்பு மேதமை குறித்த என் அவதானிப்புகள், நவீனத் தமிழ் இலக்கியச் சூழலில் முதலில் அசட்டையாகப் புறக்கணிக்கப்பட்டன. அன்று என் ஆதர்சங்களாக இருந்த சுந்தர ராமசாமி, வெங்கட் சாமிநாதன், தருமு சிவராம் மூவருமே புயலிலே ஒரு தோணி நாவலைக் கொஞ்சமும் பொருட்படுத்தி இருக்கவில்லை. ஆனால் இதுவே கலை இலக்கியப் பார்வையில் ஒரு தனிப் பாதையை நான் கண்டடைய வழி அமைத்தது. இளம் படைப்பாள நண்பர்களும் நான் மதுரைக்காரன் என்பதால் சிங்காரம்மீது விசேஷ அக்கறை காட்டுவதாகவே கருதினார்கள். ஆனால் என்னைப் பொறுத்தவரை, தொடர்ந்து மேற்கொண்ட மறுவாசிப்புகளில் அதன் மகத்துவம் பற்றிய என் கணிப்பு

திடப்பட்டது. காலமும் அதை உறுதிப்படுத்தியிருக்கிறது. கடவுளுடைய சிரிப்பின் எதிரொலியாக வெளிப்பட்டிருக்கும் ஒரு மகத்துவம்மிக்க நாவலைக் காலம் கைப்பற்றிக் கொண்டாடிக் கொண்டிருக்கிறது.

□

4

தி. ஜானகிராமன்

(1921-1982)

1. அன்பின் நித்தியச் சுடர்

தி. ஜானகிராமனின் படைப்புகள் பெரும்பான்மை வாசகர்களின் வசீகரிப்புக்கும் அதேசமயம், தீவிர இலக்கிய வாசகர்களின் ஈர்ப்புக்கும் இடமளித்தவை. நவீனத் தமிழ் இலக்கியப் பரப்பில் ஜானகிராமனுக்கும் ஜெயகாந்தனுக்கும் மட்டுமே இது சாத்திய மாகியிருக்கிறது. ஜெயகாந்தன் தன் காலத்துக்குரிய கருத்து ரீதியான கதையாடல்கள் மூலம் இதை சாத்தியப்படுத்தினார் என்றால் ஜானகிராமன் என்றென்றைக்குமான உணர்வுகளின் நெகிழ்ச்சியான கதையாடல்கள் மூலம் இத்தன்மையை வசப் படுத்தியவர்.

இருபதாம் நூற்றாண்டின் தொடக்கத்தில், நவீன ஐரோப்பிய எழுத்தாளர்களின் படைப்புகளில் தத்துவார்த்த ஒளி கூடிய புதிய வெளிச்சம் சுடர் விட்டது. அதேசமயம், ஃபிரான்ஸ், ஜெர்மனி, இத்தாலி, ஸ்பெயின் ஆகிய ஐரோப்பிய நாடுகளின் இந்த மைய நீரோட்டத்துக்கு எதிராக, ஐரோப்பாவில் உள்ளடங்கிய ஸ்காண்டிநேவியப் பிரதேசங்களான ஸ்வீடனும் நார்வேயும் ஓர் எழுச்சிமிக்க மாற்றுப் போக்கினை இலக்கியப் படைப்புகளாகக் கொண்டிருந்தன. அன்பு, காதல், ஆன்மா, வாழ்வின் அர்த்தம், அது குறித்த மனிதனின் தேடல் என்றாக அமைந்த நவீன செவ்வியல் படைப்புகளை ஸ்வீடனின் செல்மா லாகர்லாவ், பெர்லாகர் குவிஸ்ட், நார்வேயின் நட் ஹாம்சன் போன்ற படைப்பாளுமைகள் உருவாக்கினர். தமிழின் மொழிபெயர்ப்புத் தேர்விலும் இவர்களின் படைப்புகள் பிரதானமாக அமைந்தன.

நம் கீழைத்தேயப் படைப்பு மனங்களுக்கு இந்தப் படைப்புகள் ஆதர்சமாக அமைந்ததில் வியப்பேதுமில்லை. இதே போன்று, நவீனத் தமிழ் இலக்கியப் போக்கில் தஞ்சை எழுத்தாளர்களான மௌனி, கு.ப.ரா., எம்.வி. வெங்கட்ராம், தி. ஜானகிராமன் ஆகியோர் நவீனத்துவ மையப் போக்கிலிருந்து விலகி, நித்திய மதிப்புகள் கொண்ட புத்தெழுச்சிமிக்க படைப்பியக்கத்தை வடிவமைத்தனர். இத்தகைய ஒளியில் சுடர்வதுதான் தி. ஜானகி ராமனின் படைப்புலகம். நவீனத்துவக் கலை ஆளுமைமிக்க படைப்பாளிகள் என் மூளைக்கு அணுக்கமாக இருந்த அதேசமயம், என் மனதுக்கு மிக நெருக்கமாக இருந்தவர், செவ்வியல் மறுமலர்ச்சிப் படைப்பாளியான தி. ஜானகிராமன்.

தமிழ்ச் சிறுகதை உலகில், மிகுந்த நுட்பங்கள் கூடிய மகத்தான படைப்பு சக்தி தி. ஜானகிராமன். மிகச் சிறந்த நாவலாசிரியராக அவர் பெற்ற அடையாள முத்திரை, அவரின் சிறுகதை வளங்கள் உரிய கவனம் பெறுவதற்குக் குந்தகமாக அமைந்துவிட்டது. அவருடைய ஆரம்ப காலச் சிறுகதைகள் மகத்தானவை. அவை கொட்டுமேளம், சிவப்பு ரிக்ஷா என்ற இரு தொகுப்புகளாக வெளிவந்தன. முதல் சிறுகதைத் தொகுப்பான கொட்டுமேளம் 1954ஆம் ஆண்டிலும், இரண்டாவது தொகுப்பான சிவப்பு ரிக்ஷா 1956ஆம் ஆண்டிலும் வெளியாகின. ஆனால் அவை பல ஆண்டுகள் பதிப்புரிமை பிரச்சினையால் மறுபதிப்பு காணவில்லை. பிரச்சினை என்னவென்றால், எம்.வி. வெங்கட்ராம் உடல்நலம் குன்றியிருந்தபோது, அவருக்கு ஏதும் பணத் தேவை இருந்தால் உதவும்படியும் அதைத் தான் தந்துவிடுவதாகவும் புதுடில்லியில் பணியிலிருந்த தி. ஜானகிராமன் தஞ்சை பிரகாஷுக்குக் கடிதம் எழுதியிருக்கிறார். தஞ்சை பிரகாஷும் அப்படியே செய்திருக்கிறார். பிரகாஷ் கொடுத்தது கணிசமான தொகை. ஜானகிராமன் அதை எதிர்பார்த்திருக்கவில்லை. அப்போதைக்கு ஜானகிராமனால் திருப்பிக் கொடுக்க முடியாத தொகையாகவும் அது இருந்திருக்கிறது. அதனால் ஜானகிராமன், அந்தத் தொகைக்கு ஈடாக, கொட்டு மேளம், சிவப்பு ரிக்ஷா நூல்களின் வெளியீட்டு உரிமையை வைத்துக்கொள்ளும்படி பிரகாஷிடம் தெரிவித்திருக்கிறார். பிரகாஷ் பதிப்பகம் தொடங்கும் கனவோடு ஒருமுறை தி. ஜாவிடம் படைப்புகள் கேட்டிருக்கிறார். அதன் தொடர்ச்சியாகத்தான்

தி. ஜா. இந்த ஏற்பாட்டை முன்வைத்திருக்கிறார். பிரகாஷுக்கும் இதில் மகிழ்ச்சிதான். இதன் காரணமாக, அன்று தி. ஜானகிராமனின் நூல்கள் எல்லாவற்றையும் வெளியிட்டுக்கொண்டிருந்த மதுரை மீனாட்சி புத்தக நிலையத்தாரால் இவற்றை வெளியிட முடிய வில்லை. இரண்டும் முடங்கிப்போயின. அதன் உரிமையைத் தர தஞ்சை பிரகாஷ் கேட்ட தொகையில் அவர்களுக்குச் சம்மத மில்லை. இது தஞ்சை பிரகாஷ் மூலம் நான் அறிந்திருந்த விசயம்.

1980ஆம் ஆண்டில், பல்கலைக்கழக ஆய்வு நெறிமுறைகளோடு உடன்பட மனம் முரண்டியதால், அதிலிருந்து துண்டித்துக் கொண்ட நிலையில், சிறிய அளவில் பதிப்பகம் தொடங்க முடிவு செய்தேன். அதன் முதல் வெளியீடுகளாக, கொட்டுமேளம், சிவப்பு ரிக்ஷா இரண்டையும் கொண்டு வர விரும்பி தஞ்சை பிரகாஷிடம் பேசினேன். அவர் மிகவும் மகிழ்ந்து, உரிமையை எனக்குக் கைமாற்ற புத்தகத்துக்கு ஆயிரம் வீதம் ரூபாய் இரண்டாயிரம் கேட்டார். நான் மகிழ்ச்சியோடு ஏற்றுக் கொண்டேன். அடுத்த சில நாட்களில் இரண்டாயிரம் ரூபாய் ஏற்பாடு செய்துகொண்டு தஞ்சாவூர் சென்று அவருடைய 'ஸ்கிரீன் பிரிண்டிங்' அலுவலகத்தில் சந்தித்து பிரகாஷிடம் பணத்தைக் கொடுத்தேன். அவர் வாழ்த்தி உரிமையை எனக்களித்தார். அந்த நாள் அவரோடு அருமையான சாப்பாடும் உரையாடலுமாக அமைந்தது. இரவு மதுரைக்கு பஸ் ஏற்றிவிட்டார். பதிப்புக் கனவோடு நான் மிதந்திருந்தேன்.

மகிழ்ச்சியும் வாழ்த்தும் தெரிவித்து ஜானகிராமனிடமிருந்து கடிதம் வந்தது. பரவசம் ஆட்கொண்டது. என் பதிப்பகக் கனவுக்கு உள்ளார்ந்த உத்வேகமாக இருந்தது க்ரியாதான். என் முடிவை க்ரியா ராமகிருஷ்ணனுக்குக் கடிதம் மூலம் தெரிவித்தேன். அவர் மிகுந்த சந்தோசத்துடன் உற்சாகப்படுத்தினார். இரு புத்தகங்களின் உருவாக்கத்திலும் துணையாக இருந்தார். அன்று அச்சுக்கான தாள் உற்பத்தியில் சிறு முடக்கம் இருந்ததன் காரணமாக, இந்திய அரசாங்கம் பிரேசில் நாட்டிலிருந்து தாள் இறக்குமதி செய்திருந்தது. இந்தியத் தாளின் சந்தை விலைக்கே அது கிடைத்தது. அருமையான தாள். பணத்தோடு வந்தால் இரு புத்தகங்களுக்கும் தேவையான தாளை மொத்தமாக வாங்கி விடலாம் என்று ராமிடமிருந்து தகவல் வந்தது. சென்றேன்.

பேப்பர் வாங்கிக் கொடுத்தார். அட்டை வடிவமைப்புக்கான ஓவியங்களையும் தேர்வு செய்து, அவற்றின் அச்சாக்கப் பொறுப்பையும் ஏற்றார். வெகு அழகாக வடிவமைத்து அச்சாக்கி அனுப்பி வைத்தார். ஈழ எழுத்தாளர் சிவபாதசுந்தரம், நவீனத் தொழில்நுட்ப வசதிகளுடன் நடத்திய சுபா ஸ்கிரீன் அச்சகத்தில் அவை மிகச் சிறப்பாக உருவாக்கப்பட்டிருந்தன. அதேசமயம், புத்தகப் பிரதிகளின் உள்பக்க அச்சாக்கத்தை மதுரையில் இரு வேறு அச்சகங்களில் ஆசை ஆசையாக உருவாக்கினேன்.

1980ஆம் ஆண்டு மத்தியில் இவ்விரு புத்தகங்களும் அடுத்தடுத்து வெளியாகின. புத்தகங்கள் வெளிவந்தபோது மனம் களித்தது. புத்தகங்களின் பிரதிகள் கிடைத்ததும் ஜானகிராமன் எழுதிய கடிதம், ஏதோ ஒரு லட்சியத்தைக் கண்டடைந்துவிட்டதான எக்களிப்பைத் தந்தது. அவருடைய புத்தகங்கள் முதல்முறையாக மிக அழகான தயாரிப்பில் வெளிவந்திருப்பதாகப் பரவசமான வார்த்தைகளில் தன்னுடைய மகிழ்ச்சியைத் தெரிவித்திருந்தார். மேலும் மிகவும் குறைவான விலை வைத்திருப்பதாக வருத்தப் பட்டிருந்தார் (கொட்டுமேளம் ரூ.10; சிவப்பு ரிக்ஷா ரூ.12; இரண்டுமே 200 பக்கங்களுக்கு மேற்பட்டவை). கணிசமான உரிமைத்தொகை, உயர்ந்த தயாரிப்பு எல்லாம் கணக்கில் கொண்டால் விலை மிக மிகக் குறைவு என்று வருத்தப் பட்டிருந்தார். வியாபாரத்திலும் கவனம் எடுத்துக்கொள்ள வேண்டும் என மிகுந்த வாஞ்சையுடன், என் கண்களில் நீர் கோக்குமளவு, எழுதியிருந்தார்.

எனினும், சந்தர்ப்பம் வாய்க்கும்போது, அவரே ஒருநாள் என்னை வந்து பார்ப்பார் என்று நான் நினைத்துப் பார்த்திருக்க வில்லை. வாழ்வு எனக்களித்த பரிசாக அந்த ஒருநாள் வந்தது.

2. இசைமையின் கனவு வடிவம்

1982ஆம் ஆண்டு, மே மாதத்தில் ஒருநாள் தி. ஜானகிராமனைச் சந்தித்தேன். என் வாழ்வின் பெறுமதியான நாட்களில் ஒன்று. மாலை நான்கு மணியிலிருந்து இரவு ஒரு மணிவரை கிட்டத் தட்ட 9 மணி நேரம் அவருடன் இருந்தேன். பல எழுத்தாளர் களுடன் பல நாட்கள், பல மணி நேரங்கள் என்று உறவாடியிருந்த போதிலும் ஜானகிராமனோடு இருந்த அந்த 9 மணி நேரம்,

மதிப்புமிக்க தருணமாக இன்றும் என்னுள் உயிர்ப்புடன் சலனித்துக்கொண்டிருக்கிறது.

1982ஆம் ஆண்டு மே மாதத்தில் க்ரியா ராமகிருஷ்ணன், அவருடைய வாழ்க்கை இணை ஜெயா, ஓவியர் அச்சுதன் கூடலூர், அவருடைய அயல்நாட்டுத் தோழி, என்.சிவராமன், சுந்தர ராமசாமி, நான் ஆகியோர் கொடைக்கானலில் கூடினோம். ஓரிரு நாட்களில் சு.ராவும் நானும் திரும்பினோம். மதியம் போல மதுரை வந்திறங்கி சு.ராவை நாகர்கோவில் பஸ் ஏற்றிவிட்டு நான் வீடு திரும்பினேன். வீட்டுக்குள் நுழைந்ததும் அப்பா, ஜானகிராமன் காலையில் வீட்டுக்கு வந்ததாகவும், சாயந்தரம் 4 மணியிலிருந்து மீனாட்சி புத்தக நிலையத்தில் இருப்பேன் என்றும், முடிந்தால் வந்து பார்க்கும்படி சொன்னதாகவும் கூறினார். அப்போதே மணி நான்கை நெருங்கியிருந்தது. அதனால் உடனே மனத் துள்ளலுடன் கிளம்பிச் சென்றேன்.

மீனாட்சி புத்தக நிலையத்தில் ஜானகிராமன் பக்கவாட்டில் ஒரு சேரில் உட்கார்ந்திருந்தார். கல்லா மேசைக்குப் பின் பெரிய செட்டியார் இருந்தார். நான் உள்ளே நுழைந்து, ஜானகிராமனைப் பார்த்து மலர்ந்த அதேசமயம், இவர்தான் மோகன் என்றார் செட்டியார். ஜானகிராமன் சிரித்த முகத்துடன் எழுந்துகொண்டார். 'நீங்கள் கொடைக்கானல் போயிருப்பதையும் இன்று வந்து விடுவீர்கள் என்பதையும் அப்பா சொன்னார்கள். உங்களுக்காகத் தான் காத்திருந்தேன். சரி, வாங்க அப்படியே ஒரு நடை போய்வரலாம்' என்றார். இருவரும் கிளம்பினோம். 'நீங்கள் வருவதைத் தெரிவித்திருந்தால் நான் இருந்திருப்பேனே' என்றேன். 'இல்லை, நான் எங்கு சென்றாலும் யாருக்கும் முன்கூட்டித் தகவல் தெரிவிப்பதில்லை. கூட்டம் சேர்வது பிடிப்பதில்லை. யாரையாவது பார்க்க வேண்டுமென்று விரும்பினால் நானே தேடிப்போய் அவர்களைப் பார்ப்பதுதான் வழக்கம்' என்றார். மீனாட்சி புத்தக நிலைய உரிமையாளரின் புதுமனைப் புகுவிழாவுக்காக தி.ஜா. அன்று காலை மதுரை வந்திருக்கிறார். அது ஒரு ஞாயிற்றுக் கிழமை. விழா முடிந்ததும் மீனாட்சி அம்மன் கோயில் சென்றுவிட்டு, அங்கிருந்து நடந்தே எங்கள் வீட்டுக்கு வந்திருக்கிறார்.

மீனாட்சி புத்தக நிலையம் இருந்த அதே தெருமுனையில்தான் என்சிபிஎச் புத்தகக்கடை இருந்தது. அங்கு குழந்தைகளுக்கான புத்தகங்கள் வாங்கவேண்டும் என்றார். சோவியத் பதிப்பகத்தின் குழந்தைகளுக்கான வண்ணமயமான சித்திரங்கள் கொண்ட கதைப் புத்தகங்களில் நான்கைந்து வாங்கினார். அவற்றைத் தேர்ந்தெடுத்தபோது அவர் முகம் பரவசம் சூடியிருந்தது. 'குழந்தைகள்மீது இவ்வளவு அன்போடு அழகழகாகப் புத்தகங்களை வெளியிடும் அரசாங்கம் சிறந்ததாகத்தானே இருக்கும்' என்றார். புத்தகங்களைத் தபாலில் அனுப்பும்வகையில் உறையிட்டு வாங்கிக்கொண்டு தலைமைத் தபால் நிலையம் நடந்தோம். அவருடைய மகள்வழிப் பேத்தியின் பிறந்தநாளுக்கு அனுப்புவதற் கென்று அவர் புத்தகங்கள் வாங்கியிருப்பது செல்லும் வழியில் தெரியவந்தது. மகள் காதல் மணம் செய்துகொண்டிருப்பதையும், அதை அவருடைய குடும்பம் சுலபமாக ஏற்றுக்கொண்டு இருப்பதையும், பையன் வீட்டில்தான் இன்னும் அதை ஏற்க வில்லை என்றும் சொன்னார். ஆனால் சமூகம் நாங்கள்தான் ஜாதி, கௌரவம் பார்ப்பதாகச் சொல்லிக்கொண்டிருக்கிறது என்றார்.

அவர் நடப்பதில் மிகுந்த ஆர்வம் உள்ளவராக இருந்தார். இன்னும் கொஞ்சம் நடக்கலாம் என்றார். ரயில்வே காலனிக்குள் நடப்பது அருமையாக இருக்கும் என்றேன். போகலாம் என்றார். பின்பக்கமாக ரயில்வே காலனிக்குள் நுழைந்து, முன்பக்கமாக வரும் வகையில் நீண்ட நடை நடந்தோம். கொடைக்கானல் பயணம் பற்றிக் கேட்டார். மிகுந்த பரவசத்துடன் சொன்னேன். சுந்தர ராமசாமி பற்றி வாஞ்சையுடன் விசாரித்தார். சமீபத்தில் படித்த புத்தகம் பற்றிக் கேட்டார். நான் ஜே.ஜே: சில குறிப்புகள் பற்றிய என் அன்றைய புளகாங்கிதங்களைச் சொன்னேன். அவர் படித்திருக்கக்கூடும் என்ற எண்ணமே இல்லாமல், நீங்கள் அவசியம் படிக்க வேண்டும் என்றேன். அவர் மிக நிதானமாக, படித்துவிட்டேன் என்றார். அவருடைய அபிப்ராயத்தை மிகுந்த ஆர்வத்துடன் கேட்டேன். அவர் வெகு சுபாவமாக, அந்த நாவல் குறித்த அதிருப்தியைத் தெரிவித்தார். நாவல் கருத்துகளின் சேர்மானங்களாக இருப்பதாக அபிப்ராயப்பட்டார். மனித மன உணர்வுகளின் நாடகார்த்தத்தை நாவல் இழந்திருப்பதான எண்ணம் அவரிடம் வெளிப்பட்டது. எனக்கு அது மிகுந்த

ஏமாற்றமளித்தது. நான் மீண்டும் என் பரவசங்களைப் பதற்றத் துடன் வெளிப்படுத்தினேன். அவர் மிகுந்த அனுசரணையுடன் கேட்டுக்கொண்டிருந்தார். தன்முனைப்பற்ற தன்மை என்பது அவருடைய இயல்பான சுபாவமாக இருந்தது. அதில் எவ்விதப் பாசாங்கோ பாவனையோ கொஞ்சமும் இல்லை. என் பரவசங்களை அவர் கொஞ்சமும் அசட்டை செய்யவில்லை. கடைசியாக, 'உங்களைப் போன்ற இன்றைய தீவிர இளம் வாசகர்களுக்குப் பிடிக்குமாக இருக்கும்' என்றார்.

இரவு அவர் கும்பகோணம் செல்வதற்காகத் திருவள்ளுவர் பேருந்து நிலையம் சென்றோம். அவருக்கு டிக்கெட், அதிகாலையில் கும்பகோணம் சென்றடையும் வகையில், இரவு 11.30 போல முன்பதிவு செய்யப்பட்டிருந்தது. நாங்கள் 10.30 மணி போல பேருந்து நிலையம் சென்றுவிட்டோம். அவருடைய இயல்பான சுபாவம் மிகவும் இதமாக இருந்தது. எவ்விதப் பிசிறும் சிறு துறுத்தலும் இல்லாமல் மிகவும் பாந்தமாக தன்னியல்பில் ஒளிர்ந்துகொண்டிருந்தார். அதுவரை இவ்வளவு பண்பட்ட இசைமையை வேறெந்த எழுத்தாளர்களிடமும் கண்டதில்லை. எவ்வித உரையாடலும் இன்றி அமைதியாகச் சுற்றுப்புறத்தைக் கவனித்துக் கொண்டிருந்தபோதும் அவருடைய இருப்பு இதமளித்தது. அவருடைய பஸ் வருவது தாமதமாகிக்கொண்டிருந்தது. அப்போது எங்கள் வீட்டு மாடியில் குடியிருந்தவர், பயண நிமித்தமாக வந்தவர், என்னைக் கவனித்துவிட்டு என்னோடு பேச வந்தார். நான் அவரிடம் சம்பிரதாயமாகப் பேசிக்கொண்டிருந்த போது, எழுந்து சென்ற தி.ஜா. சற்று நேரத்தில் இரண்டு குளிர்பானங்களோடு வந்து எங்களிடம் கொடுத்தார். நான் கொஞ்சம் பதறிவிட்டேன். 'நீங்க எதுக்கு இதெல்லாம்...' என்றேன். 'அதனாலென்ன, நீங்க பேசிட்டிருக்கீங்க. நான் சும்மாதானே இருக்கேன்' என்றார். நாங்கள் குடித்து முடித்ததும், இரண்டு பாட்டில்களையும் வாங்கிக்கொண்டு சென்றார். மறுக்க முயன்ற என் பிரயாசைகள் அவரிடம் செல்லுபடியாகவில்லை. அவர் திரும்புவதற்குள் இடையில் வந்த நண்பர் விடைபெற்றுக் கொண்டார்.

அவர் கும்பகோணத்திலிருந்து சென்னை சென்று சேர்ந்ததும் ஒரு கடிதம் எழுதினார். அதில் வீட்டுத் தொலைபேசி எண்

குறிப்பிட்டு, 'எங்கள் வீட்டுத் தொலைபேசி அவ்வப்போது ஊமையாகிவிடும். இரண்டு, மூன்று தடவை சலிக்காமல் முயற்சி செய்தால் கிடைத்துவிடும்' என்றும், 'நீங்கள் சென்னை வரும்போது, அவசியம் வீட்டுக்கு வரவேண்டும்' என்றும் எழுதியிருந்தார். ஆனால், அடுத்த ஆறு மாதத்தில், அசந்தர்ப்ப வசமாக, வாழ்வின் குரூர அபத்தங்களில் ஒன்றாக, அவருக்கு மரணம் நேர்ந்தது.

வாழ்வும் எழுத்தும் இசைபட வாழ்ந்த ஒரு மகத்தான கனவின் வடிவம் தி. ஜானகிராமன்.

3. புனைவுலகின் கனவுகள்

ஜானகிராமன் வாழ்ந்த காலம்தான் (1921-1982) அவர் படைப்புலகின் காலப் பின்னணி. அதாவது, சுதந்திரத்திற்கு முன்னும் பின்னுமான காலம். அவர் வாழ்ந்து வளர்ந்த தஞ்சைப் பகுதியும், ஆரம்ப காலத்தில் பணியிடமாக இருந்த சென்னையும்தான் இடப் பின்புலம். இக்காலத்திய மனித இருப்பின் நெருக்கடிகளை, அதாவது, சமூக மதிப்புகளிலும் கலாசார மதிப்புகளிலும் நிகழ்ந்த மாற்றங்கள், குடும்ப அமைப்பில் உருவான மாற்றங்கள், அதனடியாக, ஆண்-பெண் உறவுகளுக்கிடையேயான சிக்கல்கள் என நவீனத் தொழில்முறை அமைப்பின் வளர்ச்சியில் நிலவுடைமைச் சமூகம் சிதைவுறத் தொடங்கியதை அடுத்து உருவான நெருக்கடி களை, இவர் படைப்புலகம் எதிர்கொள்கிறது. இவற்றினூடாக மனிதகுல மீட்சிக்கான இரு கனவுகளை இவருடைய படைப்புலகம் சுடரும் திரிகளாகக் கொண்டிருக்கிறது. ஒன்று, மனிதர்கள் பசியற்று வாழ வேண்டும்; இரண்டாவது, தூய அன்பினால் மனித இனம் செழிப்புற வேண்டும்.

தமிழில் அதிக அளவிலும் அதேசமயம் மிகச் சிறப்பாகவும் எழுதிய படைப்பாளிகளில் முதன்மையானவர் ஜானகிராமன். அவருடைய ஏழு நாவல்களில் முதலாவதும் மகத்தானதுமான மோகமுள் நாவலிலேயே அவருடைய கனவுகள் உருக்கொண்டு விட்டன. மோகமுள்ளுக்குப் பின்வந்த நாவல்களில் இந்தக் கனவுகள் விரிவாகவும் ஆழமாகவும் உள்ளூறைந்திருக்கின்றன. உயிர்த்தேன் நாவலில் இந்தக் கனவுகள் முழுவடிவம் பெற்றிருக் கின்றன. உயிர்த்தேன் நாவலை ஜானகிராமன் படைப்புலகின்

இலட்சிய மாதிரியாகக் கருதலாம். இந்த நாவலை, மிகச் சிறந்த நாவல்களில் ஒன்றாகவும், தி. ஜாவின் மிகச் சிறந்த படைப்பாகவும், கச்சிதத் தன்மையில் பெரும் கவனம்கொண்ட எழுத்தாளர் அசோகமித்திரன் தொடர்ந்து குறிப்பிட்டு வந்திருப்பதை இங்கு நினைவுகொள்ளத் தோன்றுகிறது. எனினும், மோகமுள் அவருடைய புனைவுலகின் விஸ்தார சஞ்சாரம் என்பதில் சந்தேகமில்லை. மோகமுள்ளில் யமுனா, வறுமையின் அசுரப் பிடியில் சிக்குண்டு பல இன்னல்களை எதிர்கொண்டதைத் தொடர்ந்து பாபுவிடம் பசி பற்றி இவ்வாறு சொல்கிறாள்: 'பசியில்லாம இருக்கணும். பசி இருந்தா மனசு நாயாய்ப் போகிறது. கோபமும் பொறாமையும் எரிகிறது. பொல்லாத நினைவெல்லாம் வருது. பசியில்லாம இருந்தா போதும்... எனக்கு யார்கிட்டயும் கோபம் கிடையாது, இந்த உலகத்திலே, பசி ஒண்ணுகிட்டே தவிர. அது எவ்வளவு நீசமான ஜந்துன்னு இப்பதான் தெரிஞ்சிண்டேன். பெரிய பீடை. இருக்கிற இடமே விடியாது. மனுஷனை அல்பத்தனம், சின்னத்தனம், விவஸ்தை கெட்ட துணிச்சல் எல்லாத்திலும் கொண்டு இறக்கிவிடும்.'

அம்மா வந்தாள் நாவலின் இறுதியில் வேத பாடசாலையை அன்ன சத்திரமாக மாற்ற பவானி அம்மாள் முடிவெடுக்கிறார். அப்போது அவர் அப்புவிடம், 'பசிதான் ஸ்வாமி. அதுக்கு நைவேத்யம் பண்ணினாப் போதும்...' என்கிறார். மரப்பசுவில் அம்மணி, ரயில் பயணத்தின்போது சந்திக்கும், கடவுள் நம்பிக்கையை வலியுறுத்திப் பேசும் ஆங்கிலேயர் பென்னட்டிடம் எல்லோரும் பசியாறி இருக்கும் மார்க்ஸ் சொன்ன ராம ராஜ்ஜியம் வர வேண்டுமென வாதிடுகிறாள்.

உயிர்த்தேன் நாவலின் தொடக்கத்தில் ஆறுகட்டி கிராம வயல்கள் வறண்டு கிடக்கும்போது ஊர் மக்களின் மனோபாவங் களிலும் வறட்சியைப் பார்க்கிறோம். செங்கம்மாவின் ஆலோசனை யின் பேரில் பூவராகவன் ஊர்ப் பொதுவுக்கும் விவசாயத்தை மேற்கொண்டதன் தொடர்ச்சியாக ஊர் செழிக்கும் போது ஊர் மக்களின் மனோபாவங்களும் செழுமையடைவதைப் பார்க்கிறோம். பசியற்ற வாழ்வின் அருமை குறித்த தி.ஜாவின் கனவு வெகு இயல்பாக இந்த நாவலில் உறைந்திருக்கிறது.

ஜானகிராமனின் மற்றொரு மகத்தான கனவு, அன்பு வேட்கை. தி.ஜாவின் படைப்புலகம் அன்பால் இயக்கம் பெறுவது. சுதந்திரமான, உடமைப்படுத்தாத, உடமையாகாத, அனைவரையும் தொட்டுத் தழுவும் பேரன்பால் இயங்கும் உலகம். தி.ஜாவின் கனவாக அவர் நாவல் உலகில் அன்பின் சுடர் ஒளிர்ந்து கொண்டிருக்கிறது. பொதுவாகவே தி.ஜாவின் பாத்திரங்கள் அன்பானவர்கள்தாம். அதிலும் பெண்கள் பேரன்பும் பேரழகும் சூடியவர்கள். அவர் தன் கனவுலகை சிருஷ்டிக்க அவர்கள் பேரழகுப் பெண்களாக இருக்க வேண்டியிருக்கிறது. 'பல்லும் பனங்காயுமாக இருந்தால்' நம்பகத்தன்மையோடு இவர் தன் கனவை சிருஷ்டிக்க முடியாது. உயிர்த்தேன் அனுசூயாவும், மரப்பசு அம்மணியும் இந்தப் பேரன்பின் வேட்கையுடன் உலகைத் தழுவும் பரவசம் பெற்றவர்களாக விகாசம் பெற்றிருக் கிறார்கள். தமிழ் வாழ்வுக்கு, குறிப்பாக, பெண்கள் வாழ்வுக்கு, முதன் முறையாக தமிழ் எழுத்தில் புதிய சாத்தியமொன்று விரிந்திருக்கிறது.

அவருடைய ஆரம்ப நாவலான மோகமுள்ளிலிருந்தே பெண்கள் பேரழகுச் சுடர்களாகப் பொலிகிறார்கள் என்றாலும் அந்நாவலில் யமுனா அவளுடைய குடும்பப் பின்னணி காரணமாக வேதனைக்கு ஆளாகிறாள். வறுமையில் வாடி வதங்குகிறாள். தப்பும் தவறுமான இணைமுடிச்சின் காரணமாக தங்கம்மாள் தற்கொலை செய்துகொள்கிறாள். இவர்கள் இத்தகைய சங்கடங் களுக்கு ஆளாவதில் தி.ஜாவுக்கு விருப்பமில்லை. பின்னர் வந்த நாவல்களில் பேரழகுப் பெண்கள் கம்பீரமாகவும் குதூகலமாகவும் இருப்பதோடு, தாமிருக்கும் இடத்தையும் சூழலையும் குதூகலப் படுத்துகிறார்கள். ஆண்கள்தான் தற்கொலை செய்துகொள் கிறார்கள். உயிர்த்தேனில் பழனி; அம்மா வந்தாளில் சேஷராமன்; அன்பே ஆரமுதேவில் ரங்கன்.

அம்மா வந்தாளில் மணமாகி ஆறு குழந்தைகள் பெற்ற பின்னரும், மூத்த மகனுக்குத் திருமணமாகி மருமகள் வீட்டிலிருக்கும் நிலையிலும்கூட, தன் காதலனுடன் அம்மாவால் வெகு சகஜமாக உறவாட முடிகிறது. எவ்வித சங்கடமுமில்லை; மாறாக, அலங்காரத்தம்மாள் எங்கும் எப்போதும் கம்பீரமாகவே இருக்கிறார்.

சுதந்திரமான பாலியல் வேட்கையுடன் மனித உறவுகளைக் கொண்டாடும் உயிர்த்தேன் அனுசூயாவுக்கும், மரப்பசு அம்மணிக்கும் பிற பெண்களோடும் அற்புதமாக உறவுகள் அமைந்துவிடுகின்றன. பெண்களுக்கு இடையே அமையும் உறவுகளில் அலாதியான இசைமை கூடிவருகிறது. உயிர்த்தேனில் அனுசூயா, செங்கமலம், ரங்கநாயகி ஆகியோருக்கிடையே நிலவும் அனுசரணையான, அழகான, அற்புதமான, இலட்சிய பூர்வமான உறவுநிலையில் கவித்துவம் கூடியிருக்கிறது. இதே போன்று மரப்பசுவில் அம்மணிக்கும் மரகதத்துக்கும் அமைந்திருக்கிறது.

மோகமுள் தங்கத்துக்கு நேர்ந்ததைப் போலல்லாமல் உயிர்த்தேன் செங்கமலத்துக்கும், மரப்பசு மரகதத்துக்கும் அற்புதமான கணவர்கள் அமைந்துவிடுகிறார்கள். அன்பு வேட்கை ஜானகி ராமனின் மகத்தான கனவு. மரப்பசுவில் கோபால் கண்ட ஒரு கனவில் வெளிப்படுவது தி.ஜாவின் புனைகனவு. கோபால் கண்ட அக்கனவின் மூலம் தெரிவது: உடைமைப்படுத்திக் கொள்ள விழையாத அன்புறவில் பூமியே அன்பு மயமாகிவிடுகிறது. ஆனால் உடைமை வேட்கையால் இவ்வுலக மனிதர்கள் ஓநாய்களாகவும், நாய்களாகவும், நரிகளாகவும் ஆகிவிடுகிறார்கள்.

தன் காலம் என்னவாக இருக்கிறது என்ற புரிதலிலிருந்தும் பரிசீலனையிலிருந்தும் உருவாகும் ஒரு படைப்பு, அதன் புனைவுப் பயணத்தில் அது எப்படியாக இருக்க வேண்டும் என்ற கனவுவெளிக்குள் பிரவேசிக்கிறது. யதார்த்தப் புனைவெளி யினூடாக மலர்ந்து விரியும் கனவுவெளிதான் ஜானகிராமனின் படைப்புகள். அந்தக் கனவுவெளியில், நம் வாழ்வுக்கான ஒருபோதும் வற்றாத ஓர் இன்ப ஊற்று சுரந்துகொண்டிருக்கிறது.

4. 'தன்மறதி' எனும் கலைக் கோட்பாடு

நவீன இலக்கியமானது, நம் வாழ்விற்கான மாறுபட்ட சாத்தியங் களைக் கண்டடையும் பேராற்றல் மிக்க ஒரு சக்தி. இது ஒரு படைப்பில் எப்படி உள்ளூறைகிறது? இலக்கியமானது, அடிப்படையில் புனைவின் ஆற்றலில்தான் ஒளிர்கிறது. இந்த உலகம் என்னவாக இருக்கிறது என்பதிலிருந்து உருக்கொள்ளும் ஒரு படைப்பு, அதன் புனைவுப் பயணத்தில் சாத்தியமான உலகம் பற்றிய கனவுவெளிக்குள் பிரவேசிக்கிறது. படைப்பாளியும்

படைப்பும் பரஸ்பரம் முயங்கித் திளைக்கும் படைப்பாக்கப் பயணத்தில் வெகு இயல்பாகக் கூடிவரும் அம்சமிது. இதன்மூலம் தான் கலை தன் உத்தேசத்தை நிறைவேற்றிக்கொள்கிறது. வாழ்வின் அடிப்படையான அகவய யதார்த்தமும் சுதந்திரமும் மனிதனிடமிருந்து பிடுங்கப்பட்டு, பாதைகள் களவாடப்பட்டு, ஓர் ஒடுங்கிய வட்டத்துக்குள் சிக்குண்டிருக்கும் மனிதனுக்குப் புதிய சாத்தியங்களை விரிக்கிறது இலக்கியம். அதிலும் குறிப்பாக, நாவல் கலை தனிமனிதனின் முழுமையை அகப்படுத்தும் சக்தி கொண்டதாக இருப்பதால் அது கொண்டிருக்கும் சாத்தியங்களும் கண்டடையும் சாத்தியங்களும் ஸ்தூலமாக வெளிப்படுகின்றன. இனி, தி. ஜானகிராமனின் மிகச் சிறந்த படைப்பான மோகமுள் நாவல் கண்டடைந்திருக்கும் மாறுபட்ட சாத்தியம் பற்றி அவதானிக்கலாம்.

தி. ஜானகிராமனின் மோகமுள் தமிழின் முதல் நவீன செவ்வியல் நாவல். நவீன வாழ்வும் செவ்வியல் படைப்பு நெறிகளும் அபாரமாகக் கூடி முயங்கியது. நாவலின் நாயகன் பாபு, கும்பகோணத்தில் தனியறை எடுத்துக் கல்லூரியில் பி.ஏ. படித்து வருகிறான். ஊர், பாபநாசம். அப்பா வைத்தி, கோவிலில் கதாகாலட்சேபம் செய்பவர். பாபுவை இசைக் கலைஞனாக்கும் ஆசையோடிருப்பவர். அப்பாவின் ஆசையை நிறைவேற்றும் கனவு பாபுவிடம் குடியிருக்கிறது. கல்லூரித் தோழன் ராஜம் மூலமாக, கர்னாடக இசையைத் தவமாகக்கொண்டு வாழும் இசை மேதையான ரங்கண்ணாவிடம் சேர்ந்து இசை பயில்கிறான். அதேசமயம், அப்பாவின் குடும்ப நண்பரான சுப்ரமணியின் இரண்டாம் மனைவி பார்வதி (மராத்திப் பெண்மணி) கும்பகோணத்தில் வசிக்கிறார். அவர்கள் வீட்டுக்கு அவ்வப்போது செல்லும் பாபு, பார்வதியின் ஒரே மகளான யமுனாவின்மீது அதீதக் காதல் வயப்படுகிறான். யமுனா, பாபுவைவிடப் பத்து வயது மூத்தவள். முதிர்கன்னி. யமுனா அவன் காதலை மறுக்கிறாள்.

இந்தச் சூழ்நிலையில் பாபுவின் கல்லூரிப் படிப்பு முடிகிறது. ரங்கண்ணா மரணமடைகிறார். உற்ற சிநேகிதன் ராஜம் மேற்படிப்புக்காக டில்லி செல்கிறான். சூழலின் வெக்கையிலிருந்து விடுபட மாறுதல் வேண்டி பாபு சென்னை செல்கிறான். அங்கு

இன்ஸ்யூரன்ஸ் கம்பெனியில் வேலை கிடைக்கிறது. அதேசமயம், யமுனாவின் மீதான காதல் வேட்கை அவனுள் அணையாது சுடர்விட்டுக்கொண்டிருக்கிறது. இதற்கிடையே பார்வதியின் கணவர் சுப்ரமணியின் மரணத்தையடுத்து, எவ்வித ஆதரவும் பராமரிப்புமின்றி யமுனாவின் குடும்பம் நலிந்து வறுமையில் உழல்கிறது. இக்காலகட்டத்தில் அம்மாவுடன் ஏற்பட்ட கடுமை யான தார்மீகப் பிணக்கினால் நிராதரவான யமுனா, பாபுவை நாடி சென்னை வருகிறாள். பாபுவுடன் இருக்கும் சில தினங்களில் ஒரு நாள் ஒரு நெருக்கடியான தருணத்தில் அவன் காதலை ஏற்றுத் தன்னை அவனுக்கு உவந்தளிக்கிறாள். பாபுவைத் தன் வாழ்வுக்கான நம்பிக்கைச் சுடராக ஏந்திக்கொள்கிறாள். இந்நாவலின் மைய நீரோட்டமான பாபு-யமுனா காதலின் பூரண மலர்ச்சியோடு நாவல் முடிவதில்லை. பாபு இசைமீது கொண்ட தீராக் காதல் மேலெழுகிறது.

ரங்கண்ணாவின் சீடரான பாலூர் ராமு, சென்னையில் பாபுவைச் சந்திக்க நேரும்போது அவனை இசைக் கச்சேரி செய்ய வற்புறுத்துகிறார். பாபு அதை ஏற்க மறுக்கிறான். அதேசமயம், இசை வாழ்க்கையைத் தவமென மேற்கொள்ள அவன் மனம் விழைகிறது. கும்பகோணம் கோவிலில் அவன் கேட்டுப் பிரமித்த மராட்டியப் பாடகரின் இந்துஸ்தானி இசையின் பிரபஞ்சவெளி அவனை அழைக்கிறது. அவருடைய குரல் வளமும் இசை ஞானமும் அவன் அடைய விரும்பும் லட்சிய இசை உலகமாக இருக்கிறது. யமுனா தரும் உத்வேகத்தோடும் நம்பிக்கையோடும் மராட்டியப் பாடகரிடம் இசை பயில பாபு மகாராஷ்டிரா செல்வதோடு நாவல் முடிகிறது. நாவல் கண்டடையும் மகத்தான சாத்தியமிது. பொதுவிலிருந்தும் சராசரியிலிருந்தும் விலகி, படைப்பு தன் உத்தேசத்தை நிறைவேற்றிக்கொள்ளும் அடிப்படை அம்சமிது.

'தன்மறதி' என்பதுதான் ஜானகிராமனின் அடிப்படைக் கலைக் கோட்பாடு. இந்த வார்த்தை அவருடைய படைப்புகளில் திரும்பத் திரும்ப வருகிறது. புணர்ச்சிக் களிப்பின்போதும், மகோன்னத மான இசையில் திளைக்கும்போதும், தன்னை முழுமுற்றாக ஒப்புக் கொடுத்துவிட வைக்கும் எந்த ஒரு அனுபவத்தின்போதும் நிகழ்வது 'தன்மறதி'. அது லயிப்பின் உச்ச அனுபவநிலை.

ஜானகிராமனின் நாவல் உலகில் கலைகள் விஸ்தாரமாக இடம்பெறுகின்றன. மோகமுள்ளிலும் மரப்பசுவிலும் இசை; உயிர்த்தேனில் சிற்பக்கலை; மலர் மஞ்சத்தில் நாட்டியம் என கலைகள் முக்கிய அம்சங்களாகி இருக்கின்றன. இக்கலைகளின் சிறப்புகளனைத்தும் 'தன்மறதி' என்ற லயிப்புக் கோட்பாட்டின் அடிப்படையிலேயே பேசப்படுகின்றன. நவீனத்தின் அடிப்படைக் கலைக் கோட்பாடான 'அந்நியமாதல்' என்பதற்கு எதிர்நிலையிலான செவ்வியல் கலைக் கோட்பாடு 'தன்மறதி'. எழுத்து ரீதியான கதையாடலில் 'தன்மறதி'யை நிகழ்த்திவிடும் அற்புதத் தன்மையில்தான் வெகுமக்களின் லயிப்பை இவர் படைப்புலகம் பெற்றுவிடுகிறது.

இசையின் தன்மையில் அல்லது இசை அனுபவத்தின் தன்மையில் அமையும் படைப்புலகம் இவருடையது. 'ஒரு எண்ணம், ஒரு சங்கதி, ஒரு பிடி' எனத் திளைக்கும் சஞ்சாரத்தில் அவருடைய சிறுகதைகள் அமைகின்றன என்றால், பல எண்ணங்கள், சங்கதிகள், பிடிகள் எனத் திளைக்கும் விஸ்தாரத்தில் அவருடைய நாவல்கள் அமைகின்றன. இத்தன்மையை எழுத்தில் சாத்தியமாக்குவது, நிகழ்வுகளைக் காட்சிப்படுத்தும் அவருடைய அபார வித்தகம்தான். ஜானகிராமனின் படைப்புகள் சம்பவங்களாலும் நினைவோட்டங்களாலும் உரையாடல்களாலும் கட்டமைக்கப் படுபவை. படைப்பில் காலமானது ஓரிரு வரிகளிலோ, அத்தியாயப் பிரிவிலோ, பாகங்களின் பிரிவிலோ நகர்ந்துகொண்டிருக்க, நிகழ்வுகளின் ஊடுபாவலில் படைப்பு உருக்கொள்கிறது. நிகழ்வுகளைத் துல்லியமான காட்சிகளாகச் சித்திரிக்கும் அலாதியான நுட்பம் இவருடையது. நிகழ்வின் இடப் பின்புலம், அந்நேரத்திய வெளிச்சம், சப்தம், வாசம், அதில் இடம்பெறும் பாத்திரங்களின் தோற்றம் என எல்லாமே ஓர் இசைமையில் உருத் திரண்டு, நிகழ்வு சலனிக்கும் காட்சியாக உயிர் கொண்டு விடுகிறது. அக்காட்சியில் நிகழும் பாத்திர உரையாடல்களில் ஒரு காந்தம் மாயப் பூச்செனப் படர்கிறது. வாசிக்கும் எந்த ஒரு இதயத்தையும் அது தன்னில் லயிக்கச் செய்கிறது.

ஜானகிராமன் 'தன்மறதி'யின் லயிப்போடு மாய்ந்து மாய்ந்து, வியந்து வியந்து எழுதிச் செல்கிறார். இந்த வியப்பிலிருந்தும் லயிப்பிலிருந்தும் தமிழ்ப் புனைவுலகிற்குச் சில அபூர்வங்கள்

கிடைத்திருக்கின்றன. ஜானகிராமனின் படைப்புலகைக் கட்டமைத்தது நவீனத்துவமல்ல. மாறாக, நவீன செவ்வியலின் புத்தெழுச்சித் தன்மை. இன்றைய இளம் படைப்பாளிகளும் வாசகர்களும் ஜானகிராமன் நமக்களித்திருக்கும் பொக்கிஷங் களின் பலன்களை இழந்துகொண்டிருப்பதாகத் தோன்றுகிறது. நம் மரபின் வளங்களிலிருந்து பெற்றுக்கொள்வதிலிருந்துதான் ஒரு படைப்பாளி தன்னுடைய தனித்துவங்களைக் கண்டடையவும் தன்னுடைய பிரத்தியேக அடையாளங்களைப் பதிக்கவும் முடியும். □

5

நகுலன்

(1921-2007)

1. வார்த்தைகள் புரளும் மனதின் ஓசை

நனவு மனம், நனவிலி மனம், ஆழ்மனம் என்றான மனித மன அடுக்குகளில் நனவு மனமும் நனவிலி மனமும் சதா எண்ண வோட்டங்களில் சலனித்தபடி இருக்கின்றன. ஆழ்மனம் தொன்ம மாகத் தொடரும் படிமங்களின் உறைவிடமாக இருக்கிறது. நனவு மனதிலும் நனவிலி மனதிலும் அலையடித்தபடியும் ஆரவார மற்றும் சலனித்துக்கொண்டிருக்கும் மனவோட்டங்கள் வார்த்தை களால் ஆனவை. மனம் வார்த்தைகளில் புரண்டபடி இருக்கிறது. மனம் தன்னிச்சையாக உருவாக்கும் வார்த்தைகளின் சொற்றொடர்களின் அவதானிப்பிலும், அது அப்படியாக சலனிப்பதிலுள்ள புதிரிலும் வியப்பும் திகைப்பும் கொள்ளும் கலைமனம் நகுலனுடையது. மரபும் நவீனமும், பேதமையும் மேதமையும் கலந்துறவாடும் படைப்பு சக்தி. வார்த்தைகள் திரும்பத் திரும்பவும், மாற்றி மாற்றியும் அமைவதில் திருமூலரின் திருமந்திர அம்சமும், மனவோட்டங்களை வார்த்தைகளின் வழிப் பின்தொடர்வதில் நவீன நனவோடை உத்தியும் முயங்கிக் களிக்கும் படைப்புகள் இவருடையவை. மனதின் தனிமொழி, பிரவாகம் கொள்ளும் எழுத்து. மிக மிகத் தனித்துவமான படைப்பு மேதை. இவரின் தன்மையிலான ஒரு படைப்பாளி, அதற்கு முன்னும் இருந்ததில்லை; பின்னும் வந்ததில்லை.

1975ஆம் ஆண்டு சுந்தர ராமசாமி காகங்கள் என்ற இலக்கிய அமைப்பைத் தொடங்கினார். அதன் முதல் கூட்டம் அந்த ஆண்டு மார்ச் அல்லது ஏப்ரல் மாதத்தில் ஒரு ஞாயிற்றுக்கிழமை காலை

நாகர்கோவில் விடுதியொன்றின் விசாலமான அறையில் ஆரம்பமானது. காலையில் ஓர் அமர்வு, மதியம் ஓர் அமர்வு. காலை அமர்வில் வண்ணநிலவனின் எஸ்தர் சிறுகதைத் தொகுப்பு பற்றி நான் கட்டுரை வாசித்தேன். மதியம் சுந்தர ராமசாமியின் நடுநிசி நாய்கள் கவிதைத் தொகுப்பு பற்றி ந. முத்துசாமி அனுப்பிவைத்திருந்த கட்டுரையை உமாபதி வாசித்தார். இந்தக் கூட்டத்துக்குத் திருவனந்தபுரத்திலிருந்து நகுலன், நீல. பத்மநாபன், ஆ. மாதவன், ஷண்முக சுப்பையா வந்திருந்தனர். நகுலனின் எழுத்துகள்மீது நான் தனிக் கிறக்கம் கொண்டிருந்த காலமது. அதுவரை வெளிவந்திருந்த அவருடைய நிழல்கள், நினைவுப்பாதை, நாய்கள் ஆகிய நாவல்களையும் அவர் வெளியிட்ட, இன்றளவும் ஒரு லட்சியத் தொகுப்பாக நான் கருதும் குருக்ஷேத்திரம் நூலையும், அதில் இடம்பெற்றிருந்த அவருடைய ரோகிகள் குறுநாவலையும், சிறுபத்திரிகைகளில் அவ்வப்போது வெளிவந்துகொண்டிருந்த அவருடைய கவிதைகளையும் வாசித்திருந்தேன். வாசிப்பின் திளைப்பில் அவர் எழுத்துகள்மீது தனிக் கிறக்கம் ஏற்பட்டிருந்தது.

சுந்தர ராமசாமியின் நடுநிசி நாய்கள் கவிதைத் தொகுப்பு பற்றிய முத்துசாமியின் கட்டுரை வாசித்து முடிக்கப்பட்டவுடன் தொடங்கிய கலந்துரையாடலில் முதலில் என் அபிப்ராயத்தைத் தெரிவிக்கும்படி நகுலன் கூறினார். அப்போது அவர் சொன்னார்: 'கலாப்ரியாவின் சுயம்வரம் நெடுங்கவிதை பற்றி, திருவனந்த புரத்தில் நாங்கள் கூடி விவாதித்தோம். அந்த விவாதத்தில் பேசப்பட்டவற்றை நான் தொகுத்து எழுதுவதென முடிவு செய்தோம். அந்தச் சமயத்தில்தான், சுயம்வரம் பற்றி விழிகள் இதழில் உங்களுடைய கட்டுரையைப் பார்த்தோம். மிகச் சிறப்பாக இருந்தது. நாங்கள் பேசியதைத் தொகுத்து நான் எழுதியிருந்தால் அது எனக்கும் புரிந்திருக்காது, படிப்பவர்களுக்கும் புரிந்திருக்காது' என்று சிரித்தபடியே சொன்னார். அப்போது எனக்கு வயது 23. அந்த இளம்வயதில் அது, கூச்சம், மகிழ்ச்சி, எக்களிப்பு என்றான உணர்ச்சிக் கலவைக்கு என்னை ஆளாக்கியது. அப்போது மதுரைப் பல்கலைக்கழகத்தில் தமிழ் எம்.ஏ., இரண்டாமாண்டு படித்துக் கொண்டிருந்த நான், விழிகள் என்ற சிறுபத்திரிகையை நண்பர் களோடு இணைந்து நடத்திக்கொண்டிருந்தேன். அதில் நான்

எழுதிய கலாப்ரியாவின் 'சுயம்வரம்' பற்றிய அந்தக் கட்டுரைதான் சுந்தர ராமசாமி என்னைச் சந்திக்கவும், காகங்கள் முதல் கூட்டத்துக்குக் கூப்பிடவும் காரணமாக அமைந்தது.

கூட்டம் முடிந்ததும் மாலை நகுலன் என்னிடம், 'நீங்கள் எங்களோடு திருவனந்தபுரம் வர முடியுமா' என்று கேட்டார். அது எனக்கு வியப்பூட்டியது. நான் சுந்தர ராமசாமியிடம் சொல்லி விட்டு அவர்களோடு திருவனந்தபுரம் சென்றேன். அன்று முன்னிரவிலிருந்து அநேகமாக இரவு 11 மணி வரை நீல. பத்மநாபனின் வீட்டில் உரையாடல் தொடர்ந்தது. பெரும்பாலும் நகுலன்தான் முன்னெடுத்தார். அவை பெரும்பாலும் அன்றைய இலக்கிய அபிப்ராயங்கள், சச்சரவுகள் பற்றியவை. நானும் என் அபிப்ராயங்களைத் தயக்கமின்றிச் சொல்லிக்கொண்டிருந்தேன்.

மற்றவர்கள் பிரிந்து சென்ற பிறகு, அன்றிரவு நீல. பத்மநாபனின் வீட்டில் தங்கினேன். மறுநாள் காலை தன்னுடைய அலுவலகத் துக்குச் செல்வதற்கு முன்பாக, நீல. பத்மநாபன் என்னை நகுலன் வீட்டில் விட்டுச் சென்றார். நான் எங்கும் தங்கும் முகாந்திரத் துடன் சென்றிருக்கவில்லை. காலையில் சிறிது நேரம் நகுலனிடம் உரையாடிவிட்டு மதுரை திரும்பினேன். தனித்த உரையாடலில் நகுலன் வெகு பாந்தமாக, வெவ்வேறு திசைகளில் பயணிப்பவராக இருந்தார். ஒரு தமிழ் மாணவனாக என்னுடைய நவீன இலக்கிய ஈடுபாடும் செயல்பாடும் அவருக்குப் பெரும் வியப்பைத் தந்திருப்பதை உணர முடிந்தது. கல்விப் புலத்தில் நவீன இலக்கியம் சார்ந்த உதாசீனம் குறித்த கவலையை வெளிப் படுத்தினார். பழந்தமிழ் இலக்கியத்திலும்கூட தமிழ்ப் பேராசிரியர் களின் அறிவு இலக்கியத்துவமற்றதாக இருப்பது குறித்த ஆதங்கம் வெளிப்பட்டது. எல்லாவற்றுக்கும் மேலாகக் க.நா. சுப்ரமணிய மிடம் அவர் கொண்டிருந்த அபார மதிப்பு வெளிப்பட்டபடி இருந்தது. க.நா.சுவைப் பின்தொடர்வதுதான் மீட்சிக்கான பாதை என்பதாக அவருடைய எண்ணம் இருந்தது.

அதன்பிறகு, நகுலனுடன் கடிதத் தொடர்பு இருந்து கொண்டிருந்தது. அந்த ஆண்டில் மதுரைப் பல்கலைக்கழகத் தமிழ்த் துறையில் எம்.ஏ., முடித்துவிட்டு அங்கேயே ஆய்வு மாணவனாகச் சேர்ந்தேன். 'தமிழ் நாவலின் போக்குகள்' பற்றியது

என் ஆய்வு. ஆய்வு மாணவர்களுக்கான கருத்தரங்கில் நகுலனின் நாவல்கள் பற்றிய கட்டுரை வாசிக்க முடிவு செய்தேன். 1976ஆம் ஆண்டு அது. அதுவரை வெளிவந்திருந்த, நிழல்கள், நினைவுப் பாதை, நாய்கள் ஆகிய நாவல்களின் அடிப்படையில் நகுலனின் படைப்புலகை அணுக முனைந்தேன். அதுபற்றிக் குறிப்பிட்டு, வேறு நாவல்கள் இருக்கிறதா என்று அவருக்குக் கடிதத்தில் கேட்டிருந்தேன். அவர் அந்த மஞ்சள் நிறப் பூனை என்ற நாவலின் கையெழுத்துப் பிரதியை அனுப்பினார். அதுதான் அவருடைய முதல் நாவல் என்றும் அது இதுவரை புத்தகமாகவில்லை என்றும் குறிப்பிட்டிருந்தார். அவருடைய நாவல்கள் பற்றி அப்போது நான் எழுதிய கட்டுரை திருப்திகரமாக அமையவில்லை. அதனால், அதை வாசிக்க விரும்பிப் பலமுறை கேட்டும் அவருக்கு நான் அனுப்பவில்லை.

திரை உலக மேதை இங்மெர் பெர்க்மன், ரஷ்யத் திரைக் கலைஞன் ஆந்ராய் தார்க்கோவ்ஸ்கி பற்றி இவ்வாறு குறிப்பிடு கிறார்: 'நான் மனித மன உலகில் பிரவேசிப்பதற்காக அதன் கதவுகளைத் தொடர்ந்து தட்டிக்கொண்டே இருக்கிறேன். அந்தத் தட்டல் சத்தங்கள்தான் என்னுடைய திரைப்படங்கள். ஆனால் தார்க்கோவ்ஸ்கிக்கு மனித மனக் கதவுகள் தாமாகத் திறந்து வழிவிடுகின்றன. அவர் அநாயசமாக உள்ளே புகுந்து சஞ்சரிக்கிறார்.' நகுலன், தன் மனக் கதவுகளைத் தொடர்ந்து தட்டிக்கொண்டே யிருக்கிறார். அவருடைய கலைமனதின் இந்த இடையறா பிரயாசைகளில் எழும் சப்தங்களின் அதிர்வுகள்தாம் அவருடைய படைப்புகள்.

2. வசீகரத் தனிப் பாதை

நவீனத் தமிழ் இலக்கியப் படைப்புவெளியில் முன்னுதாரணமற்ற படைப்புப் பயணத்தை வெகு அநாயசமாக மேற்கொண்டவர் நகுலன். பொதுவாக, ஒரு நவீனப் படைப்பாளி தன் காலம் பற்றியும், சமூகம் பற்றியும், வாழ்க்கை பற்றியும், மனித மனங்கள் பற்றியும் அறிவதற்கும் அவதானிப்பதற்குமான பாதையாக எழுத்தை அணுகுகிறார். அதற்கு மாறாக, தன்னை அறிவதற்கான வழியாக எழுத்தை அணுகியவர், நகுலன். 'எப்படி எப்படி எழுதினால் என்னைத் தெரிந்துகொள்ளலாம் என்றுதான் விதம்

விதமாக எழுதிப் பார்க்கிறேன்' என்கிறார் நகுலன். மிகுந்த கலை நம்பிக்கையோடு தனக்கான தனிப் பாதையை அமைத்துக் கொண்டவர். புனைவுப் பாதையின் வரலாறு அதுவரை உருவாக்கிக் கொடுத்த எந்தவொரு சௌகரியத்திலும் கொஞ்சமும் தஞ்சமடையாமல், தன் படைப்புலகை நிர்மாணித்த தனிப்பெரும் படைப்பு சக்தி.

நவீனத் தமிழுக்கான நகுலனின் பெரும் கொடை அவருடைய நாவல்கள். 8 நாவல்கள் எழுதியிருக்கிறார். தமிழில் அதிக அளவில் பெறுமதியான நாவல்கள் படைத்தவர்கள் என க.நா.சுப்ரமணியம், தி. ஜானகிராமன், நகுலன் ஆகிய மூவரைக் கருதலாம். நாவல் என அறியப்பட்ட கலைப் பாதையில் தம் புனைவுப் பயணங்கள் மூலம் சில அரிய உச்சங்களை க.நா.சுவும் ஜானகி ராமனும் அடைந்தார்கள். க.நா.சுவிடம் பரிசோதனை ரீதியான சில கிளைப் பாதைகள் உண்டென்றாலும் அவை பிரதான மைய நீரோட்டத்தின் கிளை நதிகள்தாம். எனில், முற்றிலும் புதிதான தனிப் பாதை வகுத்து, தனதான பிரத்தியேகத் தனிமொழியில் அபூர்வமான பிராந்தியங்களுக்குள் அநாயசமாகப் பயணம் செய்தவர் நகுலன். அது தனிப்பாதை மட்டுமல்ல, வெகு வசீகரமான கலைப் பாதையும்கூட. நிழல்கள் (1965), நினைவுப் பாதை (1972), நாய்கள் (1974), நவீனன் டைரி (1978), இவர்கள் (1983), சில அத்தியாயங்கள் (1983), வாக்குமூலம் (1992) ஆகிய இந்த ஏழு நாவல்களும் வெவ்வேறு பதிப்பகங்களாலும், சொந்தச் செலவிலும் பிரசுரிக்கப்பட்டவை. எட்டாவதாகப் பிரசுரமான அந்த மஞ்சள் நிறப் பூனைக்குட்டி எனும் நாவல் 2002இல் காவ்யா பதிப்பகம் வெளியிட்ட நகுலன் நாவல்கள் என்ற தலைப்பிலான முழுமையான தொகுப்பில் நேரடியாக இடம்பெற்றது. அதுவரை அது தனிப் புத்தகமாக வந்திருக்கவில்லை. ஆனால் அதுதான் அவர் எழுதிய முதல் நாவல். 1976இல் நான் அந்த நாவலைக் கையெழுத்துப் பிரதியாகப் படித்தேன். சுந்தர ராமசாமி அதை 1965இல் படித்திருக்கிறார்.

1975இல் நகுலனுடன் ஏற்பட்ட முதல் சந்திப்புக்கும் நெருக்கத்துக்கும் பிறகு, கடிதத் தொடர்பு மூலம் நட்பும் உறவும் நீடித்தது. அச்சமயத்தில், அவருடைய நாவல்கள் பற்றி நான் எழுத இருந்த ஓர் ஆய்வுக் கட்டுரைக்காக, அதுவரை பிரசுரமாகாத, அந்த

மஞ்சள் நிறப் பூனை என்ற நாவலை, அதுதான் அவர் முதலில் எழுதிய நாவல் என்ற குறிப்போடு அனுப்பியிருந்தார். ஒருமுறை சுந்தர ராமசாமியிடம் நகுலனின் அந்த மஞ்சள் நிறப் பூனை நாவல் படித்தது பற்றிக் குறிப்பிட்டேன். அதற்கு சுந்தர ராமசாமி, நகுலன் அவரிடம் முதலில் படிக்கக் கொடுத்த நாவல் அதுதான் என்றும் அது அவருக்கு மிகவும் பிடித்திருந்தது என்றும் அதனாலேயே தமிழ்ப் புத்தகாலயத்தில் நகுலனின் நாவலைப் பெற்று வெளியிடும்படி சொன்னதாகவும் கூறினார். ஆனால், நகுலன் நிழல்கள் என்ற வேறொரு நாவலை அவர்களுக்கு பிரசுரிக்க அனுப்பியிருக்கிறார் என்பது அது என்னிடம் முன்னுரைக்காக வந்தபோதுதான் தெரியும் என்றார். அந்த மஞ்சள் நிறப் பூனை நகுலனிடமே பல காலம் இருந்தது. நான் முன்றில் புத்தகக் கடையை அடைக்கலமாகக் கொண்டிருந்த 1995-96 காலகட்டத்தில் நகுலனின் அந்த மஞ்சள் நிறப் பூனை முன்றில் பதிப்பகத்தின் பார்வைக்கு வந்தது. அப்போதும் அதை வாசித்தேன். குறிப்பிடத் தகுந்த நாவல் என்ற அபிப்ராயம் மாறவில்லை. அப்போதும் அது பிரசுரமாகவில்லை. 2002இல் காவ்யா வெளியிட்ட நகுலன் நாவல்கள் என்ற முழுமையான தொகுப்பில்தான் அந்த மஞ்சள் நிறப் பூனைக்குட்டி என்ற தலைப்பில் அது இடம்பெற்றது. நகுலனுடைய நாவல்களில் நினைவுப் பாதை, நாய்கள், நவீனன் டைரி, வாக்கு மூலம் என்ற நான்கும் சிறந்தவை. பிற நான்கும் குறிப்பிடத் தகுந்தவை.

நகுலன் உருவாக்கிய அசாத்திய நாவல் கலை மரபின் தொடக்கமாக அமைந்தது, நினைவுப் பாதை நாவல். அவருடைய படைப்புகளில் நான் முதலில் படித்தது இந்த நாவல்தான். இதுதான் நகுலன் மீதான பிரமிப்பையும் கிறக்கத்தையும் ஏற்படுத்தியிருந்தது. நகுலன் உருவாக்கிய புது எழுத்து மரபின் தொடக்கமாக அமைந்த நினைவுப் பாதை ஓர் எழுத்தாளனைப் பற்றியது. அதாவது, அந்த நாவலை எழுதும் எழுத்தாளனின் நினைவுப் பாதை. எவ்விதத் தீர்மானமுமற்று நாட்குறிப்புத் தன்மையில் எழுதிச் செல்லப்படும் நாவலின் ஆரம்ப வரிகள் இவை: 'இனி எழுதவதற்கு என்ன இருக்கிறது, இனி எழுதவே கூடாது என்று இருந்தவன் இப்போது மறுபடியும் எழுதுகிறேன். இது மாத்திரமன்று. ஒருவித நியதியும் வகுத்துக்கொள்ளாமல்தான்

எழுதுகிறேன். முதல் வாக்கியம் எழுதிய பிறகுதான் அடுத்த வாக்கியம் இப்படி அமையும் என்று அது அமையும்வரை எனக்குத் தெரியாது.'

இவ்வாறான தன்மையுடன் ஓர் எழுத்தாளனால் எழுதப்படும் ஒரு நாவல், எழுத்தாளன் தன் வாழ்வில் எதிர்கொள்ளும் சக எழுத்தாளர்கள், படைப்புச் சூழல், பதிப்புச் சூழல், விமர்சனச் சூழல், வாசக மனோபாவம் என்பவற்றோடு ஊடாடியும் உரையாடியும் விரிகிறது. தனிமையின் ஏகாந்தத்திலும் தனிமையின் அழுத்தத்திலும் வாழ்ந்த நகுலன், தன்னிலிருந்து தன்னைக் கண்டடையும் பிரயாசையாகத்தான் எழுதிச் செல்கிறார். நகுலனாகவும் நவீனனாகவும் தனக்குள்ளேயே உரையாடிக் கொள்கிறார். ஒரு மனிதனுக்கும் அவனுள் தகிக்கும் படைப்பாளிக்கும் இடையே நிகழ்ந்தபடி இருக்கும் உரையாடல்கள். 'நவீனன் ஒரு எழுத்தாளன். நகுலன் ஒரு மனிதனின் புனைபெயர்' என்கிறார் நகுலன்.

இந்தத் தனியனின் காதல் மனத் தகிப்பின் உருவகமாக, அவருடைய நினைவுப் பாதையில் ஒளிரும் மாய நிழலாக, சுசீலா அவருடைய நினைவில் தொடர்ந்துகொண்டிருக்கிறாள். ஓர் ஒளிச் சுடர் அவள். 'சுசீலா நான் உருட்டும் ஜபமாலை. நான் கண்ட தெய்வம்' என்கிறார் நகுலன். சதா அலையடித்துப் புரண்டு கொண்டிருக்கும் எண்ணவோட்டங்களிலிருந்து விடுபடுவதற்காக அவர் உருட்டும் ஜபமாலை, சுசீலா. அவருடைய திருமந்திரம். இப்படியான ஒரு நாவலை நகுலன் ஒரு நிறைவான வாசிப்பு அனுபவமாக உருவாக்கியிருப்பதுதான் இந்தப் படைப்பின் தனிச் சிறப்பு. இந்த நாவல்வழி நகுலன் உருவாக்கிய புதுமரபின் தொடர்ச்சியாகவும் நீட்சியாகவும் அமைந்தவையே அவருடைய மற்றுமிரு சிறந்த நாவல்களான நாய்கள் மற்றும் நவீனன் டைரி.

நகுலனுடைய மற்றுமொரு சிறந்த நாவல், வாக்குமூலம். முதுமையின் தனிமையில் ஒருவர் தற்கொலை செய்துகொள்வதற்கு அரசு அனுமதிக்க வேண்டும் என்பதற்கான விண்ணப்பத்தை அடைப்படையாகக் கொண்டது. அவருடைய தனிமையில் கருக் கொண்டிருக்கும் இந்த நாவல், கலை மேதமையில் உருக் கொண்டிருக்கிறது. தனித்துவம் மிளிரும் எளிமையின் வசீகரம் நகுலன்.

3. மன நிலத்தின் புதிர்மொழி

நவீனத் தமிழ் இலக்கியத்தில் தனிப் பாதை வகுத்து, அதனூடாக மேற்கொண்ட நெடிய பயணங்கள் மூலம் தனதான கலைப் பிராந்தியத்தைக் கட்டமைத்தவர் நகுலன். அந்தப் பிராந்தியத்தில் வாசம் செய்வதில் நிறைவடைந்தவர். காலம், வாழ்க்கை, மனிதர்கள், தருணங்கள், வார்த்தைகள் ஆகியவற்றில் மாறாத திகைப்பும் வியப்பும் கொண்டியங்கிய கலை மனம் இவருடையது. காரண-காரியத் தர்க்க உலகிற்கு அப்பாற்பட்ட படைப்புலகை நிர்மாணித்தவர். தனிமையின் வாசனை சூழ்ந்த உலகம். நாவல், கவிதை, சிறுகதை, கட்டுரை என எழுத்தின் எல்லா ஊடகங்களிலும் பயணம் செய்தவர்.

1959இல் சி.சு. செல்லப்பாவால் தொடங்கப்பட்ட எழுத்து இதழே இவருடைய எழுத்துலகப் பிரவேசத்தின் தொடக்கம். அதன் முதல் ஆண்டிலிருந்து, தன்னுடைய 38ஆவது வயதில், கட்டுரைகளும் கவிதைகளும் எழுதத் தொடங்கியவர். எழுத்து காலப் பத்தாண்டுகளும் அதில் கவிதை, சிறுகதை, கட்டுரை எனப் பங்களித்திருக்கிறார். தொடக்கத்தில் அவருடைய படைப்புகள் புத்தகங்களாவதற்குத் தமிழ்ப் பதிப்புச் சூழல் சாதகமாக இல்லை. அவரே, சொந்தச் செலவில் சிலவற்றை வெளியிட்டிருக்கிறார். சிறுபத்திரிகைகளில் மட்டுமே கடைசிவரை எழுதிய நகுலன், தன்னுடைய எழுத்து சிறுபத்திரிகை வாசகர்களிடையே கவனம் பெற வேண்டும் என்று விரும்பினார். ஆனால் அந்த அளவில்கூட அவர் தொடக்கத்தில் கவனம் பெறவில்லை. அவருடைய முற்றிலும் சோதனை ரீதியான படைப்புகளை வெளியிட பதிப்புச் சூழலும் அனுசரணையாக இல்லை. இந்நிலையில் அவரே தன்னுடைய புத்தகங்களை வெளியிட்டுக்கொள்ளும்படி ஆனது. ஐந்து தொகுப்பு முன்னுரையில் அவர் இவ்வாறு குறிப்பிடுகிறார்: 'எனக்கு வேலையிலிருந்து ஓய்வு பெற இன்னும் இரண்டு ஆண்டுகள் இருக்கின்றன. ஓய்வு பெற்ற பிறகு, என் சொந்தச் செலவில் புத்தகங்களைப் பிரசுரிக்க முடியுமா என்பது எனக்கு சந்தேகமாகவே இருக்கிறது. அந்த நிலையில் இந்த இலக்கியச் சூதாட்டத்தில் என் கடைசிப் பைசாவையும் விளையாட முற்பட்ட துணிவே இந்த ஐந்து.'

காலம் மெல்ல மெல்ல அவருடைய அருமையை உணரத் தொடங்கியது. ஆனால் இது நிகழத் தொடங்கியபோது, அவருக்கு எழுபது வயதுக்கும் மேலாகிவிட்டது. மறதியும் ஆட்கொள்ளத் தொடங்கிவிட்டது. 1990களின் மத்தியிலிருந்து நகுலன் ஒரு வசீகரக் கலை ஆளுமையாக அறியப்படலானார். இளம் படைப்பாளிகளிடம் அவர் மீதான ஒரு வசீகர ஈர்ப்பு உருவானது. இந்தப் புதிய அலை உருவாவதற்குப் பிரதான காரணமாக இருந்தவர் கோணங்கி. நகுலனுடைய படைப்புலகம், படைப்பு மனோபாவம், வாழ்க்கைமுறை, தனிமை, கலை நம்பிக்கை ஆகியவற்றின்மீது கோணங்கி கொண்ட வசீகர ஈடுபாட்டில் அவரை ஆர்வத்துடன் சந்திக்கத் தொடங்கினார்.

1994இல் அவர் நகுலனோடு நிகழ்த்திய நேர்காணலும், அதைத் தொடர்ந்து அவர் கொண்டுவந்த கல்குதிரை நகுலன் சிறப்பிதழும் சில அதிர்வலைகளை உருவாக்கின. நேர்காணல் சந்திப்புக்குப் பின்னான இரவில் கோணங்கி எழுதிய 'நகுலன் இறந்த பின்னும் ஒலிநாடா ஓடிக்கொண்டிருக்கிறது' என்ற சிறுகதை நகுலன் சிறப்பிதழில் இடம்பெற்றது. நேர்காணல், சிறப்பிதழின் முக்கிய அம்சமாக அமைந்தது. அவர் ஊர்சுற்றி இலக்கிய ஆர்வலர்களுடன் உரையாடுபவர் என்பதால், அவருடைய மந்திரச் சொல்லாடல்களில் கேட்பவர் கொண்ட மாய வசீகரம், நகுலனை ஓர் அற்புதக் கலை ஆளுமையாக அறியவும் உணரவும் வழி செய்தது. குறிப்பாக, அவருடைய கவிதைகள் சில புதிய வாசல்கள் திறப்பதற்கு ஏதுவாகின. அவருடைய தனிமையும், தனித்துவமும், பேதமையும் அவரைச் சென்று பார்க்கவும், உரையாடவும், நேர்காணல்கள் மூலம் அவரைப் பதிவு செய்வதற்குமான விழைவுகளை ஏற்படுத்தின.

அய்யனார் 1998இல் ஒரு நேர்காணல் மேற்கொண்டு அது புதிய பார்வை இதழில் வெளியானது. 2000 ஆண்டின் தொடக்கத்தில் தி. பாண்டியராஜு, விக்ரமாதித்யன், செந்தில்குமார், பாண்டித்துரை இணைந்து ஓர் ஆவணப் படத்தை உருவாக்கினர். ஆர்.ஆர். சீனிவாசன் நகுலனை அழகிய புகைப்படங்கள் மூலம் வசப் படுத்தினார். காரண-காரியத் தர்க்க உலகிற்கு மாறாக, மன உலகின் புதிர்ப் பிரதேசங்களில் சஞ்சரிக்கும் தனித்துவக் கலை ஆளுமையென அவர் அருமை உணரப்பட்டது. லௌகீகத் தர்க்க

உலகப் படைப்பாளிகளின் சாமர்த்தியங்களுக்கு மாற்றான ஒரு கலை உருவகமாக அவர் அடையாளம் காணப்பட்டார்.

காவ்யா பதிப்பகம் அவருடைய எல்லா எழுத்துகளையும் 2001, 2002ஆம் ஆண்டுகளில் தொகுப்பு நூல்களாகக் கொண்டுவந்தது. நகுலன் நாவல்கள், நகுலன் கவிதைகள், நகுலன் சிறுகதைகள், நகுலன் கட்டுரைகள் என அவை வெளிவந்தன. நகுலனின் எழுத்துகள் பற்றிய பலரின் பார்வைகளை உள்ளடக்கிய தொகுப்பாக 2004இல் நகுலன் இலக்கியத் தடம் என்ற நூலையும் காவ்யா கொண்டுவந்தது. இக்காலகட்டத்தில் காவ்யா வெளியிட்ட நகுலன் பற்றிய இன்னொரு சிறப்பான வெளியீடு, கண்ணாடியாகும் கண்கள். 2003ஆம் ஆண்டில், நகுலனுடைய 82ஆவது வயதில், ஆர்.ஆர். சீனிவாசன் எடுத்த நகுலனுடைய புகைப்படங்களுடன், தேர்ந்தெடுக்கப்பட்ட சில கவிதைகளும் கொண்டு, ஆர்.ஆர். சீனிவாசன் தொகுத்த ஓர் அழகிய நூல். தமிழில் ஓர் அரிய முதல் முயற்சி.

நவீனத் தமிழ் இலக்கியத்தில் அவருடைய தனித்துவமான உயரிய பங்களிப்பென்பது, அவருடைய நாவல்களும் கவிதைகளுமே. அவருடைய கட்டுரைகளும் சிறுகதைகளும் குறிப்பிடத் தகுந்தவை; எனினும், அவருடைய கலை மேதைமையின் அபூர்வ வெளிப்பாடுகளாக அமைந்தவை நாவல்களும் கவிதைகளும்.

மனமெனும் புதிர் நிலத்தில் விளையும் மொழியின் கொடையே நகுலனின் கவிதைகள். காவ்யா வெளியிட்டுள்ள முழுக் கவிதைத் தொகுப்பு, மிகச் சிறப்பாகத் தொகுக்கப்பட்டுள்ளது. ஏழு பகுதிகளாக அது அமைந்துள்ளது: முதல் பகுதியில் 1959-69 வரையான பத்தாண்டுக் காலத்தில் அவர் எழுத்து இதழில் எழுதிய கவிதைகளும், அதனையடுத்த 5 பகுதிகளில் புத்தகங்களாக வெளிவந்த, இரு நீண்ட கவிதைகள், மூன்று, ஐந்து, கோட்ஸ்டாண்ட் கவிதைகள், சுருதி ஆகியனவும், கடைசிப் பகுதியில் இறுதிப் பத்தாண்டுக் கவிதைகள் எனவுமாக இந்தத் தொகுப்பு கட்டமைக்கப் பட்டுள்ளது. நகுலனுடைய 40 ஆண்டு காலக் கவித்துவப் பயணத்தின் அழகிய தடங்களின் அருமையான பதிவு. இந்தப் பயணத்தில், இக்காலகட்டங்களில் வெளியான எல்லா சிறுபத்திரிகைகளிலும் அவருடைய கவிதைகள் பிரசுரமாகி

யிருக்கின்றன. எழுத்து, ஞானரதம், நீலக்குயில், கொல்லிப்பாவை, ழ, ஸ்வரம், கணையாழி, கனவு, மீட்சி, விருட்சம், முன்றில், கல்குதிரை என இது நீள்கிறது.

எளிய வார்த்தைகளின் திகைப்பூட்டும் சேர்மானங்களில் கவித்துவம் கொள்ளும் கவிதைகள் இவருடையவை. எவ்வித ஒப்பனையும் அலங்காரமும் அற்றவை. எனினும் அவை தன்னியல்பாகக் கொள்ளும் தத்துவ உள்ளுறையும் தொனியும் பிரமிக்க வைப்பவை. அவருடைய ஒரு எளிய கவிதை இது: 'வழக்கம் போல/ எனது அறையில்/ நான் என்னுடன் இருந்தேன்/ கதவு தட்டுகிற மாதிரி/கேட்டது/யார்? என்று கேட்டேன்/ நான்தான் சுசிலா/என்றாள்.' அவருடன் மட்டுமே அவர் எப்போதும் இருந்துகொண்டிருக்கும் அறையில், மன மொழி புரியும் விந்தைகளில் அவருடைய வாழ்வும் எழுத்தும் சுடர் கொண்டிருந்தன.

4. தனிமையின் ஜபமாலை

தனிமையின் உள்ளார்ந்த விழிப்பில் படைப்புகளை உருவாக்கிய படியும் வாழ்வை நகர்த்தியபடியும் இருந்த நகுலனின் இயற்பெயர் டி.கே. துரைஸ்வாமி. 1921, ஆகஸ்ட் 21இல் தாய்வழி ஊரான கும்பகோணத்தில் பிறந்தவர். அவருடைய 14ஆவது வயதில், 1935இல் அவர்களுடைய குடும்பம் திருவனந்தபுரத்துக்குக் குடிபெயர்ந்தது. அதனைத் தொடர்ந்து 86 வயதுவரையான தன் வாழ்நாள் முழுவதும் திருவனந்தபுரத்திலேயே வாழ்ந்தவர். திருமணம் செய்துகொள்ளாதவர். தமிழ், ஆங்கிலம் இரண்டிலும் முதுகலைப் பட்டங்கள் பெற்றவர்.

தமிழ் முதுகலைப் பட்டப் படிப்பை அண்ணாமலைப் பல்கலைக் கழகத்திலும், ஆங்கில முதுகலைப் படிப்பை வெளிமாணவனாக நாக்பூர் பல்கலைக்கழகத்திலும் முடித்தார். அதனைத் தொடர்ந்து, திருவனந்தபுரத்தில் இவானியர் கல்லூரி, ஆங்கிலத்துறையில் பணிபுரிந்தபடியே, நனவோடை உத்தியில் நாவல்கள் எழுதிய ஆங்கில நாவலாசிரியை வெர்ஜீனியா வுல்ஃப் நாவல்கள் குறித்து ஆய்வு மேற்கொண்டார். நகுலன் நேர்பேச்சில் குறிப்பிட்டதைத் தொடர்ந்துதான் நான் வெர்ஜீனியா வுல்ஃப் நாவல்களைப் படிக்கத்

தொடங்கினேன். திருவனந்தபுரம் இவானியர் கல்லூரியில் விரிவுரையாளராகப் பணியைத் தொடங்கி கிட்டத்தட்ட 40 ஆண்டுகள் பணிபுரிந்து பேராசிரியாக ஓய்வு பெற்றவர். பழந் தமிழ் இலக்கியத்திலும் நவீன உலக இலக்கியத்திலும் வளமான வாசிப்பனுபவம் கொண்டவர். தமிழ், ஆங்கிலம் இரண்டிலுமே எழுதியவர். தமிழில் நகுலன் என்ற புனைபெயரிலும் ஆங்கிலத்தில் டி.கே. துரைஸ்வாமி என்ற இயற்பெயரிலும் எழுதினார்.

திருவனந்தபுரத்தின் கௌடியார் பகுதியில் கோல்ஃப் லிங்க்ஸ் சாலையின் ஓர் இறக்கத்தில் மரங்கள் அடர்ந்த பசுமையான பகுதியில் அவர் வாசம் புரிந்த தனிவீடு இருந்தது. அங்கு அவர் ஒரு தனியனாகவே வசித்துவந்தார். இந்த வீட்டுக்கு 1975-78 வரையான காலங்களில் மூன்று முறை சென்றிருக்கிறேன். அதற்குப் பின் அவரை நான் சந்திக்க அமையவில்லை. என் அக்கால சந்திப்புகளின்போது, இலக்கியப் பிரதிகள் பற்றிய அவதானிப்பிலும், படைப்பாளிகளின் மனோபாவங்கள் குறித்தும், சிறுபத்திரிகை இயக்க சச்சரவுகள் பற்றியும் தீர்மானமான அபிப்ராயங்கள் அவரிடம் இருந்தன. லௌகீகத்தையும் இலக்கியத் தையும் தனித் தனியே அததற்குரிய சாமர்த்தியங்களோடு அணுகும் படைப்பாளிகள் குறித்து அவருடைய பேச்சில் வியப்பும் கிண்டலும் சரளமாக வெளிப்படும். திருவனந்தபுர நவீன இலக்கிய எழுத்தாளர்களுக்கு உத்வேகமாகவும் ஞான குருவாகவும் விளங்கிய அதேசமயம், அவர்களுடைய படைப்பு, வாழ்க்கை மனோபாவம் குறித்த தெளிந்த அவதானிப்பும் அவரிடம் இருந்தது. ஆனால், அவருடைய வாழ்நாளின் கடைசி 10 ஆண்டுகளில் அவரை சந்தித்தவர்களின் பதிவுகள், அவருடைய நினைவுகள் பிசகுவதையும், பேச்சின் இழைகள் அறுபடுவதையும் வெளிப் படுத்துகின்றன.

என் ஆரம்ப கால சந்திப்புகளில், திருவனந்தபுரத்தில் வாழ்ந்த கவிஞர் ஷண்முக சுப்பையாவைக் கவியாகவும் நண்பராகவும் நகுலன் மிகவும் நேசித்தார். அவர் உடல் நலமற்றிருந்த சமயத்தில் ஒருமுறை ஷண்முக சுப்பையாவைப் பார்க்க என்னைக் கூட்டிச் சென்றார். ஷண்முக சுப்பையாவின் மரணம் நகுலனின் தனிமையை மேலும் கூட்டியது. அதேசமயம் அவருடைய தனிமைதான்

அவருடைய உள் உலகில் அவர் எப்போதும் திளைத்திருப்பதற்குத் துணையாக இருந்திருக்கிறது. 'உள் உலகில் இருப்பதுதான் குதூகலமாக இருக்கிறது' என்கிறார் நகுலன். தனிமையின் துணை யின்றி எழுத்தில்லை. புறம் சார்ந்த படைப்புகூட, மனம் கொள்ளும் விழிப்பிலிருந்தும், அதன் எதிர்வினையிலிருந்தும், அது உருவாக்கும் எழுத்துக்கான பிரத்தியேகத் தனிமையிலிருந்துமே நிகழ்கிறது. நகுலனின் தனிமையும் அவர் நேசித்த உள் உலகமுமே அவர் மிகுந்த வேட்கையுடன் எழுத்துலகில் இயங்கியதற்குப் பிரதான காரணம்.

2003 இறுதியில், நகுலனுடைய 82ஆவது வயதில், நண்பர் தி.ஜா. பாண்டியராஜு நகுலன் பற்றிய ஓர் ஆவணப்படத்தை ஒளிப்பதிவு செய்து இயக்கியிருக்கிறார். இரண்டு முறை திருவனந்தபுரம் சென்று அதை உருவாக்கியிருக்கிறார்கள். முதல் முறை ஆறு நாட்கள்; இரண்டாம் முறை நான்கு நாட்கள். நகுலனிடம் பெரும் அபிமானம் கொண்ட கவிஞர் விக்ரமாதித்யன் நேர்காணல் செய்திருக்கிறார். இலக்கிய ஆர்வலர் மதுரை செந்தில்குமார் இதன் தயாரிப்புப் பொறுப்பை ஏற்று, உடன் சென்றிருக்கிறார். இளம் வயதிலேயே தற்கொலை செய்து கொண்ட, தகிக்கும் மன அவசங்கள் கொண்ட மதுரை நண்பர் பாண்டித்துரை, இரண்டாம் முறையின்போது உடன் சென்றிருக்கிறார். நேர்காணலின் ஓரிடத்தில் தான் ஏற்கனவே இரண்டுமுறை தற்கொலைக்கு முயன்றிருப்பதைப் பாண்டி குறிப்பிடுகிறார். இது அந்த 4 நாட்களும் நகுலனை இம்சித்தபடி இருக்கிறது. ஏன், எதற்கு என மீண்டும் மீண்டும் கேட்டபடி இருக்கிறார். பிறகு ஓரிடத்தில் அவர் ஆய்வு மேற்கொண்ட ஆங்கிலப் பெண் எழுத்தாளர், கதை சொல்லலில் நனவோடை உத்தியைப் பயன்படுத்திய முன்னோடி யான வெர்ஜீனியா வுல்ஃப் தற்கொலை செய்துகொண்டதைப் பற்றிக் குறிப்பிட்டு விசனத்துடன் பேசுகிறார். ஆங்கில நாவல் இலக்கியத்தில் மிக முக்கியமான படைப்பாளியான வெர்ஜினீயா வுல்ஃப், இளம் வயதிலிருந்தே மனநலப் பிரச்சினையால் பாதிக்கப்பட்டவர். இரு துருவ நிலைகளில் சஞ்சரிக்கும் மனநலப் பிரச்சினை. இரு முறைக்கும் மேல் தற்கொலை முயற்சி மேற்கொண்டவர். கடைசியில், 59ஆவது வயதில், தான் அணிந்திருந்த கோட் பாக்கெட்டுகளில் பாறைக் கற்களைப் போட்டுக்கொண்டு நதியில் மூழ்கி இறந்துபோனார்.

இந்த ஆவணப்பட நேர்காணலின் முக்கிய அம்சம், அவருடைய மத்திய வயதிலிருந்து அந்த வீட்டில் பணியாளராக இருந்த கோமதி அம்மாளின் பதிவு. நகுலனின் குடும்ப நிலத்தை ஊரில் பராமரித்த குடும்பத்தைச் சேர்ந்தவர். நகுலனுடைய அப்பாவும் அம்மாவும் உடல் நலமிழந்தபோது வீட்டு வேலைகளைப் பார்க்கவும், அவர்களைப் பேணவும் அனுப்பிவைக்கப்பட்டவர். நகுலனின் குடும்பப் பின்புலம் பற்றியும், குடும்ப உறுப்பினர்கள் பற்றியும், நகுலனுடைய விருப்பங்கள், வாழ்க்கைமுறை பற்றியும், தன்னுடைய குடும்பம் பற்றியும் குழந்தைகள் பற்றியும் அவர் கூறுகிறார். நகுலன் மீது அவர் கொண்டிருக்கும் கரிசனம் நெகிழ்ச்சி அளிக்கிறது.

38ஆவது வயதில் எழுத்து இதழில் கவிதை, சிறுகதை, கட்டுரை எனத் தன் எழுத்து வாழ்வைத் தொடங்கினார். க.நா.சு விடம் ஏற்பட்ட நட்பும் உறவும் அவரளித்த உத்வேகமும் எழுத்துலகப் பயணத்துக்கு வழியாக அமைந்தது. இலக்கியத்தில் சோதனை முயற்சிகளின் அவசியம் பற்றித் தொடர்ந்து வலியுறுத்தி வந்த க.நா.சுவின் அபிமான எழுத்தாளராக அவர் உருவானார். க.நா.சுவோடு உரையாடுவதில் உற்சாகமும் உத்வேகமும் பெற்றுக்கொண்டிருந்தார். க.நா.சுவும் அவருக்கு மிகவும் பிடித்த இரண்டு சம்பாஷணைக்காரர்களென மௌனி யையும் நகுலனையும் குறிப்பிடுகிறார்.

நிறை வாழ்வு வாழ்ந்து 86ஆவது வயதில், 2007, மே 17இல், மரணமடைந்த நகுலன், தன் வாழ்நாளில், சாந்தோம் கம்யுனிகேஷன் சென்டர் விருதும், குமரன் ஆசான் விருதும், அமெரிக்கவாழ் தமிழர்களின் விளக்கு விருதும் பெற்றிருக்கிறார். தீவிர இலக்கிய வாசகர்களால் மட்டுமே அறியப்பட்டுக் கொண்டாடப்பட்டவர். இன்னும் இரண்டாண்டுகளில் அவருடைய நூற்றாண்டுப் பிறந்தநாள் (2021) வர இருக்கிறது. அது இலக்கிய உலகில் சிறப்பாகக் கொண்டாடப்படுமெனில் நம் காலத்துக்கு நாம் செய்த அரிய கடமைகளில் ஒன்றாக அமையும். நவீனத் தமிழ் இலக்கியத்தின் உயரிய பெருமிதம் நகுலன்.

□

6

ஜி. நாகராஜன்
(1929-1981)

1. எழுத்தில் கரைந்த வாழ்வு

ஜி. நாகராஜன் தன் மரணப் படுக்கையில் கடைசியாக உச்சரித்தது, ஷெல்லியின் கவிதை வரிகள்: 'I fall upon the thorns of life! I bleed...' (வாழ்வின் முட்கள்மீது நான் விழுந்தேன்! ரத்தம் வடிக்கிறேன்...). இதை அவர் சொன்னபோது, நான் அருகில் இருந்தேன். அவருடைய வாழ்க்கை பற்றிய தீர்க்கமான சுய அவதானிப்பு. இதை என்னிடமோ, அருகில் இருந்த மற்றொரு நண்பரான சிவராமகிருஷ்ணனிடமோ அவர் சொன்னதாகத் தெரியவில்லை. தன் வாழ்வின் பிரகடனம்போல் இதை உச்சரித்துவிட்டுக் கண் மூடியவரின் உயிர், அந்த இரவின் ஏதோ ஒரு தருணத்தில் பிரிந்தது. 1981ஆம் ஆண்டு, பிப்ரவரி 18ஆம் தேதி காலையில் மதுரை அரசு பொது மருத்துவமனையின் பொது வார்டில் அனுமதிக்கப்பட்ட அவர், அதே நாளின் நள்ளிரவில் மரண மடைந்தார். மறுநாள் காலை மருத்துவமனைக்குச் சென்றபோதுதான் மரணத்தை அறிந்தோம். அடுத்து செய்யப்பட வேண்டியது பற்றி நண்பர் சிவராமகிருஷ்ணனும் நானும் திகைத்திருந்த நிலையில், உடல் மருத்துவமனைப் பிணவறையில் ஒரு நாள் இருந்தது.

பிப்ரவரி 20 காலை 7 மணியளவில், அவருடைய உடல் மருத்துவமனைப் பிணவறையிலிருந்து நேராக தத்தநேரி சுடுகாட்டுக்குக் கொண்டுசெல்லப்பட்டு, அங்கு மிக நெருங்கிய உறவினர்கள் சிலரும் நண்பர்கள் சிலருமாக அதிகபட்சம் 15 பேர் கூடியிருக்க, சில சடங்குகள் மேற்கொள்ளப்பட்டு ஜி.என். உடல் எரிக்கப்பட்டது.

நவீனத் தமிழ் இலக்கியத்தில் விளிம்புநிலை மனிதர்களின் வாழ்வுலகை எவ்விதப் பாசாங்குகளும் பூச்சுகளுமின்றி, அசட்டு அபிமானங்களோ பச்சாதாபங்களோ ஏதுமின்றி மிக நேர்த்தியான கட்டமைப்பில், மிகக் கச்சிதமான மொழிநடையில் தன் புனைவுகளில் வசப்படுத்தியதன் மூலம் ஒரு புதிய பிராந்தியத்தைத் தமிழுக்குத் தந்த அபூர்வமான படைப்பாளி. மேலும், இந்த உலகை, பொதுவாகத் தமிழ்ப் படைப்பிலக்கியத்தில் செய்யப்படுவதைப் போல, ஆன்மீகத் தளத்துக்கோ மீட்சிப் பாதைக்கோ நகர்த்த முனையும் சிறு பிரயாசைகூட அவரிடம் வெளிப்படுவதில்லை. இத்தகையதொரு படைப்பு மனோபாவத்தை முதன்முறையாகத் தமிழ்ப் படைப்பிலக்கியம் எதிர்கொண்டது.

விளிம்புநிலை மாந்தர்களின் வாழ்க்கை பற்றிய கவனமென்பது இன்று அரசியல் கலை இலக்கியக் கோட்பாட்டுப் பின்புலத்தில் ஒரு படைப்பியக்கமாக நிகழ்ந்துகொண்டிருக்கிறது. ஆனால் 50 ஆண்டுகளுக்கும் முன்னரே, அந்த வாழ்க்கை மீதான வசீகர ஈர்ப்போடு அடித்தள மக்களின் வாழ்வை நவீனத் தமிழ் இலக்கியத்தில் கலை நேர்த்தியோடு புனைவாக்கம் செய்தவர், ஜி. நாகராஜன். இந்த வாழ்க்கை இப்படியாக இருக்கிறது என்று விலகி நின்று அவதானிக்கும் பார்வையும் அணுகுமுறையும் மிகவும் விசேஷமானவை. த்மிழில் லட்சியவாதத்துக்கு எதிரானதும், விளிம்புநிலை மனிதர்களிடம் தனிமனித இயல்புணர்ச்சிகள் சுபாவமாக வெளிப்படுவதன் மூலம் வாழ்வின் அழகு பூரணமாக விரிவதைக் கொண்டாடுவதுமான முதல் குரல் ஜி. நாகராஜனுடையது.

இப்படியான தனித்துவமிக்க ஒரு படைப்பாளியின் வாழ்க்கை இவ்வாறாக முடிந்துபோனது. விளிம்புநிலை உலகின்மீது அவர் கொண்டிருந்த வசீகரம், அவருடைய படைப்புலகமாக மட்டும் அமையாமல், அவருடைய சுய வாழ்வையும் விளிம்புநிலைக்கு நகர்த்திக்கொண்டு போனது. அவருடைய படைப்புலகம் அவருடைய வாழ்வுலகமானது. வாழ்க்கையும் படைப்பும் ஒன்றை ஒன்று பாதித்து ஒன்றானது. பெரும்பாலும் அவருடைய படைப்புலகின் பின்புலமாக இருந்த, தன் வாழ்வின் பெரும் பகுதியை வெவ்வேறு கோலங்களில் வாழ்ந்த அந்த மதுரை நகரில், அரசு பொது மருத்துவமனையில் சிகிச்சை எதுவும்

தொடங்கப்படுவதற்கு முன்பே, எவ்விதத் துணையுமின்றி மரணமடைந்தார். எனக்குத் தெரிந்தவரை, தன் காலத்திய வாழ்வில் மாறுபட்ட மற்றும் அதிகபட்ச சாத்தியங்களில் தன் வாழ்வை நகர்த்திய ஓர் அரிய மனிதர் ஜி. நாகராஜன். அவர் இந்த உலகைப் பிரிந்தபோது அவருடைய உடமையாக இருந்தவை: ஒரு சார்மினார் சிகரெட் பாக்கெட், தீப்பெட்டி, சிறு கஞ்சாப் பொட்டலம்.

1969இல், என் 17ஆவது வயதில், ஜி. நாகராஜனிடம் மாணவனாகப் படித்தேன். புகுமுக வகுப்பில் (பியூசி) மூன்றாம் பாடத்தில் தவறி, மதுரையில் பிரசித்திபெற்ற எஸ்.டி.சி. என்ற தனிப்பயிற்சிக் கல்லூரியில் சேர்ந்து படித்தபோது கணிதப் பாடமெடுத்த ஆசிரியர் ஜி. நாகராஜன். அப்போது, எனக்கு வாசிப்புப் பழக்கமிருந்தாலும் நவீனத் தமிழ் இலக்கியத்தோடு பரிச்சயமில்லை. அவர் ஒரு முக்கியமான எழுத்தாளர் என்பதும் தெரியாது. ஆனாலும் சில நாட்களிலேயே, அவர் ஒரு லட்சிய மனிதனாக என் மனதில் இடம் பிடித்திருந்தார். அபாரமாக வகுப்பெடுப்பார். அற்புதமாகப் புரிய வைப்பார். கணிதத்தில் சறுக்கித்தான் பி.யூ.சியில் தோற்றிருந்தேன். அதே கணிதத்தில் மிகச் சிறப்பான மதிப் பெண்கள் பெற்று பி.எஸ்.ஸியில் கணித மாணவனாகச் சேர அவருடைய ஆசிரியத்துவம்தான் காரணம்.

அப்போது அவருக்கு வயது 40. கம்பீரமும் பொலிவும் கூடி முயங்கிய வசீகரத் தோற்றம். உடல் பயிற்சிகளினால் திண்மம் பெற்ற உடல்வாகு. ஸ்டாலின் மீசை. ராணுவ பாணி முடிவெட்டு. தன்னம்பிக்கை மிளிரும் முகம். ஒவ்வொரு அசைவிலும் அணுகுமுறையிலும் பாந்தமாக வெளிப்படும் லயம். அவரைப் போல் ஆகவேண்டுமென்று ஒரு கனவு மனிதனாக மனம் அவரை வரித்திருந்தது. நாலு முழ அகலக்கரை வேட்டி, வெள்ளை ஜிப்பா, சவரம் செய்த முகமென எப்போதும் பளிச்சென்று இருப்பார். அவருடைய ஆடை எப்போதும் புதுசு போலவே தோற்றமளிக்கும். வலதுகை நடுவிரலும் சுட்டுவிரலும் சிறு கத்திரிபோல் அமைந்திருக்க, அவற்றின் இடுக்கில் வேட்டியின் பின்புற நடுமுனையை உயர்த்திப் பிடித்தபடி மிடுக்காக அவர் நடக்கும் லாவகத்தை அதிசயித்துப் பார்த்தபடி இருந்திருக்கிறேன். இடதுகை நடுவிரலுக்கும் சுட்டுவிரலுக்கும் இடையே சதா

கனலும் சார்மினார் சிகரெட். பின்னாளில் நான் வேட்டி கட்டத் தொடங்கியபோது அவருடைய பாணியில் நடந்து பெருமிதம் கொண்டிருக்கிறேன்.

அதன்பிறகு, ஆறு ஆண்டுகள் கழித்து, 1975ஆம் ஆண்டின் இறுதிப் பகுதியில், தற்செயலாக ஒரு அச்சகத்தில் அவரைப் பார்க்க நேர்ந்தது. என்னைப் பார்த்த உடனே, 'நீ என்னோட ஸ்டூடண்ட்தானே' என்றார். நான்தான் அவருடைய தோற்றத்தில் சற்று தடுமாறிவிட்டிருந்தேன். என் லட்சிய ஆண்மகன் பிம்பம் நலிவுற்று, தோற்றம் குலைந்து வாடி வதங்கியிருந்தது. இந்தச் சமயத்தில் அவர் முக்கியமான எழுத்தாளர் என்பதை அறிந் திருந்தேன். நானும் எழுத்துலகில் முதல் எட்டு எடுத்துவைத் திருந்தேன். அன்று கண்ட அவருடைய தோற்றம் வேதனை யானது. பழுப்பேறிய வேட்டி, ஜிப்பா. உடல் வெகுவாகத் தளர்ந்துவிட்டிருந்ததில் ஜிப்பா தொளதொள என்றிருந்தது. தயக்கம் சூடியிருந்தது முகம். உடல்மொழியில் மிடுக்கு வெளியேறி யிருந்தது. அசைவிலும் அணுகுமுறையிலும் நிச்சயமற்ற தன்மை படர்ந்திருந்தது. கடைசி காலத்திலோ நிலைமை இன்னும் மோசம். லேசாகக் கூன் விழுந்துவிட்டிருந்தது. கடுமையான இருமலும் சளியும் இம்சித்துக் கொண்டிருந்தன. சொறி சிரங்கு என தோல் நோயின் அவஸ்தை. ஆனால் அவருடைய அபார நினை வாற்றலும் புத்தியின் தீட்சண்யமும் கடைசி நாள்வரை பிரமிப் பூட்டுவதாகத் தான் இருந்தன.

2. மகளுடன் சந்திப்பு

என் திருமணத்துக்குப் பிறகு அமைந்த சில நட்புகளின் தொடர்ச்சியாக, 1979இலிருந்து ஜி. நாகராஜனோடு நெருங்கிப் பழக வாய்ப்புகள் கிடைத்தன. சந்திப்பு அடிக்கடி நிகழ்ந்தது. அவருடைய மரண நாள்வரை இது நீடித்தது. ஒரு வங்கிக் கிளை நண்பர்களைப் பார்க்க அவர் அவ்வப்போது வந்துகொண்டிருந்தார். அந்த வங்கிக் கிளைக்குப் பக்கத்தில்தான் எங்களுடைய குடும்ப வியாபாரமாக அப்போது இருந்த மொத்த மருந்து விற்பனைக் கடை இருந்தது. பல்கலைக்கழக ஆய்வு முறைகளிலும் சட்டகங் களிலும் சலிப்புற்று ஒதுங்கிய நிலையில், நான் சென்னைக்குக் குடிபெயர்வதற்கு முன்பு, அந்தக் கடைக்குத்தான் போய்க்

கொண்டிருந்தேன். கடையில் இருப்பு கொள்ளாத நிலையில் நானும் வங்கிக்கிளை நண்பர்களைப் பார்க்க அடிக்கடி அங்கு சென்றுகொண்டிருந்தேன். இச்சமயத்தில் ஜி.என். உடல், எலும்பு போர்த்திய தோலாக வதங்கிப் போய்விட்டிருந்தது. லேசாகக் கூனும் விழுந்துவிட்டிருந்தது. குடியும் கஞ்சாவும் மட்டுமே உணவாகிவிட்டிருந்தன.

ஜி. நாகராஜன், தன்னுடைய பழைய மாணவர்கள், கலை இலக்கிய நண்பர்கள், பழைய தோழர்கள், அறிந்தவர்கள், தெரிந்தவர்கள் எனப் பலரிடமும் சிறு தொகை பெற்றே வாழ வேண்டி இருந்தது. எனினும், தருவதும் பெறுவதுமான அந்தச் செயல் பெரும்பாலும் கண்ணியமாகவே நடந்தது. இதற்கு அவருடைய அபாரமான உரையாடல் திறனும் புத்தி தீட்சண்யமுமே துணையாகின. அவருடைய பேச்சு அவர்மீது உயர்மதிப்பை உருவாக்கும். அவர்கள் தரும் பணமென்பது, சன்மானம் என்பது போலத்தான் இருக்கும். பொதுவாக, போலீஸ், வழக்கு போன்ற இக்கட்டுகளிலிருந்து விடுபட வசீகரமான ஆங்கிலத்தில் பேசும் அவர், இப்படியான தருணங்களில் ஆங்கிலத்தை நாடுவதில்லை. பேச்சின் தன்மைக்கேற்ப, சில மேற்கோள்கள் மட்டும் ஆங்கிலத்தில் வெளிப்படும். மற்றபடி, தமிழில்தான் பேசுவார். மொழி அறிவு அல்ல, விசய ஞானமும் சொல்முறையும்தான் முக்கியத்துவம் பெறும். நபருக்கு நபர், தருணத்துக்குத் தருணம் பேசும் விசயம் மாறுபடும். இடையிடையே பணத்தை ஞாபகப்படுத்துவார். அது கைக்குக் கிடைக்கும்வரை சளைக்காமல் பேசுவார். கிடைத்த மறுநொடி மாயமாய் மறைந்துவிடுவார்.

ஒருமுறை வங்கி நண்பரொருவர், ஏதோ ஒரு மனநிலையில், 'இப்படி எல்லோரிடமும் காசு வாங்கிப் பிழைக்கிறீர்களே உங்களுக்கு அவமானமாக இல்லையா?' என்று கேட்டுவிட்டார். உடனே ஜி.என். 'நீங்கள் வட்டிக்கு விட்டு வரும் பணத்தில்தானே வயிறு பிழைக்கிறீர்கள். அது உங்களுக்கு அவமானமாக இல்லையா?' என்று லேசான புன்னகையுடன் கேட்டார். வங்கி நண்பரால் பதில் பேச முடியவில்லை. நாளை மற்றுமொரு நாளே நாவலில் கந்தன், 'எல்லோர் பிழைப்பும் அப்படியோ இப்படியோ பிடுங்கித் தின்னறதுதான்' என்று சொல்வது

சட்டென்று என் நினைவுக்கு வந்தது. அதேசமயம், அந்த நண்பர் கடைசிவரை, தன்னால் முடிந்த சிறு உதவிகளை அவருக்குச் செய்துகொண்டிருந்தார்.

மற்றவரை அண்டியும் வேண்டியும் காசு பெற்று போதை ஏற்றிக்கொண்டிருந்த அந்த நாட்களிலும்கூட, மதிய சாப்பாட்டு நேரத்தில் வங்கி நண்பர்களைப் பார்க்க வரும்போது ஏதாவது பழம் அல்லது இனிப்பு கொண்டுவருவார். 'என் பங்கு' என்று கொடுத்துவிட்டுப் பேசிக்கொண்டிருப்பார் (அவர் எப்போது வங்கிக்கு வந்தாலும் அப்போது நான் அங்கு இல்லாதபட்சத்தில் கடைக்கு ஃபோன் செய்துவிடுவார்கள். நான் உடனே போய் விடுவேன்). பொதுவாக அவர் சாப்பிடுவதில்லை. எப்போதாவது கொஞ்சம் தயிர் சாதம் சாப்பிடுவார். மற்றபடி, பழம், இனிப்புதான் அவருடைய உணவாக இருந்தது.

ஒரு காலத்தில் சாப்பாட்டுப் பிரியராகத்தான் இருந்திருக்கிறார். அசைவ உணவாகட்டும் சைவ உணவாகட்டும், அவர் சாப்பிடும் அளவைப் பார்த்து ஹோட்டல் பணியாளர்களே பிரமித்துப் போய்விடுவார்களாம். இப்போது பேருக்கு ஏதாவது கொறித்துக் கொண்டு பேசிக்கொண்டிருப்பார். எந்தக் குழம்புக்கு என்ன கூட்டு அல்லது பொரியல் பாந்தமாக இருக்குமென்று விவரிப்பார். வெங்காய சாம்பார்—உருளைக் கிழங்கு பொறியல்; வத்தக் குழம்பு—மாங்காய் பச்சடி; மோர்க் குழம்பு—கொத்தவரங்காய் பருப்பு உசிலி. அவர் சொல்லும் விதத்தில் நமக்கு சப்புக் கொட்டும்.

அவருடைய அபாரமான நினைவாற்றல் எவரையும் பிரமிக்க வைக்கக்கூடியது. ஒருமுறை, அவருக்கு மிகவும் பிடித்தமான ஆல்பெர் காம்யூவின் அந்நியன் நாவலின் ஆங்கில மொழி பெயர்ப்பான தி அவுட்சைடரின் முதல் பத்தியை அப்படியே சொன்னார். பிரமிப்போடு கேட்டுக்கொண்டிருந்தோம். உச்சரிப்பும், வார்த்தைகளில் உறைந்திருக்கும் உணர்வுகளின் தொனியும் அவருடைய மேதமையை வெளிப்படுத்தின.

'யதார்த்தா' திரைப்பட இயக்கத்தின் திரையிடல்களுக்கும் அவர் இடையிடையே வருவார். ஒருமுறை, ஜி.வி. ஐயரின் ஹம்ச கீத் திரையிடப்பட இருந்தபோது, அதுபற்றி அவரிடம் சொன்னேன்.

கேட்டவுடன் 'ஸ்வான் சான்ங்' என்று சொல்லிவிட்டு, அன்னப் பறவையின் இறுதிப் பாடலின் மகத்துவம் பற்றிப் பேசினார். அன்னப் பறவை தன் மரணத்துக்கு முன்பாகக் கடைசியாக ஒரு கீதம் இசைக்கும். அதிஅற்புதமான இரங்கல் பாடலாக அது அமையும். இது ஒரு கிரேக்க புராணீக நம்பிக்கை என்றார். இந்த நம்பிக்கை சார்ந்து, வாழ்வின் கடைசி நிகழ்வை ஒப்பற்றதாக ஆக்கும் பல படைப்புகள் உலக மொழிகளில் வெளிவந்திருப்ப தாகவும் விரித்துக்கொண்டே போனார்.

இக்காலகட்டத்தில், ஒரு தந்தையாக அவர் வெளிப்பட்ட ஒரு நெகிழ்ச்சியான சம்பவத்தில் நான் பங்குபெற நேரிட்டது. நாளை மற்றுமொரு நாளே நாவலின் மறுபதிப்பைக் கொண்டுவர விரும்புவதாகவும், ஒப்பந்தப் படிவமும் முன்பணமும் அனுப்பி வைப்பதாகவும், அதை ஜி.என்னிடம் சேர்ப்பித்துப் படிவத்தில் அவரிடம் கையொப்பம் வாங்கி அனுப்பும்படியும் க்ரியா ராமகிருஷ்ணன் எனக்குக் கடிதம் எழுதியிருந்தார். அதுபோல் அனுப்பியும் வைத்தார். ஜி.என்னை சந்தித்துப் படிவத்தையும் பணத்தையும் கொடுத்தேன் (அன்று க்ரியா ராமகிருஷ்ணன் அனுப்பிய முன்பணம் ரூ.500 என்று ஞாபகம்). படிவத்தில் கையெழுத்திட்டு என்னிடம் கொடுத்துவிட்டு, பணத்தை மகள் ஆனந்தியிடம் அப்படியே கொடுத்துவிடலாம் என்றார். நான் நெகிழ்ந்துபோனேன். என்னையும் கூடவரும்படி கேட்டுக் கொண்டார்.

அவருடைய மனைவி நாகலட்சுமியும் மகள் ஆனந்தியும் தங்கியிருந்த மகளிர் விடுதிக்கு மாலை 5 மணி போலச் சென்றோம். (அந்த விடுதியும் வங்கிக் கிளைக்கு அருகில்தான் இருந்தது.) அந்த விடுதிக்குள் அவரை அனுமதிப்பதில்லை என்பதால் அவர் வாசலிலேயே நின்றுகொண்டார். நான் உள்ளே சென்று விடுதி மேலாளரைச் சந்தித்து விபரம் சொன்னேன். என்னை இருக்கச் சொல்லிவிட்டுச் சென்றவர், திரும்பி வரும் போது ஆனந்தியோடு வந்தார். நான் ஜி.என்னை உள்ளே வரச் சொன்னேன். உள்ளே வந்து ஆனந்தியிடம் பணத்தைக் கொடுத்தார் (அப்போது ஆனந்திக்கு 15, 16 வயது இருக்கலாம்). நான் ஒதுங்கிக்கொண்டேன். எவ்வளவு வருசங்களுக்குப் பிறகு, அன்று அவர் தன் மகளைப் பார்த்தாரென்று தெரியவில்லை.

ஆனால் அவர் ஆனந்தியைக் கடைசியாகப் பார்த்தது அன்றாகத் தான் இருக்கும். அதுவும் ஓரிரு நிமிடம்தான்.

3. கடைசி தினம்

'சாவும் அதை எதிர்கொள்ள மனிதன் தன்னைத் தயார்படுத்திக் கொள்ளும்போதே வரும்' என்று ஒருமுறை ஜி. நாகராஜன் குறிப்பிட்டார். உடல்நலம் குன்றி மிகவும் நலிவுற்றிருந்த அவரிடம் மருத்துவமனையில் சேர்ந்து சிகிச்சை பெறலாமென எவ்வளவோ முறை நண்பர்கள் வற்புறுத்திய போதெல்லாம் மறுத்து வந்தவர், மரணத்துக்கு இரண்டு நாள் முன்பு, அவராகவே முன்வந்து, தன்னை மருத்துவமனையில் சேர்க்கும்படிக் கேட்டுக் கொண்டார். அதனையடுத்து, சிவராமகிருஷ்ணன் தனக்குத் தெரிந்த ஒரு மருத்துவர்மூலம் அரசு பொது மருத்துவமனையில் சேர்ப்பதற்கான ஏற்பாடுகள் செய்தார். மறுநாள் அவரை மருத்துவ மனைக்கு அழைத்துச் செல்ல இருப்பதைத் தெரிவிப்பதற்காக, முதல் நாள் இரவு, அவர் கடைசி காலத்தில் தங்கியிருந்த வி.டி.சி. தனிப்பயிற்சிக் கல்லூரி விடுதியின் காவலாளி அறைக்கு நானும் சிவராமகிருஷ்ணனும் சென்றோம்.

சுற்றிலும் சார்மினார் சிகரெட் பாக்கெட்டுகள் குவிந்தும் சிதறியும் கிடக்க, வேதனையும் வலியும் நிரம்பிய முகத்தோடு ஒரு நைந்த பாயில் படுத்துக் கிடந்தார். எங்களைப் பார்த்ததும் சிரமப்பட்டு எழுந்து உட்கார்ந்தார். மிக மோசமான இருமல் அவரை உலுக்கியெடுத்தது. மறுநாள் காலை ஆறு மணிக்கு அவரை மருத்துவமனைக்கு அழைத்துச் செல்ல இருப்பதைத் தெரிவித்தோம். அவர் உடனடியாகச் சரி என்று சொன்னது ஆச்சரியமும் சந்தோஷமும் தந்தது. கடைசி நேரத்தில் அவர் மறுத்துவிடக் கூடும் என்ற சந்தேகம் எங்களிடம் இருந்தது.

1981ஆம் ஆண்டு பிப்ரவரி 18 காலையில் அவரை அரசு பொது மருத்துவமனைக்கு அழைத்துச் சென்றோம். அங்கு பணிபுரிந்த ஒரு மருத்துவர் உதவியுடன் தேவையான எல்லாப் பரிசோதனை களும் மேற்கொள்ளப்பட்டன. ஒவ்வொரு கூடமாகச் சென்று பரிசோதனைகள் எல்லாம் முடித்தபிறகு பொது வார்டில் அனுமதிக்கப்பட்டார். அன்றைய காலகட்டத்தில் பரிசோதனை

முடிவுகள் மறுநாள் காலையில்தான் தெரியவரும். அதன் பிறகே சிகிச்சைகள் மேற்கொள்ளப்படும். எனினும், அவர் மிகவும் பலஹீனமாக இருந்ததால் அவருக்கு சிரைவழிக் கரைசல் உடனடியாகச் செலுத்தப்பட்டது. மதியம் 2 மணிபோல, ஓய்வெடுக்கும்படியும் மாலை வருவதாகவும் கூறி நாங்கள் பிரிய முற்பட்டபோது, 'கஞ்சா ஏதும் போட வேண்டாம். வெளியில் அனுப்பும்படி ஆகிவிடக் கூடாது' என்று கேட்டுக்கொண்டேன். தன்னிடம் சிறு பொட்டலமும் ஒரு சிகரெட் பாக்கெட்டும் இருப்பதாகவும், டாய்லெட் போய் போட்டுக்கொள்வதாகவும் கூறினார். சாயந்தரம் வரும்போது போட்டுக்கொண்டு வந்து தருகிறேன். தேவைப்பட்டால் இரவில் டாய்லெட்டில் புகைத்துக் கொள்ளுங்கள் என்றேன். எவ்வித மறுப்புமின்றி உடனடியாக அவற்றை என்னிடம் கொடுத்துவிட்டார்.

மாலை 5 மணியளவில் இருவரும் மருத்துவமனைக்குச் சென்று அவரைப் பார்த்தோம். பார்த்தவுடன் ஆர்வமாக அதைத்தான் கேட்டார். 'போடத் தெரியலை. அவசியம் தேவைப்பட்டால் இரவு டாய்லெட்டில் போட்டுக்கொள்ளுங்கள்' என்று அவரிடம் திருப்பிக் கொடுத்தேன். கொஞ்சம் தெம்பாகத் தெரிந்தார். அரபு நாடுகளுக்கும் இஸ்ரேலுக்கும் ஜெருசலேமை முன்வைத்து நடக்கும் மோதல்கள் பற்றிக் கவலை தோய்ந்த குரலில் பேசிக்கொண்டிருந்தார். கடவுளின் பெயரால் நடக்கும் இத்தகைய யுத்தங்களினால் மனித இனம் மாண்டுகொண்டிருப்பது குறித்த வேதனை வெளிப்பட்டுக்கொண்டிருந்தது. இடையில் டாய்லெட் போக வேண்டுமென்றார். எழுந்து நடக்க வெகுவாக சிரமப் பட்டார். இருவரும் கைத்தாங்கலாகக் கூட்டிச் சென்றோம். டாய்லெட்டில் அவரால் குந்தி உட்கார முடியவில்லை. தாள முடியாத அவஸ்தை. கழிவிரக்கம் கொண்டவராக, 'கடவுளே, என்னை சீக்கிரம் அழைத்துக்கொள்' என்று வாய் விட்டுக் கதறி அழுதார். ஒருவழியாக, திரும்பக் கூட்டி வந்து படுக்கையில் படுக்க வைத்தோம்.

குளிர் அவரை மிகவும் உலுக்கியது. சிவராமகிருஷ்ணன் வீட்டிலிருந்து கொண்டுவந்திருந்த போர்வையை எடுத்துப் போர்த்தினார். 'குளிருது, ரொம்பக் குளிருது... சிதையில் போய்ப் படுத்துக்கொண்டால்தான் இந்தக் குளிர் அடங்கும்' என்றார்.

நாங்கள் செய்வதறியாது மலைத்துப்போய் உட்கார்ந்திருந்தோம். சிறிது நேரம் கழித்து, I fall upon the thorns of life! I bleed... என்றபடி கண்களை மூடிக்கொண்டார். நாங்கள் வீடு திரும்பினோம்.

மறுநாள் காலை மருத்துவமனை சென்று வார்டுக்குள் நுழைந்த போது, ஜி.என்னின் படுக்கை காலியாக இருந்தது. எங்களைப் பார்த்ததும் நோயாளிகள் சிலரும், அவர்களுடைய உறவினர்களில் சிலரும் எங்களைச் சூழ்ந்துகொண்டு, ஜி.என். இறந்துவிட்டதைத் தெரிவித்து எங்களைக் கடிந்துகொண்டார்கள். அவருடைய பையன்களென்று எங்களை நினைத்துவிட்டார்கள். உடலைப் பிண அறைக்குக் கொண்டு சென்றுவிட்டதாகவும் தெரிவித்தார்கள். வார்டு மருத்துவரைப் பார்த்தோம். காலையில்தான் ஜி.என்னுடைய எல்லாப் பரிசோதனை அறிக்கைகளையும் பார்த்ததாகவும், அவர் இவ்வளவு காலம் எப்படி உயிருடனிருந்தார் என்பதே பெரும் ஆச்சரியமாக இருப்பதாகவும் சொன்னார். ஒருபக்க நுரையீரலே இல்லை என்று கூறி வியந்தார். உடலைப் பிண அறையிலிருந்து எடுத்துக்கொள்ளலாமென்று கூறினார். அப்போதுதான் நாங்கள் ஒரு இக்கட்டான நிலையிலிருப்பதை உணர்ந்தோம். எங்கள் நிலையை எடுத்துச் சொல்லி, அவருடைய மனைவியைச் சந்தித்துப் பேசிவிட்டு உடலை எடுத்துக்கொள்கிறோம். அதுவரை உடல் பிணவறையில் இருக்கலாமா என்று கேட்டோம். 'அதுவொன்றும் பிரச்சினை இல்லை. பிணவறைக்குச் சென்று உடலைப் பார்த்துவிட்டு, அங்குள்ள பணியாளரைக் கவனித்து விட்டுச் செல்லுங்கள்' என்றார் மருத்துவ நண்பர்.

பிண அறையில் உடல் கிடத்தப்பட்டிருந்தது. அவர் கொஞ்சம் நிம்மதியாக இருந்துகொண்டிருப்பது போல் அப்போது எனக்குத் தோன்றியது. பிண அறைப் பணியாளரிடம், சில ஏற்பாடுகள் செய்துவிட்டு எடுத்துக்கொள்ள இருப்பதாகச் சொன்னோம். உடலுக்கு 'ஐஸ் பார்' வாங்கப் பணம் கேட்டார். சிவராமகிருஷ்ணன் கொடுத்தார். 'போயிட்டு வாங்க சாமி. நான் நல்லா பாத்துக்கிறேன்' என்றார் அவர்.

ஜி.என்னின் மனைவி அந்நேரத்தில் பள்ளிக்கூடத்தில்தான் இருப்பார் என்பதால் அவர் ஆசிரியராகப் பணியாற்றிய பள்ளிக் கூடம் சென்று பார்த்தோம். விபரம் சொன்னதும் ஒருகணம்

திடுக்கிட்டுப் போனார். அவருடைய நிலையும் இக்கட்டானது தான். மகள் ஆனந்தியுடன் ஒரு மகளிர் விடுதியில் அவர் தங்கியிருந்தார். இளைய மகன் கண்ணன் அவருடைய அண்ணன் வீட்டில் தங்கியிருந்து பள்ளிக்குச் சென்றுகொண்டிருந்தான். அவருடைய அண்ணனுடன் கலந்து பேசிவிட்டுச் சொல்வதாகச் சொன்னார். அதன்படி, மறுநாள் காலை 7 மணி போல மருத்துவ மனையிலிருந்து உடலை நேரடியாகத் தத்தநேரி சுடுகாட்டுக்கு நாங்கள் கொண்டுவந்துவிடுவதென்றும், அங்கு வைத்து அவர்கள் காரியங்கள் செய்துகொள்வதென்றும் எங்களுக்குத் தெரிவிக்கப் பட்டது.

மறுநாள் காலை, அதற்கேற்ப காரியங்கள் நடந்தன. நெருங்கிய நண்பர்கள் சிலரும் உறவினர்கள் சிலருமாக அதிகபட்சம் 15 பேர் கூடியிருக்க, நவீனத் தமிழ் இலக்கியத்துக்குப் புது வெளிச்சம் தந்த ஜி.என். உடல் எரிக்கப்பட்டது.

4. புது வெளிச்சம்

ஜி. நாகராஜனின் மரணத்துக்குப் பின்னும் ஏதோ ஒருவகையில் அவருடனான உறவு தொடர்ந்துகொண்டிருக்கிறது. அவருடைய மரணத்துக்குப் பின்னர், வெவ்வேறு காலகட்டங்களில் அவருடன் நெருக்கமான உறவுகொண்டிருந்த நண்பர்கள், தோழர்கள், உறவினர்களைச் சந்தித்து உரையாடி அவருடைய வாழ்க்கைக் குறிப்புகளைத் தொகுத்தது (மரணப் படுக்கையில் அவர் கடைசியாக உச்சரித்த, 'வாழ்வின் முட்கள்மீது விழுந்தேன்! ரத்தம் வடிக்கிறேன்...' என்ற ஷெல்லியின் கவிதை வரிகள் என்னைப் பின்தொடர்ந்து இயக்கியதன் விளைவு); ஜி. நாகராஜன் படைப்புகள் என்ற அவருடைய முழுமையான நூலுக்குத் தொகுப்பாசிரியராகப் பணியாற்றியது; பெங்குவின் வெளியிட்ட நாளை மற்றுமொரு நாளே நாவலின் ஆங்கிலப் பதிப்பு வெளியீட்டு விழாவில் அவரை நினைவுகூர்ந்து உரையாற்றியது; வெவ்வேறு தருணங்களில் அவரைப் பற்றியும் அவருடைய படைப்புகள் பற்றியுமாக நான்கு கட்டுரைகள் எழுதியது; சாகித்திய அகாதெமியின் இந்திய இலக்கியச் சிற்பிகள் வரிசையில் ஜி. நாகராஜன் பற்றி எழுதிய நூல் என அவருடன் ஒரு பிணைப்பு நீடித்து நிலைத்துக் கொண்டிருக்கிறது.

அவருடைய கடைசிக் கால நாடோடி வாழ்க்கை அவருடைய தேர்வா, உள்ளார்ந்த விருப்பமா, அவருடைய வேட்கைகளின் விளைவா, அல்லது அது அப்படியாக அமைந்ததா என்று எதையும் திட்டமாகச் சொல்வதற்கில்லை. ஆனால் வாழ்வின் மாறுபட்ட சாத்தியங்களிலும் அதன் எல்லைகளிலும் வாழ்ந்து தீர்த்த ஓர் அபூர்வ ஆளுமை என்பதில் சந்தேகமில்லை. நேரடிப் பழக்கத் திலிருந்தும் சேகரித்த தகவல்களிலிருந்தும் அவர் வாழ்க்கை பற்றிய ஒரு சிறு கோட்டுச் சித்திரம்:

மிகச் சிறந்த மாணவன். நல்ல படிப்பாளி. கற்பித்தலில் தேர்ந்த ஆசிரியர். தீரமிக்க கட்சிப் பணியாளர். கொள்கைப் பிடிப்பாளர். திடகாத்திரமான கட்டுடல் கொண்டவர். அதைப் பேணிப் பராமரிப்பவர். எழுத்தாளர். தனித்துவப் படைப்பாளி. சிந்தனையாளர். ஆங்கில மொழி வித்தகர். மிகச் சிறந்த ஆசிரியராகச் செல்வாக்கோடும் கம்பீரமாகவும் வாழ்ந்தவர். அற்புதமான உரையாடல்காரர். இரவு வாழ்க்கையில் வேட்கையோடு திளைப்பவர். போதையில் களித்திருப்பவர். வாழ்வின் ருசிகளை ரசித்து அனுபவிப்பவர். சாதி, வர்க்க அடையாளங்களைத் தன்னிலிருந்து அகற்றியவர். வாழ்வின் சரிவுப் பாதையில் தயக்கமின்றிக் கால் பதித்தவர். அந்தப் பாதையில் சல்லென வழுக்கிச் சென்றவர். வீடற்று வீதிகளில் படுத்துறங்கியவர். போதைகளின் தேவைக்காக இறைஞ்சியவர். நாடோடியாக அலைந்தவர். வாழ்வின் இறுதியில் மோசமான நோயாளியாக மதுரை அரசு பொது மருத்துவமனையில் அநாதையாக மடிந்தவர்.

ஜி. நாகராஜன் அவர் வாழ்ந்த காலத்தில் அதிகம் அறியப்படாத எழுத்தாளர். அவருடைய படைப்புகள் உரிய கவனம் பெற்றிருக்க வில்லை. ஆனால் இன்று, அவை படைக்கப்பட்டு 40, 50 ஆண்டு களுக்குப் பிறகு, நவீனத் தமிழ் இலக்கியப் பரப்பில் ஓர் ஒப்பற்ற ஆளுமையாக அவர் ஒளிர்ந்துகொண்டிருக்கிறார். அவருடைய படைப்புலகமும் படைப்பாக்க நெறிகளும் நவீனத் தமிழ் இலக்கியம் அதுவரை அறிந்திராதவையாகவும் தனித்துவமிக்கவை யாகவும் அடையாளம் காணப்படுகின்றன. கொண்டாடப் படுகின்றன. அது மட்டுமல்லாமல், ஒரு புதிய இலக்கியப் போக்குக் கான ஒளியாகவும் அவருடைய எழுத்துகள் அவதானிக்கப்படு கின்றன. மேலும் நம்முடைய பெறுமதியான படைப்பாளியாக

உலக மொழிகளில் மொழிபெயர்க்கப்படுவதும் நிகழ்ந்து கொண்டிருக்கிறது.

அவர் வாழ்ந்த காலத்தில் அவருடைய மூன்று புத்தகங்கள் (குறத்தி முடுக்கு, குறுநாவல்; கண்டதும் கேட்டதும், சிறுகதைத் தொகுப்பு; நாளை மற்றுமொரு நாளே, நாவல்) வெளிவந்தன. பித்தன் பட்டறை என்ற பதிப்பகம் தொடங்கி அவருடைய வளமான காலத்தில் அவரே அவற்றைக் கொண்டுவந்தார். அவை முறையாக விநியோகிக்கப்படாமலும் சரியாக அறியப்படாமலும் போயின. இன்று அவருடைய எல்லா எழுத்துகளும் தொகுப்பாகவும் தனித்தனிப் புத்தகங்களாகவும் தொடர்ந்து வெளியாகின்றன. விளிம்புநிலை மனிதர்களிடம் இயல்புணர்வுகள் சுபாவமாக மொக்கவிழ்வதைக் கண்டு, அதன் மலர்ச்சியைப் படைப்பு களாக்கிய ஜி. நாகராஜனின் தனித்துவமும் முக்கியத்துவமும் இன்று வெகுவாக உணரப்பட்டு வருகின்றன.

மேலும், அவர் வாழ்ந்த வாழ்க்கை முறை மீதான ஒரு கவர்ச்சி, நவீனத் தமிழ்ச் சிற்றிதழ் இயக்க இளம் எழுத்தாளர்களிடம் 1980களின் பிற்பாதியிலும் 90களின் தொடக்க ஆண்டுகளிலும் நிலவியது. சமூகக் கட்டுப்பாடுகளுக்கும் நெறிமுறைகளுக்கும் எதிராக நிகழ்த்தப்பட்ட ஒரு கலகக்காரனின் வாழ்வாகக் கருதப்பட்டுக் கொண்டாடப்பட்டது. இதன் காரணமாகவும் அவர் மீதும் அவருடைய எழுத்துகள்மீதும் கவனக்குவிப்பு ஏற்பட்டது.

ஜி.என்னின் மரணத்துக்குப் பிறகு அவரை மையப் பாத்திர மாகக் கொண்ட ஐந்து சிறுகதைகள் தமிழில் வெளிவந்திருக் கின்றன. இது, உலக இலக்கியப் பரப்பில் நிகழ்ந்திராத ஒரு அபூர்வம். ஒரு படைப்பாளி, தன் மரணத்துக்குப் பின்னும் தன் சமகாலத்திய மற்றும் அடுத்த தலைமுறை எழுத்தாளர்களின் படைப்பாக்கங்களில் ஒரு மையப் பாத்திரமாக அமைவது ஓர் அபூர்வக் கலை நிகழ்வு என்பதில் சந்தேகமில்லை. அசோக மித்திரனின் 'விரல்' (1984); திலீப்குமாரின் 'ஐந்து ரூபாயும் அழுக்குச் சட்டைக்காரரும்' (1985); பிரபஞ்சனின் 'ஒருநாள்' (1993); சுந்தர ராமசாமியின் 'நண்பர் ஜி.எம்.' (2004); என்னுடைய 'விலகிய கால்கள்' (2015) ஆகிய கதைகள் ஜி.என்னை மையமாகக் கொண்டவை. இந்தக் கதைகளின் சம்பவங்கள் அவருடைய

வாழ்நாளில் நிகழ்ந்தவை என்றாலும் இந்தக் கதைகள் ஐந்துமே அவருடைய மரணத்துக்குப் பின்னர்தான் எழுதப்பட்டிருக்கின்றன. மேலும், அவருடன் இருக்க நேரிட்ட ஒருநாளின் சம்பவங்களையே இக்கதைகள் களமாகக் கொண்டிருக்கின்றன. அவை ஜி.என்னின் சில விசித்திரங்களைப் பிரதிபலிக்கின்றன. ஒரு நிகழ்வானது, அவருடைய இருப்பில், அதை அவர் எதிர்கொள்ளும் முறையில், அப்போது வெளிப்படும் அவருடைய நடத்தையில் அசாதாரண மாகிவிடுகிறது. அந்த நிகழ்வின்போது அவருடன் இருக்க நேர்ந்த படைப்பாளியிடம் அவரை உலுக்கி எடுக்கும் விசித்திர அனுபவமாக அது உள்ளுறைந்துவிடுகிறது. பின்னொரு சமயத்தில், ஒரு படைப்பாக்க மனநிலையில் அது மேலெழுந்து படைப்பாகப் புனைவு பெறுகிறது. மரணத்துக்குப் பின்னும் ஒரு அசுர நிழலாகக் காலத்தில் அவர் தொடர்ந்துகொண்டிருப்பதையே இக்கதைகள் காட்டுகின்றன.

ஜி. நாகராஜனின் எழுத்தும் வாழ்வும் நவீனத் தமிழ் இலக்கியப் பரப்பில் ஓர் அபூர்வ நிகழ்வு. வாழ்வின்மீதான சகல பூச்சுகளையும் ஒப்பனைகளையும் துடைத்தெறிந்து, வாழ்வை நிர்வாணமாக முன்னிறுத்தி, அதன் இயல்பான அழகுகளிலிருந்து புதிய தார்மீகங்களையும் அறங்களையும் படைப்பித்த கலைமனம் அவருடையது. பூச்சுகளில் சவ விகாரங்களையும் நிர்வாணத்தில் உயிர்ப்பின் அழகுகளையும் கண்டடைந்தவர் ஜி. நாகராஜன். அவருடைய பிரத்தியேகமான படைப்புலகின் ஒளி, வாழ்வு குறித்தும் மனிதர்கள் குறித்துமான நம் பார்வைக்குப் புது வெளிச்சம் தந்திருக்கிறது. காலத்தில் என்றென்றும் பிரகாசிக்கும் ஒரு படைப்பு மேதையாக, ஓர் அழியாச் சுடராக அவர் நிலைபெற்றிருக்கிறார்.

□

7

சார்வாகன்
(1929-2015)

1. காலமும் கலைஞனும்

காந்திய மனோபாவமும் மார்க்ஸியப் பிடிமானமும் இந்தியத் தத்துவ மரபின் ஞானமும் இசைந்து உறவாடிய படைப்பு மனம் கொண்டவர் சார்வாகன். இத்தன்மையான தமிழ்ப் படைப்பாளிகளில் தனித்துவமான படைப்பு மேதை. தமிழகக் கம்யூனிஸக் கலை இலக்கிய அமைப்புகளால் பெரிதும் கொண்டாடப்பட்டிருக்க வேண்டிய படைப்பு சக்தி. ஆனால் அப்படியேதும் நிகழ்ந்துவிடவில்லை. மாறாக, எந்தவொரு சித்தாந்தப் பிடிமானமும் ஒரு படைப்பாளியை இயக்கும் சக்தியாக இருக்கலாம். ஆனால் படைப்பு கலைத்துவம் கொள்வதுதான் கலை இலக்கியத்தின் அடிப்படை என்று கருதிய கலை இலக்கியவாதிகளால் கண்டறியப்பட்டவர் சார்வாகன். சி.சு. செல்லப்பா, க.நா.சு., வெங்கட் சாமிநாதன், நகுலன், சுந்தர ராமசாமி போன்ற கலைத்துவப் படைப்பாளிகளே இவருடைய அருமையை அறிந்து போற்றினர். தொழுநோய் மருத்துவத்தில் மகத்தான கண்டுபிடிப்பும், உலகப் பிரசித்தியும் அர்ப்பணிப்பும் கொண்டிருந்த இவர், தன் வாழ்வியக்கத்தின் பிரதான தேர்வாகத் தொழுநோய் மருத்துவ சேவையையே கொண்டிருந்தார். அதேசமயம், படைப்பாக்கம் என்பது அவருடைய படைப்பூக்கமிக்க மற்றுமொரு செயல் முனைப்பாக இருந்தது. அவர் எழுதியவை அதிகமில்லை. எனினும் பெறுமதியானவை.

நவீனத் தமிழ் இலக்கியத்துடனான என் உறவின் தொடக்கமான 1973ஆம் ஆண்டிலேயே சார்வாகனின் கதைகளோடு

அறிமுகம் நிகழ்ந்துவிட்டது. வாசகர் வட்டம் வெளியிட்ட அறுசுவை என்ற குறுநாவல் தொகுப்பு, என்னுடைய எம்.ஏ . பாடத் திட்டத்தில் இருந்தது. அதில் இடம்பெற்றிருந்த சார்வாகனின் 'அமரபண்டிதர்' என்ற அருமையான குறுநாவல்தான் நான் முதன் முதலாகப் படித்த சார்வாகன் படைப்பு. குறுநாவல் என்ற வடிவத்தின் கச்சிதமான வெளிப்பாடு. கால மாற்றத்தின் சரிவுகளை மிகுந்த ஆதங்கத்தோடு புனைவாக்கியிருந்த படைப்பு. அன்று மனதில் பதிந்த சார்வாகன் பெயர் அடுத்தடுத்து அவருடைய படைப்புகளோடு உறவுகொள்ள வழிவகுத்தது, 1968இல் நகுலனால் கொண்டுவரப்பட்ட குருக்ஷேத்திரம் தொகுப்பில் இடம்பெற்றிருந்த, 'சின்னூரில் கொடியேற்றம்', 'உத்தரீயம்' என்ற அவருடைய இரண்டு கதைகளை வாசித்திருந்தேன். 1971ஆம் ஆண்டின் சிறந்த சிறுகதையாக இலக்கியச் சிந்தனை அமைப்பினால் தேர்ந்தெடுக்கப்பட்ட இவருடைய 'கனவுக் கதை' அன்று என்னை வெகுவாக ஆகர்சித்திருந்தது. இந்தக் கதையை அந்த ஆண்டின் சிறந்த கதையாக சுந்தர ராமசாமி தேர்வு செய்திருந்தார். மேலும், ஒரு கவிஞராக, சி.சு. செல்லப்பா தொகுத்த புதுக்குரல்கள் தொகுப்பிலும், நகுலனின் குருக்ஷேத்திரம் தொகுப்பின் கவிதைப் பகுதியிலும் ஹரி ஸ்ரீனிவாசன் என்ற இயற்பெயரில் வெளி வந்திருந்த கவிதைகளையும் வாசித்திருந்தேன்.

1983 மத்தியில் க்ரியாவில் பணியாற்றுவதற்காக சென்னை வந்தேன். இக்காலகட்டத்தில் க்ரியாவும் புத்தக வெளியீட்டை அதிகரிக்க முனைப்புகொண்டிருந்தது. 1984ஆம் ஆண்டின் பிற்பாதியில் ஒருநாள் க்ரியா ராமகிருஷ்ணன் என்னிடம், 'சார்வாகனின் கதைகளைக் கொண்டுவரும் விருப்பத்தோடு அவரிடம் கேட்டிருந்தேன். அவரும் கதைகளைச் சேகரித்து அனுப்பிவைப்பதாகக் கூறியிருந்தார். ஆனால் அவர் அனுப்பிய பாடில்லை. நீங்கள் அவரை நேரில் சந்தித்துக் கதைகளைப் பெற முடியுமா பாருங்கள். திலீப்குமாருக்கு அவரைத் தெரியும் என்பதால் இருவருமாகப் போய்வாருங்கள்' என்றார். அந்த வாரத்தில் ஒருநாள் காலை 7 மணியளவில் செங்கல்பட்டுக்கு திலீப்குமாரும் நானும் பஸ் ஏறினோம்.

அப்போது செங்கல்பட்டு தொழுநோய் மருத்துவமனையில் சார்வாகன் இயக்குநராக இருந்தார். அவர் மருத்துவமனை

செல்லத் தயாராகி எங்களுக்காகக் காத்திருந்தார். புத்தகங்களும் இதழ்களும் நிறைந்திருந்த மாடி அறைக்கு எங்களைக் கூட்டிச் சென்றார். ஏதாவது கிடைக்கிறதா பாருங்கள். நான் ஹாஸ்பிடல் போய்விட்டு வந்துவிடுகிறேன். மதியம் சேர்ந்து சாப்பிடலாம். அதன்பிறகு உங்களோடு இருக்க முடியும் என்றார். நாங்கள் இதழ்களில் கதைகளைத் தேட ஆரம்பித்தோம். தேடலுக்கிடையே அவ்வப்போது ஒன்று அகப்பட, அது தந்த உற்சாகத்தில் தேடல் தொடர்ந்தது.

12 மணியளவில் சார்வாகன் திரும்பி வந்தார். கிடைத்தவற்றைப் பார்த்தபோது அவரிடமும் ஆர்வம் மேலிடத் தொடங்கியது. சாப்பாட்டுக்குப் பிறகு அவரும் மாடிக்கு வந்து உதவினார். அநேகமாக அவர் கைவசமிருந்த இதழ்களை அலசி முடித்த பின்பு, பல கதைகள் வந்த இதழ்கள் அவர் வசமில்லை என்பது தெரிந்தது. பிரசுரமான கதைகளையும் அவை வெளிவந்த இதழ்களையும் தெரிவிக்க முடிந்தால், அவற்றை நாங்கள் சேகரித்துக்கொள்கிறோம் என்றேன். அவரால் அவற்றைச் சொல்ல முடிந்தது. குறித்துக்கொண்டேன். பயணம் திருப்திகரமாக அமைந்தது. மாலையில் எங்களை பஸ் ஏற்றிவிட்டார்.

பல கதைகள் தீபம் இதழில் வெளியாகியிருந்தன. தீபம் அலுவலகம் சென்று அக்கதைகளைப் பிரதி எடுத்தவர், பிரபஞ்சன். அந்தச் சமயத்தில் பிரபஞ்சன் ஓரிரு மாதங்கள் க்ரியாவில் பணியாற்றினார். முதலில் க்ரியாவின் அச்சுக் கோப்பகத்தில் பிழை திருத்துபவராக சில நாட்கள் இருந்தார். அது அவருக்குச் சரிவராததால், இந்தப் பணியை மேற்கொண்டார். அநேகமாகக் கதைகள் சேகரிக்கப்பட்ட பின்பு, அவற்றிலிருந்து ஒரு தொகுப்புக் கான கதைகளைத் தேர்வு செய்தோம். அதனைத் தொடர்ந்து, சார்வாகன் ஒருநாள் க்ரியா வந்தார். நாங்கள் தேர்வு செய்திருந்த கதைகளின் பட்டியலைப் பார்த்தார். ஓரிரு கதைகளைச் சேர்க்கவும், அதேசமயம் எங்கள் தேர்வில் இருந்த வளை கதையை நீக்கி விடவும் விரும்பினார். அந்தக் கதை எனக்கு மிகவும் பிடித்த கதை. கனவுத் தன்மையும் குறியீட்டு அம்சமும் மேவிய அருமையான கதை. ஆனால், அக்கதை காஃப்காவின் த பர்ரோ கதையின் நகல் என்பதாக அது வெளிவந்த காலத்தில் விமர்சனத்துக்கு உள்ளானது. தலைப்பும் ஒன்றாக அமைந்துவிட்டது. அக்கதையில்

காஃப்கா கதையின் பாதிப்பு இருக்கலாம். ஆனால் தனித்துவமான கதை என்பது எங்கள் எண்ணமாக இருந்தது. அதற்கு சார்வாகன், 'வளை' எழுதிய சமயத்தில் காஃப்காவின் அந்தக் கதையைப் படித்திருக்கவில்லை. அது இத்தகைய விமர்சனத்துக்கு ஆளான பின்புதான் படித்துப் பார்த்தேன். அதன் சாயல் இருந்தாலும் என் கதை வேறானதுதான். ஆனாலும் இந்த விமர்சனத்துக்குப் பிறகு அது தொகுப்பில் இடம்பெற வேண்டாம் என்றே நினைக்கிறேன்' எனத் தீர்மானமாகச் சொன்னார். அவர் விருப்பப்படி அது நீக்கப்பட்டது. சமீபத்தில் வெளிவந்துள்ள அவருடைய கதைகளின் முழுத் தொகுப்பிலும் அது இடம்பெறவில்லை. அக்கதையை அவர் முற்றிலுமாக நிராகரித்துவிட்டார். பழிக்குக் கூசும் ஒரு மனதுக்கு மட்டுமே இது சாத்தியம். சார்வாகனின் முதல் தொகுப்புக்கான இந்த வேலைகளெல்லாம் 1984-85இல் நடந்தன. ஆனால், அவருடைய கதைகளின் முதல் தொகுப்பான எதுக்குச் சொல்றேன்னா... 18 கதைகள் அடங்கியதாக, நான் க்ரியாவில் இருந்து விலகிச் சில ஆண்டுகளுக்குப் பிறகு, 1993இல் க்ரியா வெளியீடாக வந்தது. அன்று ஒரு புத்தகத்தின் பெறுமதிக்குக் க்ரியா வெளியீடென்பது சான்றாக இருந்தது. அதுபோன்றே அவருடைய கதைகள் பலவும் காலத்தைக் கடந்து பயணிக்கும் பேராற்றல் கொண்டிருந்தன.

2. அங்கீகரிக்கப்படாத கனவுகள்

நவீனத் தமிழ் இலக்கியத்தில் பெறுமதியும் தனித்துவமும் மிக்க உயரிய பங்களிப்புகள் செய்தும் உரிய அங்கீகாரம் பெறாத, அதிகம் அறியப்படாத படைப்பு சக்தி சார்வாகன். 1960களின் தொடக்கத்தில் புனைவுப் பாதையில் பயணம் மேற்கொண்டவர். சார்வாகன் என்ற புனைபெயரில் கதைகளும், ஹரி ஸ்ரீனிவாசன் என்ற தன் இயற்பெயரில் புதுக்கவிதைகளும் எழுதியவர். எழுத்துலகப் பிரவேசத்தின் தொடக்க கட்டத்திலேயே இவருடைய கலைத்துவ வெளிப்பாடுகள் அன்றைய கலை இலக்கியப் பயணிகளால் கண்டறியப்பட்டுப் போற்றப்பட்டன. எனினும் காலகதியில் அவர் பெயர் மங்கியது. இது, நம் சூழலின் விநோதங்களில் ஒன்று. உரிய காலத்தில் அவருடைய புத்தகம் வெளிவராததும் இதற்கான காரணியாக இருக்கலாம்.

எழுதத் தொடங்கி 30 ஆண்டுகளுக்குப் பின்னர்தான் அவருடைய முதல் சிறுகதைத் தொகுப்பான எதுக்குச் சொல்றேன்னா... க்ரியா வெளியீடாக வந்தது. அப்புத்தகத்தை மதிப்புரைக்காக இந்தியா டுடே எனக்கு அனுப்பியிருந்தது. மதிப்புரையில் நான் இவ்வாறு குறிப்பிட்டிருந்தேன்: 'சார்வாகன் எழுதத் தொடங்கி 30 ஆண்டு களுக்குப் பிறகு, அவருடைய முதல் தொகுதி வருகிறது. இத்தொகுதி உரிய வரவேற்பு பெற்று, எழுத்துரீதியாக சார்வாகனைத் தீவிரமாகச் செயல்படத் தூண்டுமெனில் தமிழ்ப் பதிப்புச் சூழலில் முன்னர் நிகழ்ந்துவிட்ட ஒரு தவறை ஈடுகட்டுவதாக அது அமையும்.' அப்படி ஏதும் நிகழவில்லை. அதன்பிறகு, 20 ஆண்டுகள் கழித்துத்தான், அவருடைய இரண்டாவது புத்தகமாக அவருடைய எல்லாக் கதைகளும் அடங்கிய தொகுப்பு 2013இல் நற்றிணை வெளியீடாக வந்தது.

எழுத்தியக்கத்தின் முதல் பத்தாண்டுகளில் (அறுபதுகளின் முதல் பாதியிலிருந்து எழுபதுகளின் முதல் பாதி வரை) அவர் முனைப்புடன் செயல்பட்டார். இந்தக் காலகட்டத்திலேயே அவருடைய கதைகள் புத்தக வடிவம் பெற்றிருந்தால் ஒருவேளை அவர் தொடர்ந்து படைப்பூக்கத்தோடு செயல்பட்டிருக்கக்கூடும். அப்படி நிகழாமல் போனதில் தமிழ்ப் பதிப்புச் சூழலுக்குப் பெரும் பங்குண்டு. அவர் இடையில் 15 ஆண்டுகள் எழுதாமல் இருந்தார். மீண்டும் 1991ஆம் ஆண்டுதான் எழுதத் தொடங்கினார். அப்போது எழுதிய இரண்டு கதைகளையும் சேர்த்துத்தான் 1993இல் க்ரியா வெளியீடாக தேர்ந்தெடுக்கப்பட்ட 18 கதைகள் அடங்கிய எதுக்குச் சொல்றேன்னா... தொகுப்பு வெளிவந்தது. அதற்கும் 20ஆண்டு களுக்குப் பிறகு, 2013இல் அவருடைய முழுமையான புனைவுகள் அடங்கிய தொகுதி, 40 சிறுகதைகளும் 3 குறுநாவல்களும் கொண்டது, நற்றிணை வெளியீடாக வந்தது. இந்தத் தொகுப்புக் கான ஆரம்ப முயற்சியில் என் பங்கு அமைந்தது. அதன் காரணமாகத்தான், 30 ஆண்டுகளுக்குப் பிறகு அவரை மீண்டும் சந்தித்தேன். அவருடைய முதல் தொகுப்புக்காகக் க்ரியா சார்பாக அவருடன் முதல் சந்திப்பு அமைந்ததைப் போலவே அவருடைய முழுத் தொகுப்புக்காக இரண்டாவது சந்திப்பு நிகழ்ந்தது.

2013ஆம் ஆண்டின் முற்பாதியில் ஒருநாள் காலை நண்பரும் எழுத்தாளருமான திலீப்குமார் தொலைபேசியில் அழைத்தார்.

சார்வாகன் தன்னுடைய எல்லாக் கதைகளையும் கவிதைகளையும் தொகுத்திருக்கிறார். நற்றிணை மூலமாக அது புத்தகமாகக் கொண்டுவர ஏற்பாடு செய்ய முடியுமா? என்று கேட்டார். நானும் மகிழ்ச்சியோடு, அவசியம் திலீப். நற்றிணை யுகனோடு பேசிவிட்டுத் தொடர்புகொள்கிறேன் என்றேன். நற்றிணை யுகனோடு பேசினேன். அவர் மகிழ்ச்சியோடும் உற்சாகத்தோடும் உடன்பட்டார். ஒருநாள் மாலை யுகனும் நானும் திருவான்மியூரில் மகள் வீட்டில் தங்கியிருந்த சார்வாகனைப் போய்ப் பார்த்தோம். அவருடைய முழுமையான தொகுப்பைக் கொண்டுவர முன்வந்திருப்பது குறித்து மகிழ்ச்சியடைந்தார்.

பேசிக்கொண்டிருக்கும்போது, எங்களுக்கு பிஸ்கட், தேநீர் வந்தது. அவருக்கு ஏதுமில்லை. நீங்கள் சாப்பிடுவதில்லையா என்று கேட்டதற்கு, அவர் தன்னுடைய ஒருநாள் உணவு பற்றிச் சொன்னார். நான் புத்திசாலித்தனமாகச் சொல்வதாக நினைத்துக் கொண்டு, க்ரீன் டீ சாப்பிடலாம்தானே என்றேன். அவர் வெகு நிதானமாக, க்ரீன் டீ நல்லதுதான். ஆனால் க்ரீன் டீயில் இருக்கும் ஒரு வேதிப்பொருள் (அது என்னவென்று அவர் சொன்னது, இப்போது எனக்கு நினைவில்லை) எல்லோருக்கும் உகந்ததல்ல. அதன் அளவு ஒருவருடைய ரத்தத்தில் கூடுதலாக இருந்தால் க்ரீன் டீ குடிக்கக் கூடாது. அதன் அளவு கூடினால் கடுமையான விஷம். இரண்டாம் உலகப் போரின்போது இந்த வேதிப்பொருளை ஊசியின் மூலம் செலுத்தி பல்லாயிரம் யூதர்களைக் கொன்றிருக் கிறார்கள். ரத்தப் பரிசோதனை செய்துவிட்டுத்தான், பிரச்சினை இல்லையென்றால்தான் க்ரீன் டீ அருந்த வேண்டும் என்றார்.

படைப்பாளியின் மொத்தப் படைப்புகளும் ஒரே தொகுப்பாக வந்துகொண்டிருந்த காலம் அது. நற்றிணை வெளியிட்ட கோபிகிருஷ்ணன் படைப்புகள் தொகுப்பு சார்வாகனுக்கு மிகவும் பிடித்திருந்தது. அதைப்போல, தன்னுடைய கதைகளும் கவிதை களும் இணைந்து ஒரே தொகுப்பாக வந்தால் நல்லது என்று நினைத்தார். ஆனால், யுகன் முதலில் கதைகளின் முழுத் தொகுப்பைக் கொண்டுவரலாம்; பிறகு, கவிதைகளைத் தனித் தொகுப்பாகக் கொண்டுவரலாம் என்றார். எனக்கும் அது சரியெனப்பட்டது. தொகுப்பில் கவிதைகளும் சேரும்போது, பக்கங்கள் கூடி விலை அதிகமாகும். மேலும், கதைகளை மட்டும்

வாசிக்க விரும்பும் ஒரு வாசகன் அவசியமில்லாமல் கவிதைப் பக்கங்களுக்கான விலையையும் கொடுக்க வேண்டியிருக்கும் என்றேன். சார்வாகன் ஏற்றுக்கொண்டார். அப்படியே செய்யலாம் என்றார். ஆனால், அவர் பெரிதும் ஆசைப்பட்ட அவருடைய கவிதைகளின் தொகுப்பு இன்றளவும் வெளிவரவில்லை. சி.சு. செல்லப்பா இவருடைய கவிதைகளை எழுத்து இதழில் தொடர்ந்து வெளியிட்டார். எழுத்து கவிதைகளிலிருந்து தேர்ந்தெடுத்து வெளியிட்ட புதுக் குரல்கள் தொகுப்பிலும் அவருடைய கவிதைகள் இடம்பெற்றன. செல்லப்பாவின் அபிமானக் கவிஞர்களில் ஒருவராக அவர் இருந்தார். சார்வாகனைக் கவிதைகள் எழுதும்படி தொடர்ந்து வலியுறுத்தியிருக்கிறார் செல்லப்பா. இன்று அவருடைய கவிதைகள் நம் வாசிப்புக்குக் கிட்டாதது பெரும் துரதிர்ஷ்டம். ஏதேனும் ஒரு பதிப்பகம் முயற்சி எடுத்தால், அது காலத்துக்குச் செய்த ஓர் அழகிய கடமையாக இருக்கும்.

சார்வாகன் கதைகள் முழுத் தொகுப்பு வெளிவந்த பின்பு, அவருடைய கதைகள் சற்றே கவனம் பெறத் தொடங்கின. விமர்சனக் கூட்டங்கள் நடந்தன. விமர்சனங்கள் வந்தன. குறிப்பாக, சாரு நிவேதிதா சார்வாகனுடைய கதைகளில் பெரிதும் ஈர்க்கப்பட்டு, சார்வாகன் பற்றி எழுதவும் பேசவும் தொடங்கினார். இளம் வாசகர்களிடையே சாரு நிவேதிதா பெற்றிருந்த செல்வாக்கின் காரணமாக ஒரு கவனக்குவிப்பு ஏற்பட்டது. நிறைவான, பெறுமதியான அவருடைய வாழ்க்கை, 86ஆவது வயதில், டிசம்பர் 21, 2015இல் முடிவுற்றது. அவருடைய மரணத்துக்குப் பின், அஞ்சலிகள், நினைவஞ்சலிகள் என சார்வாகனின் அருமை நினைவு கூரப்பட்டது. எனினும், நம் நினைவுகளின் அடுக்கு களிலிருந்து நழுவி, மறதியின் பள்ளத்தாக்கில் வீழ்ந்துவிடாதிருக்க நம் முயற்சிகள் தொடர வேண்டும். மீண்டும் மீண்டும் அவருடைய படைப்பு மேதமையும், வாழ்வின் மீதான ஆழ்ந்த பரிவும் போற்றப்பட வேண்டும். அது நம் வாழ்வுக்கான பொக்கிஷமாக நம்மோடு நிலைத்திருக்க வேண்டும்.

3. படைப்பூக்க வாழ்வியக்கம்

சார்வாகனின் இயற்பெயர், ஹரி ஸ்ரீனிவாசன். 1929, செப்டம்பர் 7இல் வேலூரில் பிறந்தவர். பள்ளிப் படிப்பை ஆரணியில்

மேற்கொண்டார். வேலூரில் தாத்தா கிருஷ்ணய்யர் வீட்டில் இருந்த நூலகம் அவருடைய சிறுவயது வாசிப்புப் பழக்கத்துக்கு வித்திட்டிருக்கிறது. அந்நூலகத்தில் இலக்கியம், வரலாறு, அரசியல், தத்துவம் சார்ந்த பலவகையான புத்தகங்கள் இருந்திருக்கின்றன. காந்திய நெறிகளிலும், இந்தியத் தத்துவ மரபிலும் தோய்ந்த குடும்பப் பின்புலம் இவருடையது. சென்னை மருத்துவக் கல்லூரியில் எம்பிபிஎஸ், படிப்பை மேற்கொண்டார். இக்கால கட்டத்தில் இவருக்கு கம்யூனிஸ இயக்கத்தோடும் மார்க்ஸிய சித்தாந்தத்தோடும் உறவும் பிடிப்பும் ஏற்பட்டன. பின்னாளில் இவர் 6 ஆண்டுகள் இங்கிலாந்தில் மருத்துவப் படிப்பையும் பணியையும் தொடர்ந்தபோது இந்த ஈடுபாடு இன்னும் வலுப் பெற்றது. மார்க்ஸிய சித்தாந்த நூல்களில் அவரின் வாசிப்பு தீவிரமடைந்தது. கம்யூனிஸ்ட் இயக்கத்தோடு பிணைப்பும் கொண்டிருந்திருக்கிறார். பிரிட்டன் கம்யூனிஸ்ட் கட்சியில் உறுப்பினராகியிருக்கிறார். இவருடைய திருமணமும் லண்டனில் தான் நடைபெற்றது. இவருடைய மனைவி, இந்தியாவின் பிரசித்திபெற்ற சமூகவியல் மற்றும் மானுடவியல் மேதையான எம்.என். ஸ்ரீனிவாஸின் தங்கை.

இங்கிலாந்தில் இரண்டு எஃப்.ஆர்.சி.எஸ். பட்டங்கள் பெற்ற பின்பும் மருத்துவ சேவையை இந்தியாவிலேயே மேற்கொள்ள அவர் மனம் விழைந்தது. அது அவருடைய இளம்வயதுத் தீர்மானமாகவும் இருந்தது. மருத்துவத்தை சேவையாக மட்டுமே கொள்ள வேண்டுமென்பதும் அவருடைய லட்சியப் பிடிமானமாக இருந்தது. 1960இல் இந்தியா திரும்பி, மங்களூர் கஸ்தூரிபாய் மருத்துவமனையில் பணிப் பொறுப்பேற்றார். அங்கு அவர் முட நீக்கியல் வல்லுநராகப் பணியாற்றினார். ஆனால், காலமும் அவருடைய படைப்பூக்க மனமும் ஓர் அரிய, பெறுமதியான திசைக்கு அவரை அழைத்துச் சென்றன. அங்குதான் அவருடைய வாழ்வின் திசையை வடிவமைத்த அரிய நிகழ்வு அமைந்தது. தொழுநோய் மருத்துவ சிகிச்சை முறையில் ஒரு புதிய கண்டுபிடிப்பை அவர் கண்டடைந்தார்.

மங்களூரில் அவர் 1960இல் முட நீக்கியல் வல்லுநராகப் பணியாற்றியபோது, ஒரு சக மருத்துவர் தொழுநோயிலிருந்து குணமடைந்த ஒருவரை அழைத்துவந்து மடங்கியிருக்கும்

இவருடைய விரல்களை நேராக்க முடியுமா என்று கேட்டிருக்கிறார். ஒருவர் தொழுநோயிலிருந்து குணமாகி மீண்ட பின்னரும் அவருடைய கை, கால் விரல்கள் மடங்கியே இருக்கும். ஹரி ஸ்ரீனிவாசன் அந்த முயற்சியை மேற்கொள்ள முடிவெடுத் திருக்கிறார். இங்கிலாந்தில் அவர் படிப்பு மேற்கொண்டிருந்த காலகட்டத்தில் இவ்வகை விரல் சீரமைப்பு அறுவைசிகிச்சையை மேற்கொண்டிருந்த ஒரு பிரிட்டிஷ் மருத்துவர் அக்கல்லூரியில் பணியாற்றியிருக்கிறார். அவரைத் தொடர்புகொண்டு அச்சிகிச்சை முறை பற்றிய தகவல்களையும் ஆய்வுக் கட்டுரைகளையும் பெற்றிருக்கிறார். இந்தச் சிகிச்சை முறையும் ஒருவகையில் குறைபாடுடையதுதான். அதன்மூலம் விரல்களை நேராக்க முடியுமே தவிர, அவற்றை இயங்கவைக்க முடியாது. தோற்றத்தில் மாற்றத்தை ஏற்படுத்த முடியுமே தவிர வேறு பலனில்லை. விரல்களை நேராக்க முடிகிற அதேசமயம், அவற்றை இயங்கவும் வைக்கக்கூடியதாக தன்னுடைய அறுவைசிகிச்சை முறை அமைய வேண்டுமென விழைந்தார். எந்த ஒரு கண்டுபிடிப்புமே படைப்பூக்க மனதின் தீர்க்கமான பயணத்தில் அகப்படுவதுதான். அவர் வெற்றிகரமான ஒரு அறுவை சிகிச்சை முறையைக் கண்டுபிடித்தார். சிகிச்சை மேற்கொண்டார். தொழுநோயாளியின் விரல்கள் நேரானதோடு இயங்கவும் செய்தன. 'அது மிகவும் சிக்கலான அம்சங்கள் ஒருங்கிணைந்த ஒரு அறுவைசிகிச்சை முறை. அது வெற்றிகரமாக அமைந்துவிட்டது பெரும் அதிர்ஷ்டம்தான். உலகெங்குமுள்ள லட்சக்கணக்கான தொழுநோயாளிகளின் வாழ்க்கையை இந்த அறுவைசிகிச்சை முறை மாற்றப்போகிறது என்பதை அப்போது நான் அறிந்திருக்கவில்லை' என்கிறார் அவர்.

அவருடைய இந்த அறுவைசிகிச்சை முறை மருத்துவ உலகில் அவரை புகழ்பெறச் செய்தது. இந்த அறுவைசிகிச்சை முறைக்கு 'ஸ்ரீனிவாசன் சிகிச்சைமுறை' என்று உலக சுகாதார நிறுவனம் பெயரிட்டது. சமூகத்தால் அருவருப்பாக ஒதுக்கப்பட்ட தொழுநோயாளிகளை மீட்பதிலும், தொழுநோயை அழித் தொழிப்பதிலும் அவருடைய முழு கவனமும் திரும்பியது. செங்கல்பட்டு தொழுநோய் மருத்துவமனைக்குப் பணியாற்ற வந்தார். பின்னாளில் அதன் இயக்குநராக உயர்வடைந்து 1984இல் ஓய்வுபெற்றார். 1984இல் இந்திய அரசு, தொழுநோய்

மருத்துவத்தில் இவருடைய லட்சியபூர்வ பணிகளுக்காகவும் அரிய கண்டுபிடிப்புக்காகவும் பத்மஸ்ரீ விருது வழங்கியது.

காந்தியத்திலும் மார்க்ஸியத்திலும் இந்தியத் தத்துவ மரபிலும் தோய்ந்த ஓர் அழகிய, கனிந்த மனம், தொழுநோயாளிகள் மீது ஆழ்ந்த பரிவு கொண்டது தன்னியல்பானதுதான். அவருடைய ஆழ்ந்த பரிவும் அர்ப்பணிப்பும் மருத்துவ ஞானமும்தான் ஓர் அரிய கண்டுபிடிப்பிற்கு இட்டுச் சென்றது. அந்த அறுவைசிகிச்சை முறையால் உலகெங்கும் குணமடைந்த எண்ணற்ற தொழு நோயாளிகளின் மலர்ச்சியில் அவருடைய வாழ்வு அர்த்தமும் பெருமிதமும் கொண்டிருக்கிறது. அவருடைய சிகிச்சை முறையால் பலன்பெற்றவர்கள் தங்கள் அன்பை வெளிப்படுத்திய தருணங் களை அவர் பெருமிதமாகப் போற்றுகிறார்.

பணி ஓய்வுக்குப்பின் அவர் ஓய்ந்துவிடவில்லை. உலகின் பல்வேறு மருத்துவப் பல்கலைக்கழகங்களில் சிறப்புப் பேராசிரியராக வகுப்புகள் எடுத்தார். உலக சுகாதார நிறுவனத்தின் சார்பாக நடத்தப்பட்ட பல்வேறு மருத்துவ முகாம்களின் நெறியாளராகச் செயல்பட்டார். தன்னுடைய எண்பதாவது வயதில்தான் முழு ஓய்வினை மேற்கொண்டார். அதன்பிறகான கடைசி ஆண்டு களைத் தன் இரு மகள்கள் வீட்டிலும் பெங்களூரிலும் சென்னை யிலுமாக அமைத்துக்கொண்டார். முழு நிறைவான, தீர்க்கமான, லட்சியபூர்வமான வாழ்க்கை இவருடையது.

ஹரி ஸ்ரீனிவாசன், அநேக மருத்துவக் கட்டுரைகளை ஆங்கிலத்தில் எழுதியிருக்கிறார். அவை மருத்துவத் துறையில் பெரும் பொக்கிஷங்களாகப் போற்றப்பட்டிருக்கின்றன. அவர் ஒரு சித்திரக்காரரும்கூட. தன்னுடைய மருத்துவக் கட்டுரைகளுக்கான விளக்கப்படங்களை அவரே வண்ணங்களில் வரைந்திருக்கிறார்.

மருத்துவத் துறையில் ஓர் அரிய கண்டுபிடிப்புக்கு அழைத்துச் சென்ற அவருடைய படைப்பூக்க மனதின் இன்னொரு வெளிப் பாடாக அமைந்ததுதான் அவருடைய புனைவுலகம். 1961இல் அவர் செங்கல்பட்டு அரசு தொழுநோய் மருத்துவமனையில் சேர்ந்து பணியாற்றத் தொடங்கியபோது அவருடைய கலை இலக்கிய ஆர்வம் முதலில் கம்யூனிஸக் கலை இலக்கியவாதி களுடனான அறிமுகத்தில்தான் தொடங்கியிருக்கிறது. தாமரை

இதழ் அவருடைய படைப்புகளுக்கான முதல் தளமாக அமைந்தது. பின்னர், அவருக்கான தளங்கள் விரிவடைந்தன. தி.க.சியில் தொடங்கிய கலை இலக்கிய உறவுகள் பின்னர், சி.சு. செல்லப்பா, நகுலன், க.நா.சு, வெங்கட் சாமிநாதன், சுந்தர ராமசாமி என விசால மாகின. பின்னாளில் இயக்கம் சார்ந்த கம்யூனிஸத்தில் நாட்ட மிழந்து, தன்னளவில் ஒரு மார்க்ஸியராகத் தன் வாழ்வையும், வாழ்நெறிகளையும், சிந்தனைகளையும் அமைத்துக்கொண்டிருந்தார்.

ஒரு மருத்துவராகவும், படைப்பாளியாகவும் அவர் வாழ்வை வழி நடத்தியது, மனிதர்கள் மீதான ஆழ்ந்த பரிவும் படைப்பூக்க மனமும்தான். இவ்விரு சக்திகளின் பேராற்றலோடு அமைந்த அவருடைய வாழ்வியக்கம் பெறுமதியான கொடைகளை நமக்கு வழங்கியிருக்கிறது. இரண்டிலுமே அவர் பெருமிதத்துக்குரிய ஆளுமையாக வெளிப்பட்டார். நாம்தான் அவருடைய அருமையை உணராதவர்களாக, நம் பெருமிதங்களை அறியாதவர்களாக, தம் பெருமை தாமறியாச் சமூகமாக இருந்துகொண்டிருக்கிறோம்.

4. பரிவும் படைப்பூக்கமும்

ஒரு படைப்பாளியாகவும், தொழுநோய் மருத்துவராகவும் அவரை இயக்கிய ஆதார சக்திகளாக, வாழ்வின் மீதான பரிவும், படைப்பூக்க மனமுமே அமைந்திருந்தன. அவருடைய படைப்பு களைப் பொருத்தவரை, யதார்த்தரீதியான புனைவு, கனவுத் தன்மையான புனைவு, இவ்விரு தன்மைகளும் ஒன்றோடொன்று முயங்கி இன்னதென்று பிரிக்கமுடியாப் புதிர்க் கோலம் கொண்டிருக்கும் மாயப் புனைவு என மூன்று வகையான புனைவாக்கப் பாதைகளில் இவருடைய படைப்புப் பயணம் அமைந்திருக்கிறது. தன் படைப்புலகப் பிரவேசத்தின் தொடக்கம் முதலே இம்மூன்று வகைக் கதைகளையும் அவர் உருவாக்கி யிருக்கிறார். எத்தன்மையான கதையாக இருந்தாலும், படைப் பாக்கத்தில் கலை நுட்பங்கள் கூடிய படைப்பு சக்தி சார்வாகன்.

சிறுவயது வாழ்வின் களன்களாக இருந்த தமிழகச் சிற்றூர்களே இவருடைய பெரும்பாலான சிறுகதைகளின் களன்களாக இருக்கின்றன. மனித வாழ்நிலை குறித்த அதிருப்தியின் வெளிப் பாடுகளே இவருடைய கதைகள். இந்த அதிருப்தியிலிருந்துதான் மனித வாழ்வின்மீது ஆழ்ந்த பரிவு கொள்கிறது, அவருடைய

படைப்பு மனம். அவருடைய நுட்பமான புனைவு முறைகளால் இக்கதைகள் பெறும் அழகுதான் அவை கலைத்துவம் கொள்ள ஏதுவாகின்றன. ஏதோ ஒரு பிரச்சினை சார்ந்த துயரத்தை இவருடைய கதைகள் அடிப்படையாகக் கொண்டிருக்கின்றன. சில, யதார்த்த தளத்தில் புனைவாக்கம் பெறுகின்றன. வேறு சில, கனவுத் தன்மையோடு புனைவு கொள்கின்றன. மற்றும் சில, இருவிதப் புனைவுகளும் மேவிய மாய யதார்த்தக் கதைகளாக மந்திரப் புனைவு பெறுகின்றன.

தமிழ்ச் சிறுகதை உலகம், யதார்த்த பாணிக் கதை மரபில் உலகத் தரத்துக்கு இணையாகக் கணிசமான கதைகளைக் கொண்டிருக்கிறது. வாழ்வின் மெய்மையைக் கண்டறிய யதார்த்த மரபுக் கதைகள் போதுமானவை அல்ல என்று உணரப்பட்ட நிலையில் மேலை நாடுகளில் புதிய பாணிகள் வேரூன்றி வளம் பெற்றன. மேலும் காரண-காரிய தர்க்க அறிவே உலகப் போர்களுக்கு வித்திட்டது என்ற புரிதலும் புதிய வெளிப்பாட்டு முறைகளுக்கு இட்டுச் சென்றன. தர்க்க ரீதியிலான நேரான கதை சொல்லல் முறையே யதார்த்த மரபின் அடிப்படை என்பதால் அதிலிருந்து வெளியேறி வேறு புனைவுக் கோலங்களுக்குள் பிரவேசிக்கப் படைப்பாளிகள் பிரயாசைப்பட்டனர். எனினும், யதார்த்த பாணிக் கதை மரபே மூன்றாம் உலக நாடுகளில் இன்னமும் ஆதிக்கம் செலுத்தி வருகிறது. தமிழும் விலக்கல்ல. அதேசமயம், சமீப காலங்களில் தமிழிலும் கனவுக் கதைகள், விந்தைக் கதைகள், மாய யதார்த்தக் கதைகள், குறியீட்டுக் கதைகள் எனப் புதிய பாணிக் கதைகள் தம்மை வலுவாக ஸ்தாபிக்க முனைந்திருக்கின்றன. பழமை வடிவங்களைச் சார்ந்து இயங்க முடியாத இருத்தலியல்வாதிகளின் வெளிப்பாடுகள் இவை. அறியாத பாதைகளில் அலைந்து அறிவதை ஒரு படைப்பாளி நேசிப்பதிலும் தேர்ந்தெடுப்பதிலும் வியப்பில்லை. வகுக்கப்பட்ட பாதைகளையும் எல்லைகளையும் கடந்து செல்லவே கலைஞன் பிரயாசைப்படுகிறான். இந்தப் பின்புலத்தில்தான் சார்வாகன் கதைகள் கவனம் பெறுவதோடு முக்கியத்துவமும் பெறுகின்றன.

சார்வாகனின் முதல் கதையான விசுவரூபம் அவருடைய 35ஆவது வயதில் 1964இல் தாமரை இதழில் பிரசுரமானது. அவருடைய கம்யூனிஸக் கட்சி ஈடுபாடும், மார்க்ஸியப் பிடிப்பும்,

தி.க.சிவசங்கரனோடு கொண்டிருந்த நட்பும் அவர் அளித்த உத்வேகமும் அவர் தொடர்ந்து தன் ஆரம்ப காலக் கதைகளைத் தாமரை இதழில் எழுத ஏதுவாக இருந்திருக்கும். அதேசமயம் அக்கதைகள் கொண்டிருந்த கலைத்துவம், நவீனத் தமிழ் இலக்கியத்தில் கலை மேதமையோடு செயலாற்றிய ஆளுமை களின் கவனத்தையும் ஈர்த்தது. அதனைத் தொடர்ந்து அவருடைய கதைகள் தீபம், ஞானரதம். சுதேசமித்திரன், சதங்கை, கணையாழி, கசடதபற ஆகிய இதழ்களில் வெளியாகின. 1968இல் நகுலன் கொண்டுவந்த குருக்ஷேத்திரம் தொகுப்பின் சிறுகதைப் பகுதியில் சார்வாகனின் சின்னூரில் கொடியேற்றம், உத்தரீயம் என்ற இரண்டு கதைகள் இடம்பெற்றபோது தனித்துவமான படைப்பாளியாக அவர் அறியப்பட்டார். இவ்விரு கதைகளில் 'சின்னூரில் கொடியேற்றம்' மரபான வடிவம், நிகழ்ச்சிக் கோவை, யதார்த்த அணுகுமுறை என அமைந்த சிறுகதை. இதன் தொனி விசேஷமும் வெளியீட்டு நேர்த்தியும் யதார்த்த பாணிக் கதைகளில் நிறைவான அழகு கூடியதாக இதை ஆக்கியது. 'உத்தரீயம்' கனவுப் பாங்கான காட்சிப் பின்புலத்தில், பிசகிய மனதின் நனவோடையாக விரிந்திருக்கும் கதை. கதாபாத்திரத்தின் யதார்த்தம் மட்டுமின்றி, இடப் பின்புலத்தின் யதார்த்தமும் சிதைக்கப்பட்டிருக்கும் சிறப்பான கதை.

1960களின் பிற்பாதியிலிருந்து எழுபதுகள் வரை சிறுபத்திரிகை வாசகர்களிடையே குறிப்பிடத்தகுந்த எழுத்தாளராக சார்வாகன் கவனம் பெற்றிருந்தார். 1976க்குப் பிறகு, அவர் 15 ஆண்டுகள் கதைகளோ கவிதைகளோ எழுதாததும் அவருடைய கதைகள் புத்தகமாக வெளிவராததும் சிறுபத்திரிகை வாசகர்களின் நினைவுகளிலிருந்தும்கூட அவர் பெயர் மங்குவதற்கான முகாந்திரங் களாகின. பிறகு ஏதோ ஒரு உத்வேகத்தில் 15 ஆண்டுகளுக்குப் பின்னர், 1991இல் அவர் மூன்று கதைகள் எழுதியிருக்கிறார். அவை இந்தியா டுடேயிலும் கணையாழியிலும் பிரசுரமாகியிருக்கின்றன. 1993இல் கணையாழி நவம்பர், டிசம்பர் இதழ்களில் 'வெறி நாய் புகுந்த பள்ளிக்கூடம்' என்ற நெடுங்கதை வெளியாகி யிருக்கிறது.

15 ஆண்டுகளுக்குப் பின்னர் அவர் எழுதிய மூன்று கதைகளும் படைப்பு ரீதியிலான அவருடைய மன இயக்கத்தின் தொடர்ச்சி

யாகவே அமைந்திருக்கின்றன. இவற்றில், 'போன ஜன்மங்களும் வேறு உலகங்களும்' என்ற கதை, 'சின்னூரில் கொடியேற்றம்' போலவே யதார்த்த மரபிலான சமூக அங்கதக் கதை. 'கடைத் தேறினவன் காதல்' என்ற கதை கற்பனைக் காட்சிப் புலத்தில் அமைந்த குறியீட்டுக் கதை. மரபும் நவீனமும் பரிசோதனையும் என இவருடைய படைப்பு மன இயக்கம் தொடர்ந்து அமைந் திருக்கிறது.

யதார்த்த பாணிக் கதைகளில் 'சின்னூரில் கொடியேற்றம்', 'ரப்பர் மாமா', போன ஜன்மங்களும் வேறு உலகங்களும்' ஆகிய கதைகளும், 'அமர பண்டிதர்' குறுநாவலும் சிறந்தவை. 'அமர பண்டிதர்' குறுநாவல், சுதந்திரப் போராட்ட கால லட்சியங்களும் வாழ்வியல் மதிப்புகளும், சுதந்திரத்துக்குப் பின்னான வாழ்வில் அடைந்த சரிவின் அவலத்தைக் கச்சிதமான வடிவத்தில் வெளிப் படுத்தியிருக்கும் படைப்பு. கனவுப் பாங்கும் குறியீட்டுத் தன்மையும் முயங்கிய நவீன பாணிக் கதைகளில் 'உத்தரீயம்', 'புதியவன்', 'அருவங்கள்', 'கடைத்தேறினவன் காதல்' ஆகியன சிறப்பானவை. மனித மனதையும், வாழ்நிலைகளையும் அறிந்து கொள்ளவும் புரிந்துகொள்ளவும் பன்முக வெளிப்பாடுகளே உதவும் என்பதற்கான படைப்பு சாட்சிகள் இவை. இவருடைய 'கனவுக் கதை' ஓர் அலாதியான புனைவுக் கண்டுபிடிப்பு. இரு நிகழ்வுகளால் இந்தக் கதை கட்டமைக்கப்பட்டிருக்கிறது. யதார்த்தமும் மாய யதார்த்தமும் கலந்துறவாடியிருக்கும் கதை. முன்நிகழ்வு யதார்த்தமெனில், பின்நிகழ்வு கனவு. முன்நிகழ்வு கனவெனில் பின்நிகழ்வு யதார்த்தம். எது யதார்த்தம், எது கனவெனப் பிரித்தறிய முடியா மாயத்தன்மை கொண்டது. இக்கதை, அவருடைய கலைக் கண்டுபிடிப்பு.

காலம் உவந்தளித்த பெரும் கொடை சார்வாகன்.

□

8

சுந்தர ராமசாமி
(1931-2005)

1. நவீனத்துவக் கனவு வடிவம்

1975, ஜனவரி 31ஆம் தேதி இரவு 7 மணியளவில் முதன்முதலாகச் சுந்தர ராமசாமியைச் சந்தித்தேன். அப்போது, அவர் மதுரை ரயில் நிலையத்தின் முதலாவது நடைமேடையின் வலதுபுறம் வெகுவாகத் தள்ளியிருந்த ஒரு பெஞ்சில் அமர்ந்திருந்தார். அச்சமயம் எனக்கு வயது 22+. க்ரியா வெளியிட்டிருந்த நடுநிசி நாய்கள் புத்தகத்தின் பின்னட்டையில் ஆதிமூலம் வரைந்திருந்த சுந்தர ராமசாமியின் கோட்டோவியத்தை மனப் பதிவாகக் கொண்டு, பரவசத்தோடும் படபடப்போடும் பதற்றத்தோடும் எக்களிப்போடும் முதலாவது நடைமேடையின் வலது மூலையை நோக்கி, இனம் புரியா உணர்வுகள் ஒன்றையொன்று மேவியிருந்த மனநிலையில் அவரைத் தேடியபடி நடந்து சென்று அங்கு அவரைப் பார்த்தேன்.

அந்த நாள் என் எதிர்காலத்தைத் தன்னுள் பொதிந்து வைத்திருந்ததை அப்போது நான் அறிந்திருக்கவில்லை. அன்று காலை, மதுரை பாத்திமாக் கல்லூரியின் (பெண்கள் கல்லூரி) முத்தமிழ் விழாவில் கலந்துகொண்டு கவிதை வாசித்தேன். ஒரு பொதுமேடையில் என் முதல் பங்கேற்பு. அச்சமயம் மதுரைப் பல்கலைக்கழகத்தில் எம்.ஏ. தமிழ் இரண்டாமாண்டு படித்துக் கொண்டிருந்தேன். அங்கு தமிழ்த் துறையில் தற்கால இலக்கியம் கற்பித்த பேராசிரியரும், எழுத்து இதழில் புதுக்கவிதை பற்றித் தொடர் கட்டுரைகள் எழுதியவருமான சி. கனகசபாபதியுடனும், ஆய்வு மாணவராக வந்து சேர்ந்திருந்த மு. இராமசாமியுடனும் இணைந்து விழிகள் என்ற சிற்றிதழை நடத்திக்கொண்டிருந்தது

மட்டுமல்ல, ஜனமன் என்ற பெயரில் கவிதைகளும் எழுதிக் கொண்டிருந்தேன். இந்தச் செயல்பாடுகள்தான் பாத்திமாக் கல்லூரி முத்தமிழ் விழா மேடைக்கு என்னை அழைத்துச் சென்றிருந்தன (பின்னாளில் பொதுமேடையில் பங்கேற்பதில் கூச்சமும் தயக்கமும் கொண்டு ஒதுங்கிய நான் அந்த நாளை எப்படிச் சமாளித்தேன் என்பது இன்றுவரை ஆச்சரியமான புதிர்தான்). இந்த நிகழ்வுதான் பின்னாளில் அமைந்த என் காதல் திருமணத்துக்கு வித்திட்டது. அன்று, அந்த நிகழ்வின் முடிவின் போது, சுற்றிலும் மாணவிகள் சூழ்ந்திருக்க, நீட்டிய ஆட்டோ கிராஃப்களில் திகைப்புடனும் சிறு நடுக்கத்துடனும் ஏதேதோ எழுதிக் கையெழுத்திட்டுக்கொண்டிருந்தேன். அப்போது அங்கு வந்து ஓரமாய் வேடிக்கை பார்த்துக்கொண்டிருந்த பெரியநாயகி அச்சகம் குமாரசாமி, அந்தக் கூத்து முடிந்ததும் அருகில் வந்து, 'கையெழுத்துக்கு ஒரு ரூபாய் வாங்கியிருந்தால்கூட அடுத்த இதழைக் கொண்டு வந்திருக்கலாமே' என்றார் (அவருடைய அச்சகத்தில்தான் விழிகள் அச்சடிக்கப்பட்டது). அப்போதுதான் அவர், சுந்தர ராமசாமி மதுரை வந்திருப்பதாகவும், காலேஜ் ஹவுஸில் தங்கியிருப்பதாகவும், என்னைப் பார்க்க விரும்புவதாகவும், இரவு சுந்தர ராமசாமி பெங்களூர் செல்லவிருப்பதாகவும், மாலை ஆறு மணியளவில் சென்று அவரைச் சந்திக்கும்படியும், இந்தத் தகவலைத் தெரிவிக்கவே அங்கு வந்ததாகவும் சொன்னார்.

அன்று விழா முடிந்ததும், மதிய உணவு விருந்தளித்து, ஒரு காரில் வீட்டுக்கு அனுப்பிவைத்தார்கள். விழாவில் அளித்த நினைவுப் பரிசுப் பொருள்களோடு காரில் வந்து வீட்டில் இறங்கிய போது, என் மனம் எப்படித் திளைத்திருந்திருக்கும். அம்மா எவ்வளவு பெருமிதப்பட்டிருப்பார். இவற்றையெல்லாம் மேவி மாலை சு.ராவைச் சந்திக்கப் போவதுதான் மனதை ஆக்கிரமித் திருந்தது. அன்று மாலை வரை என் பொழுது தத்தளிப்போடுதான் நகர்ந்தது. சுந்தர ராமசாமியின் நடுநிசி நாய்கள் கவிதைத் தொகுப்பை எடுத்துப் புரட்டியபடியும், பின்னட்டைக் கோட்டோ வியத்தைப் பார்த்தபடியும் இருந்தது மட்டும் நினைவிருக்கிறது. சுந்தர ராமசாமி வியாபார நிமித்தமாகக் கடை வீதிகளில் சுற்றியலைந்துவிட்டு ஆறு மணி போலத்தான் அறைக்கு வருவார் என்று குமாரசாமி சொல்லியிருந்தார்.

மாலை ஆறரை மணியளவில் காலேஜ் ஹவுஸின் குறிப்பிட்ட அறையை அடைந்தபோது அது பூட்டியிருந்தது. ஆனால் அறைக் கதவில் ஒரு தாள் சிறு குறிப்புடன் ஒட்டப்பட்டிருந்தது. 'ரயில் நிலையத்தின் முதல் பிளாட்பாரத்தின் வலது கோடி பெஞ்சில் இருப்பேன். அங்கு வந்து சந்தியுங்கள்' என்று தெரியப்படுத்தி 'சு.ரா' என்று கையெழுத்திடப்பட்டிருந்தது. சு.ராவின் கையெழுத் துடன் முதல் பரிச்சயம். ரயில் நிலையம் நோக்கி வேக வேகமாக நடை போட்டேன். இடையில் ஒரு சிகரெட்டையும் அவசர அவசரமாய் ஊதிக்கொண்டேன்.

எட்டு முழ வேட்டி, அரைக்கைச் சட்டை. எவரையும் ஒருமுறை கவனிக்கச் சொல்லும் வசீகரத் தோற்றம். அருகில் சென்று 'மோகன்' என்றேன். சிரித்த முகத்துடன் பக்கத்தில் உட்காரச் சொன்னார். 'இவ்வளவு குறைந்த வயதாயிருக்கும் என்று எதிர்பார்க்கவில்லை' என்றார். நான் பதற்றத்துடனேயே இருந்து கொண்டிருந்தேன். ரயில் வர இன்னும் இரண்டு மணி நேரத்துக்கு மேலிருப்பதாகவும், ரயில்வே ஸ்டேஷனில் ஒதுங்கி அமர்ந்திருப்பது பிடிக்குமென்றும், அதனாலேயே அறையைக் காலி செய்துவிட்டு அங்கு வந்துவிட்டதாகவும் சொன்னார். காகங்கள் என்றொரு அமைப்பைத் தொடங்க இருக்கிறேன். மாதமொரு முறை புத்தகங்கள் பற்றி அதில் விவாதிக்கலாமென்று இருக்கிறோம். கலாப்ரியாவின் 'சுயம்வரம்' பற்றி விழிகள் இதழில் வெளிவந்த உங்களுடைய கட்டுரையைப் படித்துவிட்டு, புதிய குரலாக இருக்கிறது; முதல் கூட்டத்துக்குக் கூப்பிடலாமென்று கிருஷ்ணன் நம்பி சொன்னான். அதன்பிறகு, படித்துப் பார்த்தேன். நானும் அந்த முடிவுக்கு வந்தேன் என்றார். நான் திகைப்பின் உச்சத்தில் இருந்துகொண்டிருந்தேன். அவர் தொடர்ந்து, அவருடைய நடுநிசி நாய்கள், வண்ணநிலவனின் எஸ்தர் ஆகிய இரண்டு புத்தகங்களை முதல் கூட்டத்துக்கு எடுத்துக்கொண்டிருப்பதாகக் கூறி, அதில் ஒன்றைப் பற்றி நான் கட்டுரை வாசிக்க வேண்டும் என்றார். வண்ணநிலவனின் எஸ்தர் தொகுப்பில் வெகுவாக ஈர்க்கப்பட்டு, அது தமிழ்ச் சிறுகதையில் ஒரு புதிய திசை நோக்கிய பயணம் என நான் வியந்திருந்த சமயமது. தயக்கத்துடன், எஸ்தர் பற்றி வாசிக்கிறேன் என்றேன். அவர் நிமிர்ந்து, ஒருகணம் என் முகம் பார்த்துவிட்டு, சரி என்றார்.

அவர் பேசிக்கொண்டிருந்தார். கொஞ்சம் கொஞ்சமாகக் கூச்சம் என்னிடமிருந்து விலகிக்கொண்டிருந்தது. 'எப்படி அடையாளம் கண்டுகொண்டீர்கள்' என்று கேட்டார். நடுநிசி நாய்கள் பின்னட்டை ஓவியம் ஞாபகத்தில் இருந்தது என்றேன். 'அந்த ஓவியத்தில் ஏன் அவர் கண்களைப் போடவில்லை' என்று கேட்டார். தெரியவில்லை என்பது போல் தலையசைத்துவிட்டு, சிறு தயக்கத்துக்குப் பிறகு, கவிஞனின் கண்கள் என்பதால் அவை உள்முகமாகப் பார்த்துக்கொண்டிருப்பதாக நினைத்திருக்கலாம் என்பது போல ஏதோ சொன்னேன். அவர் ஆச்சரியத்துடன் என் முகம் பார்த்தபடி, 'உங்களுக்கு மாடர்ன் ஆர்ட் பற்றித் தெரியுமா' என்று கேட்டார். 'இல்லை, தெரியாது' என்றேன்.

பெங்களூர் செல்லும் ரயில் வந்த பின்னும் அது கிளம்ப அரை மணி நேரத்துக்கு மேலிருந்தது. அவருடைய இருக்கையில் அமர்ந்த பின்னும் ரயில் கிளம்பும்வரை உடனிருந்தேன். அன்று, கிட்டத் தட்ட 3 மணி நேரம் நீடித்த அந்தச் சந்திப்பு, என் வாழ்வைத் தீர்மானித்த சக்தியாக அமைந்தது. என் பின்புலம் பற்றி, படிப்பு பற்றி, வாசிப்பு பற்றி, ஈடுபாடுகள் பற்றி இடையிடையே கேட்டறிந்தபடி இருந்தார். ஏதோ ஒரு கட்டத்தில், நீங்கள் இப்போது என்ன எழுதிக்கொண்டிருக்கிறீர்கள் என்று கேட்டதற்கு அவர் சொன்னார்: 'ஒரு எழுத்தாளன், தன்னுடைய மகத்தான படைப்பென்று ஏதும் எழுத வேண்டுமென்பதுகூட இல்லை. தாஸ்தாயெவ்ஸ்கியின் கரமசோவ் சகோதரர்கள் நாவலை மொழி பெயர்த்துவிட்டால் போதும். ஒரு எழுத்தாளனுக்குரிய கடமையைச் செய்த நிறைவோடு நிம்மதியாக இறந்துவிடலாம்.'

மறுநாள், முதல் காரியமாக, பல்கலைக்கழக நூலகத்தில் கான்ஸ்டாண்டின் கார்னெட் மொழிபெயர்த்த (இந்த மொழி பெயர்ப்பும் சு.ரா. பரிந்துரைதான்) பிரதர்ஸ் கரமசோவ் நாவலைப் பெருமிதத்தோடு எடுத்தேன்.

காகங்கள் அமைப்பின் முதல் கூட்டம், நாகர்கோவில், ஆசாத் லாட்ஜின் (சு.ராவின் சுதர்சன் ஜவுளிக்கடைக்கு எதிரில் இருந்தது) ஓர் அறையில், 1975, மார்ச் அல்லது ஏப்ரல் மாதத்தில் ஒரு ஞாயிற்றுக்கிழமை காலை 11 மணியளவில் தொடங்கியது. புற்றுநோய் காரணமாக, ஒரு கால் நீக்கப்பட்டிருந்த நிலையில்

கிருஷ்ணன் நம்பி வந்து காலை அமர்வில் கொஞ்ச நேரம் இருந்தார். அவருடனான முதலும் கடைசியுமான சந்திப்பு அது. திருவனந்தபுரத்திலிருந்து நகுலன், நீல. பத்மநாபன், ஆ. மாதவன், ஷண்முக சுப்பையா வந்திருந்தனர். கலாப்ரியா, தெறிகள் உமாபதி கலந்துகொண்டனர். இவர்களில் அக்கூட்டத்துக்கு முன்னர் எனக்குப் பழக்கமாகியிருந்த ஒரே நண்பர் கலாப்ரியா மட்டும்தான். சுந்தர ராமசாமியுடன் இரண்டாவது சந்திப்பு.

காலை அமர்வில் வண்ணநிலவனின் எஸ்தர் பற்றி நான் கட்டுரை வாசித்தேன். சில சில அபிப்ராயங்களோடு, சுவாரஸ்யமோ, ஆரவாரமோ இன்றி அந்த அமர்வு மிதமாக அமைந்தது. எதிரில் இருந்த உணவு விடுதியில் மதியம் எல்லோருக்கும் சைவச் சாப்பாடு. மதிய அமர்வில் சுந்தர ராமசாமியின் நடுநிசி நாய்கள் பற்றி ந. முத்துசாமியின் கட்டுரை. முத்துசாமி வந்திருக்கவில்லை. அவர் அனுப்பி வைத்திருந்த கட்டுரையை உமாபதி வாசித்தார். வாசித்து முடித்ததும் கூடி அமர்ந்திருந்தவர்களிடையே ஒரு இறுக்கமான அமைதி கவிந்தது. 'ந. முத்துசாமி இந்தக் கட்டுரையில் என்ன சொல்கிறார் என்று எனக்குப் புரியவில்லை. புரிந்தவர்கள் சொன்னால் அதை முன்வைத்து விவாதிக்கலாம்' என்றார் நகுலன். மீண்டும் அமைதி. சு.ராவைப் பார்த்து, 'ராமசாமி, உங்களுக்குப் புரிகிறதா' என்று கேட்டார் நகுலன்.

'முத்துசாமிக்கு என்னுடைய கவிதைகள் பிடித்திருக்கிறது என்று தெரிகிறது. ஆனால் ஏனென்று கட்டுரையிலிருந்து தெரியவில்லை' என்றார் சு.ரா. 'அப்படியானால் அந்தக் கட்டுரையை ஒதுக்கி வைத்துவிட்டு, நாம் பேசலாம்' என்றார் நகுலன். தொடர்ந்து, 'முதலில் நீங்கள் சொல்லுங்கள்' என்று என்னைப் பார்த்துச் சொன்னார். அதற்கு அவர் சொன்ன காரணம்: கலாப்ரியாவின் சுயம்வரம் குறுங்காவியம் பற்றித் திருவனந்த புரத்தில் நாங்கள் நண்பர்கள் கூடி விவாதித்தோம். முடிவில் அவற்றைத் தொகுத்து நான் எழுதுவது என்று முடிவு செய்தோம். விழிகள் இதழில் உங்களுடைய கட்டுரையைப் படித்தபிறகு, நான் எழுதுவது அவசியமில்லை என்று தோன்றியது. உங்கள் கட்டுரை அவ்வளவு சிறப்பாக இருந்தது. நான் எழுதியிருந்தால் எனக்கும் புரிந்திருக்காது, வாசிப்பவர்களுக்கும் புரிந்திருக்காது என்று சொல்லிச் சிரித்தார்.

சுந்தர ராமசாமி ♦ 107

நான் கூச்சத்துடன்தான் ஆரம்பித்தேன் என்றாலும், இளமையின் துடிப்பு என்னை ஏதேதோ பேசவைத்தது. நான் பேசியதன் சாரம் இதுதான்: 'சுந்தர ராமசாமியின் கவிதைகள் என் மனதுக்கு நெருக்கமானவையாக இல்லை. கலாப்ரியாவின் கவிதைகளில் இருக்கும், என்னை ஈர்க்கும் உணர்வுபூர்வமான ஒரு அம்சம் சு.ரா. கவிதைகளில் இல்லை. புத்தி தூக்கலாக அமைந்திருப்பது, ஒருவிதத் தடையாக இருக்கிறது.' பொதுவாக, அவருடைய கவிதைகள் குறித்து எதிர்மறையான கருத்துகளே அன்று அங்கு முன்வைக்கப்பட்டன. இறுதியில் சு.ரா பேசினார். பேச்சின் தொடக்கத்தில் இறுகியிருந்த அவருடைய முகம், பேச்சில் சுருதி ஏற ஏற பிரகாசம் பெற்றது. இலக்கியம் பற்றிய தேர்ந்த ஞானமும், தன் எண்ணங்களையும் இலக்கியச் சிந்தனைகளையும் தெளிவாக எடுத்துரைக்கும் தீர்க்கமும், பதற்றத்துக்கு இடமளிக்காத பக்குவமும் வார்த்தைகளாக அறையெங்கும் சூழ்ந்தன. நான் பிரமித்துப் போயிருந்தேன். கவிதையில் சொற்சிக்கனத்தின் முக்கியத்துவம் பற்றியும், புதுக்கவிதையின் நியாயமே அதன் இந்த அம்சம்தான் என்றும் கூறினார். மரபுக் கவிதைகளின் இலக்கணச் சட்டகங்கள் வார்த்தைகளின் விரயங்களுக்குக் காரணமாக இருப்பதைத் தெரிவித்தார். இரண்டு அடிகளும் ஏழு வார்த்தைகளுமே கொண்ட திருக்குறளில்கூட, அதன் வரையறைக்காக வார்த்தைகள் அவசியமற்று நிரப்பப்பட்டிருக்கின்றன என்றார். உதாரணமாக, 'செல்வத்துள் செல்வம் செவிச்செல்வம் அச்செல்வம் / செல்வத்துள் எல்லாம் தலை' என்ற குறளில் செல்வத்துள் செல்வம் செவிச் செல்வம் என்ற முதல் மூன்று வார்த்தைகளிலேயே முடிந்துவிடும் பாடுபொருள், எப்படி அவசியமற்று நீள்கிறது என்று சுட்டிக் காட்டினார் (இந்தக் குறளைத்தான் அவர் சுட்டிக்காட்டினார் என்று நிச்சயமாகச் சொல்வதற்கில்லை. இது போன்ற ஒன்றிரண்டு குறள்களை முன்வைத்தார்). அவருடைய கவித்துவப் பிரயாசைகள் பற்றிய சிந்தனைத் தெறிப்புகளில் அந்தச் சிறு கூட்டம் ஸ்தம்பித் திருந்தது. பேச்சின் இறுதியில் மிகப் பெரும் ஆகிருதியாக சுந்தர ராமசாமி தோற்றமளித்தார். அவர் கவிதைகளைப் பற்றி சிறுபிள்ளைத் தனமாக உளறிவிட்டதாகத் தோன்றிக் குறுகிப் போனேன் நான்.

கூட்டம் முடிந்ததும் நகுலன் என்னிடம், அவர்களோடு திருவனந்தபுரம் வந்து ஓரிரு நாட்கள் இருக்க முடியுமா என்று

கேட்டார். எனக்கு ஆர்வமும் தயக்கமுமாக இருந்தது. சு.ராவிடம் சென்று, அவர்கள் திருவனந்தபுரத்துக்குக் கூப்பிடுகிறார்கள் என்றேன். மலர்ந்த முகத்துடன் 'ரொம்ப நல்ல விசயம். அவசியம் போயிட்டு வாங்க' என்றார். நானும் போனேன். என் பாதை விரியத் தொடங்கியது. சு.ராவுடனான நட்பும் தொடர்பும் வலுப்பட்டன.

2. உரையாடலின் லட்சிய உருவகம்

உரையாடலில் மாபெரும் வித்தகர். 40 ஆண்டுகளுக்கும் மேலாக நான் உறவாடிய கலை இலக்கிய ஆளுமைகளில் இவ்வகையில் அவருக்கு இணையான ஒருவரை இதுவரை சந்தித்ததில்லை. அலாதியான பேச்சு. வாஞ்சையும் அக்கறையும் கலை நம்பிக்கையும் வேட்கையும் ஏக்கமும் கவிந்து கலந்துறவாடும் பேச்சு. உடனிருப்பவரை மெல்ல மெல்ல ஈர்த்து, உடனழைத்துக் கொண்டு, இணைந்து சஞ்சரிக்க வைக்கும் பேச்சு. உடனிருப்பவரின் கூச்சங்களை, ஏதோ ஒரு தருணத்தில் அவர்களறியாமல் உதிரச் செய்து, சகஜ மனோபாவத்துடன் பேசவைக்கும் வித்தகம் கூடியவர். வெகு இயல்பான, அபாரமான ஒரு தன்மையாக அவரிடம் இது அமைந்திருந்தது. பேசுவதற்கு இணையாகக் கேட்கத் தெரிந்தவர். கேட்பதில் ஆர்வம்கொண்டவர். உரையாடலின் அர்த்த வடிவமாகத் திகழ்ந்தவர். இந்தத் தன்மையின் தெறிப்புகளில் தான் அன்று நான் கட்டுண்டிருந்தேன்.

காகங்கள் அமைப்பின் முதல் கூட்டம் மட்டும்தான் ஆசாத் லாட்ஜில் நடந்தது. அதற்கடுத்த கூட்டங்களை சு.ரா. தன் வீட்டு மாடியிலேயே நடத்தினார். புத்தக விமர்சனம் என்று மட்டும் இல்லாமல், ஏதேனும் ஒரு விசயம் பற்றி அது சார்ந்தவர்களைக் கூப்பிட்டுப் பேசி விவாதிப்பதாக அது தொடர்ந்தது. 1976ஆம் ஆண்டில் ஏதோ ஒரு மாதம் அவர் வீட்டு மாடிக் காகங்கள் கூட்டத்தில் 'நாவல் என்ற கலைச் சாதனம்' என்ற தலைப்பில் கட்டுரை வாசித்தேன். கூட்டத்திற்கு முதல் நாளே, மாலை 4 மணி போல, நாகர்கோவில் சென்று ஒரு லாட்ஜில் அறை எடுத்துத் தங்கினேன். கூட்டத்திற்கான கட்டுரையை நான் எழுதி முடித்திருக்க வில்லை. அறையில் தங்கி எழுதிக்கொள்ளலாம் என்று நினைத்துத் தான் முதல் நாளே சென்றிருந்தேன். வந்துவிட்ட தகவலைத்

தெரிவிக்க சு. ராவுக்கு ஃபோன் செய்தேன். தகவல் சொன்னேன். எங்கு தங்கியிருக்கிறீர்கள் என்று கேட்டார். சொன்னேன். அறையைக் காலி செய்துவிட்டு லாட்ஜிற்கு வெளியே வந்திருங்கள். இன்னும் கால் மணி நேரத்தில் நான் அங்கு வருகிறேன். நீங்கள் நம் வீட்டிலேயே தங்கிக்கொள்ளலாம் என்றார். நான் இன்னும் கட்டுரையை முடிக்கவில்லை அதனால்தான்... என்று இழுத்தேன். 'வீட்டிலேயே எழுதலாம். ஒரு தொந்தரவும் இருக்காது' என்று ஃபோனை வைத்துவிட்டார். அறையைக் காலி செய்துவிட்டு, லாட்ஜ் இருந்த தெருவின் இருபுறமும் பார்த்தபடி லாட்ஜ் வாசல் முன் நின்றிருந்தேன். ஓரிரு நிமிடங்களில் ஒரு கார் வந்து நின்றது. டிரைவர் இருக்கையில் இருந்தபடியே, ஏறிக் கொள்ளுங்கள் என்றார். நான் முன்னால் ஏறி அமர்ந்துகொண்டேன். இங்கு காரை நிறுத்துவது ரொம்ப சிரமம். அதனால்தான் உங்களைக் கீழே வந்திருக்கும்படி சொன்னேன் என்றார்.

'சுந்தர விலாஸ்' வீட்டு மாடி அறையில் அதுதான் என் முதல் தங்கல். அதன்பிறகு, காரிய நிமித்தமாகவும், அப்படி ஏதுமில்லாமலும் எண்ணற்ற முறை தங்கியிருக்கிறேன். 15 ஆண்டுகளுக்கு முன்பு. சு.ராவின் குழந்தைகள் பெண்கள் ஆண்கள் நாவல் பணி நிமித்தமாகச் சென்றபோதுதான் கடைசியாகத் தங்கியது. மரங்கள் சூழ்ந்த விசாலமான வீடு. நன்கு வளர்ந்து, ஒய்யாரமாய் மாடியில் கிளைகள் பரப்பியிருக்கும் சப்போட்டா மரம் பேரழகு. அதன் கனிகள் ஆரஞ்சுப் பழமளவு பருத்துச் செழித்திருக்கும். ருசியும் அலாதி. மாடியறை அப்போதே தன்னிறைவான வசதிகள் கொண்டது. பின்னர், மூத்த மகள் சௌந்திராவின் திருமணத்தையொட்டி, வீட்டின் கீழ்ப்பகுதியோடு, மாடி அறையும் சற்று நவீனப்படுத்தப்பட்டது.

அவர் பகலில் ஓய்வெடுக்கும் கட்டில் மட்டுமல்ல, அவர் அமர்ந்து எழுதும் பெரிய சாய்வு நாற்காலியும் அந்த அறையில் தான் இருந்தது. அமர்ந்து எழுதவும், சாய்ந்து இருந்து கொள்ளவுமான அமைப்புகொண்டது. அதன் கைப் பகுதி, நல்ல நீளமும் அகலமும்கொண்டது. எழுதுபலகையை வாகாகத் தாங்கிக்கொள்ளும் தன்மை கொண்டது. அவர் மாடியில் என்னை இருக்கச் செய்துவிட்டு, 'நீங்கள் எழுதுவதாக இருந்தால் எழுதுங்கள். நான் கடைக்குப் போய்விட்டு வந்துவிடுகிறேன்.

இரவு சேர்ந்து சாப்பிடலாம். வெளியில் நடந்துபோய்விட்டு வருவதாக இருந்தாலும் போயிட்டு வாங்க' என்று கூறிவிட்டுச் சென்றார். நான் இறங்கி அந்தப் பகுதியைச் சுற்றி ஒரு நடை நடந்து வந்தேன்.

மறுநாள் மாலைக் கூட்டத்தில், முதல் நாள் இரவு விழித்து எழுதிய கட்டுரையை வாசித்தேன். பத்து, பதினைந்து பேர் நெருக்கமாக வளைய வடிவில் தரையில் அமர்ந்திருந்தனர். சுந்தர ராமசாமி சுவரில் சாய்ந்தபடி ஒரு கால் மடக்கி, அவருடைய வழக்கமான பாணியில் அமர்ந்திருந்தார். நான் அவருக்கு எதிரில் சப்பணங்கால் போட்டு உட்கார்ந்திருந்தேன். அ.கா. பெருமாள், ராஜமார்த்தாண்டன், வேதசகாயகுமார், உமாபதி ஆகியோர் அந்தக் கூட்டத்தில் இருந்தது நினைவிருக்கிறது. கட்டுரையின் தலைப்பு, 'நாவல் என்ற கலைச்சாதனம்.' வாசித்து முடித்ததும், சு.ரா, கட்டுரை மிகவும் செறிவாக இருப்பதாகவும், புதிய பார்வை களைக் கொண்டிருப்பதாகவும் கூறிவிட்டு, 'மறுபடியும் அதை வாசியுங்களேன். கட்டுரையை சரியாக உள்வாங்கிக்கொண்டு பேச உதவியாக இருக்கும்' என்றார். மேலும், 'யாராவது வாங்கி வாசிக்கலாம்' என்றார். வேதசகாய குமார் கட்டுரையை என்னிடமிருந்து வாங்கி வாசித்தார். அதன் பிறகு, நாவல் என்ற கலைவடிவம் குறித்த என் சிந்தனைகள் குறித்தும் தமிழ் நாவல்களின் நிலைமைகள் குறித்தும் ஓரளவு விவாதிக்கப்பட்டது. ராமசாமிக்குக் கட்டுரை மிகவும் பிடித்திருந்தது. மிகவும் முக்கியமான கட்டுரை என்று அபிப்பிராயப்பட்டார். அதை நான் முதல் நாள் இரவில்தான் எழுதினேன் என்பது அவருக்கு ஆச்சரியமாக இருந்தது. 'விசயங்கள் மனதில் சேகரமாகியிருக்கும்போது, ஒரு இரவில் ஒரு கட்டுரையை எழுதி விடலாம்தான். ஆனால், இவ்வளவு செறிவாக எழுதுவது கஷ்டம்' என்றார். அக்கட்டுரை பற்றி, அப்போது அவர் தொடர்பில் இருந்த இலக்கிய நண்பர்களுக்கெல்லாம் கடிதம் எழுதியிருக்கிறார் என்பதைப் பின்னால் அறிந்துகொள்ள முடிந்தது. அவர் என்மீது நம்பிக்கை கொள்ள அக்கட்டுரை ஒரு முக்கிய காரணியாக அமைந்தது.

அன்றைய இரவில், இரவு உணவுக்குப் பிறகு, பேசிக் கொண்டிருந்தபோது, 'நீங்கள் தொடர்ந்து கட்டுரைகள் மட்டுமே எழுதினாலும் நீங்கள் ஒரு கிரியேட்டிவ் ரைட்டர் என்பதான ஒரு எண்ணம்தான் என் மனசில் இருக்கு. உங்களுக்குக் கதை

எழுதணும்னு தோணினதே இல்லையா?' என்று கேட்டார். நான் என் தயக்கத்தைச் சொன்னேன். 'உலக இலக்கிய மேதைகளின் முன் நாம் ஒன்றுமில்லைதான். அதற்காக நாம் சும்மா இருந்துவிட முடியாது. நம் மொழியில் நம்மால் செய்யக் கூடியவற்றை நாம் செய்துதான் ஆகவேண்டும்' என்றார். நான் மௌனமாக இருந்தேன். 'எழுதலாம்னு ஏதாவது கதை தோணியிருக்கா' என்று மறுபடியும் கேட்டார். 'ரொம்ப நாளாவே ஒரு கதை மனசில இருக்கு...' என்றேன். 'எங்க அதச் சொல்லுங்க...' என்றார். நான் சொன்னேன். பொதுவாக, சு.ரா. கட்டிலில் கால் நீட்டிப் படுத்துக் கொண்டு, தலையை உயர்த்தி வைத்தபடிதான் பேசவும் கேட்கவும் செய்வார். உற்சாகம் அடைந்துவிட்டால், எழுந்து உட்கார்ந்து கொள்வார். ஓரிரு கணம் அமைதியாக இருப்பார். பேச இருப்பதை மனம் தொகுத்துக்கொண்டிருப்பது போலிருக்கும். அப்போது, ஒரு சிகரெட் பற்ற வைத்தார் என்றால் ஒரு தீர்க்கமான உரையாடலை நிகழ்த்தப்போகிறார் என்பது நிச்சயம். எழுந்து உட்கார்ந்து கொண்டு, சிகரெட் கேட்டார். கொடுத்தேன். பற்றவைத்துக் கொண்டார். 'நீங்கள் சொன்னது, அப்படியே ஒரு சிறுகதையாக இருக்கிறது. இதை நீங்கள் எழுதிவிட்டால் போதும். உங்கள் மனத்தடைகள் விலகிவிடும். அப்புறம் நீங்கள் தொடர்ந்து கதைகள் எழுத ஆரம்பித்துவிடுவீர்கள்' என்று சொல்லிக்கொண்டே போனார். ஆனாலும், மனத் தடைகளிலிருந்து விடுபட எனக்கு மேலும் இருபது ஆண்டுகள் ஆகியது.

அந்த முறை அங்கிருந்து கிளம்பியபோது, என் மனம் சுந்தர ராமசாமியை ஆசானாகவும் ஆதர்ச வழிகாட்டியாகவும் வரித் திருந்தது. அவரிடமிருந்து சுவீகரித்துக்கொண்ட கலை நம்பிக்கை யில் நகரத் தொடங்கியது என் வாழ்வு.

முதல் காகங்கள் கூட்டம், ஆசாத் லாட்ஜில் நடந்து முடிந்த சில மாதங்களில் அவருக்கு நெருக்கமும் இதமுமாக இருந்த கிருஷ்ணன் நம்பியின் மரணத்தையடுத்து, அந்த இழப்பின் வேதனையிலிருந்து விடுபடுவதற்காக, சு.ரா. மதுரை வந்து காலேஜ் ஹவுஸில் சில நாட்கள் தங்கியிருந்தார். அப்போது நான் மதுரைப் பல்கலையில் ஆய்வு மாணவன். நெருக்கம் கூடியது. மதுரை வரும் இலக்கிய நண்பர்களிடம் என்னைச் சந்திக்கச் சொல்வதும்

அவர்கள் என்னைச் சந்திப்பதும் நிகழ்ந்துகொண்டிருந்தது. இப்படி யாகத்தான் க்ரியா ராமகிருஷ்ணன் அறிமுகமானார்.

ஒருசமயம், க்ரியா ராமகிருஷ்ணனும் அவருடைய இணை ஜெயாவும், ஓவியர் அச்சுதன் கூடலூரும் அவருடைய அச்சமயத்திய அயல்நாட்டுத் தோழியும் கொடைக்கானலில் ஒரு வாரம் போல, ஊருக்குத் தள்ளியிருந்த ஒரு 'ரிசார்ட்'டில் தங்கினார்கள். அவர்களுடைய முன்திட்டப்படி, சுந்தர ராமசாமியும் கொடைக் கானலில் அவர்களோடு சேர்ந்துகொண்டார். அங்கு போய்ச் சேர்ந்த மறுநாளே அவர் எனக்கு ஒரு கடிதம் எழுதினார். சூழலின் அருமை பற்றியும், சில திட்டங்கள் தீட்டப்பட இருப்பதாகவும், நான் உடனே கிளம்பி வரவேண்டுமென்றும் குறிப்பிட்டிருந்தார். மேலும், கொடைக்கானல் வந்து சேர்ந்துவிட்டால் போதும், மதுரை திரும்பும் வரையான மற்ற எல்லாவற்றையும் தான் பார்த்துக்கொள்வதாகவும் எது பற்றியும் யோசிக்காமல் அவசியம் வர வேண்டுமென்றும் வற்புறுத்தியிருந்தார். கொடைக்கானல் வந்திறங்கி வெளியே வந்தால் அந்தக் குறிப்பிட்ட 'ரிசார்ட்'டின் வேன் நிற்கும். அதில் ஏறி வந்துவிடுங்கள். இந்த ஊரை மாசுபடுத்துவது அந்த வேன் வழியெங்கும் கக்கும் புகை ஒன்று தான் என்று அவருக்கே உரிய முத்தாய்ப்புடன் அந்தக் கடிதம் முடிந்திருந்ததாக ஞாபகம்.

நான் மறுநாள் காலை கொடைக்கானல் போய்ச் சேர்ந்தேன். அவருடைய இன்னொரு பரிமாணமாக, காலத்தின் தேவையை நிறைவேற்றும் வகையில் பதிப்புத் துறையில் மேற்கொள்ளப்பட வேண்டிய காரியங்கள் பற்றிய அவருடைய கனவுகள் அன்று வெளிப்பட்டன. கனவை நிறைவேற்றுவதற்கான துல்லியமான திட்டமிடலும் அவருடைய குணாம்சத்தில் இருப்பதை அன்று தான் உணர்ந்தேன். காலத்தினதும் வாழ்வினதும் திசைகளை மாற்றியமைத்த பல்வேறு துறை ஆளுமைகள் மற்றும் தத்துவங்கள் குறித்த சிறு நூல்கள் கொண்டு வருவது; ஒவ்வொரு புத்தகமும் குறிப்பிட்ட வரையறைகளுக்கு உட்பட்டிருக்க வேண்டும். அதற்கேற்ப, முதலில் அடிப்படையான ஐம்பது, அறுபது கேள்விகளை உருவாக்க வேண்டும். ஒவ்வொரு புத்தகமும் அவற்றுக்கான பதில்களைக் கொண்டு, அந்த வரிசை நூல்கள் ஒரு பொதுத்தன்மை கொண்டிருக்க வேண்டும். இப்படியாக

அவர் பார்வை விரிந்து விரிந்து குறிப்பிட்ட இலக்கு நோக்கிச் சென்றது. அன்றே, முதல் பத்து நூல்களின் தலைப்புகளும், அவற்றை எழுதவேண்டியவர்களும் நிச்சயிக்கப்பட்டது. எனக்கும் ஒன்று ஒதுக்கப்பட்டது. எப்போதும் கனவுகளோடும் அவற்றை நிறைவேற்றும் லட்சியங்களோடும் அவர்கள் இருந்துகொண்டிருப்ப தாகத் தோன்றி மனம் உத்வேகத்தில் திளைத்திருந்த நாட்கள் அவை.

அவர்கள் சென்னை கிளம்பும் நாளில் ராமசாமியும் நானும் பஸ்ஸில் மதுரை வந்தோம். மதுரையில் அவர் நாகர்கோவில் பஸ் ஏறும்போது, மலர்ச்சியான முகத்துடன் என் தோளைத் தட்டிக் கொடுத்தார்.

என் காதல் திருமணத்தை, நண்பர்கள் சிவராமன், பிரசாத்- லட்சுமி தம்பதியர், முத்தையா ஆகியோர் துணையுடன் நானே முன்னின்று நடத்தினேன். மதுரைக்கு அருகிலுள்ள திருநகரில் ஒரு பெரிய வீடெடுத்து அந்த வீட்டிலேயே திருமணத்தையும் முடித்துக் கொண்டேன். சுந்தர ராமசாமி இரண்டு நாட்கள் முன்பே வந்திருந்து என்னோடு அந்த வீட்டில் தங்கியிருந்தார். திருமணத் துக்குப் பிறகும் எங்களோடு இரண்டு நாட்கள் இருந்துவிட்டுச் சென்றார். அதுவரை ஆசானாக இருந்த அவர், அச்சமயத்தில் அப்பாவாகவும் இருந்தார். அவர் சென்ற பிறகு, அக்கம்பக்கத்தில் ஓரிருவர், 'என்ன தம்பி, அப்பா ஊருக்குப் போயிட்டாங்களா?' என்று கேட்கவும் செய்தார்கள்.

சுந்தர ராமசாமியின் வாழ்வில் மகத்தான திசை மாற்றமாக அமைந்தது, ஜே.ஜே: சில குறிப்புகள் நாவல். அதற்குப் பிறகுதான், தமிழ் நவீனத்துவத்தின் லட்சிய உருவக ஸ்தானத்தை அவர் அடையத் தொடங்கினார். அவருக்கும் எனக்குமான உறவில் அந்நியோன்யம் கூடியது. *ஜே.ஜே: சில குறிப்புகள்* பிரதியில் நேர்ந்து விட்டிருந்த ஒரு சிடுக்கை விடுவிப்பதற்காக நான் நாகர்கோவில் சென்று அவருடன் தங்கியிருந்த சில நாட்கள் என் வாழ்வில் மிகவும் பெறுமதியானவை. அங்கிருந்து திரும்பிய பின், ராமசாமியிடமிருந்து வந்த நீண்ட கடிதத்தின் முதல் சில வரிகள்

(நினைவிலிருந்து): 'நீங்கள் இம்முறை இங்கு தங்கியிருந்த நாட்களில் கிருஷ்ணன் நம்பியின் மறைவுக்குப் பின்னான வெற்றிடம் நிரம்பி வருவதை உணர்ந்தேன். நீங்கள் சென்ற பிறகு தைலாவுக்கும் (அவருடைய இரண்டாவது மகள்) எனக்கும் இடையே நடந்த உரையாடல்:

தைலா: என்னப்பா புதுமணத் தம்பதியாட்டம் மச்சோடு மச்சாஇருந்தீங்களே.

நான்: இல்லையே, அப்பக்கப்ப இறங்கி வந்துட்டுதானே இருந்தோம்.

தைலா: அவாளும் அப்படித்தானே செய்வா.

அதன் பிரதியில் சில மாற்றங்களுக்கு நான் காரணமாக இருந்தது தான், பின்னர் க்ரியா ராமகிருஷ்ணன் க்ரியாவில் இணைந்து பணியாற்ற என்னை அழைப்பதற்கும், என் சென்னை வாழ்க்கை தொடங்குவதற்கும்கூட ஒரு முதன்மையான காரணமாக அமைந்தது.

3. ஆதர்ச ஒளி

ஜே.ஜே: சில குறிப்புகள் நாவல், அவர் அப்போது, 1977-78 வாக்கில், எழுதத் தொடங்கியிருந்த பாலுவின் உலகம் என்ற நாவலிலிருந்துக் கிளைத்துத் தனிப் படைப்பாக உருவானது. பாலுவின் உலகம் நாவலின் அமைப்பு பற்றி அவர் ஒருமுறை தெரிவித்தார். இரண்டு பகுதிகளைக் கொண்ட இந்நாவலின் முதல் பகுதி, பாலுவின் வாழ்வனுபவங்களின் பதிவாகவும், இரண்டாம் பகுதி, அந்த அனுபவங்களின் பரிசீலனைகளாக, அனுபவங்களின் அர்த்தங் களைக் கண்டடைவதற்கான முயற்சியாகவும் அமையும் என்றார். பின்னர் ஜே.ஜே. எழுதத் தொடங்கியபோது அவர் சொன்னது: பாலுவின் உலகம் எழுதிக்கொண்டிருந்தபோது சம்பத் என்ற பாத்திரம் உள்ளே வந்தது. தொடர்ந்து சம்பத்தின் நண்பனாக ஜோசப் ஜேம்ஸ். பின்னர், ஜோசப் ஜேம்ஸ் மெல்ல மெல்ல வளர்ந்து ஆக்கிரமிக்கத் தொடங்கியதில் அதைத் தனி நாவலாக எழுத முடிவு செய்தேன்.

இக்காலகட்டத்தில்தான் அவர் தன் கடிதங்களையும் எழுத்து களையும் தட்டச்சில் பதிவு செய்யத் தொடங்கினார். அவருடைய

உதவியாளராக லீலா இந்தப் பணியை மேற்கொண்டார். ஒரு நாவலை எப்படி டிக்டேட் செய்கிறீர்கள் என்று அவரிடம் கேட்டேன். அவர் சிரித்த முகத்துடன் சொன்னார்: முதலில் மிகவும் சிரமப்பட்டேன். லீலாவின் முகத்தையோ டைப் ரைட்டிங் மிஷினையோ பார்க்காதபடி, பின்னால் உட்கார்ந்துகொண்டு அன்று எழுதப்படுவதற்கான குறிப்பைக் கையில் வைத்துக் கொண்டு சொல்லத் தொடங்கினேன். சரிவரவில்லை. முகத்தைத் துணியால் மூடிக்கொண்டு சொல்லிப் பார்த்தேன். இப்படி யெல்லாம் ஏதேதோ செய்து, ஒருவழியாக, கொஞ்சம் கொஞ்சமாக லீலா அடிப்பதைப் பார்த்துக்கொண்டே, குறிப்புகளின் துணையோடு சொல்ல முடிந்துவிட்டது.

தட்டச்சு செய்யப்பட்ட ஜே.ஜே. நாவல் 1+1 என்பதாக இரண்டு பிரதிகள் எடுக்கப்பட்டிருக்கிறது. ஒரு பிரதியை அச்சுக்காக க்ரியாவுக்கு அனுப்பிவிட்டு, இன்னொரு பிரதியை நான் வாசித்துப் பார்ப்பதற்காக எனக்கு அனுப்பியிருந்தார். அதன் இணைப்புக் கடிதத்தில், இரண்டு பிரதிகளையும் அனுப்பி வைத்துவிட்ட அன்றைய மனநிலை பற்றி, 'நாவலைப் பிரிந்திருப்பது, சௌந்திராவை (மூத்த மகள்) மணமுடித்துக் கொடுத்து அனுப்பிய நாளன்று இருந்தது போல நிராதரவாக இருக்கிறது' என்பதாகக் குறிப்பிட்டிருந்தார்.

நாவல் வாசிப்பு பெரும் எக்களிப்பையும் பரவசத்தையும் தந்தது. வாசித்து முடித்தபோது மனம் ஆனந்தக் கூத்தாடியது. பெரும் பொக்கிஷத்தை அடைந்துவிட்டதுபோல் குதூகலித்தது. ஓரிரு நாட்களில் கொஞ்சம் நிதானப்பட்டு மனவெளியில் நாவல் உலகம் விரிந்தபோது, இரண்டு அம்சங்கள் நெருடலாகப் பட்டன. ஒன்று, நாவல் முடியாதது போன்ற உணர்வு. இரண்டாவது, சம்பத், தான் கண்ட ஓர் அற்புதமான சூரியோதயத்தைப் பற்றி ஜே.ஜேயுடன் பகிர்ந்துகொள்ள விழையும் பரவச மனநிலையுடன் அதிகாலையில் ஜே.ஜேயின் வீட்டுக்கு வரும் நிகழ்வில் காலம் பிசகியிருந்தது. சம்பத் வரும்போது, ஜே.ஜேயின் மனைவி சாரம்மாள், வீட்டின் பின்பக்கம் கோழிகளுக்குத் தீவனம் கொடுத்துக்கொண்டிருப்பார். அதை வேலி வழியாகப் பார்க்கும் சம்பத்துக்கு, அவள் சம்பந்தப்பட்ட எல்லாமே அழகாகத் தோன்றும். ஆக, இச்சம்பவத்தின்போது ஜே.ஜேக்குத் திருமணம் ஆகிவிட்டது. ஆனால், முன்னதாக சம்பத் கண்ட அந்தக்

காட்சியை ஜே.ஜே. ஓவியமாக வரையும் நிகழ்வில் ஜே.ஜேக்கு 18 வயதுதான் இருக்கும்.

நாவல் விளைவித்த பரவசத்தை வியந்து போற்றிவிட்டு, அந்த இரண்டு விஷயங்களையும் குறிப்பிட்டு அவருக்குக் கடிதம் எழுதினேன். அவரிடமிருந்து பதில் வருவதற்குள் மீண்டும் ஒருமுறை நாவலை முழுமையாகவும், பின்னர் இடையிடையே சில பகுதிகளையும் மிகுந்த கிளர்ச்சியோடு வாசித்தேன். பதில் வந்தது. அதோடு முற்றுப்பெறாத ஒரு புதிய அத்தியாயமும் இருந்தது. கடிதம் இப்படியாக அமைந்திருந்தது. நாவல் முடிவு பற்றி எனக்கும் முதலில் அப்படி ஒரு எண்ணம் இருந்தது. அதனாலேயே இந்த அத்தியாயத்தைத் தொடங்கினேன். ஆனால், டிசம்பர் 25 கிறிஸ்துமஸ் தின இரவில், நாவல் இப்போது முடிக்கப்பட்டிருக்கும் இடத்திலேயே முடிந்துவிட்டது என்று தீர்மானமாகத் தோன்றியது. எனவே, மேற்கொண்டு தொடர்வதை விட்டுவிட்டேன். இருந்தாலும், தொடர்ந்து எழுதிய பகுதியை உங்களுக்கு அனுப்பியிருக்கிறேன். இது உங்கள் பார்வைக்காக மட்டும் என்பதாக இருந்தது. இரண்டாவதாகத் தெரிவித்திருந்த பிரச்சினை பற்றி, தான் யோசிப்பதாகவும், அதைச் சரிசெய்து விடலாம் என்றும் குறிப்பிட்டிருந்தார்.

அவர் அனுப்பியிருந்த புதிய அத்தியாயத்தை ஆவலோடு படித்தேன். 'உங்கள் பார்வைக்கு மட்டும்' என்று அவர் சொல்லி யிருந்ததால் அது பற்றி மேற்கொண்டு பேசவேண்டியதில்லை.

அடுத்த மூன்று, நான்கு நாட்களில் அவரிடமிருந்து ஒரு கடிதம் வந்தது. முதல் முறையாக சு.ராவின் பதற்றம் அதில் வெளிப் பட்டிருந்தது. சம்பத், ஜே.ஜே.யிடம் தான் கண்ட அதிஅற்புதமான சூரியோதயக் காட்சியைத் தெரிவிக்க வரும் நாள் பற்றி நீங்கள் குறிப்பிட்டிருந்த பிரச்சினையை சுலபமாகத் தீர்த்துவிடலாம் என்றுதான் முதலில் நினைத்திருந்தேன். ஆனால் யோசிக்க, யோசிக்க மனம் சிடுக்காகிக்கொண்டே போகிறது. Stop Printing என்று ராமகிருஷ்ணனுக்குத் தந்தி கொடுத்துவிட்டேன். உங்களால் இங்கு வர முடியுமா? என்பதாக அந்தக் கடிதம் இருந்தது.

அடுத்த ஒன்றிரண்டு நாட்களில் நாகர்கோவில் சென்றேன். இப்போது, ஜே.ஜே. நாவல் அநேகமாக எனக்கு மனப்பாடமாகி

விட்டிருந்தது. இம்முறை, 'சுந்தர விலாஸ்' வீட்டு மாடி அறையில் ஒரு வாரத்துக்கும் மேல் தங்கியிருந்தேன். அந்த நாட்களில் சு.ரா. தன் ஜவுளிக் கடைக்குப் போகவில்லை. முதல் இரண்டு நாட்களில் போன வேலை முடிந்துவிட்டதாக ஞாபகம். போகும்போதே அதற்கான தீர்வை என் மனம் உருவாக்கியிருந்தது. அவரும் ஏற்றுக்கொண்டார். அதேசமயம், முன்னதாக அந்த அத்தியாயம், ஒரு அழகான வாக்கியத்துடன் முடிந்திருக்கும். புதிய மாற்றத்தில் அப்படியாக அந்த அத்தியாயம் முடியாமல் போனதில் அவருக்கு வருத்தம். அந்த அளவு வடிவமைப்பின் நேர்த்தியில் அவருக்கு லயிப்பு இருந்தது. வேறு வழியில்லாமல் போனதில் அவருக்கு லேசான மன வருத்தம். நாவல் வெளியாகி (1981) 27 ஆண்டுகளுக்குப் பிறகு அதன் முதல் பிரதி பற்றி விரிவாகப் பேச அவசியமில்லை. எனினும், எடிட்டிங்கின் முக்கியத்துவம், எங்கள் நட்பில் ஏற்பட்ட நெருக்கம், அவருடைய மனோபாவம் ஆகியவற்றுக்காக மட்டுமே சில விசயங்களைச் சொல்லிச் செல்கிறேன். ஒரு குறிப்பிட்ட சம்பவத்தில் ஏற்பட்ட காலப் பிசகு, இயல்பாகவே, ஜே.ஜேயின் டயரிக் குறிப்புகளில் குறிப்பிடப்பட்டிருந்த தேதிகள் பற்றிப் பரிசீலிக்க வைத்தது. அவற்றிலும் மாற்றங்கள் செய்ய நேரிட்டது. தொலைபேசி உரையாடல்கள் மூலமாகவும், கடிதங்கள் மூலமாகவும் க்ரியா ராமகிருஷ்ணனும் எங்களோடு இருந்துகொண்டிருந்தார். இக்கால கட்டத்தில், சு.ரா.வுக்கும் க்ரியா ராமகிருஷ்ணனுக்கும் எனக்கும் இடையே நடந்த கடிதப் போக்குவரத்துகள் ஒரு ஆவணமாக அமையக்கூடியவை. இந்த மாற்றங்கள், படைப்பில் நேர்ந்துவிட்ட சில சிடுக்குகளை நீக்கியது அல்லது சில பிசுறுகளைக் களைந்தது தானே தவிர வேறில்லை. படைப்பின் குணாம்சமும் வீரியமும் ஜீவனும் இதனால் மேம்படுவதோ, குறைபடுவதோ ஆகாது.

எடிட்டிங் என்பதில் ஈடுபட்டுவிட்டதால், மறு வாசிப்புகளில் அந்நாவலின் பலவீனமான பகுதியாக எனக்கு உறுத்திக் கொண்டிருந்த, ஜே.ஜே. தொழுநோயாளிக்கு உதவ முடிவெடுக்கும் சம்பவம் பற்றி ஒருநாள் அவரிடம் பேசினேன். ஜே.ஜே. ஒரு நாள் காலை, அவன் வழக்கமாக வரும் ஹோட்டலில் பிரெட்-பட்டர்-ஜாம் சாப்பிட்டுக்கொண்டிருக்கும்போது, ஹோட்டல் வாசலில் ஒரு தொழுநோய்ப் பிச்சைக்காரன் தன் கண்களாலேயே

உதவி கேட்பான். அப்போது, ஜே.ஜேயின் மனதில் ‘தான் என்ன செய்ய வேண்டும்’ என்ற கேள்வி எழும். அவன் யோசிக்கத் தொடங்குவான். தான் இருக்குமிடச் சூழலையும் மறந்து வெகுநேரம் அந்த ஹோட்டலில் அமர்ந்து ஆழ்ந்த சிந்தனையில் ஈடுபடும் ஜே.ஜே. இறுதியில் உதவி செய்வதென முடிவெடுப்பான். அதற்கு எதிரான எல்லாத் தரப்பையும் தான் யோசித்துவிட்டதாகத் தனக்குள் சொல்லிக்கொள்வான். இந்தப் பகுதியில் ஜே.ஜே. அப்படி என்னதான் யோசித்தான் என்பதைக் கொஞ்சம் விரிவாக எழுதினால் நன்றாக இருக்குமே என்றேன். அவர் சிறு புன்முறுவலுடன் என்னைப் பார்த்துவிட்டுச் சொன்னார்: ‘நான் முயற்சி செய்திருக்க மாட்டேன் என்றா நினைக்கிறீர்கள்? என்னால் முடியவில்லை. நான் அதற்குள் போயிருந்தால் அடி வாங்கியிருப்பேன். இருப்பதையும் இழக்க வேண்டியதாகியிருக்கும். முடியாது என்றில்லை. இதுபோன்ற சந்தர்ப்பங்களில் தாஸ்தாயெவ்ஸ்கியால் வெகு சரளமாக உள்ளே நுழைய முடிகிறது. நான் ஒருமாதிரி சமாளித்துத் தப்பியிருக்கிறேன். அவ்வளவுதான். மார்ச் மாதம் இன்கம்டாக்ஸ்க்கு கணக்கு கொடுக்கும்போது மனம் எப்படி வேலை பார்க்குமோ, அப்படித்தான் இந்தப் பகுதியை எழுதும்போது மனம் வேலை பார்த்தது.’ அவர் இப்படிச் சொன்னபோது, அப்போது நான் பிரமித்துப் போனேன். அவர் அவ்வளவு வெளிப்படையாகச் சொன்னது அவர்மீதான மதிப்பை வெகுவாக உயர்த்தியது.

அந்த முறை நான் அங்கு தங்கியிருந்தபோது, வீடு வெகு இதமாகவும் மிக நெருக்கமாகவும் ஆனது. அவர்கள் வீட்டோடு, அவர்களில் ஒருவராக இருந்த ஹரிகர ஐயர் அந்த வீட்டின் சமையல் பொறுப்பை ஏற்றிருந்தார். அவரின் மேலாண்மையில் வீட்டின் சமையலறை மிகவும் விசாலமாக இருந்தது. வித விதமான பதார்த்தங்களை மிகவும் சுவையாகச் செய்வது மட்டுமல்ல, மிகுந்த வாத்சல்யத்துடன் பரிமாறுவார். அவருடைய மரணத்துக்குப் பின் அந்த வீட்டின் சமையலறை கொஞ்சம் சிறுத்துத்தான் போய்விட்டது.

காலையில் மாடிக்கு வெகு ருசியான பில்டர் காபி வரும். கூடவே இரண்டு பில்டர் வில்ஸ் பாக்கெட்டுகளும் வந்துவிடும். ஒருநாளில் சு.ரா. இரண்டு அல்லது மூன்று சிகரெட்டுகள்

புகைப்பார். அதை மிகவும் லயித்துச் செய்வார். ஏதோ பழக்கத்தில் ஊதுவது போலிருக்காது. ஆனால் அவரோ, 'நீங்களும் ராமும் (க்ரியா ராமகிருஷ்ணன்) சிகரெட் பிடிப்பதைப் பார்க்கும்போது, அதை உங்களால் ஒருபோதும் விடமுடியாது என்று தோன்றும். நீங்கள் இருவரும் அவ்வளவு அனுபவித்துப் பிடிக்கிறீர்கள்' என்று ஒருமுறை சொன்னார். அந்த நாட்களில் இரவு விடியும் வரை பேசிக்கொண்டிருந்திருக்கிறோம். ஒருநாள் அதிகாலை கோழி கூவியபோது, 'விடிஞ்சிடுச்சு போல' என்று முறுவலித்தார். தன் அனுபவங்களின் பரிசீலனையோடு வாழ்வின் சாளரங்களை அவர் திறந்து காட்டிய தருணங்களை வாழ்வு என்மீது காட்டிய பெரும் கருணையாகவே உணர்ந்திருக்கிறேன். எந்த ஒன்றையும் நம் அனுபவங்களின் வழி உரசிப் பார்த்தே ஏற்கவோ, நிராகரிக்கவோ வேண்டும் என்பதே — கடவுள் உட்பட — அவருடைய அணுகுமுறை.

அக்காலகட்டத்தில், சு.ராவிடம் கார் இருந்தது. அம்பாசிடர். அடர்நீலவண்ணம். டிரைவர் கிடையாது. அவரேதான் ஓட்டுவார். கார் ஓட்டுவது அவருக்குப் பிடித்தமானதாகவும் இருந்தது. வெவ்வேறு சந்தர்ப்பங்களில் மூன்று முறை பத்மநாபபுரம் அரண்மனைக்கும் கன்னியாகுமரிக்கும் காரில் அழைத்துப் போயிருக்கிறார். இம்முறை நான் அங்கிருந்த நாட்களில் தினமும் மாலை அவருக்கு மிகவும் பிடித்தமான ஓரிடத்துக்குச் சென்று கொஞ்ச நேரம் அமர்ந்திருந்துவிட்டு வந்தோம். ஊருக்கு வெளியே கொஞ்ச தூரம் சென்றால் ஒரு சிறு ஓடைப் பாலம் வரும். சாலையின் இடதுபக்கம் ஓடை. வலது பக்கம் சற்றுத் தொலைவில் மலை. இருபுறமும் வயல்வெளி. மாலை மங்கும் அத்தருணத்தில் அந்த இடம் ஏகாந்தமாக இருக்கும். மலை, பார்வையில் படும்படியாக இடதுபுற ஓடைப் பாலத் திண்டில் அமர்ந்து கொள்வோம். மாலைக் காற்றின் இதமான பரவசம் மனதைத் தழுவியிருக்கும். முதல் நாள், அந்த மலை முழுவதும் எழுதப் பட்டிருந்த பெயர்களையும் சின்னங்களையும் காட்டி விசனப் பட்டார். 'நம்ம ஆட்களுக்கு எதையும் அசிங்கப்படுத்திப் பார்த்தால்தான் நிம்மதி' என்றார்.

நம்மிடம், அனுபவங்களின் சாரமற்றுப் படிந்துபோயிருக்கும் சில கற்பிதங்களைத் தன் அனுபவங்களின் ஒளியில் எளிதாகத் துடைத்தெறிந்துவிடுவார். ஒருமுறை, கன்னியாகுமரி போயிருந்த

போது, முன்னதாக நடந்த ஒரு அனுபவத்தைச் சொன்னார். அவர் ஒருசமயம் கன்னியாகுமரியில் ஒரு வடநாட்டு இளம் பெண் துறவியாரைச் சந்தித்திருக்கிறார். அவர் தனியாக இந்தியா முழுவதும் உள்ள முக்கிய கோயில் ஸ்தலங்களுக்குப் பயணப் பட்டுக்கொண்டிருப்பவர். அங்கங்கே கிடைப்பதைச் சாப்பிட்டு, ஏதோ ஓரிடத்தில் தூங்கி தன் பயணத்தைத் தொடர்பவர். இப்படித் தனியாக அலைவதிலும் இரவில் எவ்விதப் பாதுகாப்புமற்று எங்கோ படுத்துறங்குவதிலும் உங்களுக்குப் பிரச்சினை ஏதுமில்லையா? என்று அவரிடம் சு.ரா. கேட்டிருக்கிறார். அப்படி ஏதும் இல்லையென்றும், அதேசமயம் நான் எந்த ஊருக்குப் போனாலும், பள்ளிக்கூடம் விடும் நேரங்களில், அந்தப் பாதைய்யக் கடக்காதிருப்பதில் மிகுந்த கவனம் எடுத்துக் கொள்வேன் என்றும் கூறியிருக்கிறார். கும்பலாக வரும் குழந்தை களிடமிருந்து தப்பிப்பதே பெரும் பிரச்சினை என அவர் தன் அனுபவத்திலிருந்து சொல்லியிருக்கிறார். இதைச் சொல்லிவிட்டு, அசாதாரணமானவர்களைக் கேலியும் கிண்டலுமாகக் குழந்தைகள் நடத்துவதையும், சமயங்களில் கல்லெறிந்து இம்சிக்குமளவுக்கு அவர்கள் சென்றுவிடுவதையும் குறிப்பிட்டார். சிறார்கள் பற்றிய கற்பிதங்கள் அன்று கேள்விக்குள்ளானது.

ஜே.ஜே. நாவல் பணிக்காகச் சென்ற நான், போன வேலை முடிந்த பின்னும் கிளம்புவது தள்ளிக்கொண்டே போனது. ஒருநாள் உறுதியாகக் கிளம்ப முடிவெடுத்து, சு.ராவிடம் சொன்னேன். ‘சரி, மதியம் சாப்பாட்டுக்குப் பிறகு போகலாம்’ என்றார். காலை உணவுக்குப் பின்னர், மாடி அறையில் பேசிக்கொண்டிருந்தபோது, ‘இடையில் ஒருநாள் ஏ.கே.பி. (அ.கா. பெருமாள்) ஃபோன் பண்ணினார். நீங்கள் வந்திருப்பதாகச் சொன்னேன். பார்க்க வருவதாகச் சொன்னார். வேலை முடிந்ததும் சொல்வதாகச் சொன்னேன். இன்று அவருக்கு காலேஜ் இருக்காது. வரச் சொல்வோமா?’ என்றார். சரி என்றேன். வந்தார். சிரிக்கச் சிரிக்க பேசிக்கொண்டே இருந்தார். சு.ராவுக்கு நெருக்கமான ஒரு உள்ளூர் நண்பர் மற்றும் அ.கா. பெருமாளுக்கு நெருக்கமான ஒரு கலைஞர் பற்றிச் சுற்றிச் சுழன்ற பேச்சு. விமர்சனமோ குற்றச்சாட்டோ இல்லாமல், வெகு சகஜமாக, அவர்களுடைய ஆசைகள், லட்சியங்கள், கனவுகள் பற்றிக் கிண்டலும் கேலியும்கூட

இல்லாமல் அவர்களுடைய மன மிதவைகளை மிகவும் ரசிக்கும்படியாகச் சொல்லிக்கொண்டே இருந்தார். நேரம் வெகுவாகக் கடந்தது 'நாளை போகலாமா?' என்று ராமசாமி கேட்டார். நானும் சிரித்தபடி தலையாட்டினேன்.

மறுநாள் மதிய உணவுக்குப் பின் கிளம்பினேன். கீழே வீட்டில் எல்லோரிடமும் சொல்லிக்கொண்டபோது, ஹரிகர ஐயர், 'பட்சணங்கள் இருக்கு. வீட்டில கொடுங்கோ' என்றபடி ஒரு பெரிய பார்சல் கொடுத்தார். காரில் ஏறிக்கொண்டேன். திருவள்ளுவர் பேருந்து நிலையத்தில், டிக்கெட் எடுத்துக்கொடுத்து, நான் இருக்கையில் உட்கார்ந்த பிறகு, சு.ரா சிரித்த முகத்துடன் கையசைத்து விடைகொடுத்தார். நான் கலங்கி உட்கார்ந்திருந்தேன்.

4. நவீனத்துவ ஆளுமை மனம்

சுந்தர ராமசாமியின் கலை இலக்கிய வாழ்வு, ஜே.ஜே: சில குறிப்புகள் நாவல் எழுதி முடிக்கப்பட்ட சமயத்திலிருந்தே பிரகாசிக்கத் தொடங்கிவிட்டது. தன் இலக்கிய வாழ்வில் ஒரு உச்சத்தைத் தொட்டுவிட்டதான ஒரு பெருமிதத்தை அவர் உணரத் தொடங்கியிருந்தார். அது வெளிவந்து பரவலான வரவேற்பைப் பெறுவதற்கு முன்னரே, அப்படைப்பு அவருக்குள் ஒரு அலாதியான உத்வேகத்தையும், அவருடைய ஆளுமையில் ஒரு அபாரமான எழுச்சியையும் விளைவித்திருந்தது. அதன் தொடர்ச்சியாக, தமிழ் நவீனத்துவத்தின் லட்சிய உருவக ஸ்தானத்தை அடையத் தொடங்கினார். அதற்கு முன்னான காலகட்டத்தில், சற்றே அடங்கிய தொனியில்தான் தன் எண்ணங்களை அவர் வெளிப் படுத்தினார். சிறு சங்கோஜம்கூட அப்போது அவரிடம் ஒட்டியிருந்தது. வெங்கட் சாமிநாதனும் தர்மு சிவராமுவும் உரத்து ஒலித்த காலகட்டமது. அவர்கள் மீதான ஒரு பிரமிப்பும் அவரிடம் இருந்தது. அவர்களுடைய இலக்கிய அபிப்பிராயங்களை அடியொட்டியதாகவே அவருடைய அபிப்பிராயங்கள் இருந்தன. ஆனால், ஜே.ஜே.க்குப் பின்னான காலகட்டத்தில் அவருடைய பார்வையில் தீட்சண்யமும் தீர்க்கமும் தனித்துவமும் கூடியன. கலை நம்பிக்கையில் ஆழ்ந்த பிடிமானம், அறங்களின் மீது ஆழ்ந்த நம்பிக்கை, லட்சிய வேட்கை, அழகியல் ஞானம், வெளிப்பாடும் மொழியும் லயப்படுதல், தெளிந்த நடவடிக்கை,

தீராத கனவுகள் என இவர் ஓர் ஆதர்ச நிலையை எட்டினார். மெல்லியதாக அவரிடம் ஒட்டியிருந்த சங்கோஜம் முற்றாக உதிர்ந்துவிட்டிருந்தது. இப்போது நண்பர்களின் தோள்களை இயல்பாகத் தொட முடிந்தது. பெண்களிடம் சகஜமாகப் பேச முடிந்தது. கனவுகளும் அவை சார்ந்த கருத்தாக்கங்களும் தன்னளவில் பூரணமடைந்தன.

ஜே.ஜே: சில குறிப்புகள் நாவல் சு.ராவின் சுயமான புனைவுதான் என்றாலும், ஜே.ஜே. என்ற மைய கதாபாத்திரம், சி.ஜே. தாமஸ் என்ற மலையாள எழுத்தாளரை உருமாதிரியாகக் கொண்டது. இது சு.ரா. சொல்லி அறிந்ததுதான். நாவல் அச்சுவேலை தொடங்கி புத்தகமாக வருவதற்கு இடைப்பட்ட காலகட்டத்திலும் சு.ரா. அதனோடு நெருக்கமான பிணைப்பு கொண்டிருந்தார். நெருக்க மான நண்பர்களுக்கு வாசித்துக் காண்பித்தார். அந்தச் சமயத்தில் ஒருமுறை, 'நீங்கள் சென்னை சென்று, எம்.கோவிந்தனுக்கு ஜே.ஜே. நாவலை வாசித்துக் காண்பிக்க முடியுமா?' என்று கேட்டுக் கடிதம் எழுதியிருந்தார். சு.ரா.வின் வசீகரங்களில் மிக முக்கியமானவர் எம். கோவிந்தன். அவருடைய ஆளுமைத் திறம் பற்றி வெகுவாக சிலாகித்துப் பேசியிருக்கிறார். ஜே.ஜே. நாவலில் வரும் எம்.கே. அய்யப்பனின் உருமாதிரி அவர்தான். மலையாள நவீன ஊடகங்களான சினிமா, ஓவியம், நாடகம், நவீன இலக்கியம், நவீன சிந்தனைத்தளம் ஆகிய துறைகளில் இயங்கிய செயல்பாட்டாளர்களுக்குப் பெரும் ஆதர்சமாக விளங்கியவர். படைப்பாளி. சிந்தனையாளர். அப்போது குடும்பத்துடன் சென்னையில் குடியிருந்தார். நாவல் பற்றி கோவிந்தன் என்ன அபிப்பிராயப்படுகிறார் என்றும், ஜே.ஜேயையும் அய்யப்பனையும் அவரால் யாரென்று கண்டுகொள்ள முடிகிறதா என்றும் அறிந்து கொள்ள சு.ரா. ஆசைப்பட்டார். எம். கோவிந்தனுக்குத் தமிழ் வாசிக்கத் தெரியாது. எளிதாகப் பேசவும் புரிந்துகொள்ளவும் முடியும். எம். கோவிந்தனுக்கு வாசித்துக் காட்டத் தனக்கு அவகாசம் இல்லையென்றும், மோகன் வரமுடியுமென்றால் அதற்கான ஏற்பாடுகளைத் தான் செய்வதாகவும் க்ரியா ராமகிருஷ்ணன் தெரிவித்திருக்கிறார். நான் சம்மதித்தேன். எம். கோவிந்தனை சந்திக்கப் போகும் எக்களிப்போடு சென்னை கிளம்பினேன்.

இரண்டு நாட்களில் நான்கு அமர்வுகளாக அவருக்கு வாசித்துக் காட்டினேன். ஒவ்வொரு அமர்வுக்குப் பின்னும் உற்சாகத்துடன் கோவிந்தன் பேசிக்கொண்டிருந்தார். முதல் அமர்வின் முடிவின் போதே சி.ஜே. தாமஸைத்தான் ஜே.ஜே.யாக எழுதியிருக்கிறார் என்று கூறிவிட்டார். தாமஸுக்கும் அவருக்குமான உறவு பற்றிச் சொன்னார். இரண்டாவது அமர்வில்தான் அவரைப் பற்றிய பகுதி வந்தது. வாசித்துக்கொண்டிருக்கும்போதே, 'ஓ, நானும் இருக்கிறேனா' என்றார். நாவல் அவருக்குப் பிடித்திருந்தது.

1983, ஜூன் 3ஆம் தேதி க்ரியாவில் பணியாற்றுவதற்காகச் சென்னை வந்தேன். அவரோடு இணைந்து பணியாற்ற வரும்படி க்ரியா ராமகிருஷ்ணன் ஒரு நீண்ட கடிதம் எழுதியிருந்தார். 'ராமகிருஷ்ணன் ஒரு பல்கலைக்கழகம். அவரோடு பணியாற்றுவது உங்களுடைய வளர்ச்சிக்கு மிகவும் உதவியாக இருக்கும்' என்று சு.ராவும் உற்சாகமூட்டினார். நானும் உத்வேகத்தோடு என் சென்னை வாசத்தைத் தொடங்கினேன். சு.ரா. சென்னை வரும்போதெல்லாம் ராம் வீட்டில்தான் தங்குவார். சந்திப்புகளும் உரையாடல்களும் தொடர்ந்தன. க்ரியாவில் சில பங்குதாரர்கள் இருப்பதையும் அதில் ராமசாமியும் ஒருவர் என்பதையும் பின்னர்தான் அறிந்துகொண்டேன். க்ரியா தீவிரகதியில் கலை, இலக்கிய, தத்துவ நூல்களை வெளியிடவேண்டும் என சு.ரா. விரும்பினார். அவருடைய எழுச்சிமிக்க அக்காலகட்டத்தில் அவருடைய புத்தகங்களும் தொடர்ந்து வந்துகொண்டிருக்க வேண்டுமென்ற நியாயமான ஆசையும் அவருக்கிருந்தது.

சென்னை வந்த பின்னான முதல் சில மாதங்கள், என் குடும்பம் சென்னை வந்து சேரும்வரை, நான் ராம் வீட்டிலேயேதான் தங்கியிருந்தேன். அச்சமயத்தில் ஒருமுறை, சென்னை வந்த சு.ரா. க்ரியா ஒரு சிற்றிதழ் தொடங்க வேண்டுமென்றும், நான் அதன் ஆசிரியராக இருக்க வேண்டுமென்றும் தன் எண்ணத்தை முன்வைத்தார். ஒரு சரியான சிறுபத்திரிகையின் அவசியம் குறித்த கனவு சு.ராவிடம் எப்போதுமே இருந்துகொண்டிருந்த ஒன்று. நான் க்ரியாவில் இப்போது சேர்ந்திருப்பதால், இது ஒரு சாதகமான சூழல் என்று அபிப்பிராயப்பட்டார். ஆனால், ராமுக்கு அது உடன்பாடாக இல்லை. 'மோகன் வந்தபிறகுதான் என்னுடைய

வேலைப் பளு குறைந்திருக்கிறது. அவர் பத்திரிகையின் பொறுப்பை ஏற்றால், அதற்குத்தான் அவருடைய நேரம் சரியாக இருக்கும்' என்று ராம் பத்திரிகை யோசனையை அப்போதைக்குத் தள்ளிப் போட்டார்.

க்ரியா தமிழ் அகராதி உருவாக்கத்தில் தீவிர முனைப்பு காட்டியபோது, ராமசாமி கடும் அதிருப்தி கொண்டார். கலை- இலக்கிய வெளியீடுகளில் முனைப்பு காட்டுவதற்குப் பதிலாக, கல்வியாளர் களோடு சேர்ந்துகொண்டு, தன் சக்தியை ராம் விரயம் செய்வதாக நினைத்தார். 'அது ஒரு பல்கலைக்கழகம் செய்யவேண்டிய வேலை' என்றார். 'நீங்கள்தானே ராம் ஒரு பல்கலைக்கழகம் என்றீர்கள். அதைத்தான் அவர் செய்துகொண்டிருக்கிறார்' என்றேன் நான்.

கிட்டத்தட்ட மூன்றாண்டுகள் க்ரியாவில் பணி புரிந்தபிறகு, எந்த ஒன்றிலும் நீடித்து நிலைத்திருக்க முடியாத என் மனோ பாவமும் ஒரு காரணமாக அமைய, அதிலிருந்து விலகினேன். மிதிலா அச்சகம் தொடங்கினேன். நான் குடியிருந்த வீடுகளுக்கும் அச்சகத்துக்கும் சு.ரா. வந்தார். இந்தச் சமயத்தில் காலச்சுவடு என்ற இதழைத் தொடங்கினார். ஆனால், அது அவருடைய கனவு களைத் தாங்கியிராமல் சோடையாகத் தொடர்ந்தது. என்னுடைய அதிருப்தியை வெளிப்படுத்தினேன். 'உங்களைப் போன்றவர்கள் பங்களிக்காமல் விமர்சனம் மட்டுமே செய்கிறீர்கள்' என்றும், 'நீங்கள் இங்கு வந்து பிரசுரத்திற்கு வந்திருப்பவற்றைப் பார்த்தால் தெரியும். வந்திருப்பவற்றுள் சிறந்தவற்றையே நான் பிரசுரித் திருக்கிறேன்' என்றும் குறிப்பிட்டிருந்தார். 'வருவதில் சிறந்ததைப் பிரசுரிப்பதல்ல ஒரு ஆசிரியரின் வேலை. நீங்கள் கடுமையாக விமர்சிக்கும் உங்கள் ஊர் சதங்கை ஆசிரியர் வனமாலிகையும் அதைத்தானே செய்கிறார். இதழின் நோக்கங்களுக்கேற்பவும், காலத்தின் தேவைகளுக்கேற்பவும் அதற்கான விசயங்களை உருவாக்குவதுதான் ஒரு இதழாசிரியரின் பணி என்பதுதானே இதுவரையான உங்கள் நிலைப்பாடாக இருந்தது' என்பதாக என் பதில் அமைந்தது. அவரிடமிருந்து பதில் இல்லை.

சு.ரா. க்ரியாவிலிருந்து விலகினார். காலச்சுவடு பதிப்பகம் தொடங்கப்பட்டது. நின்றுபோய்விட்டிருந்த சு.ராவின் ஆசிரியத்துவ காலச்சுவடு இதழ், அவருடைய புதல்வன் கண்ணனின்

ஆசிரியத்துவத்தில் சோடை குறையாமல் வெளிவரத் தொடங்கியது. காலச்சுவடு பதிப்பகத்தின் முதல் இரு புத்தகங்களாக சுந்தர ராமசாமியின் ஒரு புளிய மரத்தின் கதை நாவலின் மறுபதிப்பும், 107 கவிதைகள் தொகுப்பும் வெளிவந்தன. க்ரியாவின் தரத்துக்குக் கொண்டுவரும் பிரயாசைகளோடு, மோசமாக உருவான புத்தகங்கள் அவை. இந்நிலையில்தான், பதிப்பகத்தின் மூன்றாவது வெளியீடாக, ஜி. நாகராஜனின் படைப்புகளைத் தொகுப்பாகக் கொண்டு வருவதென்ற முடிவோடும் அதன் தொகுப்பாளராக நான் இருக்கவேண்டுமென்ற முகாந்திரத்தோடும் நாகர்கோவில் அழைக்கப்பட்டேன். அப்பணியைத் தொடர்ந்தும் ஓரிரு ஆண்டுகள் தொடர்பு நீடித்தது.

கடைசியாக, குழந்தைகள் பெண்கள் ஆண்கள் நாவலின் மின்னச்சுப் பிரதியை வாசித்துவிட்டு ஒருநாள் மாலை, நாகர் கோவில், சுந்தர விலாஸ் போய்ச் சேர்ந்தேன். அப்போது நான் பாளையங்கோட்டை தூய சவேரியார் கல்லூரியில் இயங்கிய நாட்டார் வழக்காற்றியல் ஆய்வு மையத்தின் பதிப்புத்துறையில் பணியாற்றிக்கொண்டிருந்தேன். இரவு உணவு மேசை முன்னிருந்த போது, அந்நாவல் பற்றிய என் அபிப்பிராயத்தை சொன்னேன். 'நாவல் பெரியதாக இருந்தபோதிலும், அது தரும் அனுபவப் பரப்பு சிறியதாக இருக்கிறது' என்றேன். பரிமாறிக்கொண்டிருந்த கண்ணனின் மனைவி மைதிலி, 'இது என்ன, பாஸிட்டிவா நெகடிவா?' என்று கேட்டார். 'நெகடிவாதான் சொல்றார். ஒரு சின்ன படைப்புகூட பெரிய அனுபவத்தைத் தரணும். ஆனா, இது பெருசா இருந்தும் தரலை என்கிறார்' என்று சு.ரா. விளக்கமளித்தார். அதன் பிறகு நான் சொன்னது இதுதான்: 'நாவலை இப்போது வெளியிட வேண்டாம். ஒரு இடைவெளி விட்டுப் படித்துப் பாருங்கள். அதன் பிறகு முடிவு செய்யலாம். யோசித்துப் பாருங்கள். இல்லை, இதுவே திருப்தியாக இருக்கிறது என்று நீங்கள் நினைத்தால், திருத்தங்கள் மட்டும் பார்ப்போம். குறித்து வைத்திருக்கிறேன்' என்றேன்.

மறுநாள் காலை, 'எனக்கு நாவல் திருப்தியாகத்தான் இருக்கு. நாம் இப்போது திருத்தங்கள் மட்டும் பார்ப்போம்' என்றார். பார்த்தோம். சில மாற்றங்களுக்குச் சம்மதித்தார். சிலவற்றுக்கு 'அப்படியே இருக்கட்டும்' என்றார். அந்தச் சந்திப்புதான் அவருடனான கடைசி சந்திப்பாக அமைந்தது.

தனிமனிதனாகவும், குடும்ப மனிதனாகவும், சமூக மனிதனாகவும் உறவுகளிலும் நடத்தைகளிலும் சிந்தனைகளிலும் செயல்களிலும் ஓர் இசைமைக்காகப் பிரயாசைப்பட்டவர். இவ்விசைமை அதிகபட்சமாகக் கைகூடி, ஓர் அழகான இயல்பாக அவரிடம் வெளிப்பட்டுக்கொண்டிருந்தது. அது சார்ந்த விழிப்புணர்வையும் லயத்தையும் தொடர்ந்து வெகுவாகப் பேணியவர். தன் வாழ்நாளின் பெரும் பகுதிக் காலம், பெரும்பாலும் சமரசங்களோ முரண்களோ அற்றுத் தன் எண்ணம் போலவும், தன் கனவுகளின் வடிவமாகவும் வாழ்க்கையை அமைத்துக் கொண்டவர் (வாழ்க்கை இவர்மீது காட்டிய கருணைகளுக்கும், அதன் காரணமாக அமைந்த அதிர்ஷ்டங்களுக்கும் இதில் ஒரு பங்கு நிச்சயம் இருக்கக்கூடும்). அதேசமயம், தன் வாழ்வின் பெரும் பகுதியான காலம் வரை, நவீனத்துவச் சிந்தனைகளின் இறுக்கங்களில் பிணைப்புண்டு அலைக்கழிந்த ஆன்மா இவருடையது. இந்த அலைவுகளிலிருந்துதான் இவருடைய கருத்தாக்கங்கள் உருப்பெற்றன.

சமூக மனிதனாக வாழ்ந்தபடியே, சமூகத்தின் அவலங்களையும் கோணல்களையும் சிடுக்குகளையும் போதாமைகளையும் ஆழ்ந்த விமர்சனத்துக்கு உட்படுத்தியபடி, சமூக அமைப்பானது, மனிதர்கள் சிறப்பாகவும் மேன்மையாகவும் வாழ்வதற்குரியதாக இருக்க விழையும் நவீனத்துவ மனம் இவருடையது. இந்தத் திசையில் அலைக்கழியும் நவீனத்துவ மனதின் இருப்பே இவருடைய படைப்புலகம். அதற்கேற்ப, தகிக்கும் மனதின் ஜுவாலையையும் எள்ளல் மனதின் தன்மையையும் இவருடைய படைப்பு மொழி ஏற்றிருந்தது. தனதான படைப்பு மொழியை வசப்படுத்திய வெகு சில தமிழ்ப் படைப்பாளிகளில் சு.ரா. தனித்துவம் கொண்டவர். வெளிப்பாடும் மொழியும் லயப்படும் வசீகர மொழிநடை இவருடையது. இவருக்குப் பிறகு நவீனத்துவப் பாதையில் பயணப்பட்ட எவருடைய எழுத்திலும் இவருடைய மொழியின் சாயைகள் தென்படும்.

சமூக நியதிகளும், வரையறைகளும், ஒழுக்கக் கட்டுப்பாடுகளும், நெறிப்படுத்துதல்களும் மனித இருப்பைச் சுற்றுச் சுவர்களுக்குள் அடைத்துவிட்டிருக்கும் நிலையில், அதற்கு மாற்றாக, மனித வாழ்வு புதிய திசைகளில் நகரவேண்டியது

குறித்தும், வாழ்வின் சாத்தியங்களை விஸ்தரிக்கும் புதிய பாதைகள் குறித்தும் இவர் கவனம் கொண்டிருந்தபோதிலும் தீவிர முனைப்பு காட்டியதில்லை. வெற்றிக்கு எதிராக மடத்தனத்தை வரிப்பதும், உழைப்புக்கெதிராகச் சோம்பிக் கிடப்பதும், கேளிக்கைகள் கொண்டாட்டங்கள் எனக் களிப்பதும், அவை சார்ந்து கிளர்ச்சியுறும் இயல்பான குற்றங்களின் ருசியும் இவர் அறியாதது. மன அலைக்கழிவுகளுக்கூடாகவே, மிதமாகவும் இதமாகவும் நகர்ந்த வாழ்வு இவருடையது. நவீனத்துவத்தின் இறுகிய பிடிமானத்தில் இறுதிவரை கட்டுண்டிருந்தவர். இரு மழைத்துளிகளுக்கிடையே நனையாமல் நடந்து செல்லும் ஒரு நாடோடியின் மாயஞானம் இவர் அறியாதது. அதை அறிவதற்கான பிரயாசைகளும் இவரிடம் கடைசிவரை இருந்ததில்லை.

அவருடைய வாழ்வின் கடைசி கட்டத்திய சில ஆண்டுகளின் போது அவரோடு எனக்கு எவ்விதத் தொடர்புமில்லை. தன் வரையான நியாயங்களோடும் கோபங்களோடும் விட்டு விலகுவதற்கான தார்மீகத்தை ஒரு வகையில் கற்றுக் கொடுத்தவரும் அவர்தான். ஆனால், 'சுந்தர ராமசாமி தீவிர உடல்நலக் குறைவால் ஆபத்தான கட்டத்தில் அமெரிக்க மருத்துவமனையில் இருக்கிறார்' என்ற செய்தியைக் கேள்விப்பட்ட நாளிலிருந்து, அவர் இறந்து விட்ட தகவல் வெளியாகி, நாகர்கோவில் சென்று அஞ்சலி செலுத்திய நாள் வரையும் நிராதரவான தவிப்பும் கலக்கமும் மனதில் க்விந்திருந்தன. எது எப்படியென்றாலும், அடிப்படையில் அவர் என் ஆசான் என்பதைத் தீர்க்கமாக உணர்த்திய நாட்கள் இவை.

அஞ்சலி நாளன்று வந்திருந்த பல எழுத்தாளர்கள், இலக்கிய ஆர்வலர்களின் மனோபாவங்களை, அவர்களுடைய நடவடிக்கைகள், பேச்சுகள், ஆழ்ந்த மௌனங்களிலிருந்து அவதானித்தபோது, ஒரு விசேஷமான அம்சத்தை உணரமுடிந்தது. அநேகமாக, ஒவ்வொருவருமே மற்ற எவரையும்விடத் தனக்குத்தான் சு.ரா. மிக நெருக்கமானவர் என்ற அலாதியான உணர்வோடு கலங்கிக் கொண்டிருந்தனர். சு.ராவின் ஆளுமையில் சுடர் கொண்டிருந்த ஓர் அற்புத அம்சமிது. அவர் வாழ்வின் ரகஸ்யம் இது. எவராலும், இனி எப்போதும் கைப்பற்ற முடியாத ரகஸ்யம்.

□

9

அசோகமித்திரன்
(1931-2017)

1. எளிமையின் பூரண அழகு

நவீனத் தமிழ் இலக்கியத்தோடும் சிறுபத்திரிகை இயக்கத் தோடுமான என் தொடக்க கால உறவில் அசோகமித்திரனின் எழுத்துகள்மீது உதாசீனம் கொண்டிருந்தேன். கச்சிதம் அல்ல; கொந்தளிப்புதான் கலை என்ற மனோபாவம் அப்போது என்னை ஆக்கிரமித்திருந்தது. சீராக ஓடும் நதியை விடவும் உடைத்தும் தகர்த்தும் சீற்றம் கொண்டோடும் காட்டாற்றின் மீதே மனம் ஈர்ப்பு கொண்டிருந்தது. இதன் காரணமாக, அசோகமித்திரனின் கன கச்சிதமான எழுத்துகள்மீது சலிப்பு இருந்தது. ஆனால் அவருடைய சுபாவமான செய்நேர்த்தியிலும், அடங்கிய தொனி அழகிலும், ஆதுரமும் மென்மையும் கூடிய பரிவான படைப்புக் குரலிலும் என் மனம் காலகதியில் ஈர்ப்பு கொண்டது. ஒரு கோலத்தின் நேர்த்தியிலும் தூய வடிவழகிலும் பொலிவது அவருடைய எழுத்து என்பது புலப்பட்டது. அதேசமயம், அக்கோலங்கள் நாம் சட்டென அறிந்துவிட முடியாத மாயச் சுழிப்புகள் கொண்டவை. அவருடைய பல்வேறு வகையான சிறுகதைகள் பல விதமான சிறிய கோலங்கள். எனில், அவருடைய நாவல்கள் விரிந்து பரந்த பெரும் கோலங்கள். பெருநகரின் நடுத்தர, கீழ்நடுத்தர மனிதர்களின் அன்றாடப் பாடுகளின்மீது ஆதங்கம்கொண்ட படைப்புலகம் இவருடையது. உறவுகளுக்கிடையேயான சிடுக்குகளுக்கும், பொருளாதார நெருக்கடிகளுக்கும் இடையே அன்றாடத்தைப் பெரும் குலைவின்றி நகர்த்த விழையும் மனித எத்தனிப்புகளின் பிரயாசைகளே இவருடைய படைப்புகளின் ஆதார சுருதி.

அறுபது ஆண்டுகளுக்கும் மேலான தொடர் எழுத்தியக்கம் இவருடையது. இந்தப் பயணத்தில், 272 சிறுகதைகள், 13 குறுநாவல்கள், 9 நாவல்கள், விமர்சனம், அனுபவப் பதிவு என ஆயிரத்துக்கும் மேற்பட்ட கட்டுரைகள் என்றமைந்த பல ஆயிரம் பக்கங்கள் கொண்டது இவருடைய எழுத்துலகம். அதேசமயம், காலத்தில் சற்றும் மங்காத எழுத்து. தன் கால சமூக, கலாசார, அரசியல் பின்புலத்தில் நடுத்தர வர்க்கம் எதிர்கொண்ட அக, புற நெருக்கடிகளை மட்டுமே சுற்றிச் சுழன்ற உலகம். எனினும் தன் எழுத்தியக்கத்தின் ஆரம்பம் முதல் இறுதி வரை தரம் குறையா மாயத்தை இவர் தொடர்ந்து நிகழ்த்தியபடி இருந்தார். அவருடைய மந்திரத் தொடலை அவை ஒருபோதும் இழந்துவிடவில்லை.

நான் சென்னைக்குக் குடியேறிய பிறகு, பணி நிமித்தமாகத்தான் அசோகமித்திரனுடன் முதல் சந்திப்பு நிகழ்ந்தது. அசோக மித்திரனின் தண்ணீர் நாவலின் இரண்டாம் பதிப்பை க்ரியா வெளியிட முடிவெடுத்ததைத் தொடர்ந்து, இந்தச் சந்திப்பு அமைந்தது (எனினும், மதுரையில் தொடங்கிய என் இலக்கிய வாழ்வின் ஆரம்பக் கட்டத்தில், நகுலனின் குருக்ஷேத்திரம் போன்றதொரு தொகுப்பினைக் கொண்டுவர முனைந்தபோது அசோகமித்திரனுடன் கடிதத் தொடர்பு கொண்டிருந்தேன். அவரும் ஒரு சிறுகதை அனுப்பியிருந்தார்). தண்ணீர் நாவலின் முதல் பதிப்பைப் படித்து, சில திருத்தங்களை நான் குறித்து வைத்துக்கொண்ட பின்பு, க்ரியா ராமகிருஷ்ணன், அசோக மித்திரனை க்ரியா அலுவலகம் வரவழைத்தார். அசோக மித்திரனும் நானும் பிரச்சினைக்குரிய வாக்கிய அமைப்புகளை முதலில் பார்த்துச் சரிசெய்தோம். அசோகமித்திரன் வெகுவாக சந்தோஷப்பட்டார். பின்னர், அதன் ஒரு அத்தியாயத்தில் நேர்ந்துவிட்டிருந்த ஒரு தவறைச் சுட்டிக்காட்டினேன். அந்த அத்தியாயத்தில் அக்காவும் தங்கையும் மாறிப் போயிருந்தார்கள். அக்கா பேசவேண்டியதைத் தங்கையும் தங்கை பேசவேண்டியதை அக்காவும் பேசிக்கொண்டிருந்தார்கள். அதைச் சுட்டிக்காட்டியதும் அசோகமித்திரன் பதறிவிட்டார். நான் வீட்டுக்குப் போய் இந்த அத்தியாயத்தை நிதானமாகப் படித்துவிட்டு நாளை வருகிறேன். அதன்பிறகு முடிவு செய்யலாம் என்றார். மறுநாள் வந்தார். நீங்கள் சொன்னது சரிதான், எல்லாம் மாறிக்கிடக்கு என்று சிரித்தபடியே

சொன்னார். இவ்வளவுக்கும் அந்த நாவல் கணையாழியில் தொடராக வெளிவந்து, சி.எல்.எஸ் புத்தகமாக வெளியிட்டு ஓரளவு பேசப்பட்ட படைப்பு. எப்படி இது நடந்தது, ஏன் யாருக்கும் இதுவரை படவில்லை என்று மருகிக்கொண்டே இருந்தார். திருத்தப்பட்ட பதிப்பு என்று போடலாம் என்றார். அதெல்லாம் அவசியமில்லை என்றேன். போகும்போது நெகிழ்ச்சியோடு நன்றி சொன்னார். மிகவும் நன்றாக வந்த புத்தகம் என்று இதை இதுவரை நினைத்திருந்தேன். நூறு தப்பாச்சும் இருந்திருக்கும் இல்லையா என்றபடி சிரித்தார். எடிட்டிங் எவ்வளவு அவசியம் என்பதைப் பற்றியும் மேலைநாடுகளில் அதன் முக்கியத்துவம் பற்றியும் சிலாகித்தார்.

பின்னர் ஒரு சமயம், அசோகமித்திரனும் நானும் இணைந்து கதா என்ற அமைப்பின் ஒரு மொழிபெயர்ப்பு நூலாக்கத் திட்டத்தில் பணியாற்றினோம். அவர் அந்த நூலாக்கத்தின் எடிட்டராகவும் நான் துணை எடிட்டராகவும் இருந்தோம். அதன் பொருட்டு அவருடனான சந்திப்பு அடிக்கடி நிகழ்ந்தது. 'ஓ ஹென்றி பரிசுச் சிறுகதைகள்' என்ற ஒரு புத்தக உருவாக்கத் திட்டமது. ஒவ்வொரு மாதமும் வெளிவந்த கதைகளில் சிறந்த ஒன்று தேர்ந்தெடுக்கப்பட்டு, ஒவ்வொரு ஆண்டும் அந்த ஆண்டின் சிறந்த கதைகளாகப் 12 கதைகள் கொண்ட ஒரு தொகுப்பு வெளிவரும் வகையில் அமெரிக்காவில் தொடர்ந்து பல ஆண்டுகளாக நடந்து வரும் முயற்சியே ஓ ஹென்றி பரிசுச் சிறுகதைகள். அதுவரை வெளிவந்த ஓ ஹென்றி பரிசுச் சிறுகதைத் தொகுப்புகளிலிருந்து ஆண்டுக்கு ஒன்றாகப் 12 கதைகள் தேர்ந்தெடுக்கப்பட்டு, இப்பணி தொடங்கியது.

ஒரு மொழிபெயர்ப்பாளர் அவருக்கு அளிக்கப்பட்ட கதையை மிகச் சரளமாகத் தன் போக்கில் பேச்சு வழக்கில் மொழி பெயர்த்திருந்தார். அதுபற்றி அசோகமித்திரனிடம் பேசினேன். மொழிபெயர்க்கப்படுவதில் பல விதங்கள் இருக்கின்றன. இதுவும் ஒருவிதம் என்று எடுத்துக்கொள்ள வேண்டியதுதான் என்றார். பறவைகள் பலவிதம் ஒவ்வொன்றும் ஒருவிதம் என்கிற மாதிரியா என்றேன். பலமாகச் சிரித்தார். நினைத்து நினைத்து அட்டகாச மாகச் சிரித்தார். அவருடைய அந்தச் சிரிப்பும் அப்போதைய அவருடைய முகபாவமும் இன்னமும் என் நினைவில் இருந்து

கொண்டிருக்கின்றன. இலக்கியம் சார்ந்த எந்த ஒன்றைப் பற்றியும் அவருக்குத் தீர்க்கமான பார்வை இருந்த அதேசமயம், எந்த ஒன்றையும் அனுசரித்துக்கொள்கிற மனோபாவமும் இயல்பாக இருந்துகொண்டிருந்தது. இத்திட்டம், அமெரிக்க எழுத்தாளர்கள் ஒரு சிலரைத் தவிரப் பலரிடமிருந்து உரிமை பெற முடியாமல் போனதில், புத்தகம் அச்சுக்குப் போகத் தயாராக இருந்த நிலையில் கைவிடப்பட்டது.

இக்காலகட்டத்தில், அசோகமித்திரன் அவருடைய பல தரப்பட்ட எண்ணற்ற கட்டுரைகளை ஒழுங்கு செய்து வகைப்படுத்தித் தொகுத்துத் தர முடியுமா என்று கேட்டார். அதைத் தொகுக்க வேண்டும் என்று யோசிக்கும்போதே மலைப்பாக இருக்கிறது என்றார். நானும் பாளையங்கோட்டை நாட்டார் வழக்காற்றியல் மையப் பணி முடிந்து திரும்பும் ஓர் இடைவெளியில் செய்து தருவதாகச் சொன்னேன் (இக்காலகட்டத்தில் நான் பாளையங்கோட்டை, தூய சவேரியார் கல்லூரியில் இயங்கிய நாட்டார் வழக்காற்றியல் ஆய்வு மையத்தில் பணியாற்றியபடி பாளையங்கோட்டையிலும் சென்னையிலுமாக வசித்துக்கொண்டு இருந்தேன்). ஆனாலும் அது கூடி வரவில்லை. எனினும், ஏதோ ஒருவகையில் அவருடனான நட்பு நிலைத்துக் கொண்டிருந்தது. அவர் எழுத்துகள் மீதான என் மதிப்பும் கூடிக்கொண்டிருந்தது.

2. பரிவின் குரல்

அசோகமித்திரன் தன் வாழ்வின் பெரும்பகுதியை முழுநேர எழுத்தாளராக அமைத்துக்கொண்டவர். அதேசமயம், அவருடைய அந்தத் தேர்வும் அது அளித்த சிரமங்களும் குறித்து எவ்விதப் புகார்களுமற்றவர். அவருடைய எழுத்தும் வாழ்க்கையும், எளிமையும் இசைவும் இழையோடியது. அசோகமித்திரனின் நுண்ணுணர்வும், சூட்சும தொனியும், செய்நேர்த்தியும், பரிவான குரலும், மெல்லிய அதேசமயம் கூர்மையான கிண்டலும் அவருடைய பிரத்தியேக அம்சங்களாக எழுத்திலும் வாழ்விலும் அமைந்திருந்தன. இந்த வாழ்க்கையை வாழ நேர்ந்துவிட்ட எளிய மனிதர்களின் மீதான அவருடைய பரிவு எழுத்தில் மட்டுமல்லாது வாழ்விலும் வெளிப்பட்டபடி இருந்தது. மனிதர்களிடம்

மட்டுமல்ல, கலைப் பொருள்கள்மீது கூட அவர் அலாதியான பரிவு கொண்டிருந்ததை வெளிப்படுத்திய ஒரு நிகழ்வு என்னைப் பெரும் வியப்பில் ஆழ்த்தியது. அதைப் பற்றி நண்பர்களிடம் வியந்து வியந்து பேசியிருக்கிறேன். அந்த நிகழ்வு இதுதான்:

நற்றிணை பதிப்பகத்தில் நான் சில மாதங்கள் பணியாற்றிய 2012-13 காலகட்டத்தில் 'க.நா.சு. விருது' என ஒரு படைப் பாளுமைக்கு விருது வழங்க நற்றிணை முடிவெடுத்தது. அதன் முதல் ஆண்டில் அந்த விருது, 2013ஆம் ஆண்டு பிப்ரவரி மாதம் அசோகமித்திரனுக்கு அளிக்கப்பட்டது. நற்றிணை யுகன், யூமா வாசுகி, நான் மூவரும் தேர்வுக் குழுவினராகச் செயல்பட்டோம். அசோகமித்திரனை ஒருமனதாகத் தேர்வு செய்தோம். விருது வழங்கும் விழாவில் தேர்வுக் குழுவின் அறிக்கையை நான் வாசித்தேன். அந்த விழாவுக்கு என் நெருங்கிய நண்பரான ஓவியர் சி. டக்ளஸ் சிறப்பு விருந்தினராக அழைக்கப்பட்டார். டக்ளஸ் பொதுவெளியில் தன்னை இருத்திக்கொள்வதில் கூச்ச சுபாவி. நான் என்ன செய்ய வேண்டும் என்று கேட்டார். அசோக மித்திரனுக்கு உங்களுடைய ஓவியம் ஒன்றைப் பரிசளியுங்களேன் என்றேன். அழகாகச் சட்டமிடப்பட்ட ஓர் அருமையான ஓவியத்துடன் டக்ளஸ் கலந்துகொண்டு அசோகமித்திரனுக்கு அதைப் பரிசளித்தார். அதைப் பெற்றுக்கொண்டு ஓவியத்தைப் பார்த்த அசோகமித்திரன், நான் சரியாகப் பார்க்கிறேனா என்று டக்ளஸிடம் கேட்டார். அப்படியில்லை, இப்படி என்று அவர் பிடித்திருந்த பக்கத்தை டக்ளஸ் மாற்றிக் காண்பித்தார். ஏற்புரையில் இதைக் குறிப்பிட்டுப் பேசிய அசோகமித்திரன், ஒரு முக்கியமான ஓவியர் இந்த விழாவில் கலந்துகொண்டு ஒரு ஓவியத்தைப் பரிசளிக்கிறார். ஆனால் அதை எப்படிப் பார்ப்பதென்றுகூட நமக்குத் தெரியவில்லை. நம்மைப் பற்றி அவர்கள் என்ன நினைப்பார்கள் என்று சங்கடப்பட்டார். இந்த எளிமையும் சத்தியமும்தான் அசோகமித்திரன்.

மறுநாள் காலை அசோகமித்திரன், ஓவியர் டக்ளஸ் பற்றித் தொலைபேசியில் விசாரித்தார். நவீன ஓவிய உலகோடு அசோகமித்திரன் ஓரளவு பரிச்சயம் கொண்டிருந்தவர் என்றாலும் அவர் டக்ளஸ் பற்றி அதிகம் அறிந்திருக்கவில்லை. இந்தியக் கலைவெளியில் டக்ளஸ் பெற்றுவரும் முக்கியத்துவம் பற்றிச்

சொன்னேன். பேச்சினிடையே, அவர் நேற்று உங்களுக்குப் பரிசளித்த ஓவியம் இன்றைய கலைச்சந்தை மதிப்பில் 50, 60 ஆயிரம் பெறும் என்றேன். அசோகமித்திரன் வெகுவாக ஆச்சரியப்பட்டார். ஓரிரு ஆண்டுகளுக்குப் பிறகு, அசோக மித்திரனிடமிருந்து ஒரு தொலைபேசி அழைப்பு. அவர் அப்போது வேளச்சேரியில் தங்கியிருந்த மகன் வீட்டிலிருந்து, தி.நகரில் வசிக்கும் மகன் வீட்டுக்கு மாறப் போவதாகத் தெரிவித்தார். அதற்காக எல்லாவற்றையும் கட்டி அடுக்கிக்கொண்டிருப்பதாகச் சொல்லிவிட்டு, நீங்கள் தந்த ஓவியத்தையும் 'பேக்' செய்திருக் கிறேன் என்றார். 'அது டக்ளஸ் உங்களுக்குத் தந்தது' என்றேன். 'அது சரி... ஆனா அந்த வீட்டில் அதை எங்கு வைப்பதுனு தெரியலை. அதனோட மதிப்பும் யாருக்கும் தெரியாது. அதனால தப்பா எடுத்துக்காதீங்க... அது உங்ககிட்டயே இருக்கட்டும். அதுதான் சரியா இருக்கும்' என்றார். நான் எவ்வளவோ சொல்லியும் அவர் தன் நிலைப்பாட்டை சங்கடத்துடன் முன்வைத்தபடி இருந்தார். அது பத்திரமா இருக்கணும் என்பது தான் அவருடைய ஒரே கரிசனமாக இருந்தது. யாரையாவது அனுப்பி எடுத்துக்க முடியுமா என்றார். நானும் சம்மதித்தேன். அதன் பொருட்டு, நண்பரும் எழுத்தாளருமான ஜான் பாபுராஜ், மகேஷ் இருவரும் சென்று அதைப் பெற்று வந்ததோடு பேக்கிங்கில் அவருக்குக் கொஞ்சம் ஒத்தாசையும் செய்திருக் கிறார்கள். 'காலி பண்ணும்போது சொல்லுங்க சார், வர்றோம்' என்று சொல்லிவிட்டு வந்திருக்கிறார்கள். பின்னர் அவர் அதைத் தொலைபேசியில் என்னிடம் சொன்னபோது, 'காலி பண்ணும் போது அவசியம் கூப்பிடுங்க. உதவியா இருப்பாங்க... உங்க மேல மதிப்பும் பிரியமும் உள்ளவங்கதான்' என்றேன். 'அது அவங்க கண்கள்லயே தெரிஞ்சது' என்றார் அசோகமித்திரன்.

டக்ளஸ் அவருக்குப் பரிசளித்த ஓவியத்தின் சந்தை மதிப்பு அறிந்திருந்தும், அந்தக் கலைப் படைப்பு பத்திரமாக இருக்க வேண்டும் என்பதில் அவரிடம் வெளிப்பட்ட பதற்றமும் அதன்மீது அவர் கொண்டிருந்த அலாதியான பரிவும் பிரமிப் பூட்டக்கூடியவை. ஆனால் அவருடைய வாழ்வும் எழுத்தும் இந்தப் பத்திரத்தையும் பரிவையுமே நித்திய வேட்கைகளாகக் கொண்டிருந்தன. கடைசி காலங்களில் வயதின் தளர்ச்சியோடு

அவர் கலந்துகொண்ட இலக்கியக் கூட்டங்களிலும் மனிதர்கள் நோய்களின் உபாதைகளோ வலியோ இன்றி நிம்மதியாக வாழவும் இறக்கவும் வேண்டுமென்பதே அவருடைய ஆதங்க மாகவும் எளிய வேண்டுதலாகவும் இருந்தது.

ஜி. நாகராஜனின் நெருங்கிய நண்பர்களில் ஒருவராக இருந்தவர் அசோகமித்திரன். ஜி.என்னின் நாளை மற்றுமொரு நாளே நாவலின் ஆங்கில மொழிபெயர்ப்பை 2010இல் பெங்குவின் வெளியிட்டபோது மொழி, கலை, இலக்கியக் கலாசாரத் தளங்களில் செயலாற்றிவரும் பேராசிரியர் டேவிட் சுல்மனோடு, அசோகமித்திரனும் நானும் கலந்துகொண்டு உரையாற்றினோம். அன்று அசோகமித்திரன், ஜி.என்னுடனான தன் உறவினை மிகவும் நெகிழ்ச்சியோடு வெளிப்படுத்தினார். நவீனத் தமிழ்ப் படைப்பாளிகளில் முன்னவராகப் புதுமைப்பித்தனும் சம காலத்தவராக அசோகமித்திரனும் ஜி.என்னுக்குப் பிடித்தமானவர்கள். ஜி.என். பற்றி சாகித்திய அகாதெமிக்காக நான் ஒரு நூல் எழுதியபோது, ஜி.என்னின் மரணத்துக்குப் பின் ஜி.என்னை மையப் பாத்திரமாகக் கொண்டு எழுதப்பட்ட ஐந்து கதைகளைப் பற்றிய பகுதிக்காக, உலக இலக்கியப் போக்கில் இது ஒரு அபூர்வ நிகழ்வு என்பதால், ஜி.என். பற்றிய அவருடைய விரல் கதை பற்றி அறியும் பொருட்டு அசோகமித்திரனைத் தொடர்பு கொண்டேன். அவர் பிறர் எழுதிய கதைகளைப் பற்றிக் கேட்டார். சொன்னேன். 'பிரபஞ்சனும் எழுதியிருக்கிறாரா, தெரியாதே. அது என்ன கதை' என்றார். 'ஒரு நாள் காலை ஜி.என். பாண்டிச்சேரி போய் இறங்கி பிரபஞ்சனைப் பார்த்திருக்கிறார். அந்த நாள்தான் கதை' என்றேன். சிரித்தபடி, 'அது போதுமே' என்றார். தொடர்ந்து, 'கொஞ்ச காலம்தான் வாழ்ந்தாலும் மனுஷன் நல்லா கூத்தடிச் சுட்டுதான் போயிருக்கிறார்' என்றபடி மலர்ந்து சிரித்தார். ஜி.என். பற்றி அவருடன் பழகிய பலருடனும் பேசியிருக்கிறேன். எல்லோருமே வேதனைகளோடும் புகார்களோடும் நீதிமான் களாகவே தங்களை வெளிப்படுத்தியிருக்கிறார்கள். ஜி.என். அளித்த எல்லா சங்கடங்களையும் மீறி அவரைப் பரிவோடு ஏற்றுக் கொண்டவராக அசோகமித்திரன் மட்டுமே தெரிந்தார்.

மனிதர்கள் மீதான அசோகமித்திரனின் இயல்பான பரிவுதான் அவருடைய எழுத்துலகமாகவும் புனைவுக் கோலம் கொண்டது.

3. சாமானியர்களின் பிரபஞ்சம்

அசோகமித்திரன் சிறுகதை வெளியில் அதிகபட்ச சாத்தியங்களை வசப்படுத்திய படைப்பு மேதை. இவ்வகையில் தமிழ்ச் சிறுகதைப் பரப்பில் புதுமைப்பித்தனுக்கு இணையானவர். புதுமைப்பித்தனும் அசோகமித்திரனும் இருபதாம் நூற்றாண்டுத் தமிழ்ச் சிறுகதைப் பரப்பின் பரிபூரண நவீனத்துவக் குழந்தைகள். அதேசமயம், வெவ்வேறு குணாதிசயங்கள் கொண்டவை. நவீனத்துவ வெளிக்குள் பிரவேசித்து அதன் எல்லைகளுக்குள் ஊடாடியபடியே தன்னியல்பாக அதன் எல்லைகளை மீறி விரிந்து விகாசம் கொள்ளும் படைப்புலகம் புதுமைப்பித்தனுடையது; எனில் நவீனத்துவ வெளியின் விரிந்து பரந்த எல்லைகளுக்குள் நின்று நிதானமாக ஊடாடியபடியே அதன் பரிபூரண நுட்பங்களுக்குள் தன்னிறைவெய்தும் படைப்புலகம் அசோகமித்திரனுடையது. காலம் கடந்தும் பொலிவு குன்றாத புதுமைப்பித்தனின் தனித்துவப் படைப்பு மொழியோ, அறியாத பிரதேசங்களிலும் பிரவேசிக்கும் புதுமைப்பித்தனின் அதீதக் கற்பனைச் சிறகுகளோ அற்றவர் அசோகமித்திரன். அசோகமித்திரனுடைய கதைகள் அவருடைய வாழ்வியல் அனுபவப் பரப்புக்கு மட்டுமே உட்பட்டவை. ஆனாலும் அதனளவில் பரந்து விரிந்தவை. அவருடைய படைப்புக் கற்பனை என்பது, அறிந்த நிஜங்களிலிருந்து அறியாத நிஜங்களைக் கண்டடைந்து, அந்த இரண்டையும் புனைவில் கூடிவரச் செய்வது. நடுத்தர வர்க்க மனிதர்களின் அக-புற நிதர்சனங்களின் புனைவுகளே அவருடைய கதைகள். ஒரு பெருநகரின் சைக்கிள் பயணி அவர். புறம் சார்ந்து மட்டுமல்ல, அகம் சார்ந்தும் அதன் இண்டு இடுக்குகளை அறிந்தவர். அவருடைய கதை உலகம், சாமானியர்களின் பிரபஞ்ச வெளி.

அசோகமித்திரன் சிறுகதைகளின் சிறப்புத் தன்மைகளை ஜி. நாகராஜன் துல்லியமாகக் கோடிட்டிருக்கிறார். அசோகமித்திரனின் இன்னும் சில நாட்கள் சிறுகதைத் தொகுப்புக்கு ஞானரதம் இதழில் (ஜனவரி, 1973) ஜி.என். எழுதிய விமர்சனத்தில் இவ்வாறு குறிப்பிடுகிறார்: 'பெரும்பாலான தமிழ்நாட்டு எழுத்தாளர்களிடம் அரிதே காணக்கூடிய சொற்செட்டு, புறநிலை உணர்வு, வலிந்து எதையுமே புகுத்தாத போக்கு, வாழ்க்கையின் சலனத்தை உள்ள படியே பிரதிபலிக்கும் திறன், கலையுணர்வுக்கு அப்பாற்பட்ட

'நோக்கங்களி'லிருந்து பூரண விடுதலை இவையனைத்தும் அசோகமித்திரனின் சிறப்புத் தன்மைகளாக எனக்குப் படுகின்றன.'

1956இல், தன்னுடைய 25ஆவது வயதில் சிறுகதைகள் எழுதத் தொடங்கிய அசோகமித்திரன், தொடர்ந்து 60 ஆண்டுகள் சீராக இயங்கி 2016ஆம் ஆண்டுவரை 272 சிறுகதைகளைப் படைத் திருக்கிறார். அவர் வாழ்ந்த காலத்திய மத்தியதர வர்க்க வாழ்க்கைப் பாடுகளின் வெவ்வேறு பரிமாணங்கள் அவை. ஒரு மகத்தான நாவலின் கலைத்துப் போடப்பட்ட அத்தியாயங்கள். 'என் வரையில் ஒரு சிறுகதைத் தொகுப்பில் வெளிப்படும் பரிமாணங்கள் அதே எழுத்தாளனின் நாவலில் வருவதில்லை' என்கிறார் அசோகமித்திரன். மேலும், தந்தைக்காக என்ற சிறுகதைத் தொகுப்பின் முன்னுரையில், 'வரிசைப்படுத்தலுக்காக இந்தப் பதினெட்டு கதைகளை மீண்டுமொருமுறை படித்த போது ஒன்று புலப்பட்டது. இவை தனித்தனி தலைப்புகள் கொண்டிருந்தாலும் தனிக்கதைகள் அல்ல. வரிசையை ஒரு குறிப்பிட்ட விதமாக மாற்றினால் எல்லாம் சேர்ந்து ஒரு நீண்ட கதையாக மாறிவிடுகிறது. பாத்திரங்கள் பெயர் மட்டும் பகுதிக்குப் பகுதி வேறுபட்டிருக்கும். ஆனால் இக்கதைகளும் பாத்திரங்களும் வாசிப்பவர் நினைவில் இருக்குமானால் அது பெயர் காரணம் கொண்டு இருக்காது.'

அசோகமித்திரன் பிறந்து வளர்ந்த பால்ய கால நகரம், செகந்திராபாத். தந்தையின் மரணத்துக்குப் பின், அவருடைய 21ஆவது வயதில், 1952இல் அவர்களுடைய குடும்பம் சென்னைக்குக் குடிவந்தது. அவருடைய பால்ய கால நினைவுகளைக் களனாகக் கொண்ட 31 கதைகளை அவர் எழுதியிருப்பதாக ராஜேஷ் என்ற வாசகர் பட்டியலிட்டிருப்பதாக அசோகமித்திரனே ஒரு முன்னுரையில் குறிப்பிட்டிருக்கிறார். அவருடைய பிற கதைகள், அதற்குப் பின்னான 65 ஆண்டுகால சென்னை வாழ்க்கையைக் களனாகக் கொண்டவை. அவர் பணியாற்றிய ஜெமினி ஸ்டூடியோ அறியத் தந்த திரைப்பட உலகம், குடும்பம், உறவுகள், நட்புகள், நகர மத்தியதர வாழ்வியல் நெருக்கடிகள், வாசிப்புகள், இலக்கியப் பரிச்சயங்கள், கண்டதும் கேட்டதும் என்றான அவதானிப்பு களிலிருந்து புனைவு பெற்ற உலகம்.

சிறுகதை எனும் சாதனத்தில் இவர் முழு நிறைவாகப் பயணம் செய்தவர். அதன் சாத்தியங்களை அபாரமாகவும் எளிமையாகவும் வசப்படுத்தியவர். அவருடைய கதைகளில் மனித மனங்களின் உணர்ச்சிக் கொந்தளிப்புக்கு இடமில்லை. சமச் சீரான உணர்வுத் தளத்தில் இயங்குபவை. கதை சொல் முறையில் எவ்வித அலங்காரங்களுக்கும் இடமில்லை. அதே சமயம் நுட்பமான தொனி உள்ளுறைந்தவை. விவரிப்பு நடையும் உரையாடலும் கதைக் களன்களுக்கேற்பவும் கதாபாத்திரங்களுக் கேற்பவும் எளிமையானவை. அவருடைய படைப்புலகமே சாதாரணமானவர்களை மையமாகக்கொண்டு இயங்குவதால் மொழியும் சாதாரண எளிமையின் அழகுடன் பொலிகிறது. அவருடைய கதைகள் அவற்றின் சகஜமான பயணத்தில் எவ்வித பாவனைகளுமின்றி ஒரு உச்சத்தைத் தொட்டு முடிகின்றன. அத்தருணத்தில் அதுவரை சாதாரணச் சித்திரிப்பு கொண்டிருந்த கதை ஓர் அசாதாரண மானதாகத் தன்னெழுச்சி கொள்கிறது. கதையின் அந்த உச்ச எழுச்சி வாசகனைச் சுழற்றும் வல்லமை கொண்டது.

அவருடைய 60 ஆண்டுகாலக் கதைவெளிப் பயணத்தில் அவருடைய சாதனைச் சிறுகதைகள் அநேகம். பால்ய கால செகந்திராபாத் பின்புலத்தில் உருவாகியிருக்கும் கதைகளில் வாழ்விலே ஒரு முறை; இலக்கிய வாசிப்புகளிலிருந்து உருப் பெற்ற கதைகளில் எர்னெஸ்ட் ஹெமிங்வே குறித்தான, பறவை வேட்டை; திரைத் தொழில் அனுபவக் கதைகளில் புலிக்கலைஞன்; மத்தியதரக் குடும்பங்களில் பாரம் சமந்து அல்லலுறும் பெண்கள் பற்றிய கதைகளில் விமோசனம், மாலதி, பார்வை; தன் காலம் மற்றும் வாழ்க்கை பற்றிய தீர்க்கமான பார்வைகொண்ட கதைகளில் பிரயாணம், காலமும் ஐந்து குழந்தைகளும், காட்சி, காந்தி; மத்தியதர வாழ்வின் அன்றாட இடர்களோடு வாழும் மனிதர்கள் பற்றிய பல படித்தான கதைகளில் மாறுதல், காத்திருத்தல் போன்றவை இவருடைய மகத்தான சிறுகதைகளில் சில. ஒரு படைப்பாளியாக இவருடைய வாழ்க்கைப் பார்வை என்பது, வாழ்வின் நிதர்சனங்களாக எதிர்கொள்ள நேரிடும் சங்கடம், துயரம், கசப்பு, வெறுமை ஆகியவற்றை வாழ்ந்து தீர்ப்பது என்பதாகவே பரிவுடன் வெளிப்படுகிறது.

அவருடைய புகழ்பெற்ற புலிக்கலைஞன் கதையில் வரும் அந்த சாமானியன், புலிக்கலைஞனாக உருமாற்றம் கொண்டு கலைவெளியில் பிரவேசித்து விஸ்வரூபம் கொண்டு தன் கலை ஜாலத்தில் திளைத்திருந்துவிட்டுப் பின்னர் அதிலிருந்து மீண்ட தருணத்தில் சாமானியனாகத் தன் வாழ்வின் அவல இருப்புக்குத் திரும்புவான். இந்தக் கதையில் நிகழும் கலை மாயம்தான் அசோகமித்திரனின் புனைவு மாயமும்கூட. அவர் தன் படைப்பு வெளியில் பிரவேசித்து சஞ்சரிக்கும்போது ஓர் அலாதியான படைப்பாளியாக உருமாற்றம் கொள்கிறார். ஒரு தேர்ந்த கலைஞனுக்குரிய லாவகங்களோடு அப்பணியில் தன்னைக் கரைத்துக்கொள்கிறார். படைப்பாக்க எக்களிப்பில் திளைத்துப் படைப்பை நிறைவு செய்துவிட்டுப் புனைவுவெளியிலிருந்து மீண்டதும் தன் சாமானிய வாழ்வை வாழும் தன்னியல்புக்குத் திரும்புகிறார். இந்தத் தொடர் பயணத்தில், எவ்விதத் தேக்கமும் இல்லாது நகர்ந்துகொண்டே இருந்தவர் அசோகமித்திரன்.

4. மௌன விவாதங்கள்

அறுபது ஆண்டுகாலப் புனைவுப் பயணத்தில் அசோகமித்திரன் ஒன்பது நாவல்களை உருவாக்கியிருக்கிறார். அவருடைய நாவல்கள் குறிப்பிட்ட படைப்புப் பின்புலமும் கதைக்களனும் கதாபாத்திரங்களும் சார்ந்தமைந்த சில பல சிறுகதைகளின் தொகுப்பாகவே உருப் பெற்றிருக்கின்றன. நாவல் கலை கொண்டிருக்கும் பெருவெளியின் சாத்தியங்களுக்கு இடம் கொடுக்காமல், கச்சிதமான சிறுகதைகளின் கூட்டமைப்பாகவே அசோகமித்திரன் தன் நாவல்களைக் கட்டமைக்கிறார். அவருடைய குறிப்பிடத்தகுந்த நாவல்களாக *18வது அட்சக்கோடு*, *கரைந்த நிழல்கள்*, *தண்ணீர்*, *ஒற்றன்* ஆகிய நான்கையும் குறிப்பிடலாம். இந்த நான்கும் அவருடைய வாழ்க்கைப் பயணத்தில் அவர் பெற்ற வெவ்வேறு வகையான அனுபவங்களிலிருந்து புனையப் பட்டவை. அவருடைய பால்ய கால அனுபவங்களின் சாயலோடு ஒரு சிறுவனின் பார்வைக் கோணத்தில் உருவாகியிருக்கும் நாவல், *18வது அட்சக்கோடு*; ஜெமினி ஸ்டூடியோவில் பணியாற்றியதில் கிட்டிய அனுபவங்களிலிருந்து உருவாகியிருக்கும் திரைத் தொழில் சார்ந்த நாவல், *கரைந்த நிழல்கள்*; சென்னை நகரின்

ஒண்டுக்குடித்தன நடுத்தர மக்கள் சகஜமாக எதிர்கொள்ளும் இன்னல்களின் பிரதிபலிப்பாக அமைந்த நாவல், தண்ணீர்; 1973இல் அமெரிக்காவின் அயோவா பல்கலைக்கழகத்தின் எழுத்தாளர்களுக்கான சிறப்புப் பயிலரங்கில் கலந்துகொண்ட பின்புலத்திலிருந்து புனையப்பட்ட நாவல், ஒற்றன்.

இந்திய விடுதலைக் காலப் பின்புலத்தில் உருவாகியிருக்கும் ஒரு வரலாற்றுக் காலகட்ட நாவல், 18வது அட்சக்கோடு. ஹைதராபாத்தைக் களமாகக்கொண்டது. அங்கு வாழும் ஒரு தமிழ்க் குடும்பத்து இளைஞனின் அனுபவங்களாக விரிவது. இந்திய விடுதலைக்குச் சற்று முன்பான காலத்தில் ஒரு சிறுவனின் பார்வையில் தொடங்கி, அதற்குப் பின்னான சில ஆண்டுகள்வரை — காந்தியின் மரணம்வரை — நிகழ்ந்த வரலாற்று மாறுதல்களை மக்கள் திரளின் அல்லல்களோடும், அவதிகளோடும், மத துவேஷங்களின் குரூரங்களோடும் அகப்படுத்தி யிருக்கும் நாவல். கால நகர்வில் அந்தச் சிறுவனும் இளைஞனாகிறான். இக்காலகட்டத்தில் ஹைதராபாத் நிஜாம் பாகிஸ்தானோடு இணைய விருப்பம் கொள்கிறார். அதைச் சாத்தியமாக்கும் பொருட்டு மதக் கலவரம் நிகழ்த்தப்படுகிறது. அந்நியோன்யமாக இருந்தவர்களிடம்கூட மதவேற்றுமை இனம் காணப்பட்டு துவேஷம் வெளிப்படுகிறது. ரசாக்கர்களின் கொடூரத் தாக்குதலுக்கு அஞ்சி மக்கள் அநாதைகளாகத் தப்பியோடுவது; இந்தியாவுடன் இணைய மறுக்கும் நிஜாம் சமஸ்தானத்தைப் பணிய வைக்கும் அரசு நடவடிக்கைகள் எனப் பல்லாயிரக்கணக்கான மக்களின் பெரும் துயர் தாங்கிய கலவர அரசியலின் புனைவாக்கம்.

அவருடைய நாவல்களில் எனக்குப் பிடித்தது, தண்ணீர். அவருடைய பெருநகர சாமானியர்களின் உலகம். சென்னை மாநகரம் தண்ணீர்ப் பிரச்சினையில் தத்தளிக்கும் பின்னணியில் படைக்கப்பட்டிருக்கும் நாவல். நகரம் எதிர்கொள்ளும் வறட்சியில் மனித மனங்கள் வறண்டுவிட்டிருப்பதையும் பிரச்சினையிலிருந்து விடுபடும்போது மனம் கனிவும் பரிவும் கொள்வதையும் ஊடுபாவாகக் கொண்டது. இப்பின்புலத்தில் ஓர் ஒண்டுக் குடித்தனத்தில் வாழ்ந்துகொண்டிருக்கும் ஜமுனா, சாயா என்ற இரு சகோதரிகளின் வாழ்க்கைப் பாடுகளே இந்த நாவல். அதிலும் குறிப்பாக மூத்த சகோதரி ஜமுனா எதிர்கொள்ளும் இன்னல்களும்

துயர்களுமே பிரதானக் கதையோட்டம். குழாயடியில் ஜமுனாவுக்கு அறிமுகமான டீச்சர் மூலம் அவள் பெறும் வெளிச்சம் அவளின் இருளைப் போக்குகிறது. டீச்சர் வழி வெளிப்படும் பரிவுக் குரலே படைப்பின் குரலாக இருக்கிறது.

அவருடைய மற்றொரு குறிப்பிடத்தகுந்த நாவல், கரைந்த நிழல்கள். நம் காலத்தின் மிகப் பிரமாண்ட தொழில்துறையான திரை உலகம் பற்றியது. நம் வாழ்வெளியில் ஒளிரும் அதன் சூரியப் பிரகாசத்திற்கு நேர்முரணாக அவ்வுலகில் அப்பிக்கிடக்கும் இருளை வெளிச்சமிட்டுக் காட்டும் நாவல். ஒரு திரைப்படம் அதன் தயாரிப்பில் எதிர்கொள்ள நேரிடும் இடர்கள் எண்ணற்றவை. தயாரிப்பு முழுமையடையாமல் போவதற்குப் பொருளாதாரக் காரணங்களுக்கு அப்பால் ஆணவம், மனித மன விகாரங்கள், இன-மொழி அரசியல் என எத்தனையோ காரணிகள் செயல் படுகின்றன. இத்தொழிற்துறையின் விநோதமான சிடுக்குகளைப் பல கோணங்களில் நாவல் வெளிப்படுத்துகிறது. தயாரிப்பாளர்கள், நட்சத்திர நடிகர்-நடிகை, இயக்குநர்கள் என்ற மேல்மட்டத் திலிருந்து, மேனேஜர், உதவி இயக்குநர்கள், குழு நடன மங்கையர்கள், வாகன ஓட்டுநர்கள் என்ற அடிமட்டம் வரையான பாத்திரங்களின் கனவுகளையும் அவதிகளையும் இழை இழையாய் கோத்துப் படைக்கப்பட்டிருக்கும் நாவல்.

இந்த வாழ்க்கை என்னவாக இருக்கிறது என்பதையே தன் புனைவு களுக்கான அவதானிப்புகளாகக் கொண்டு இயங்கும் அசோக மித்திரன் அதனூடாக மனிதர்கள் இந்த வாழ்வை வாழ்ந்து கடப்பதைப் பரிவுடன் பார்ப்பவராகவும் இருக்கிறார். வாழ்க்கை என்னவாக இருக்க முடியும் என்பதிலோ, வாழ்விற்கான மாறுபட்ட சாத்தியங் களைக் கண்டடைவதிலோ அவர் எவ்விதப் பிரயாசைகளும் கொள்வதில்லை. நிலவும் வாழ்க்கை என்பதுதான் பிரதானம். இந்த வாழ்க்கை இப்படியாக இருக்கிறது என்பதன் புனைவு விவாதம் தான் அவருடைய எழுத்துலகம். அதேசமயம், இந்த வாழ்க்கையை வாழ்ந்து கடக்கும் மனிதர்கள் மீதான அவருடைய பரிவும் வாஞ்சையும் சன்னமான குரலாகப் படைப்புகளில் ஒலித்தபடி இருக்கிறது.

நவீனத் தமிழ் இலக்கியப் படைப்பாளிகளில் ஒரு கட்டுரை யாளராக அசோகமித்திரன் தனித்துவம் கொண்டவர். அவர்

தன்னுடைய படைப்புகளைப் போலவே கட்டுரைகளையும் வணிக இதழ்கள், நடுத்தர இதழ்கள், தீவிரமான சிற்றிதழ்கள் என எல்லாத் தளங்களிலும் எழுதியுள்ளார். சினிமா, சமூகம், கலை இலக்கியம் எனத் தன் கால வாழ்வின் பிரதிபலிப்புகள் குறித்த ஆவணப் பதிவுகளாகவும், அவதானிப்புகளாகவும், வரலாற்றுத் தகவல்களாகவும் ஆயிரத்துக்கும் மேற்பட்ட கட்டுரைகள் எழுதியிருக்கிறார். தமிழ், இந்திய, உலக இலக்கியப் படைப்புகள் பற்றியும் படைப்பாளிகள் பற்றியும் நூற்றுக்கணக்கான கட்டுரைகள் எழுதியிருக்கிறார். இவற்றையெல்லாம் எழுத அவர் எவ்வளவு வாசித்திருக்க வேண்டும் என யோசிக்கவே மலைப்பாக இருக்கிறது. இன்னும் குறிப்பாக, சினிமா அவருடைய வாழ்க்கையில் முக்கிய பங்கு வகித்துள்ளது. சினிமா பற்றிய அவருடைய பதிவுகள் தமிழில் அபூர்வமானவை. அவருக்குப் பரவசம் தந்த வெகுஜனத் திரைப்படம் முதல் கலைப் பெறுமதிமிக்க படங்கள்வரை வெகுவாகப் பேசியிருக்கிறார். வைஜயந்திமாலா பற்றியும் எழுதியிருக்கிறார்; இன்க்ரிட் பெர்க்மன் பற்றியும் எழுதியிருக்கிறார். ஸ்ரீதர் பற்றியும் எழுதுகிறார்; இங்க்மர் பெர்க்மன் பற்றியும் எழுதுகிறார். இவை, ரசனையான தகவல்களும் பதிவுகளும் நுட்பமான அவதானிப்பு களும் கொண்ட சுவாரஸ்யமான கட்டுரைகள். 'இதர கலைகளால் சாதிக்க முடியாததை சமூகரீதியாக சினிமா மிகப் பெரிய அளவில் சாதித்தது' என்று கூறும் அசோகமித்திரன், 'உலகில் ஜனநாயக உணர்வு பரவலானதற்குச் சினிமா ஒரு முக்கிய காரணம்' என்கிறார்.

சினிமா பற்றிய அவருடைய கட்டுரைகளின் தொகுப்பான இருட்டிலிருந்து வெளிச்சம் நூலின் முன்னுரையில் 'மேலோட்ட மாகப் பார்த்தால் இவை சினிமா பற்றிய கட்டுரைகள். ஆனால் எனக்கு இவை வாழ்க்கையை விவாதிப்பதாகவே தோன்று கிறது' என்று குறிப்பிட்டிருக்கிறார். இது அவருடைய எல்லாப் புனைவுகளுக்கும் கட்டுரைகளுக்கும் பொருந்தும். நம் வாழ்வின் மீதான பரிவுணர்வுடன் கூடிய, மௌனம் கவிந்த விவாதங்களே அவருடைய எழுத்துலகம்.

□

10

மா. அரங்கநாதன்
(1932-2017)

1. தத்துவப் புனைவு

மரபும் நவீனமும், தத்துவமும் புனைவும் கூடி முயங்கிய கலை மனம் மா. அரங்கநாதனுடையது. சைவ சித்தாந்த கலை இலக்கிய மரபின் நவீனப் படைப்பாளி. மெய்ஞான அழகியல் மனம் கொண்டவர். தனித்துவமிக்க படைப்புத் திறனில் ஒளிரும் சமயத்துவ ஒளியாக இவருடைய படைப்புகள் சுடர்கின்றன. தமிழ்ச் சமூகத்தின், குறிப்பாக சைவத் தமிழ்ச் சமூகத்தின், கூட்டு மன உருவகம் இவர். இவருடைய சைவ சமயமென்பது, பக்தி இலக்கியத் தொடர்ச்சியென்பதாக மட்டுமல்லாமல், சிவலிங்க வழிபாடு கொண்ட பழங்குடி மரபையும், சுடலைமாடன் போன்ற சிறுதெய்வ வழிபாடுகளைக்கொண்ட நாட்டார் மரபையும் உள்வாங்கிய தொன்மம் மிக்கது. இவருடைய எல்லாப் படைப்புகளிலும் ஊடாடி அனைத்தையும் பிணைக்கும் எண்ணற்ற முத்துக்கறுப்பன்கள் மூலமாக இந்தத் தொன்மையான சமூகக் கூட்டு மனம் இவருடைய படைப்புலகில் கட்டமைக்கப்படுகிறது. தென்புல சமய சித்தாந்தத் தொன்மமும், காலம் காலமாகத் தொடரும் வைதீக எதிர்ப்பும் இவருடைய படைப்புலகின் ஆதார மையங்கள். அதேசமயம் இவை வாழ்வியக்கத்தின் அனுபவப் பரப்பினூடாக வெகு இயல்பாகவும், லகுவானப் புனைவு வடிவிலும் மலர்ந்து விரிகின்றன.

முன்றில் சிற்றிதழ், முன்றில் பதிப்பகம், முன்றில் புத்தக விற்பனைக்கூடம், இலக்கியக் கூட்டங்கள் நடத்தும் முனைப்போடு தொடங்கப்பட்ட முன்றில் இலக்கிய அமைப்பு ஆகியவற்றை

உருவாக்கியதன் மூலம் முன்றில் அரங்கநாதன் என்றும், இவற்றையெல்லாம் மிகுந்த ஈடுபாட்டோடும் அக்கறையோடும் பராமரித்த அவருடைய மகன் முன்றில் மகாதேவன் என்றும் அறியப்பட்டனர். 1990களில் தி.நகரின் பரபரப்பான பகுதியான ரங்கநாதன் தெருவில் ஒரு வணிக வளாகத்தில் முன்றில் புத்தக விற்பனைக்கூடம் இயங்கியது. 1990களின் மத்தியில் சில ஆண்டுகள் முன்றில்தான் என் பகல் நேரப் புகலிடமாக இருந்தது. என் வாழ்வில் புற நெருக்கடிகளும் அக நெருக்கடிகளும் உச்சத்தைத் தொட முண்டிக்கொண்டிருந்த காலகட்டம் அது. அச்சமயத்தில் முன்றில் ஓர் ஆசுவாச வெளியாக அமைந்தது. இலக்கிய நண்பர்களையும் ஆர்வலர்களையும் சந்திப்பதற்கும், வாசிப்பதற்கும், உரையாடுவதற்கும் அணுக்கமான இடமாக இருந்தது. முன்பகுதி புத்தகக் கடையாகவும், பின்பகுதியின் சிறு அறை வழக்கறிஞர் மகாதேவன் மாலையில் தன் கட்சிக்காரர்களைச் சந்திப்பதற்கான அலுவலகமாகவும் அமைந்தது. பகல் பொழுதின் ஏதோ ஒரு நேரத்தில் முன்றிலைச் சென்றடையும் நான் பல சமயங்களில் இரவு கடை சாத்தப்படும் வரை இருந்திருக்கிறேன். முன்றில் மகாதேவனின் சுபாவமான அன்பாலும், நட்பாலும், அனுசரணையாலும் இதமான வெளியாக அது இருந்தது. அவர் அளித்த இதத்துக்கான எளிய நன்றியாக 2012இல் வெளிவந்த என் எனக்கு வீடு நண்பர்களுக்கு அறை கவிதைத் தொகுப்பை அவருக்கு சமர்ப்பணம் செய்திருந்தேன். எனக்கும் யூமா வாசுகிக்குமான நட்பு வேரோடியதும் முன்றில் தந்த வெளியில்தான்.

சென்னை மாநகராட்சியில் பணியிலிருந்த அரங்கநாதன், ஓய்வுக்குச் சில மாதங்களுக்கு முன்னர், 1990இல் முன்றில் இதழ் தொடங்கினார். முன்றில் புத்தக விற்பனைக்கூடம் தொடங்கப்பட்டது. அதன் தொடர்ச்சியாகப் பதிப்பகமும் உருவானது. பணி ஓய்வு நெருங்கிக்கொண்டிருந்த காலகட்டத்தில், ஓய்வுக்குப் பின், அவர் விரும்பும் வகையில் வாழ்வை அமைத்துக்கொள்வதற்குச் சாதகமான சூழல் கூடிவந்தது. எழுத்துலகில் ஒரு நெடும் பயணம் அமைந்தது. 1990 முதல்தான் அவருடைய படைப்புப் பயணம் தீவிர கதி கொண்டது. 70-க்கும் மேற்பட்ட சிறுகதைகள், இரண்டு நாவல்கள் இக்காலகட்டத்தில்தான் வெளிப்பட்டன.

அவருடைய இருப்பில் முன்றில் எழுத்தாளர்கள் பலரும் கூடும் முற்றமானது. சந்திப்புகளும் உரையாடல்களும் நிகழ்ந்து கொண்டிருந்தன. முழு மனநிறைவும் அமைதியும் வாய்க்கப் பெற்ற ஓர் அபூர்வ மனிதராக அரங்கநாதன் இருந்தார். சகல படைப்பாளிகளும் சகஜமாகப் புழங்குவதற்குத் தோதான வெளியாக அது இருந்தது. அதேசமயம், ஒரு குறுஞ்சிரிப்பு அவரிடம் இருந்துகொண்டிருந்தது. வாழ்க்கையின் விநோதங்கள் மீதும் மனிதர்கள் கொள்ளும் பாவனைகள்மீதும் இவரின் மனம் கொண்டிருக்கும் மெல்லிய சிரிப்பு அது. எவரையும் புண்படுத்தும் சிரிப்பு அல்ல. மாறாக, அரவணைத்து ஏற்றுக்கொள்ளும் சிரிப்பு.

மா. அரங்கநாதனுடனான முதல் சந்திப்பு, முன்றில் புத்தக விற்பனைக்கூடத்தில்தான் அமைந்தது. 1990இல் முன்றில் இலக்கிய அமைப்பு' நடத்திய மூன்று நாள் இலக்கியக் கருத்தரங்கில் அவரைப் பார்த்திருக்கிறேன் என்றாலும் அது ஒரு சந்திப்பாக அமையவில்லை. முன்றில் நடத்திய அந்த மூன்று நாள் கருத்தரங்கு ஒரு சிறந்த முன்னெடுப்பு. நேர்த்தியான திட்டமிடலுடன் நடந்த முக்கிய இலக்கிய நிகழ்வு. நவீனத் தமிழ் இலக்கியப் போக்குகளை அவதானிக்கும் வகையில் பல தரப்பினரையும் ஒருங்கிணைத்து, பெரும் கனவுடன் நடத்தப்பட்ட நிகழ்வு. அச்சமயத்தில் அரங்கநாதன் எனக்கு அறிமுகமாகி இருக்கவில்லை. முன்றில் இதழோடு மட்டுமே எனக்குப் பரிச்சயமிருந்தது. அப்போது அவருடைய இரண்டு புத்தகங்கள் வெளியாகியிருந்தன. பொருளின் பொருள் கவிதை (கட்டுரை, 1983), வீடுபேறு (சிறுகதைகள், 1987). இந்த இரண்டையுமே அப்போது நான் வாசித்திருக்கவில்லை. அதனால் அவர்மீது அபிப்பிராயங்கள் ஏதும் கொண்டிருக்கவில்லை. அதேசமயம், மூன்று நாள் கருத்தரங்க முயற்சி அவர்மீது ஒரு மதிப்பை உருவாக்கியிருந்தது. அது நான் ஒரு அச்சகத்தை வெகு சிரமத்துக் கிடையில் நடத்திக் கொண்டிருந்த காலமென்பதால் அந்த மூன்று நாள் நிகழ்வுக்கும் கூட இடைஇடையேதான் போக முடிந்தது.

அச்சகத் தொழிலைக் கைவிட்ட பின்புதான் முன்றில் புத்தக விற்பனைக்கூடம் ஒரு ஆசுவாச வெளியாகக் கிட்டியது. அங்கு தான் அவருடைய வீடுபேறு சிறுகதைத் தொகுப்பை வாசித்தேன்.

அரங்கநாதனையும் சந்தித்தேன். அப்போது அவருடைய இரண்டாவது சிறுகதைத் தொகுப்பான ஞானக்கூத்து (1991) நூலும் முதல் நாவலான பறளியாற்று மாந்தர் (1991) நூலும் வெளி வந்திருந்தன. இவற்றையெல்லாம் முன்றில் கடையிலிருந்தே வாசித்தேன். எளிமையான, எவ்வித அலங்காரமுமற்ற நடை. தெளிந்த போக்கு. சமயத் தத்துவ இழையோட்டம். அவருடைய எழுத்துகள் முற்றிலும் புதுவித அனுபவம். அவருடைய எழுத்தின் குணாம்சங்களோடுதான் அவரும் இருந்தார். தெளிந்த அமைதியும் பரிபக்குவமும் கொண்டிருந்தார்.

அரங்கநாதனின் படைப்பு மனோபாவத்தையும் அவருடைய படைப்புவெளியின் தனித்துவ ஆற்றலையும் அறிய டி.எச். லாரன்ஸின் ஓர் ஆதங்கத்தை நாம் அறிவது அவசியம். 'ஒய் நாவல் மேட்டர்ஸ்' என்ற கட்டுரையில் லாரன்ஸ் குறிப்பிடுவது: 'பிளாட்டோவின் உரையாடல்கள் விநோதமான சிறிய நாவல்கள். தத்துவமும் புனைகதையும் பிரிந்தது இவ்வுலகின் மிகப் பெரிய சோகமாக எனக்குப் படுகிறது. புராணக் கதைக் காலங் களிலிருந்து இரண்டும் ஒன்றாகத்தான் உருவாகி வந்திருக்கின்றன. அரிஸ்டாட்டில், தாமஸ் அகின்னஸ் போன்றவர்களால் இவை ஒருவர்மீது ஒருவர் குற்றம் கண்டுபிடித்துத் தொல்லைபடுத்திக் கொண்டிருக்கிற தம்பதிகளைப் போல தனித்தனியே பிரிந்துபோயின. இதன் காரணமாக நாவல் மேலோட்டமானதாகவும், தத்துவம் அருவமானதாகவும் வறண்டுபோயின. நாவலில் மீண்டும் இவ்விரண்டும் இணைந்து வரவேண்டும்.' மா. அரங்கநாதனின் படைப்புலகில் தத்துவமும் புனைகதையும் நேசத்துடன் முயங்குகின்றன. அதுவே அவருடைய சிறுகதைகள், நாவல்களின் பெறுமதியாகவும் அவருடைய கலை ஆளுமையாகவும் இருக்கிறது.

2. கவித்துவத் தேடல்

பழந்தமிழ் இலக்கியத்தில் ஆழ்ந்த புலமையும், நவீனத் தமிழ் இலக்கியத்தில் நுட்பமான பார்வையும், உலக இலக்கியப் பரிச்சயமும், சமய ஞானிகளின் கவித்துவ தரிசனங்களில் மனத் தோய்வும், ஜே. கிருஷ்ணமூர்த்தி உள்ளிட்ட சமகாலத் தத்துவ ஒளிச் சேர்க்கையும், வானவியல் சாஸ்திர ஞானமும், ஜோதிட

அறிவும், எண்கணித ஈடுபாடும் எனப் பரந்துபட்ட ஈடுபாடுகள் கொண்டவர், மா. அரங்கநாதன். தன் வாழ்க்கை அனுபவங்களைத் தத்துவ ஒளியில் பரிசீலிக்கும் புனைவுப் பயணம் இவருடையது.

நாஞ்சில் நாட்டில் திருவெண்பரிசாரம் என்ற சிற்றூரில் 1932ஆம் ஆண்டு, நவம்பர் 3இல் பிறந்தவர். சொந்த ஊரில் இருந்த சிறு நூலகம் இவருடைய சிறு வயது வாசிப்புக்குத் துணையாக இருந்திருக்கிறது. சிறு வயதிலேயே புதுமைப்பித்தன், லா.ச.ரா. கதைகளின்மீது லயிப்பு ஏற்பட்டிருக்கிறது. அப்போது சக்தி இதழில் திருகூடசுந்தரம் மொழிபெயர்ப்பில் வெளிவந்த டால்ஸ்டாயின் போரும் காதலும் நாவலை வாசித்து டால்ஸ்டாய் மீது அபரிமிதமான ஈடுபாடு கொண்டிருந்திருக்கிறார். அதுவே ஆங்கில நாவல் வாசிப்புக்கு அவரை இட்டுச் சென்றிருக்கிறது. பள்ளிப் படிப்பின் இறுதி ஆண்டுகளில் சில கதைகளும் எழுதியிருக்கிறார். அவை பிரசுரமும் ஆகியிருக்கின்றன.

பள்ளிப் படிப்பு முடிந்ததும், 1952இல் தன்னுடைய 20ஆவது வயதில் சென்னை வந்துவிட்ட இவர், சென்னை நகராட்சியில் எழுத்தராகப் பணியமர்ந்தார். சென்னை வாழ்க்கையில் 'கன்னிமரா லைப்ரரி கிடைத்தது ஒரு தெய்வ அருள்' என்கிறார். விடுமுறை நாட்களில் கன்னிமரா நூலகத்தில் வாசம் செய்திருக்கிறார். பரந்துபட்ட வாசிப்புக்கான காலமாக அது இருந்திருக்கிறது. ஆங்கில நாவல்கள் மட்டுமன்றி, ஆங்கிலத்தில் உள்ள வானவியல் சாஸ்திரம், ஜோதிடம், எண்கணிதம் ஆகிய துறை சார்ந்த நூல்களையும் வேட்கையோடு வாசித்திருக்கிறார். டால்ஸ்டாய், தாஸ்தாயெவ்ஸ்கி, செகாவ், ஸ்டீன்பெக், ஹெமிங்வே, ஃபாக்னர், சரோயன், காம்யூ ஆகிய படைப்பாளிகள் அவரைப் பெரிதும் வசப்படுத்தியிருக்கிறார்கள். அவருடைய இன்னொரு ஈடுபாடு, சினிமா. ஊரில் பள்ளிப்பருவ நாட்களிலேயே பக்கத்து நகரத்துக்குச் சென்று ஆங்கிலப் படங்களைப் பார்க்கும் பழக்கம் இருந்திருக் கிறது. சென்னை வாழ்க்கையில் அது ஒரு வேட்கையானது. அன்று வெளிவந்த சினிமா கதிர் என்ற இதழில் ஆங்கிலப் படங்கள் பற்றித் தொடர் கட்டுரைகள் எழுதியுள்ளார்.

அவர் பெரிதும் நாவல் வாசிப்பை மேற்கொண்டாலும் அவருடைய மனம் கவிதையின் மகத்துவம் பற்றிய சிந்தனை

களில்தான் அதிகமும் ஈடுபட்டிருந்திருக்கிறது. கடவுள் என்றால் என்ன, என்ற கேள்வியைப் போலவே, கவிதை என்றால் என்ன, என்ற கேள்வியும் அவரை ஆக்கிரமித்திருந்திருக்கிறது. கவிதையில் அவர் மனம்கொள்ளும் விசேஷ ஈர்ப்பு ஒரு புதிராக அவரைத் தொடர்ந்துகொண்டே இருந்திருக்கிறது. அதற்கு விடை தேடிய பயணத்தின் தொடர்ச்சியாகத்தான் அவருடைய முதல் புத்தகமாக, பொருளின் பொருள் கவிதை 1983இல் வெளிவருகிறது. அவருடைய அலுவலக நண்பர்கள் சிலர் முதலீடு செய்து அப்புத்தகத்தைக் கொண்டுவந்திருக்கிறார்கள். அவருடைய 51ஆவது வயதில் வெளிவந்த அவருடைய முதல் புத்தகம் அது. இப்புத்தகம் க.நா. சுப்ரமண்யம், நகுலன் போன்றோரின் சிறப்பான கவனத்தைப் பெற்றது. சிறுபத்திரிகை உலகில் அவர் பயணம் தொடங்கியது. அவர் சிறுகதைகள் எழுதத் தொடங்கினார்.

ஊரில் பள்ளி இறுதி நாட்களில் சில கதைகளை எழுதிய இவர், 20 வயது முதல் தொடங்கிய சென்னை வாழ்வில், தன்னுடைய 54ஆவது வயதில், 1986இல் மீண்டும் கதைகள் எழுதுகிறார். அடுத்த இரண்டாண்டுகளில் இவர் எழுதிய 20 கதைகள் வீடுபேறு என்ற தொகுப்பாக 1987இல் வெளியானது. அவற்றில் சில கணையாழி, தீபம், இலக்கிய வட்டம் ஆகிய இதழ்களில் வெளியாகின. பல கதைகள் நேரடியாகத் தொகுப்பில் இடம்பெற்றன.

இத்தொகுப்பு, அது வெளிவந்த காலகட்டத்தில், அதன் முற்றிலும் தனித்துவமான புனைவுத் தன்மையினாலும், சமகால வாழ்க்கை பற்றிய தத்துவார்த்த பரிசீலனையாலும் சமயத்துவப் புத்தொளி கொண்டதாக ஒரு திகைப்பை ஏற்படுத்தியது. க.நா. சுப்ரமண்யம், அசோகமித்திரன், நகுலன் போன்ற மூத்த படைப்பாளிகளின் தனிக் கவனத்தைப் பெற்றது. ஓர் அபூர்வத்தைக் கண்டடைந்த பரவசத்தை அவர்கள் வெளிப்படுத்தினார்கள். தமிழ் நிலப்பரப்பும் வாழ்வியலும் ஞான மரபும் தெளிந்த நடையும் ஒரு தனித்த புனைவுப் பாதையை வடிவமைத்தன. இந்த 20 கதை களிலும் முத்துக்கறுப்பன் என்ற ஒரு பாத்திரம் இடம்பெறுகிறார். வாழ்வின் வெவ்வேறு பரிமாணங்களில் அவரின் இருப்பு அமைகிறது. பிராமணரல்லாத வெவ்வேறு சமூகத்தைச் சார்ந்தவ ராகவும், சிறுவன் முதல் முதியவர் வரை வெவ்வேறு வயதின ராகவும், பல்வேறு தொழில் பிரிவுகளைச் சார்ந்தவராகவும்,

பலதரப்பட்ட பொருளாதார நிலை கொண்டவராகவும், மாறுபட்ட குண நலன்கள் அமைந்தவராகவும், சமூக வாழ்வின் சகல சாத்தியங்களிலும் வாழும் மனிதராக வெவ்வேறு பின்புலங்களில் வெவ்வேறு பாத்திரமாக முத்துக்கறுப்பன் இவருடைய எல்லாக் கதைகளிலும் வருகிறார். ஒரே பெயர்தான். ஆனால் ஒரே நபரல்ல. ஒரே மன அமைப்பு கொண்டவருமல்ல. அவர் ஒரு கூட்டு நபர். கூட்டு மன உருவகம். தொன்மமான தமிழ்ச் சமூகத்தின் கூட்டு மன வெளிப்பாடு.

இத்தொகுப்பில் இடம்பெற்றிருக்கும் 'சித்தி' கதை இவருடைய தீர்க்கமான படைப்பு. அவருடைய தத்துவார்த்தப் புனைவு மனதின் உச்சம். அக்கதை ஏதோ ஒரு நாட்டில் நடைபெறுகிறது. அக்கதையின் நாயகன் ஓர் அபூர்வமான ஓட்டக்காரன். ஓடுவதில் அடையும் அலாதி இன்பத்துக்காக ஓடுபவன். ஓட்டத்தில் லயித்திருப்பவன். அதன் மூலம் புகழையோ, வெற்றியையோ விழையாதவன். வாழ்வின் லௌகீக அக்கறைகள் தீண்டாத ஓட்டம். ஓடும் பரவசத்தில் ஓடித் திளைத்திருக்கும் மனம் கொண்டவன். அவனுடைய அந்த நிலைதான் இவ்வாழ்வில் ஒருவன் அடைகிற சித்திநிலை. அவனுடைய அபூர்வ மனோபாவம் மிக எளிமையாகவும் லகுவாகவும் கதையில் வெளிப்பட்டிருக் கிறது. கதைத் தலைப்பு அதன் அர்த்த தளத்தை வெளிப் படுத்துகிறது. ஒரு மராத்தான் வீரனாகவும், நாட்டின் பெருமித மாகவும், நாட்டின் பெருமையை நிலைநிறுத்தப் போகிறவ னாகவும் அவன் உருவாகிக்கொண்டிருந்தான். ஒலிம்பிக்கில் புதிய சாதனை படைக்கக்கூடியவனாகக் கருதப்பட்டான். அவனது பெயர் வெவ்வேறு நாடுகளில் வெவ்வேறு விதமாக உச்சரிக்கப் பட்டன. 'தென்புலத்தில் 'கறுப்பன்' என்று இருந்திருக்கக் கூடும்' என்கிறார் கதாசிரியர். இக்கதையில் இந்த ஒரு குறிப்பாக மட்டுமே முத்துக்கறுப்பன் வருகிறார். ஆனால் ஓர் உலகளாவிய பார்வையின் வெளிப்பாடாக, முத்துக்கறுப்பனின் பார்வையைக் கதை கொண்டிருக்கிறது. தத்துவஞானி ஜே. கிருஷ்ண மூர்த்தியின் சிந்தனைகள் மற்றும் ஜென் தத்துவத்தில் அரங்கநாதன் கொண்டிருந்த ஈடுபாட்டையும் உணர முடிகிறது.

இந்தக் கதையில் வெளிப்படும் ஓட்ட வீரனின் மனோபாவம் தான் அரங்கநாதனின் கலை இலக்கியப் பார்வையாகவும்

உள்ளுறைந்திருக்கிறது. எந்த ஒன்றிலும், ஆசை, வெற்றி, புகழ், நோக்கம், இலக்கு என்ற எல்லைகளற்று லயித்துத் திளைப்பது தான் ஞான நிலை. அதுவே கவித்துவ மனநிலை. அதுவே இந்த வாழ்வினூடாக இவ்வாழ்வில் முக்தி பெறும் உன்னதநிலை என்பதே அரங்கநாதனின் கலைப் பார்வை மட்டுமல்ல; வாழ்க்கைப் பார்வையும்கூட.

3. கவித்துவ லயிப்பு மனம்

மா. அரங்கநாதனின் கவித்துவ லயிப்பு மனம்தான் அவருடைய தனித்துவ ஆளுமையின் மையச் சரடாக இருந்துகொண்டிருந்தது. கவிதையின் மாயத் தன்மை குறித்தும், கவிதையில் உள்ளுறைந் திருக்கும் கடவுள் தன்மை குறித்தும், புதிர்கள் குறித்தும் ஆழந்த சிந்தனைகளைக் கொண்டிருந்தபோதிலும் அவர் கவிதை எழுதியதில்லை. சிறுகதைகள்தான் எழுதினார். கவிதையின் விளக்கம்தான் சிறுகதை என்பது அவருடைய நிலைப்பாடு. கலை இலக்கியத்தின்மீதும் வாழ்வின்மீதும் மனிதர்கள்மீதும் அவர் மனம் கவித்துவ லயிப்பு கொண்டிருந்தது. அவருடைய தோற்றத்தில் இயல்பாக உறைந்திருந்த சாந்தமும், அணுகுமுறை களில் வெளிப்பட்ட பாந்தமும் எவரையும் ஈர்க்கக்கூடியவை. பரிபக்குவமான மனிதர் என்ற பிம்பத்தை எவ்வித பிரயாசையு மில்லாமல் அவரால் மற்றவரிடம் உருவாக்க முடிந்தது. அரங்க நாதனை விடவும் ஒரு வயது மூத்தவரான அசோகமித்திரன், அரங்கநாதன் பற்றி, ‘அவரை எனக்குத் தெரிந்த நாளிலிருந்து எனக்கு மூத்தவராகத்தான் நினைத்துவருகிறேன். ஒரு முக்கிய காரணம் அவருடைய சாந்தமான போக்கு. நானறிந்து அவர் எதற்கும் பரபரப்படைந்ததில்லை. அதே நேரத்தில் பெரிய பூரிப்பையும் காட்டியதில்லை’ என்று குறிப்பிடுவதில் ஆச்சரியப் பட ஏதுமில்லை.

மூத்த படைப்பாளிகள், சமவயதுப் படைப்பாளிகள், அடுத்த தலைமுறைப் படைப்பாளிகள், இளம்வயதுப் படைப்பாளிகள் என அனைவரோடும் அணுக்கமாக அவரால் பழகவும் அன்பு செலுத்தவும் முடிந்தது. அதிலும் குறிப்பாக, இளம் படைப்பாளி களிடம் அவர் கொண்டிருந்த தோழமையும் கரிசனமும் அபூர்வ மானவை. அதேசமயம் வெகு இயல்பானவை. யூமா வாசுகியிடமும்

அஜயன் பாலாவிடமும் அவர் காட்டிய தோழமையும் அக்கறையும் தெளிந்து முதிர்ந்த மனதின் அடையாளங்கள். அவர்கள் இருவருமே அன்று இளைஞர்கள். வாழ்வோட்டத்தில் கலை நம்பிக்கை என்ற ஒரு பிடிமானத்தைத் தவிர, வேறெந்தப் பற்றுக்கோல்களுமின்றி அல்லாடி அலைக்கழிந்துகொண்டு இருந்தவர்கள். வாழ்வில் நிலைப்படாத அவர்களுடைய அல்லாட்டம் குறித்து அவருக்குக் கவலையும் கரிசனமும் இருந்தன. அவர்களுடைய ஜாதகங்களை வாங்கிப் பார்த்துக் காரணம் அறிய முற்பட்டிருக்கிறார். இந்த நிலை என்று மாறும் எனக் கணிக்க விரும்பியிருக்கிறார். ஜாதகம் பார்ப்பதிலும் எண்கணிதத்திலும் அவருக்கு ஈடுபாடும் தேர்ந்த அறிவும் இருந்தன.

எனக்குத் தெரிந்து தமிழ்ப் படைப்பாளிகளில் பிரமிள், அரங்கநாதன், விக்ரமாதித்யன் மூவரும் ஜோதிட ஞானம் கொண்டவர்கள். பிரமிளின் எண்கணித ஜோதிடத்திலான ஈடுபாடு அசரடிப்பது. அவர் தன் பெயரை மாற்றியபடி இருந்தார். ஒரே நாளில் ஓரிரு முறை மாற்றுமளவுக்குத் தீவிரம் கொண்டிருந்தார். பெயர் மாற்றம் நிகழ்த்தும் மாற்றங்களை அவதானித்தபடி இருந்தார். அரங்கநாதனைப் பொருத்தவரை, ஜோதிடக் கணிதம் மூலம் ஒருவரின் வாழ்க்கை பற்றி அது சொல்வதை அவதானிப்பதாக இருந்தது.

ஜோதிடம் சார்ந்தும் அதை மையமாகக் கொண்டும் கணிசமான கதைகளை அரங்கநாதன் எழுதியிருக்கிறார். அழல்குட்டம், முதற்தீ எரிந்த காடு, சுயம்பு, அமையாது உலகு, தொலைவில் உணர்தல், ஜேம்ஸ் டீனும் செண்பகராமன் புதூர்காரரும், விடுதலைப்போரில் அப்பரின் பங்கு, ஒரு வாக்குமூலம், முன்றில், ஒருவழிப் பாதை எனப் பல கதைகள். யதார்த்தமும் நம்பிக்கையும் புனைவும் என இந்தக் கதைகள் சுவராஸ்யம் கொண்டவை. நிகழ்வாழ்வின் அர்த்தம் குறித்த இன்னொரு பரிமாணம் கொண்டவை.

அரங்கநாதனுக்குப் புகைப் பழக்கம் உண்டு. முன்றில் இருந்த தளத்தின் மாடிப்படியருகே நாங்கள் புகை பிடிக்கும்போது அவரும் வந்து சகஜமாகக் கலந்துகொள்வார். இளைஞர்களிடம் சகஜமாகப் பழகுவதற்கான கலகலப்பான மனமும் நையாண்டியும் அவ்வப்போது அவரிடம் வெளிப்படும். அஜயன் பாலாவை

சீண்டக்கூடிய அளவுக்கு அன்பும் உரிமையும் கொண்டிருந்தார். ஒருமுறை நானும் யூமாவும் இருந்தபோது அவர் அஜயன் பற்றி, 'அவன் இப்பல்லாம் போடுற டிரஸ்ஸுக்கு மேட்சிங்கா ஒரு இங்கிலிஸ் புக் எடுத்துட்டு வர்றான். சாயந்தரம் வருவான். பாருங்க' என்று சிரித்தபடி சொன்னார். அவர் சொன்னபடியே சற்று நேரத்தில், அஜயன் ஒரு ஆங்கிலப் புத்தகத்தோடு வந்தார். அதன் அட்டை வண்ணம் அவருடைய சட்டை வண்ணத்துக்குப் பொருந்தி இருந்தது. அஜயனை அப்படிப் பார்த்ததும் நாங்கள் சிரித்துக்கொண்டோம். 'என்ன, சரியா இருக்கா?' என்று கேட்டபடிக் குறும்பாகச் சிரித்தார் அரங்கநாதன்.

முன்றில் இதழ் வெளிவந்துகொண்டிருந்த அக்காலகட்டத்தில் விருட்சம், கவிதாசரண் என்ற சிற்றிதழ்களும் வந்துகொண்டிருந்தன. விருட்சம் அழகியசிங்கர் அவ்வப்போது அவரைச் சந்திக்க வருவார். கவிதாசரண் இதழ் நடத்திய கவிதாசரண் அடிக்கடி வருவார். ஒருநாள் விருட்சம் அழகியசிங்கர் வந்தபோது அவரிடம் ஒரு கவரைக் கொடுத்து 'இது உங்களுக்கு' என்றார். சிறிது நேரம் கழித்து கவிதாசரண் வந்தபோது, 'இது உங்களுக்கு' என்று இன்னொரு கவரை அவரிடம் கொடுத்தார். 'இப்படிப் பிரிச்சுக் கொடுக்கிற அளவுக்கு முன்றிலுக்கு நிறைய மேட்டர் வருதா சார்' என்று வியப்புடன் கேட்டேன். சிரித்தபடி, 'எல்லாம் க.நா.சுவோட பிரசுரமாகாத எழுத்துகள்' என்றார். க.நா.சுவின் மறைவுக்குப் பிறகு, அவருடைய பிரசுரமாகாத எழுத்துகளை க.நா.சுவின் மனைவி அரங்கநாதனிடம் ஒப்படைத்திருக்கிறார். அவற்றில் சிலவற்றை முன்றிலுக்காக எடுத்துக்கொண்டு, மீதியை விருட்சத்துக்கும் கவிதாசரணுக்கும் பிரித்துக் கொடுத்திருக்கிறார் என்பது தெரியவந்தது. அது, அவருடைய அக்கறையையும் சிறுபத்திரிகை இயக்க மனோபாவத்தையும் வெளிப்படுத்தியது. அவருடைய மனம் அத்தகைய விசாலம் கொண்டிருந்தது.

அவர் தன்னை அறிந்துகொண்டிருந்தார். அந்த அறிதலிலிருந்தே அவரிடம் சாந்தமும் தெளிவும் பக்குவமும் கூடியிருந்தன. 'ஒளி வருவதும், இருள் அகலுவதும் வேறு வேறல்ல. இதுதான் இருள் என்று அறிந்துகொள்வதுதான் ஒளி. அப்போதே இருள் அகன்று விடுகிறது. கோபம் என்ற ஒன்றாக நாம் மாறும்போது அல்லது கோபம் அடைகிறபோது, கோபமடைந்த நம்மை நாமே

பார்த்துக்கொள்ள முடியுமானால் அது சாந்தம்' என்கிறார் அரங்க நாதன். அந்த சாந்தம் அவரிடம் ஒரு சுபாவமாக இருந்தது.

'கிட்டத்தட்ட நாற்பதாண்டுக் காலம் ஒரே அலுவலகத்தில், அது அரசாங்கப் பணியாக இருந்தபோதிலும் எனக்குப் பிடித்து இருந்தது' என்று அவர் சொல்வது பெரும் வியப்பாக இருக்கிறது. ஆனால் அதுதான் அவருடைய இயல்பு. தான் மேற்கொள்ளும் பணியில் ஈடுபாடும் புகார்களற்ற மனமும் வெகு சுபாவமாக அவருக்கு வாய்த்திருந்தது.

வாழ்வின் இறுதி நாட்களில் பாண்டிச்சேரியில் மகள் வீட்டில் வசித்தார். ரவி சுப்பிரமணியனின் அரங்கநாதன் குறித்த ஆவணப் படத்தின் இறுதிக் காட்சியில் அரங்கநாதன், கடற்கரையில் மகள்வழிப் பேரன், மகன்வழிப் பேரன் இருவரோடும் கை கோத்தபடி நடந்து செல்லும் காட்சி அவருடைய தன்னிறைவான பூரண வாழ்வின் அடையாளமாக அமைந்திருக்கிறது. நான் அறிந்தவரை, ஓர் அழகிய, எளிய, பூரணமான, தன்னிறைவான வாழ்க்கை அவருடையது. வாழ்க்கை பற்றிய அவருடைய புரிதலுக்கும், மனிதன் பற்றிய அவருடைய ஞானத்துக்கும் இதில் கணிசமான பங்கிருக்கும் என்பதில் சந்தேகமில்லை. பேறு பெற்ற மனிதர். அபூர்வமான படைப்பாளி.

4. சைவமும் தமிழும்

சமகால நவீனத் தமிழ்ப் படைப்பாளிகளில் தனித்துவப் படைப்பு மனம் கொண்ட ஓர் அபூர்வம், மா. அரங்கநாதன். அதேசமயம், அதிகம் அறியப்படாத ஆளுமை. எனினும், அவர் பற்றி அவருடைய வாழ்நாளில் மேற்கொள்ளப்பட்ட மூன்று ஆவணப் பதிவுகள் மிக முக்கியமானவை. ஒன்று, ரவி சுப்பிரமணியன் இயக்கிய 'மா. அரங்கநாதனும் கொஞ்சம் கவிதைகளும்' என்ற ஆவணப் படம். 2006ஆம் ஆண்டு இறுதியில் எடுக்கத் தொடங்கி 2007 ஏப்ரலில் முடிக்கப்பட்டது. மிக நேர்த்தியான இப்பதிவில் ஒரு தெளிந்த மனம் கொள்ளும் கவித்துவ லயிப்பின் சலனங்கள் அழகாகப் பதிவுபெற்றுள்ளன.

கவிதைதான் அவருடைய சமயமாக இருந்திருக்கிறது என எண்ணுமளவுக்குக் கவிதையில் வாழ்வின் சித்தியைத் தரிசிக்கிறார்.

இந்த முக்திநிலைதான் சமயத் தத்துவ நிலையாகவும் அவருக்கு இருக்கிறது. கடவுளும் கவிதையும் அவருடைய வாழ்வின் ஆதார சக்திகள்.

இரண்டாவது, மா. அரங்கநாதனுடன் எஸ். சண்முகம் நிகழ்த்தியிருக்கும் ஒரு விரிவான நேர்காணல். இன்மை-அனுபூதி-இலக்கியம் என்ற தலைப்பில் புது எழுத்து வெளியீடாக 2012ஆம் ஆண்டு இறுதியில் வந்தது. மா. அரங்கநாதன் என்ற தொன்மம் படிந்த ஒரு பெரும் மனப்பரப்பின் விசாலமான பதிவு. கேள்விகள் வெவ்வேறு புள்ளிகளாகவும், பதில்கள் அந்தப் புள்ளிகளை இணைக்கும் கோடுகளாகவும் ஒரு மாபெரும் கோலம் விரிகிறது. மா. அரங்கநாதனை ஆழமாகவும் நுட்பமாகவும் நமக்கு அறிமுகப் படுத்தும் ஓர் அழகிய கோலம்.

மூன்றாவது, மா. அரங்கநாதனின் படைபாளுமையைப் பல்வேறு பார்வைகள் வழியாகப் புலப்படுத்தியிருக்கும் கட்டுரைத் தொகுப்பான, மா. அரங்கநாதன்: நவீனமான எழுத்துக் கலையின் மேதமை நூல். கிட்டத்தட்ட முப்பது எழுத்தாளர்களின் அவதானிப்புகளாக இந்த நூல் மிக விரிவான தளத்தில் அமைந்திருக்கிறது.

இத்தகைய ஆவணப் பதிவுகள் நிகழ்ந்திருக்கும் அதே சமயத்தில், அவருடைய வாழ்நாளிலேயே, 2016இல், மா. அரங்கநாதன் படைப்புகள் என அவருடைய எழுத்துகள் முழுமையாகத் தொகுக்கப்பட்டு நற்றிணை வெளியீடாக வந்துள்ளது. 90 சிறுகதைகள், பறளியாற்று மாந்தர், காளியூட்டு என்ற இரு நாவல்கள், பொருளின் பொருள் கவிதை உட்பட 46 கட்டுரைகள் என முழுமை பெற்ற தொகுப்பு இது. நம் பண்டைய இலக்கியங்களிலும் சாஸ்திரங்களிலும் ஞானம்மிக்க இவர், புனைகதை உரைநடையில் தெளிந்த எளிமையைக்கொண்டிருப்பது, இவருடைய ஞானச் செறிவையும் நவீனத் தன்மையையும் தீர்க்கமாக வெளிப்படுத்துகிறது. காலத்திலிருந்து காலாதீதத்திற்கு நகரும் இவருடைய படைப்புலகம் நவீன அறிவுத் தளத்தையும் மரபின் சித்தாந்த வளத்தையும் நேசத்துடன் பிணைத்துக் கொண்டிருப்பது. செறிவாக உட்கொண்டிருப்பது. சித்தி, நசிகேதனும் யமனும் கழிவுப் பணமும், மோனாலிசாவும் ஒரு கறுப்புக் குட்டியும்,

மைலாப்பூர், ஞானக்கூத்து, வீடுபேறு, உவரி, மௌனி, காடன் மலை, எலி, அசலம், காலக்கோடு, தீவட்டி, பூசலார், தரிசனம், முதற்தீ எரிந்த காடு எனப் பல கதைகள் பெறுமதியானவை. இவருடைய பெரும்பாலான கதைகளின் தலைப்புகள் இவருடைய படைப்புலகின் தன்மையைச் சுட்டிநிற்கின்றன. ஆன்மிகம் சுடரும் கதைகள். அதேசமயம், சமகால வாழ்க்கை நிகழ்வுகளினூடாகத் தான் அவை ஒளி பெறுகின்றன. சைவ சித்தாந்த வெளிச்சத்தையும் நம் தொன்மையான சிந்தனை மரபையும் உள்ளூறையாகக் கொண்டிருக்கின்றன. ஆனால் எல்லாமே, மென்மையாக, மிக மிக மென்மையான குரலிலேயே வெளிப்படுகின்றன. பக்குவப் பட்ட மென்மை. இக்கதைகளின் இக்குணாம்சம்தான் அரங்க நாதனின் குண விசேசமாகவும் இருக்கிறது.

இவருடைய கதைகளில் சைவ சமய நூல்கள் பற்றியும் திருக்குறள் பற்றியும் குறிப்புகள் இடம்பெறுகின்றன. திருவள்ளுவர், சேக்கிழார், மெய்கண்டார் வருகிறார்கள். இன்றைய வாழ்வியக்கத்தைப் பன்னெடுங்காலத்தின் தொடர்ச்சி யாகப் பார்க்கிறார். நிகழ்வாழ்வின் மாயத் தன்மைகளும் புதிர்களும் தொன்மமாகத் தொடரும் ஞானக் கீற்றில் துலங்கு கின்றன. அவருடைய புனைவுப் பயணமென்பது நம் சிந்தனை மரபினூடான நெடும் பயணமன்றி வேறில்லை. மொழி நடையும் மரபிலிருந்து பெறப்பட்ட நவீன நடையாகவே அமைந்து இருக்கிறது. மரபும் நவீனமும் என்பதே அரங்கநாதனின் தனித்த அடையாளமாக இருக்கிறது.

அரங்கநாதனின் படைப்பிலக்கிய ஆளுமையின் முக்கியத் துவத்தைத் தொடர்ந்து வலியுறுத்தி வருபவர், தமிழவன். 1996இல் அரங்கநாதனின் மூன்றாவது சிறுகதைத் தொகுப்பாக காடன் மலை வெளிவந்த சமயம், நான் முன்றில் புத்தக விற்பனைக் கூடத்தில் தஞ்சமடைந்திருந்த காலம்.

ஒருநாள் முன்றிலுக்குக் காலையில் வந்த தபால்களில் இரண்டே வரிகள் எழுதப்பட்ட ஒரு அஞ்சலட்டை இருந்தது. ‘காடன் மலை கிடைத்தது. தமிழகத்தின் போர்ஹே நீங்கள்’ என்ற இரண்டு வரிகள் மட்டுமே அதில் எழுதப்பட்டிருந்தன. தமிழவனின் கடிதம்தான் அது.

அன்று அந்தக் கடிதம் என்னை மிகுந்த திகைப்புக்குள்ளாக்கியது. ஆனால் தமிழவன் இதைத் தீர்க்கமாகவும் திடமான நம்பிக்கை யோடும்தான் முன்வைக்கிறார் என்பதை அவர் பின்னாளில் அரங்கநாதன் பற்றி எழுதிய கட்டுரைகள் உறுதிப்படுத்தின. அவருடைய அந்த எண்ணத்துக்கான காரணிகளை அரங்கநாதனின் கதைகளில் அவர் கண்டடைகிறார்.

அரங்கநாதனின் பறளியாற்று மாந்தர், காளியூட்டு என்ற இரண்டு நாவல்களுமே தமிழகத்தின் தென்கோடி நிலப்பரப்பை மையமாகக் கொண்டவை. அம்மண் சார்ந்தும் மனிதர்கள் சார்ந்தும் இயங்குபவை. இவ்விரு நாவல்களும் அவருடைய சிறுகதைகளைப் போலவே அவருடைய சிந்தனை வளத்தாலும் கலை மனத்தாலும் படைப்புக் கோலம் கொண்டிருப்பவை. பறளியாற்று மாந்தர் நாவலில் ஆரல்வாய்மொழி எனும் நிலப் பரப்பில் தொன்மமாகத் தொடரும் நினைவுகளின் வாசம் பரவியிருக்கிறது. பறளியாறு அந்தப் பிரதேசத்தைத் தழுவிக் கொண்டோடுகிறது. மூன்று தலைமுறைக் கதை, கால மாற்றத்தையும் மனித மன மாற்றங்களையும் விரித்துச் செல்கிறது. அதேசமயம் அந்த மண்ணின் வளத்துக்குப் பறளியாறு போல, நம் ஞானமரபின் வற்றாத வளத்தைப் பேணிக் காப்பவராக சாந்தலிங்கத் தம்பிரான் என்ற சித்தர் அங்கு இருந்துகொண்டு இருக்கிறார். நிகழ்காலத்திலும் நம்மை வழிநடத்தும் பேராற்றலாக நம் ஞான மரபு பறளியாற்றைப் போல் நாவலில் சலனித்துக் கொண்டிருக்கிறது.

காளியூட்டு தமிழ் மண்ணில் வைதீகம் நிகழ்த்திய கோரத்தை மிகவும் வீர்யமாக வெளிப்படுத்திய நாவல். இந்நாவலிலும் அரங்கநாதனின் முத்துக்கறுப்பனே பிரதான பாத்திரம். அண்ணன், தம்பி என இரு முத்துக்கறுப்பன்கள் இந்நாவலில் வருகின்றனர். மிகச் சிறிய நாவல். ஆனால் மிகுந்த விசாலம் கொண்டது. சைவ ஞான மரபின் மகத்துவத்தை வெளிப்படுத்தும் படைப்பு பறளியாற்று மாந்தர் எனில், வைதீக எதிர்ப்பை வலியுறுத்தும் படைப்பு காளியூட்டு.

அரங்கநாதனின் மறைவுக்குப் பின் (ஏப்ரல் 16, 2017), அவருடைய மகன் மகாதேவன் அவர் நினைவாக, ‘அரங்கநாதன்

இலக்கிய விருது' என்ற ஒன்றை உருவாக்கியிருக்கிறார். அவருடைய நினைவு நாளில் இரண்டு படைப்பாளிகளுக்கு இந்த விருது வழங்கப்பட்டு வருகிறது. இது, அவர் நினைவை மங்காது வைத்திருக்கக்கூடும். இன்றைய இளம் வாசகர்களும் படைப்பாளிகளும் இவருடைய படைப்புகளோடு கொள்ளும் உறவு நம் தமிழ் வாழ்வு, நிலம், ஞானம் பற்றிய வளமான புரிதல்களுக்கு இட்டுச்செல்லும். சைவமும் தமிழும் என்றான ஒரு ஞானமரபின் நவீனப் படைப்பாளி மா. அரங்கநாதன். அவரைக் கொண்டாடுவதென்பது இந்த ஞானமரபைக் கொண்டாடுவதுதான்.

□

11

வெங்கட் சாமிநாதன்
(1933-2015)

1. ஆதர்சப் புதுக் குரல்

வாழ்க்கைதான் மிக மேலான மகோன்னதமான சாதனம். அதுவே முழுமையான, பிரதானமான சாதனம். இலக்கியம், கலை போன்ற பிற சாதனங்கள் அனைத்தும் அந்த முழுமையின் அங்கங்கள். அந்த முழுமையோடு மனிதர்கள் ஆழ்ந்த உறவுகொண்டு தம்மை மேம்படுத்திக்கொள்வதற்கும் செழுமைப்படுத்திக்கொள்வதற்கு மான அங்கங்கள். எழுத்து போன்ற ஓர் அங்கத்தில் ஒரு படைப்பாளியின் வெளிப்பாடு எத்தன்மையதாக இருந்தாலும், வாழ்க்கை என்ற முழுமையில், அந்த வெளிப்பாடு எவ்வாறு அங்கம் வகிக்கிறது, இசைகிறது என்பதே முக்கியம் என்று கருதியவர் வெங்கட் சாமிநாதன். கலை இலக்கியங்களைத் தனித்த துறைகளாக அல்லாமல் வாழ்க்கை எனும் மைய நீரோட்டத்தில் வந்திணையும் கிளை நதிகளாகப் பார்த்தார். அதன் காரணமாகவே, நவீன ஓவியம், நாட்டார் கலைகள், திரைப்படம், அரங்கக் கலை, இலக்கியம் எனக் கலைகள் அனைத்தோடும் நாம் கொள்ளவேண்டிய உறவின் அவசியத்தை வலியுறுத்திய முதல் குரல் இவரிடமிருந்து எழுந்தது. அனைத்துக் கலை அனுபவங் களின் வழியாகவும் வாசகன் பெறுமதியான அனுபவங்களைப் பெறுவதற்கான களமாகச் சிறுபத்திரிகை இயக்கம் அமைய வேண்டும் என்ற அடிப்படையை வலியுறுத்திய தீர்க்கமான குரல் இவருடையது. இக்குரலின் ஆதர்சம் அன்றைய சிறு பத்திரிகைச் சூழலில் வலுவான தாக்கத்தை ஏற்படுத்தியது. என் இளம் வயதில் சிறுபத்திரிகைச் சூழலுக்குள் அடியெடுத்து வைத்தபோது

இக்குரலின் வசீகரத்துக்கு வசப்பட்டு அதன் பாதையில் நகரத் தொடங்கினேன்.

வெ.சாவின் தனித்து ஒலித்த புதுக் குரல் பரந்து விரிந்தது. ஆவேசமும் தார்மீகமும் முயங்கியது. கலைத் துறைகளுக்கும் சிந்தனைத் துறைகளுக்குமிடையே அடியோட்டமாக இயங்கும் வாழ்வியக்கத்தின் பூரணத்துவம் பற்றிய கவனக் குவிப்பாக அமைந்த அவருடைய விமர்சன இயக்கம் எனக்குப் பெரும் உத்வேகமளித்தது. என்னுடைய கலை இலக்கியப் பார்வைகளின் உருவாக்கத்திலும் சிறுபத்திரிகைச் செயல் மனோபாவத்திலும் வெ.சாவின் பங்கு கணிசமானது. அவரிடமிருந்து நான் கற்றுக் கொண்டதும் பெற்றுக்கொண்டதும் என் வாழ்வின் திசைகளைத் தீர்மானித்தன. என் இளம் வயதிலேயே அவரோடு பழகவும் நட்பு கொள்ளவும் வாய்த்தது என் வாழ்வின் பேறுகளில் ஒன்று

1975ஆம் ஆண்டின் இறுதியில், என்னுடைய 23ஆவது வயதில், வெங்கட் சாமிநாதனைச் சந்தித்தேன் (அப்போது அவருடைய வயது 42). அதற்கு முன்னரே அவரோடு கடிதத் தொடர்பு இருந்தது. டில்லியில் பணியாற்றிக்கொண்டிருந்த வெ.சா. சில நாட்கள் விடுமுறையில் தமிழகம் வந்து நண்பர்களைச் சந்திப்பதையும், சொந்த ஊரான கும்பகோணம் செல்வதையும் வழக்கமாகக் கொண்டிருந்தார். அப்படியான ஒரு வருகையில்தான் அவருடைய மதுரை விஜயம் அமைந்தது. அன்று வெ.சாவின் எழுத்துகள்மீது பெரிதும் ஈர்க்கப்பட்டு, அவருடைய எழுத்து களைப் பிரசுரிப்பதற்கு என்றே யாத்ரா இதழையும் மணி பதிப்பகத்தையும் தொடங்கிய இளைஞர்களான மணி, ஜெயபாலன் இருவரையும் ராஜபாளையத்தில் சந்தித்துவிட்டு அவர்களோடு மதுரை வந்தார். டவுன் ஹால் ரோடில் உள்ள ராம்சன் லாட்ஜில் தங்கினார். அவரைத் தங்க வைத்துவிட்டு அவர்கள் இருவரும் தங்கள் ஊர் சென்றுவிட்டார்கள், இரண்டு நாட்களும் நான் வெ.சாவுடனேயே இருந்தேன்.

1975இன் தொடக்கத்தில் சுந்தர ராமசாமியுடனும், அதே ஆண்டின் இறுதியில் வெ.சாவைச் சந்திப்பதற்குச் சில நாட் களுக்கு முன்பாக தருமு சிவராமுவுடனும் முதல் சந்திப்பும் நட்பும் எனக்கு ஏற்பட்டிருந்தது. சுந்தர ராமசாமியின் நிதானமான

அணுகுமுறையும் பிசிறற்ற குண விசேஷமும், என்னதான் அன்னியோன்யம் கூடிவந்தாலும், ஒரு மரியாதைக்குரிய இடை வெளியை உருவாக்கக்கூடியது. தருமு சிவராமின் சிடுக்குகளும் மேதமை மிடுக்கும் ஒரு பாதுகாப்பான இடைவெளியை உண்டாக்குவது. மாறாக, மிகவும் குதூகலமான தோழமை உணர்வை ஏற்படுத்துபவராக வெ.சா. இருந்தார். சக கல்லூரித் தோழனைச் சந்திப்பது போன்ற லகுவான தன்மை கொண்டிருந்தார். அவரைப் பார்த்த முதல் தோற்றத்திலேயே ஓர் இணக்கம் மனதில் உருவாகிவிட்டது. அக்காலத்திய நடுத்தர வயதுக்காரர்கள் போல கழுத்தில் சட்டைக் காலருக்கு மேலாகக் கைக்குட்டையைச் சுருட்டி வைத்திருந்தார். அநாயசமாகப் பீடி புகைத்தார். அறையில் கைலியோடு பீடி குடித்தபடி, எவ்விதத் தோரணைகளுமின்றி இருந்தார். பேச்சில் தீவிரமும் ஆவேசமும் மட்டுமல்ல, கிண்டலும் கேலியும் நையாண்டியும் எகத்தாளமும் சரளமாக வெளிப்பட்டன. கலை இலக்கியப் பார்வைகளில் கறாரத் தன்மையும் கலந்துரை யாடலில் கலகலப்பும் கலந்துறவாடின.

வெ.சாவின் வருகைக்கு சில நாட்களுக்கு முன்புதான் தருமு சிவராம், எங்களுக்கிடையேயான கடிதத் தொடர்பைத் தொடர்ந்து, மதுரை வந்திருந்து என்னுடைய ஏற்பாட்டில் கும்மாரசாமியின் பெரியநாயகி அச்சகத்தின் மாடி அறையில் தங்கியிருந்தார். அவர்கள் இருவரும் ஒரே சமயத்தில் மதுரையில் இருக்க நேர்ந்தது மிகவும் தற்செயல்தான். ஆனால் கடும் பிணக்கில் இருந்த அவர்கள் மீண்டும் தோழமைகொள்ள அது ஒரு வாய்ப்பாக அமைந்தது. மறுநாள் ஞாயிறு வெ.சாவை வீட்டுக்கு அழைத்துப் போனேன். மதியம் எங்கள் வீட்டில் அம்மாவின் அருமையான ஆட்டுக்கறி சமையல். தருமுவையும் கூப்பிட்டிருந்தேன். அவரும் முரண்டாமல் வந்தார். ஆனால் இருவரும் நேரடியாகப் பேசிக் கொள்ளவில்லை. வெ.சா. ரசித்துப் சாப்பிட்டார். அப்பாவிடம் கொஞ்ச நேரம் பேசினார். நெருக்கமான ஒரு சொந்தக்காரரைப் போல் சுபாவமாக இருந்தார். லாட்ஜிற்குத் திரும்பியபோது என் வேண்டுகோளைத் தட்டாமல் தருமுவும் உடன் வந்தார். மாலையில் நண்பர்கள் சிலர் வந்து அவர்களுடன் பேசிக் கொண்டிருந்தார்கள். இருவரும் தங்களுக்குள் பேசிக்கொள்ள வில்லை. இரவு உணவுக்குப் பின் நண்பர்கள் சென்ற பின் லாட்ஜ்

அறையில் வெ.சாவும் சிவராமுவும் நானும் எஞ்சினோம். அப்போதும் இருவரும் பேசிக்கொள்ளவில்லை. அதன் காரணமாக அறையில் புழுக்கம் நிலவியது. வெ.சாவும் நானும் பின்னிரவுக் காட்சிக்குப் படத்துக்குப் போனோம். மறுநாள் காலை நான் தாமதமாக எழுந்தபோது, இருவரும் கட்டிலில் அமர்ந்தபடி வெகு சகஜமாகப் பேசிக்கொண்டிருந்தார்கள்.

அந்த இரு நாட்களிலும் அவருடைய பேச்சு அன்றைய சிறுபத்திரிகைச் சூழல் பற்றியதாகவே இருந்தது. இலக்கியச் சூழலில் படிந்திருக்கும் மாசுகள் பற்றிய ஆதங்கமாகவே இருந்தது. சூழலின் ஆரோக்கியம் பற்றி வெகுவாக விசனப்பட்டார். நாம் புழங்க இருக்கும் அறை தூசும் தும்புமாகக் குப்பைகள் மண்டிக் கிடக்கும்போது அவற்றைச் சுத்தப்படுத்துவதே முதல் பணியாக இருக்கவேண்டும் என்ற ஆதங்கமே பிரதானமாக வெளிப்பட்டது. அவரிடமிருந்து வெளிப்பட்ட தார்மீக ஆவேசம் என்னுள் பரவிக்கொண்டிருந்தது. சிறுபத்திரிகை இயக்க மனோபாவம் என்னுள் திடப்பட்டுக்கொண்டிருந்தது. வாழ்விற்கான கனவு வசப்பட்டது போலிருந்தது. அவர் மதுரையைவிட்டுச் சென்ற போது நான் புதிய உத்வேகம் பெற்றிருந்தேன். கல்லூரி நாட்களில் ஜேம்ஸ் பாண்ட் படத்தை இரவுக் காட்சி பார்த்துவிட்டு சைக்கிளில் வீட்டுக்குத் திரும்பும்போது மனமும் உடலும் கொண்டிருக்கும் முறுக்கேறிய வேகத்தைப் போன்றிருந்தது. ஆனால் இது பட அனுபவத்தைப் போல வெறும் அந்நேரத்திய பரவச எழுச்சியாக இல்லாமல் உள்ளூறைந்த உத்வேகமாக நிலைத்து நீடித்து என்னை இயக்கத் தொடங்கியது.

2. கலை நம்பிக்கையின் காந்தசக்தி

1977 மத்தியில் மதுரை பெரியநாயகி அச்சகம் குமாரசாமியை ஆசிரியராகக் கொண்டு வைகை என்ற சிற்றிதழை நடத்துவதற்கான முயற்சி முன்னெடுக்கப்பட்டது. என். சிவராமனும் நானும் அவரோடு இணைந்து இதழை உருவாக்கினோம். அப்போது வெங்கட் சாமிநாதனுக்கு இதழ் பற்றி எழுதியதோடு கட்டுரையும் கேட்டிருந்தோம். இதற்கிடையே வெ.சாவின் அக்ரஹாரத்தில் கழுதை திரைக்கதைப் புத்தகத்தை மணி பதிப்பகம் கொண்டு வந்திருந்தது. அதன் ஒரு பிரதியை எனக்கு அனுப்பியிருந்த வெ.சா

வாசித்துவிட்டு அபிப்பிராயம் தெரிவிக்கும்படி கேட்டிருந்தார். நானும் படித்துவிட்டு அவருக்குக் கடிதம் எழுதியிருந்தேன். வைகை இதழ் வெளிவர இருப்பது பற்றி உத்வேகமளிக்கும் வகையில் பதில் எழுதிய வெ.சா. அதில் நான் தொடர்ந்து எழுதவேண்டும் என்றும் வற்புறுத்தியிருந்தார். நான் சம்பந்தப் பட்டிருக்கும் இதழில், அதுவும் முதல் இதழிலேயே எழுத வேண்டாம் என்று நினைக்கிறேன் என்பதாகப் பதில் அளித்திருந்தேன்.

வெ.சா. முதல் இதழுக்கான பங்களிப்பாக அக்ரஹாரத்தில் கழுதை நூல் குறித்த மூன்று கடிதங்களை அனுப்பியிருந்தார். தி. ஜானகிராமன், சுந்தர ராமசாமி, இவர்களோடு என்னுடைய கடிதமும் இருந்தது. 1977 ஆகஸ்ட் மாதம் வைகை முதல் இதழ் வெளிவந்தது. அக்ரஹாரத்தில் கழுதை பற்றிய மூன்று பார்வைகளாக அம்மூன்று கடிதங்களும் இடம்பெற்றன. 'முதல் இதழிலேயே உங்கள் எழுத்தை வரச் செய்துவிட்டேன், பார்த்தீர் களா?' என்று கடிதம் எழுதினார். ஆனால் வைகை இதழின் தொடக்க கட்டத்திலேயே அவருடன் பிணக்கு ஏற்பட்டுவிட்டது. அவர் அனுப்பிய ஒரு கட்டுரையை நாங்கள் பிரசுரத்துக்கு ஏற்காததால் இது நிகழ்ந்தது. எழுத்து இதழைத் தமிழின் முதல் சிறுபத்திரிகையாக முன்வைத்து அதன் பங்களிப்புகள் பற்றி எழுதப்பட்ட கட்டுரை அது. கருத்தாக்க ரீதியாக முழுமுற்றான முதல் சிறுபத்திரிகை எழுத்துதான் என்பதைப் பின்னாளில் நான் அறிந்துகொண்டிருக்கிறேன். ஆனால் அன்று மணிக்கொடி போன்ற முன்னோடி இதழ்கள் பற்றி அக்கட்டுரை எதுவும் பேசாதது குறித்து அதிருப்தி அடைந்தே அதை நிராகரித்திருந்தோம்.

பின்னர் யாத்ராவில் வெ.சா. எழுதிய கட்டுரையொன்றில் மதுரையில் தருமு சிவராமு ஒரு நண்பரின் வீட்டுக்குச் சென்றிருந்த போது அந்த நண்பரின் குழந்தை — சிவராமுவின் விசித்திர நடத்தை காரணமாக இருக்கலாம் — அவரைக் கிறுக்கு என்று கூறிவிட்டதை வெளிப்படுத்தி, 'குழந்தையின் வாக்கு தெய்வ வாக்குதானே' என்றும் குறிப்பிட்டிருந்தார். அவருடைய இந்தக் கோணலான வெளிப்பாட்டுக்கு சுந்தர ராமசாமியும் நானும் எதிர்வினையாற்றியிருந்தோம். இது எங்களுக்கிடையேயான முதல் மன விலகலுக்குக் காரணமாக அமைந்தது. பின்னர், அதே

காலகட்டத்தில் கொல்லிப்பாவை 6ஆம் இதழில் 1978ஆம் ஆண்டு வெளியான வெ.சாவின் 'இரண்டு தலைமுறைகளுக் கிடையில்' கட்டுரைக்கு நான் எழுதிய எதிர்வினைக் கட்டுரையும் இடைவெளியை அதிகரித்தது. 'சமூகவியல் கலாசார பிரச்சினைகள் மீதான உணர்வுமயப் பார்வையின் விபரீதங்கள்' என்பது என் கட்டுரைத் தலைப்பு. லட்சியப்படுத்தினால் கோபுர உச்சி; கீழ் நிலைப்படுத்தினால் பாதாளச் சாக்கடை என்பதாக அவருடைய அணுகுமுறை அமைந்திருப்பதாக விமர்சித்திருந்தேன். இப்படியாக விலகல் விரிவடைந்தது.

எனினும், அவர்மீதான ஈர்ப்பும் மதிப்பும் என்றும் குறைந்த தில்லை. அவருடைய தார்மீக ஆவேசத்தையும் கலை நம்பிக்கை யையும் லட்சியப் பிடிமானங்களையும் ஆதர்சமாகக் கொண்டுதான் என் பாதை அமைந்திருந்தது. அவருடைய சிந்தனையோட்டங் களில் நாம் முரண்படலாம். ஆனால் அவருடைய குரலின் தார்மீகமும் நேர்மையும் சந்தேகத்துக்கு அப்பாற்பட்டவை. எவ்வித சமரசங்களுக்கும் இடமளிக்காத எழுத்தும் வாழ்வும் அவருடையது. மிகவும் கறாரான பார்வை கொண்டவர். சகல கற்பிதங்களையும் தாட்சண்யமின்றி தகர்ப்பவர். அவருடைய தீவிரமான இயக்கம், ஒரு காலகட்டக் கலை இலக்கியப் போக்கை வடிவமைத்தது. அவரால் ஏற்கப்படுவதும் நிராகரிக்கப்படுவதும் தமிழ்ச் சூழலில் அதிக சலனங்களை ஏற்படுத்தின.

இலக்கியச் சூழலின் சில நடவடிக்கைகளையும் பொய் முகங்களையும் சகித்துக்கொள்ள முடியாத கடும்கோபத்தில் வெ.சாவிடமிருந்து தெறிக்கும் வார்த்தைகள் அவருடைய அக்கறைகளின் தார்மீகத்தை மழுங்கடித்து தனிநபர் தாக்குதல்கள் என ஒதுக்கித் தள்ளுவதற்குத் தோதாக அமைந்தன. 1973இல் வெளிவந்த, அவருடைய முதல் புத்தகமான இலக்கிய ஊழல்கள் நூலிலிருந்தே அவருடைய இக்குணம் விடாது தொடர்ந்தது. இப்புத்தகம் பற்றி சுந்தர ராமசாமியும் தருமு சிவராமுவும் நடத்திய ஓர் உரையாடலில் சு.ரா., 'இந்த நூலில் காந்தி போன்ற ஒருவரின் தார்மீகக் குரல் இருக்கிறது. பொய்களையும் பொதுப் பிரச்சினை களின் அவலத்தையும் கண்டு பொறுக்க மாட்டாதவரின் குரல் இது' என்று கூறும் அதேசமயம், 'இந்த நூலில் அங்கங்கே 'அயோக்கிய சிகாமணி' 'விசிலடிச்சான் குஞ்சு' எனவரும்

பிரயோகங்கள் இந்த முதிர்ச்சியுடன் இணங்கி வரவில்லை' என்றும் கூறியிருப்பார்.

வெ.சாவுடனான இரண்டாவது நேர்சந்திப்பு 1983 இறுதியில், நான் சென்னை குடிபெயர்ந்த சில மாதங்களில் அமைந்தது. வெ.சாவுடனான என் உறவு கடைசிவரை இசைவும் பிணக்கு மாகவே தொடர்ந்து இருந்துவந்திருக்கிறது. ஆனால் சந்திக்க வாய்க்கும் சந்தர்ப்பத்தின்போது ஏதோ ஒரு தருணத்தில் சட்டென எல்லாவற்றையும் உதறிவிட்டுத் தோள்மீது கைபோட்டு உரையாட முடிகிற மனம் கொண்டவர். கருத்து முரண்களைக் கடந்து கலை நம்பிக்கையில் பிணைப்புறும் சுபாவம் அவருடையது. ஒரு ஞாயிற்றுக்கிழமை மதியம், நான் சென்னை வந்த புதிதில் குடியிருந்த வீட்டின் உரிமையாளரும் நண்பரும் சிறுபத்திரிகை இயக்கத்தில் நெருக்கமான பிணைப்பு கொண்டிருந்தவரும் எழுத்தாளருமான கி.அ. சச்சிதானந்தம், 'வாய்யா, வெங்கட் சாமிநாதன் வந்திருக்காரு. போய் பாத்திட்டு வரலாம்' என்றார். நான் தயங்கினேன். 'அட வாய்யா, நம்ம சாமிநாதன்தானே' என்று வற்புறுத்தினார். திருவல்லிக்கேணியில் நவீன நாடகத்தில் ஈடுபாடும் செயல்பாடும் கொண்ட கோபால கிருஷ்ணன் வீட்டில் வெ.சா. தங்கியிருந்தார். நாங்கள் போன போது வீட்டின் முன்னான சிறு வராந்தாவில் கோபால கிருஷ்ணனின் குழந்தையோடு வெ.சா. இருந்தார். சச்சியைப் பார்த்ததும் 'வாய்யா' என்றார். என்னைக் கவனிக்காததுபோல் சச்சியிடம் பேச ஆரம்பித்தார். கோபாலகிருஷ்ணனும் வந்து கலந்துகொண்டார். தமிழ் நாடகச் சூழல் பற்றியதாகப் பேச்சு அமைந்தது. பேச்சின் இடையில் சட்டென என்னைப் பார்த்து, 'இதச் சொன்னா இந்த ஆளு கோவிச்சுக்குவான்யா' என்றார். அவ்வளவுதான், அந்த நொடியில் சகஜம் திரும்பியது.

சிறிது நேரம் கழித்து, 'கோபாலகிருஷ்ணன் ரொம்ப நல்ல மனுஷன்யா. சென்னை வரும்போது எங்ககூட தங்கணும்னு ஆசையா கூப்பிட்டாரு. ஆனா, சின்ன வீடு. குழந்தைய வச்சுக்கிட்டு அவங்களே சிரமப்படுறாங்க. இதுல நான் வேற அவங்களுக்கு இடைஞ்சலா... உங்களோட வரட்டுமா' என்று கேட்டார். கோபாலகிருஷ்ணனிடம் சொல்லிவிட்டு எங்களோடு வந்தார். அன்று இரவு கடற்கரைக்குப் போனோம். இந்துஸ்தானி

சங்கீத மேதைகள் குறித்து மிகுந்த லயிப்போடு பேசிக் கொண்டிருந்தார். அவர் பணி ஓய்வு பெற்று, 1990களின் தொடக்கத்தில் டில்லியிலிருந்து சென்னைக்குக் குடி வந்தபிறகு அவ்வப்போது சந்திக்கும் வாய்ப்பு அமைந்தது. அருமையான பல தருணங்கள் கூடிவந்தன. என் கலை நம்பிக்கைக்கான காந்தம் அவர்.

3. கலை உன்னதங்களின் உபாசகர்

என் ஈடுபாடுகளில் ஒன்றாக நவீனக் கலை அமைந்ததற்கு வெங்கட் சாமிநாதனின் எழுத்துகள்தான் முதல் வித்து. அதிலிருந்து முளைத்து விரிந்து கிளைத்ததுதான் நவீனக் கலை யுடனான என் நெடும் பயணம். வெங்கட் சாமிநாதனின் கலை வாழ்க்கை அனுபவம் வெளிப்பாடு என்ற நூலை 1982ஆம் ஆண்டின் மத்தியில் அன்னம் பதிப்பகம் வெளியிட்டது. நவீனக் கலை குறித்தும் அதன் வெளிப்பாடுகள் குறித்தும் அது பற்றிய நம் அறியாமை குறித்தும் அலட்சியமான உதாசீனம் குறித்தும் ஆழமாக விவாதித்த நூல். நம் பார்வைக் கோளாறுக்கான அறுவை சிகிச்சையாக அமைந்து புது வெளிச்சம் தந்தது. நவீனக் கலை குறித்த என் கவனக் குவிப்புக்கு முகாந்திரமாக அமைந்த இந்த நூல், நவீனக் கலைவெளிப் பாதையிலான என் பயணத்துக்கும் பின்னாளில் நவீனக் கலை குறித்து நான் எழுதுவதற்கும் உத்வேகமாக அமைந்தது.

2002 தொடக்கத்தில் நான் புனைகளம் என்ற காலாண்டிதழை இலக்கியம், நவீனக் கலை, நாட்டார் கலை ஆகியவற்றுக்கான களமாகக் கொண்டுவந்தேன். அதற்கு முன்னோட்டமாக 2001 செப்டம்பர்-அக்டோபர் மாதங்களின் சனி, ஞாயிற்றுக்கிழமை களில் சென்னைக் கடற்கரையில் சென்னைக் கலைப் பள்ளியின் முதல் முதல்வரான தேவி பிரசாத் ராய் சௌத்ரி வடிவமைத்த காந்தி சிலை அருகில் உருவப்பட முகாமொன்று நடைபெற்றது. 4 வாரங்களில் 8 நாட்கள் மாலை நேரங்களில் நடைபெற்ற இந்த முகாம் பெரும் கொண்டாட்டமாக அமைந்தது. 40க்கும் மேற்பட்ட ஓவியர்கள் கலந்துகொண்டார்கள். 500க்கும் மேற்பட்ட பொது மக்களின் உருவப்படங்கள் வரையப்பட்டன. குழந்தைகளின் ஈடுபாடு மிகுந்த பரவசமளிப்பதாக இருந்தது. புல்வெளியில்

ஓவியர்கள் அமர்ந்து வரைந்துகொண்டிருக்க, சிறுபத்திரிகை வாசகர்களும் படைப்பாளிகளும் ஆங்காங்கே அமர்ந்து உரையாடிக்கொண்டு இருந்தனர். வெளிச்சம் மறைந்த பிறகு, ஓவியர்களும் உரையாடலில் கலந்துகொண்டனர்.

கடைசி ஞாயிறன்று வெங்கட் சாமிநாதன் வந்திருந்தார். நிகழ்வினைப் பார்த்து வியப்பும் பரவசமும் பெருமிதமும் அடைந்தார். 'ரொம்ப சந்தோஷமா இருக்குய்யா' என்றார். அவ்வளவு ஓவியர்கள் ஒன்றுகூடி ஒரு சிறுபத்திரிகை இயக்கத் துக்காக வரைந்துகொண்டிருப்பது அவருக்கு மிகுந்த ஆச்சரியத் தையும் நம்பிக்கையையும் தந்திருந்தது. ஓவியர்கள் சந்ரு, விஸ்வம், மனோகரன், நெடுஞ்செழியன் எனப் பலரோடும் அமர்ந்து உரையாடினார். அன்றைய ஓவியச் சூழல் பற்றிக் கேட்டபடி இருந்தார்.

அன்று இரவு மது அருந்த ஆசைப்பட்டார். என்னோடு அறைக்கு வந்தார். முதல் இதழ் பற்றிய என் திட்டங்களைச் சொன்னேன். இலக்கியம், நவீனக் கலை, நாட்டார் கலை ஆகிய மூன்றுக்குமான களமாக அதை உருவாக்க விழையும் என் எண்ணங்களைச் சொன்னேன். அதைக் கேட்டு வெ.சா. பெருமகிழ்ச்சி கொண்டார். நவீனக் கலை பற்றி அவர் தொடர்ச்சி யாக அதில் எழுத வேண்டும் என்று கேட்டுக்கொண்டேன். அப்போது நான் பாளையங்கோட்டையில் இயங்கிய நாட்டார் வழக்காற்றியல் ஆய்வு மையத்தின் பதிப்புத்துறையில் பகுதி நேரப் பணியாளராகப் பணிபுரிந்ததால் நாட்டார் கலைகளின் மகத்துவத்தை அறிய முடிந்திருந்தது. கலைஞர்கள் தங்கள் கலை வெளிப்பாட்டில் பித்துநிலையின் உச்சத்தைத் தொட்டு விகாசிக்கும் பேரனுபவத்தைக் கண்டு திளைத்திருக்கிறேன். நம் நாட்டார் கலைகளின் மேன்மைகள் பற்றிய வெ.சாவின் எழுத்துகளை வாசித்திருக்கிற போதிலும் அதை நோக்கிய பிரயாசைகளை நான் கொண்டிருக்கவில்லை. ஆனால் நாட்டார் வழக்காற்றியல் ஆய்வு மைய அனுபவங்கள் என்னை அவற்றின் மேன்மையில் திகைக்கவும் திளைக்கவும் வைத்தன. அன்று இரவில் நாட்டார் கலை அனுபவங்கள் பற்றி என்னைப் பேச வைத்தபடி இருந்தார்.

புனைகளம் முதல் இதழில் 'சோழ வெண்கலச் சிற்பங்களும் ஹென்ரி மூரும்' என்ற வெங்கட் சாமிநாதனின் கட்டுரை இடம்பெற்றது. இந்தக் கட்டுரைக்கு அனுசரணையாக அமைய வேண்டிய படைப்புகளின் படங்கள் குறித்து இருவரும் அமர்ந்து முடிவு செய்தோம். ஜாப் தாமஸின் திருவெண்காடு சிற்பங்கள் புத்தகத்தையும் ஹென்றி மூர் சிற்பங்கள் புத்தகத்தையும் வைத்துக் கொண்டு படங்களைத் தேர்வு செய்தோம். இரண்டு புத்தகங் களுமே என் வசம் இருந்தன. மிக நுட்பமான கட்டுரை அது. தான் கைக்கொண்ட சாதனத்தின் எல்லைகளைத் தம் கலை மேதமையால் விஸ்தரிக்கும் வகையில் அதன் எல்லைகளை மீறும் அசாத்திய கலைஞர்களாகத் திருவெண்காட்டுச் சிற்பிகளையும், தான் எடுத்துக்கொண்ட சாதனத்தின் சாத்தியங்களையே முழுமையாகப் பயன்படுத்திக்கொள்ளாதவராக ஹென்ரி மூரையும் அணுகும் அருமையான கட்டுரை. கட்டுரைக்கு இணக்கமான படங்களைத் தேர்வு செய்தபோது அவரிடம் வெளிப்பட்ட கலைப் பார்வை பிரமிப்பைத் தந்தது.

வெ.சாவோடு மது அருந்துவது பரவசமூட்டும் அனுபவம். அந்த வாய்ப்பு சில முறை கிட்டியிருக்கிறது. எப்போதுமே இதமான அனுபவமாக அது இருந்திருக்கிறது. சதா பீடி புகைத்துக் கொண்டிருந்த வெ. சா. இதய பாதிப்பு சிகிச்சைக்குப் பின் புகைப்பதைக் கைவிட்டார். அதேசமயம், வாய்க்கும் நல்ல தருணங்களில் அளவாக மது அருந்தினார். மிதமான, இதமான போதையில் அவர் கலைகளின் மகத்துவம் பற்றிப் பேசக் கேட்பது சுகம். எனில், சூழலின் மொண்ணைத்தனம் மற்றும் பொய்மைகள் பற்றிய ஆவேசம் அறச் சீற்றத்தை எழுப்புவது. சென்னையில் தி. ஜானகிராமன் பற்றிய இரண்டு நாள் கருத்தரங்கமொன்றை சாகித்திய அகாதெமி 2000 ஆண்டில் நடத்தியது. முதல் நாள் அமர்வில் ஜானகிராமன் சிறுகதைகள் பற்றி வெ.சா. உரை நிகழ்த்தினார். மறுநாள் நாவல் பற்றிய கருத்தரங்கில் நான் பேச வேண்டும். முதல் நாள் கூட்டம் முடிந்த பின்பு, எங்களோடு வீட்டுக்கு வந்தார் வெ.சா. அப்போது நான், நண்பர்கள் தளவாய்சுந்தரம், ராஜகோபால் மூவரும் முகப்பேரில் குடியிருந்தோம். இரவு வீட்டிலேயே சமையல். மது விருந்து. உரையாடல். உடனிருப்பவர்களிடம் சிறு சிறு கேள்விகள் கேட்டு

அபிப்ராயங்களை வெளிப்படுத்த வைக்கும், வாயைப் பிடுங்கும் வித்தகம் அறிந்தவர். அன்றைய கருத்தரங்கில் கல்வியாளர்களால் வாசிக்கப்பட்ட, எவ்விதப் பார்வை தீட்சண்யமுமற்ற கட்டுரைகள் பற்றிய பேச்சிலிருந்து ஆரம்பித்து உரையாடல் நகர்ந்தது. நான் மறுநாள் கருத்தரங்கில் பேசுவதற்கான கட்டுரையை எழுதியிருக்க வில்லை. குறிப்புகள் மட்டுமே எடுத்து வைத்திருந்தேன். இரவு ஒரு மணி வரை கலந்திருந்துவிட்டு, கட்டுரையை எழுதத் தனி அறைக்குப் போய்விட்டேன்.

முதல் நாள் அமர்வில் ஒவ்வொருவருக்கும் அளிக்கப்பட்ட நேரம் மிகக் குறைவாக இருந்ததால் நான் கச்சிதமாக மூன்று பக்கத்துக்குள் ஜானகிராமன் நாவல்களின் சாரத்தை முன்வைக்கும் வகையில் கட்டுரையை அமைத்திருந்தேன். பலரும் கடும் பிரயாசை எடுத்துப் பல பக்கங்களை எழுதிவைத்திருந்து அதைச் சுருக்கமாகச் சொல்லவேண்டிய நிர்பந்தத்துக்கு ஆளாகி யிருந்தார்கள். பொதுவாகவே கட்டுரைகளில் விஸ்தாரமாக ஆலாபனை செய்யும் வெ.சா. இதில் மிகவும் ஏமாற்றம் அடைந்திருந்தார். மறுநாள் கருத்தரங்கில் என் கட்டுரையைக் கேட்டுவிட்டு, 'பெரிய கில்லாடியா நீ. நேத்து நோட்டம் பாக்க வந்திருக்க... அப்படித்தானே' என்றார் சிரித்தபடி. ஒருபோதும் வற்றாத உத்வேக ஊற்று அவர்.

4. உரத்த சிந்தனைகளின் உயிர்ச் சுடர்

நவீனத் தமிழ் இலக்கியத்திற்கான சீரிய விமர்சன இதழாகவும் சிறுபத்திரிகை என்ற கருத்தாக்கத்தின் லட்சிய மாதிரியாகவும் சி.சு. செல்லப்பாவால் 1959ஆம் ஆண்டு தொடங்கப்பட்ட எழுத்து இதழ் வெங்கட் சாமிநாதனின் எழுத்துலகப் பிரவேசத்துக்கான முதல் தளமாக அமைந்தது. அதன் 1960ஆம் ஆண்டு ஜூலை, ஆகஸ்ட் இதழ்களில் வெ.சாவின் முதல் கட்டுரையான 'பாலையும் வாழையும்' வெளியானது. நம் கலை இலக்கிய, அரசியல், பண்பாட்டுத் தளங்களில் நிலவும் சீரழிவுக்கான நோய்மைக் கூறுகளை நம் மரபின் தொடர்ச்சியிலிருந்து அறியும் பிரயத்தனமே அக்கட்டுரை. அப்போது அவருக்கு வயது 27. அதனையடுத்து எழுத்துலகில் அவர் மேற்கொண்ட நெடிய பயணம் பல்வேறு பரிமாணங்கள் கொண்டது. 1970-80களில் இவருடைய உரத்த

சிந்தனைகள் தமிழ்ச் சிறுபத்திரிகைச் சூழலில் பெரும் தாக்கத்தை ஏற்படுத்தின. அவருடைய குரலின் தீவிரத் தன்மையிலும் மெய்யான அக்கறையிலும், சத்திய வேட்கையிலும் சூழல் எழுச்சி கொண்டது. 1978இல் வெளிவந்த வெ.சாவின் ஓர் எதிர்ப்புக் குரல் நூலுக்கு எழுதிய முன்னுரையில் சுந்தர ராமசாமி, 'தமிழ்க் கலைத்துறைகள்மீது வெ.சா. கொண்டிருக்கும் ஆவேச ஈடுபாடு வெகு அபூர்வமானது. தமிழ் இனத்தோடு தன்னைப் பிணைத்துக் கொண்டிருக்கும் தன்மையில் இவரை பாரதியுடன் மட்டுமே ஒப்பிட முடியும்' என்கிறார். மேலும் அவரின் விமர்சனப் பிரவேசம் பற்றிக் குறிப்பிடுகையில் 'ஒரு நோயாளியைப் பரிசீலனை செய்து, நோய்க்கூறு பற்றிய தங்கள் ஆய்வில் வேற்றுமை கொள்ளும் காரியமாகக் க.நா.சு, செல்லப்பா ஆகியோரின் நிலைகளை நாம் கண்டால், மூன்றாவது மருத்துவர் ஒருவர் புகுந்து, தன் வாதங் களையும் நிரூபணங்களையும் முன்வைத்து, 'நோயாளி இறந்து பல்லாண்டு காலம் ஆயிற்று' எனக் கூறிய காரியமாகத்தான் வெ. சாவின் நிலை இருந்தது' என்பதாக வெ. சாவின் தனித்துவ நிலைப்பாட்டைக் கணிக்கிறார்.

வெங்கட் சாமிநாதன் ஒரு தொடர் யாத்ரீகர். அவரை அடுத்தடுத்து ஆட்கொண்ட அனுபவங்களின் சேர்மானங் களிலிருந்து அவருடைய பார்வைவெளி விரிவும் விகாசமும் பெற்றது. அவருடைய பல ஆண்டுகால டில்லி வாழ்க்கை அளித்த உலகத் திரைப்பட அனுபவங்கள், நவீன ஓவிய சிற்பக் கண்காட்சிகள், சங்கீத நாடக அகாதெமியின் இசை, நாடக நிகழ்வுகள் என விரிந்த அவருடைய அனுபவப் பரப்புக்கேற்ப அவருடைய பார்வைவெளியும் விரிந்துகொண்டே போனது. டில்லி சங்கீத நாடக அகாதெமியில் 1965 அல்லது 66 வாக்கில் நிகழ்ந்த புரிசை நடேசத் தம்பிரானின் தெருக்கூத்தைப் பார்த்த போது பிரமிப்பும் பரவசமும் கொண்டார் வெ.சா. அவருடைய வாழ்க்கையில் குறிப்பிடத்தகுந்த நிகழ்வாக இதை அவர் கருதினார். உலகின் மிகச் சிறந்த நவீன நாடக மேதைகளின் படைப்புகளோடும் கருத்துகளோடும் பரிச்சயம் கொண்டிருந்த வெ.சா. நம்முடைய பாரம்பரியத் தியேட்டராகத் தெருக்கூத்தை இனம் கண்டார்.

அதனைத் தொடர்ந்து, அவருடைய பரந்துபட்ட அக்கறை களில் ஒன்றாக தியேட்டர் மற்றும் நாட்டார் கலைகள் அமைந்தன.

டில்லியில் பணியாற்றியபடி தமிழ்க் கலை இலக்கியச் சூழலில் தன் எழுத்தால் மட்டுமல்ல, கடிதங்கள் மூலமும் காரியங்களை முடுக்கிக்கொண்டிருப்பார். ஏதோ ஒரு வகையில் உரையாடல் களைத் தொடர்ந்து நிகழ்த்திக்கொண்டே இருப்பார். மதுரையில் நாங்கள் வைகை இதழ் தொடங்குவதற்கு முன்னரே, காந்தி கிராமியப் பல்கலைக்கழகத்தில் நாடகத்துறையில் பணியாற்றும் சே. ராமானுஜம் பற்றிக் குறிப்பிட்டு அவரைச் சந்திக்கும்படி கடிதம் எழுதியிருந்தார். டில்லி, தேசிய நாடகப்பள்ளியில் படித்து வெளிவந்தவர்களில் ராமானுஜம் மட்டுமே தமிழ்நாட்டில் நாடகம் சார்ந்து இயங்கிக்கொண்டிருப்பதாகவும் அவரைச் சந்தித்து அவரைப் பற்றிப் பதிவு செய்யும்படியும் வற்புறுத்தியிருந்தார். சிறுபத்திரிகைச் சூழலில் அவர் அறிமுகமாவதும் செயல்படுவதும் தமிழ் நாடகச் சூழலில் ஆரோக்கியமான விளைவுகளை ஏற்படுத்துமென்றும் குறிப்பிட்டிருந்தார். என். சிவராமனும் நானும் காந்தி கிராமம் சென்று அவரைச் சந்தித்தோம். வெ.சாவும் அவரிடம் விடாது தொடர்புகொண்டிருந்தார். 1977இல் நாடக ஆர்வலர்களுக்கான பயிற்சிப் பட்டறை ஒன்றை ராமானுஜம் 10 நாட்கள் காந்தி கிராமப் பல்கலைக்கழகத்தில் நடத்தினார். அதன் தயாரிப்பாகக் கடைசி நாளின் மாலையில் சங்கர பிள்ளையின் கறுத்த தெய்வத்தைத் தேடி நாடகமும் ந. முத்துசாமியின் நாற்காலிக்காரர் நாடகமும் மதுரை காந்தி மியூசியத்தில் நடைபெற்றன.

தமிழ்ச் சூழலில் வெ.சா. விரும்பிய பல மாற்றங்கள் நிகழத் தொடங்கின. நாடகப் பயிற்சிப் பட்டறைகள் நடைபெற்றன. கூத்துப்பட்டறை, நிஜ நாடக இயக்கம், பரீக்ஷா, வீதி நாடகம் போன்ற பல முயற்சிகள் முன்னெடுக்கப்பட்டன. அதன் தொடர்ச்சியாகவும் இசைவாகவும் தெருக்கூத்து, கணியான் கூத்து, பாகவத மேளா, பாவைக்கூத்து போன்ற நாட்டார் கலைகள்மீது வெ.சாவின் கவனம் குவிந்தது. நம்முடைய கலை மரபின் பேராற்றலாக நாட்டார் கலைகளைக் கண்டார். அவற்றில் வெளிப்பட்ட பித்துநிலையையும் அழகியல் சாத்தியங்களையும் நம்முடைய கலை மரபின் உன்னதங்களாகப் போற்றினார்.

அவருடைய உரத்த சிந்தனைகளின் பிரதிபலிப்புகளான அவருடைய கட்டுரைகள் பல தொகுப்புகளாக வெளிவந்தன.

தார்மீக ஆவேசமும் மெய்யான அக்கறையுமே அவருடைய எழுத்தியக்கமாக கலைத் துறைகளின் சகல தளங்களிலும் அமைந்தது. நம்முடைய கலை இலக்கியச் சூழலின் வறட்சி பற்றியும் வளங்கள் பற்றியுமான தீட்சண்யமிக்க பார்வைகளாக *பாலையும் வாழையும், ஓர் எதிர்ப்புக் குரல்*; நவீன ஓவியக் கலை பற்றிய அவருடைய அவதானிப்புகளாக *கலை வாழ்க்கை அனுபவம் வெளிப்பாடு, கலைவெளிப் பயணங்கள்*; தமிழ் நாடகச் சூழல் குறித்த *அன்றைய வறட்சியிலிருந்து இன்றைய முயற்சி வரை*; நாட்டர் கலைகள் பற்றிய அனுபவப் பகிர்வாக *பாவைக்கூத்து*; இலக்கியத்தின் பொய்முகங்கள் பற்றியதாக *இலக்கிய ஊழல்கள்* ஆகியவை அவருடைய குறிப்பிடத்தகுந்த நூல்கள். அவருடைய ஒரே படைப்பாக்கம் *அக்ரஹாரத்தில் கழுதை* திரைக்கதை மட்டுமே.

கனடாவின் தமிழ் இலக்கியத் தோட்டத்தின் 'இயல் இலக்கிய விருது' 2003ஆம் ஆண்டு இவருக்கு அளிக்கப்பட்டது. பணி ஓய்வுக்குப் பின், 1990களின் தொடக்கத்தில் சென்னைக்கு மனைவியுடன் வீடு கட்டிக் குடிவந்த வெ.சா., மனைவியின் மறைவுக்குப் பிறகு தன் ஒரே மகன் பணியாற்றிய பெங்களூர் சென்று மகனுடன் வசித்தார். 2015ஆம் ஆண்டு மறைந்தார். பெங்களூரில் அவர் வசித்த காலத்தின் நினைவுகளை அவர் மறைவுக்குப் பின் *வெங்கட் சாமிநாதன்: சில பொழுதுகள் சில நினைவுகள்* என *தீராநதி* இதழில் பாவண்ணன் தொடராக எழுதியிருக்கிறார்.

அவருடைய எழுத்தியக்கமானது, சிறுபத்திரிகை வட்டத்துக்குள் தான் எப்போதும் இருந்துவந்திருக்கிறது. அதன் பாதிப்பில் செழித்ததுதான் சிறுபத்திரிகை இயக்கம். நவீன இலக்கியம், நவீனக் கலை, நவீன நாடகம், நாட்டார் கலைகள், உலக சினிமா என எல்லாக் கலை ஊடகங்களிடத்தும் இன்று ஒரு இலக்கிய வாசகன் ஈடுபாடும் உறவும் கொள்வதென்பது வெ.சா. என்ற இயக்கசக்தியின் விளைவுதான். இந்த விளைவுதான் இன்று நமக்கான நம்பிக்கையாகவும் இருக்கிறது.

□

13

ந. முத்துசாமி

(1936-2018)

1. உத்வேக ஊற்று

எழுத்து இதழ் மூலம் 60களில் அறிமுகமாகித் தங்கள் கலைச் செயல்பாடுகளின் மூலமாகவும் கால வளர்ச்சியினூடாகவும் 80களில் தனித்துவமிக்க இயக்க சக்திகளாக நிலைபெற்றவர்கள், பிரமிள், வெங்கட் சாமிநாதன், ந. முத்துசாமி. இவர்கள், தங்கள் கலை இலக்கியப் பயணங்களில் மாறுபட்ட புதிய சாத்தியங் களைக் கண்டடைந்தவர்கள். கவித்துவப் பேராற்றலாகப் பிரமிளும், கலைவெளிப் பயணங்களுக்கு உத்வேகமூட்டிய சக்தியாக வெங்கட் சாமிநாதனும், நவீன நாடக வெளியைக் கட்டமைத்த புத்தெழுச்சியாக ந. முத்துசாமியும் தனிப்பெரும் இயக்கங்களாகவும் ஆற்றல்களாகவும் திகழ்ந்தனர். ந. முத்துசாமி யிடம் உத்வேகத்தின் ஊற்று எப்போதும் பொங்கிப் பிரவாகித்து இருந்தது. மேலே மேலே என்று கலை வெளிப்பாட்டில் ஓர் உச்சத்தை எட்டுவதற்கான தணல் உள்ளுக்குள் எப்போதும் கனன்றபடி இருந்தது. அந்த வற்றாத ஊற்றின் சலனத்திலும், உள்ளார்ந்து கனலும் உத்வேகத்திலும் இடையறாது இயங்கிய வாழ்வு இவருடையது.

1977ஆம் ஆண்டின் தொடக்கத்தில் நான் முதல் முறையாக ஒரு திருமணத்தில் கலந்துகொள்ளும் முகாந்திரமாக சென்னை வந்தேன். ஒரு பெரிய வீட்டுக் கல்யாணம் அது. எங்கள் வீட்டு சார்பாக அப்பா, போக்குவரத்துச் செலவு, கைச்செலவு, திருமண மொய்ப்பணம் கொடுத்து என்னை அனுப்பி வைத்தார். அதுதான்

என் முதல் சென்னைப் பயணம். மதுரையிலிருந்து ரயிலில் வந்து மாம்பலத்தில் இறங்கினேன். க்ரியா ராமகிருஷ்ணன் அங்கு வந்திருந்து என்னை அழைத்துக்கொண்டார். அதற்கு முன்னதாக, 1975ஆம் ஆண்டின் இறுதியில் க்ரியா ராமகிருஷ்ணன் மதுரை வந்திருந்தபோது அவருடன் நேர்பழக்கமும் அதனைத் தொடர்ந்து கடிதத் தொடர்பும் நெருக்கமும் ஏற்பட்டிருந்தன. ஒரு சைக்கிள் ரிக்ஷாவில் இருவரும் ராமின் வீடு சென்றோம். தி.நகரில் ஒரு வீட்டின் மாடியில் ராம் குடியிருந்தார். க்ரியா தனி அலுவலகம் இன்றி அவர் வீட்டிலேயே இயங்கிய காலமது. ரிக்ஷா மேல் படுதா போடாமல் சென்றது வேடிக்கையாக இருந்தது. வேடிக்கை பார்த்தபடி செல்ல வசதியாகவும் இருந்தது. அதுதான் என் முதல் ரிக்ஷா பயணமும்கூட. மதுரையில் ரிக்ஷா பிரதான போக்குவரத்து வாகனம் என்றாலும், ரிக்ஷாவில் செல்ல வேண்டிய அவசியம் எனக்கு மதுரையில் ஏற்பட்டிருக்கவில்லை.

அலுவலகம் முடிந்ததும் மாலை முத்துசாமி வருவதாகச் சொல்லியிருக்கிறார் என்றும் வைகையில் உங்கள் நாவல் கலை பற்றிய கட்டுரையைப் படித்துவிட்டு மிகுந்த சிலாகிப்போடு இருக்கிறார் என்றும் ராம் தெரிவித்தார். மேலும் முத்துசாமி 'கூத்துப்பட்டறை' தொடங்க இருப்பதைப் பற்றியும், கூத்துக் கலையின் மேம்பாட்டுக்கான சில அடிப்படைக் காரியங்களை மேற்கொள்வதற்கான முன்னெடுப்புகளை மேற்கொண்டிருப்பதைப் பற்றியும் ராம் சொன்னார். அதற்காக நண்பர்களிடமிருந்து நிதியுதவி பெற்றுக்கொண்டிருப்பதாகவும் தெரிவித்தார். திருமணத்துக்குப் போய் தலையைக் காட்டி நான்கைந்து தெரிந்த முகங்களின் கண்களில் பட்டுவிட்டால் போதும். மொய் செய்ய வேண்டியதில்லை. அந்த மொய்ப் பணத்தை இதற்குத் தந்து விடுகிறேன் என்று கொடுத்தேன்.

அன்று மாலை முத்துசாமி, ராமின் வீட்டுக்கு வந்தார். அவருடனான முதல் சந்திப்பு அது. உற்சாகத்தின் எக்களிப்போடு அவர் வெளிப்பட்டுக்கொண்டிருந்தார். தெருக்கூத்துக் கலையின் மகத்துவம், சமகால வாழ்க்கைச் சூழலில் அதனை அழியாமல் காப்பது மற்றும் அதன் அரங்க குணாம்சங்களிலிருந்து நம்முடைய நவீன நாடகத்தை உருவாக்குவது என முனைப்புடன் முத்துசாமி தன் கலைப் பாதையை வடிவமைத்துக்கொண்டிருந்த காலம்.

என்னைப் பார்த்த நொடியில் முத்துசாமி தன் உணர்ச்சிப் பரவசத்தை வெளிப்படுத்த ஆரம்பித்தார். நீங்கள் மேலே மேலே சென்றுகொண்டிருக்கிறீர்கள். இன்னும் இன்னும் என மேலே மேலே போகவேண்டும் என்றார். நான் திகைத்தும் சிலிர்த்தும் தடுமாறி நின்றிருந்தேன்.

நடை இதழ் குழுவைச் சேர்ந்த வி.து. சீனிவாசனும் அந்த மாலை வந்திருந்தார். சி. மணி, ஆர். வெங்கடேசன், நடை ஆசிரியர் கிருஷ்ணஸ்வாமி, வி.து. சீனிவாசன் இவர்களோடு நடை சார்ந்த ஐவர் குழுவில் முத்துசாமியும் அடக்கம். இவர்களுள் சீனிவாசன் தத்துவ ஞானம் மிக்கவர். அக்கால கட்டத்தில் ரஷ்ய மறைஞானத் தத்துவ மேதையான குர்ஜீஃப் சிறுபத்திரிகைச் சூழலில் ஓர் ஆதர்ச ஒளியாகக் கொண்டாடப்பட்டார். குர்ஜீஃப்பைக் கவனப்படுத்தியதில் வி. து. சீனிவாசன் பெரும் பங்காற்றியவர். அன்று மாலை ராமகிருஷ்ணன் வீட்டில் அளவான மதுவிருந்தோடு உரையாடல் களை கட்டியது. குர்ஜீஃப்பின் இன் சியர்ச் ஆஃப் பீயிங்: த ஃபோர்த் வே டு கான்ஷியஸ்னெஸ் புத்தகத்தை அவசியம் படிக்க வேண்டும் என்றார். அதை நீங்கள் படித்துவிட்டால் அளவற்ற சொத்து உங்களுக்குக் கிடைத்த மாதிரி. உங்கள் வாழ்க்கையை அது புதிதாக மலரச் செய்யும் என்றார். முத்துசாமி உரையாடலில் உணர்ச்சித் தகிப்போடு வெளிப்பட்டுக்கொண்டிருந்தார். அவருடைய பரவசம் மனதின் வாசனையாகப் பரவிக்கொண்டிருந்தது. அவருடைய சுபாவமும் உத்வேகமும் அவர்மீது பெரும் வாஞ்சையை ஏற்படுத்தின. நான் ஆச்சரியத்தில் களித்திருந்தேன். அந்த முன்னிரவில் வெளியில் மழை பெய்துகொண்டிருந்தது.

மறுநாள் மாலை திட்டமிட்டிருந்தபடி நான் முத்துசாமி பணியாற்றிய டேஃப் (TAFE) அலுவலகம் சென்று அவரைப் பார்த்தேன். அவர் தன் அலுவல்களை முடித்துக் கொண்டபடி, போகலாம் என்றார். போகும்போது, உடன் பணியாற்றிய பாலகுமாரனிடம் அழைத்துச் சென்று அறிமுகப் படுத்தினார். ஓரிரு நிமிட முகமன் உரையாடலுக்குப் பின் அவரிடமிருந்து பிரிந்து நாங்கள் வெளியில் வந்தோம். முத்துசாமி அவருடைய சைக்கிளின் பின்னால் என்னை ஏற்றிக்கொண்டு ராயப்பேட்டை யிலிருந்த ஞாநியின் வீட்டுக்குக் கூட்டிப் போனார். அந்த அடுக்ககத்தின் மொட்டை மாடியில் ஏழெட்டுப் பேர் அமர்ந்திருக்க,

கே.சி. மாளவேந்திரநாத்தின் ஒருநபர் நிகழ்வு நடைபெற்றது. அசர வைத்த அபார நடிப்பு. உடலை ஒரு பிரத்தியேக மொழியாகவும் குறியீடுகளாகவும் உரு மாற்றியபடி ஏதேதோ மாயங்களை நிகழ்த்திக் காட்டினார். ஒரு பெரும் கலை வித்தகனின் மாய உடல் மொழி ஞானத்தில், ஒரு புதிய அனுபவத்தில் திளைத்திருந்தேன். சென்னை மாநகர் மீதான மோகம் என்னுள் பரவத் தொடங்கி விட்டிருந்தது. கே.சி. என்று அழைக்கப்பட்ட மாளவேந்திரநாத், மலையாளக் கலை இலக்கிய உலகின் மிகப் பெரிய ஆகிருதியான எம்.கோவிந்தனின் ஒரே மகன். இலக்கியம் மட்டுமல்லாது பிற கலைகள்மீதும் கவனத்தைத் திசை திருப்பிய ஆளுமையாக அவர் முத்துசாமிக்கு இருந்தார்.

என் முதல் சென்னைப் பயணத்தில் நேர்பழக்கமான முத்துசாமி யுடனான நட்பும் உறவும் என் சென்னை வாழ்வில் நெருக்கமும் கூடுதல் பிணைப்பும் கொண்டதாக மலர்ந்து செழித்தது. குடும்பப் பிணைப்பான நட்பாகவும் விரிவடைந்தது. முத்துசாமியின் மரணத்துக்கு சில நாட்களுக்கு முன்பாகக்கூட அவர்களுடைய வீட்டுக்குச் சென்று முத்துசாமியிடமும் நடேஷிடமும் குஞ்சலி அம்மாவோடும் பேசிக்கொண்டிருந்துவிட்டு வந்தேன்.

'நான் இல்லாமல் எல்லாமே நடக்கும். ஆனால் என்னால் முடிந்ததை நான் செய்துகொண்டுதான் இருப்பேன்' என்ற சித்தத் துடன் வாழ்ந்த முத்துசாமி, ஒவ்வொருவரும் தன்னுடைய சிறந்த அம்சங்களை வெளிப்படுத்தும் வகையில் செயல்படுவதற்கான உத்வேகத்தைத் தொடர்ந்து விதைத்துக்கொண்டே இருந்தார்.

2. மாயச் சுழிப்பும் மந்திர நடையும்

ந. முத்துசாமி தன் படைப்புலகப் பிரவேசத்தின் தொடக்கத்தில் சிறுகதை எழுத்தாளராகத்தான் வெளிப்பட்டார். 1966இல் எழுத்து இதழில் இவருடைய முதல் சிறுகதை யார் துணை வெளியானது. இலக்கிய வாழ்வின் தொடக்க காலத்தில் சி.சு. செல்லப்பாவைத் தன்னுடைய ஆசானாக வரித்துக்கொண்டு அவருடைய வழித் தடத்தில் பயணித்தார். முத்துசாமிக்கு ஒருவர் மீது ஆகர்சிப்பு ஏற்பட்டுவிட்டால் அது உணர்ச்சிவசப்பட்ட பரவச மனநிலையில் அவரை இருத்திவிடும். 'அப்போது எனக்கு சி.சு. செல்லப்பா தன் ஆகிருதியைவிடப் பெரியவராகத் தோன்றினார். இன்று

சொல்வதானால் கூத்துப் பாத்திரத்தைப் போல புஜகீர்த்திகளோடு தலைக்கிரீடங்களோடு. தினமும் அவர்முன் உட்கார்ந்து கொண்டிருப்பினும் அன்யோன்யமாகப் பழகிக்கொண்டிருப்பினும் மனத்தில் அப்படி மதிப்பிருந்தது' என்கிறார் முத்துசாமி.

சிறு பிராய புஞ்சை கிராமத்து வாழ்வின் நினைவோடையிலிருந்து இவருடைய கதைகள் உருவாகின. மனித மனச் சலனங்களின் சுழிப்புகளுக்கேற்பச் சுழித்தோடும் மாயப் புனைவு மொழியையும் மந்திர நடையையும் கைப்பற்றிய அசாதாரணமான படைப்பாளுமை இவர். தன்னுடைய கதைகள் பற்றி, 'உட்சலனங்களாலேயே ஆட்பட்டு, வெளி மௌனத்தை மேற்கொண்டவை. உட்குரலைக் கேட்பதற்கே செவிகள் தீட்டப்பட்டிருக்கின்றன' என்கிறார். இவருடைய இந்த உட்சலனப் புனைவு மொழிதான், தமிழ்ச் சிறுகதையின் வளமான பிராந்தியத்தில் இவருக்கெனத் தனித்துவமான இடத்தை அமைத்துக் கொடுத்தது.

1974 வரை எழுத்து, நடை, கசடதபற, ஞானரதம், கணையாழி ஆகிய சிற்றிதழ்களில் கதைகள் எழுதிய முத்துசாமி, பின்னர், கூத்து, தியேட்டர் எனப் புதிய கலை எழுச்சிக்கு ஆட்பட்டு நவீன நாடகப் பனுவல்களைப் படைப்பதில் முழு கவனம் செலுத்தினார். 30 ஆண்டுகால இடைவெளிக்குப் பின்னர், 2004இல் மீண்டும் சிறுகதைகள் பக்கம் தன் கவனத்தைத் திருப்பினார். அவருடைய முதல் கட்ட எட்டாண்டு காலச் சிறுகதைப் படைப்புகளின் தேர்ந்தெடுக்கப்பட்ட தொகுப்பை 1984இல் நீர்மை என்ற தலைப்பில் க்ரியா வெளியிட்டது. இரண்டாம் கட்டச் சிறுகதைகளிலிருந்து தேர்ந்தெடுத்த கதைகளும், நீர்மை தொகுப்பிலிருந்து தேர்ந்தெடுக்கப்பட்ட கதைகளுமாக 21 கதைகள் அடங்கிய தொகுப்பு, மேற்கத்திக் கொம்பு மாடுகள் என்ற தலைப்பில் 2009இல் க்ரியா வெளியீடாக வந்தது (மேற்கத்திக் கொம்பு மாடுகள் தொகுப்பு டேவிட் சுல்மன் மற்றும் க்ரியா ராமகிருஷ்ணன் மொழிபெயர்ப்பில் ஆங்கிலத்தில் Bullocks from the West என வெஸ்ட்லேண்ட் பதிப்பக வெளியீடாக வந்துள்ளது.) அவருடைய எந்தவொரு கதையும் சோடை போனதில்லை. அவருடைய சிறுகதைக் கலைமனம் அப்படி. அவருடைய சிறுகதைப் படைப்பாக்கப் பயணத்தில் சில உச்சங்களை அநாயாசமாக அடைந்திருக்கிறார். இவ்விரு தொகுப்புகளிலும் இடம்பெறாத

கதைகள் இன்னமும் புத்தக வடிவம் பெறாது இருந்து கொண்டிருக்கின்றன.

நீர்மை தொகுப்பு உருவானபோது நான் க்ரியாவில்தான் பணியிலிருந்தேன். நூல் வடிவம் பெறும் படிநிலைகளினூடாக அக்கதைகளை ஒட்டுமொத்தமாகச் சிலமுறை படிக்கும் பேறு கிட்டியது. அத்தொகுப்புக்கு முத்துசாமி எழுதிய முன்னுரை அபாரமானது. தன் படைப்புலகம் பற்றியும், கதைகள் உருவான விதம் பற்றியும், தன் படைப்பு மன அமைப்பு பற்றியும், ஒரு கதையை எழுதிச் செல்லும் விதம் பற்றியும் மிகச் சிறப்பாக வெளிப்படுத்தியிருக்கும் கட்டுரை. இப்புத்தகத்தின் இன்னொரு சிறப்பம்சம், முத்துசாமியின் மூத்த மகனும் ஓவியருமான நடேஷ், இப்புத்தகத்தின் முன்னட்டைக்கு வரைந்த முத்துசாமியின் உருவ ஓவியம். ரஷ்ய மறைஞானத் தத்துவ மேதையான குர்ஜீப் சாயலும், அதேசமயம் முத்துசாமியின் தத்ரூபமும் முயங்கிய ஒரு மாயத்தை அதில் நடேஷ் நிகழ்த்தியிருப்பார். குர்ஜீப்பின் மறைஞான சிந்தனைகளில் பெரிதும் ஈர்க்கப்பட்டவர் ந. முத்துசாமி.

அவருடைய பெரும்பாலான கதைகளின் களனாக, அவருடைய சிறு பிராயத்தை வடிவமைத்த புஞ்சை கிராமமே இருக்கிறது. 'புஞ்சையில்லாமல் நானில்லை. என்னுடைய ஆளுமை புஞ்சையில் தயாரிக்கப்பட்டது. என்னுடைய நனவிலி மனதில் புஞ்சையின் பாதிப்புகள் புதைந்து கிடக்கின்றன. நான் எழுதுவதற்குப் புஞ்சைதான் காரணம்' என்கிறார் முத்துசாமி. புஞ்சை கிராமத்து அக்ரஹாரத்து மனிதர்கள்மீது வெறுப்பும், பறையர் சேரி மனிதர்கள்மீது மிகுந்த அனுசரணையும் கொண்ட மனம் இவருடையது. இளம் வயதில் திராவிட இயக்க சீர்திருத்தக் கருத்துகளால் கவரப்பட்டவர். அவருடைய முரட்டு மீசைக்கு அவருடைய இந்தப் புஞ்சை மனம்தான் காரணம். சென்னையில் தன் குடும்பத்தைத் தொடக்கத்தில் திருவல்லிக்கேணி மீனவர் குப்பத்தில் அமைத்துக்கொண்டதும் அதன் குணம்தான். அவருடைய மகன்கள் நடேஷும் ரவியும் மீனவச் சிறுவர்களுடன் விளையாடியும் உறவாடியும் வளர்ந்தவர்கள்.

ந. முத்துசாமியின் கலை ஆளுமைக்குரிய அங்கீகாரமென்பது, அவருடைய கூத்துப்பட்டறை இயக்கம் மூலமாகவும் அவர்

உருவாக்கிய நாடகப் பனுவல்கள் மூலமாகவுமே கிட்டியது. 1966இல் சிறுகதைப் படைப்பாளியாக எழுத்து இதழ் மூலம் வெளிப்பட்ட முத்துசாமி, தன் படைப்புலகப் பிரவேசத்தின் தொடக்க கட்டத்திலேயே நவீன நாடகப் பனுவல்களைப் படைப்பதிலும் முனைந்துவிட்டார். 1968இல் நடை இதழில் அவருடைய முதல் நாடகமான 'காலம் காலமாக' பிரசுரமானது. 1974இல் அவருடைய முதல் புத்தகமாக வெளிவந்தது, நாற்காலிக் காரர் என்ற நவீன நாடகத் தொகுப்புதான். க்ரியா வெளியீடு. காலம் காலமாக, அப்பாவும் பிள்ளையும், நாற்காலிக்காரர் ஆகிய மூன்று சிறு நாடகங்கள் அடங்கியது.

சி.சு. செல்லப்பாவின் எழுத்து இதழ் மூலமும் ஆளுமைத் திறன் மூலமும் கிளர்ந்த உத்வேக வித்துதான் முத்துசாமியின் நவீன நாடக முயற்சிகளுக்கும், கூத்துப்பட்டறையின் உருவாக்கத்துக்கும் உந்துதலாக இருந்திருக்கிறது. 'எனது நாடக முயற்சிகளுக்குப் பின்புலமாக இருந்தது இரு விஷயங்கள். ஒன்று, காட்சிகள். கிராமத்தில் நான் கண்ட மரங்கள், செடி-கொடிகள், ஊர்வன, பறப்பன; நகரத்தில் பார்த்த நவீன நடனங்கள். இரண்டாவது, புதுக்கவிதை. மொழியையும் அதன் புதிய வீச்சையும் புதுக் கவிதைகள் எனக்குக் காட்டிக் கொடுத்தன' என்கிறார் முத்துசாமி.

பின்னர், வெங்கட் சாமிநாதன் டில்லி சங்கீத நாடக அகாடமியில் 1965 அல்லது 66இல் பார்த்த நடேசத் தம்பிரானின் தெருக்கூத்து பற்றியும், தெருக்கூத்துதான் நம்முடைய மகத்தான பாரம்பரியத் தியேட்டர் என்ற எண்ணத்தையும் ஒருமுறை முத்துசாமியோடு பகிர்ந்துகொண்டிருக்கிறார். அன்றிலிருந்து அது ஒரு உந்துதலாக முத்துசாமியின் மனதில் தங்கியது.

1975ஆம் ஆண்டு நவம்பர் மாதம் தமிழ்நாடு இயல் இசை நாடக மன்றம், கலைவாணர் அரங்கில் நடத்திய கிராமியக் கலை விழாவில் புரிசை நடேசத் தம்பிரானின் 'கர்ணன்' தெருக்கூத்தைக் காணும் வாய்ப்பு முத்துசாமிக்குக் கிட்டியது. இது அவருடைய வாழ்வின் இயக்கத்தைத் திசை மாற்றிய முக்கிய நிகழ்வாக அமைந்தது. 'நடேசத் தம்பிரானின் கூத்து, ஞான ஊட்டமுள்ள சூக்குமக் கருத்துகளின் செறிவோடு இருந்தது' என்று உணர்ந்த முத்துசாமியைத் தெருக்கூத்து ஆட்கொண்டது. 'தெருக்கூத்து தமிழர்

களுடைய தியேட்டர். வீரியமிக்க தங்கள் தியேட்டரை எப்படித் தமிழர்கள் புறக்கணித்துவிட்டார்கள்?' என்ற ஆதங்கத்திலிருந்து ஒரு அர்ப்பணிப்புமிக்க, அர்த்தமுள்ள வாழ்க்கையைத் தொடங்கினார் முத்துசாமி. 1977இல் கூத்துப்பட்டறை தொடங்கப்பட்டது. ஒரு கனவு, வடிவம் பெற்றது.

3. கனவு மனமும் கலை நம்பிக்கையும்

மேலே மேலே என்று பயணிப்பதற்கான தணல் உள்ளுக்குள் கனன்றுகொண்டிருந்த படைப்பு மனம் முத்துசாமியுடையது. முழுமையான கலை நம்பிக்கையோடு தன் செயல்பாடுகளை உத்வேகத்துடன் தொடர்ந்து நிகழ்த்தியபடி இருந்தவர். தன்னுடைய கலைச் செயல்பாடுகளின் பெறுமதிகள் குறித்து ஆழ்ந்த நம்பிக்கை கொண்டிருந்தார். தன் நம்பிக்கைகளுக்கும் கனவுகளுக்கும் செயல் வடிவம் கொடுப்பதில் எப்போதும் சளைக்காது தீவிரம் காட்டியபடி இருந்தார்.

அவருடைய நற்றுணையப்பன் நாடகப் பனுவல் சுந்தர ராமசாமி நடத்திய காலச்சுவடு இதழில் 1988ஆம் ஆண்டு வெளிவந்த அதேசமயம், அந்த நாடகம் மயிலாப்பூர் ஃபைன் ஆர்ட்ஸ் கிளப்பில் அரங்கேறியது. ஒரு நாடகப் பனுவல் வாசிப்புக்கு உள்ளாகியிருக்கும் அதேசமயம் அப்பிரதியின் தியேட்டர் வடிவமும் காணக் கூடியதாக அமைந்தது. அந்தச் சமயத்தில் நான் வயல் என்றொரு இதழ் கொண்டுவர உத்தேசித்திருந்தேன். அதில் நற்றுணையப்பன் நாடகப் பிரதி தந்த அனுபவமும், அப்பிரதியின் நாடக நிகழ்வு தந்த அனுபவமும் ஒரு வாசகனாகவும் பார்வையாளனாகவும் எத்தன்மையனவாக இருந்தன என்பதைப் பலரிடமிருந்தும் கேட்டுப் பதிவு செய்ய விரும்பினேன். அதன் அடிப்படையில் கேள்விப் படிவம் ஒன்றைத் தயாரித்து அச்சிட்டு அதை நாடகம் பார்க்கவந்த பார்வையாளர்களிடம் விநியோகித்தோம். என்னுடைய இந்த முயற்சியை முத்துசாமியிடம் தெரிவித்தபோது, அவசியம் செய்யுங்கள். என்ன நினைக்கிறார்கள் என்று தெரிந்துகொள்ளலாம் என உற்சாகமாகக் கூறினார். அப்படிவத்தின் கேள்விகளுக்கு முப்பதுக்கும் அதிகமானோர் சிரத்தையுடன் தங்கள் எண்ணங் களைப் பகிர்ந்துகொண்டிருந்தனர். அந்த இதழ் முயற்சி

அறிவிப்போடும் ஆசையோடும் முடிந்துவிட்ட நிலையில், பூர்த்தி செய்யப்பட்டு வந்துசேர்ந்த கேள்விப் படிவங்களை, பெயர் மற்றும் முகவரியை மறைத்துவிட்டு, ஒருநாள் முத்துசாமியைச் சந்தித்து ஒப்படைத்தேன். புன்சிரிப்போடு பெற்றுக்கொண்டார். படித்துப் பார்க்கிறேன் என்றார்.

என் கலை இலக்கிய உறவுகளில் முத்துசாமியுடனான நட்பும் உறவும் குடும்ப ரீதியாகவும் பிணைப்புகொண்டது. முத்துசாமியின் மூத்த மகன் நடேஷ் ஓர் ஓவியனாக எனக்கு அறிமுகமாகி, மிக நெருக்கமான நண்பனாக இருந்துகொண்டிருப்பவர். இளைய மகன் ரவி ஆரம்பத்தில் நடேஷுடன் இணைந்து ஸ்கிரீன் பிரிண்டிங் நடத்திக்கொண்டிருந்தபோது தொழில்ரீதியாக அறிமுகமாகி நெருக்கமானவர். நடேஷுடனான நட்பு மிகவும் விஷேசமானது. என் சென்னை வாழ்க்கையின் ஆரம்பத்தில் சென்னையின் வளமான சில பக்கங்களை எனக்கு அறிமுகப் படுத்தியவர் நடேஷ்.

கொட்டிவாக்கத்தில் கூத்துப்பட்டறை இயங்கிக்கொண்டிருந்த காலத்தில் ஒருமுறை நான் அங்கு செல்லும்படி ஆனது. அது கூத்துப்பட்டறை நிதி நெருக்கடியை எதிர்கொண்டிருந்த காலம். நடேஷும் நானும் ஒரு சிறு முயற்சி மேற்கொண்டோம். லலிதா ஜுவல்லரி சுகுமாரன் மதுரையில் என் கல்லூரிக் கால நண்பர் என்பதாலும் கலை இலக்கிய ஈடுபாடுகள் உள்ளவர் என்பதாலும் அவரைச் சந்தித்தோம். கூத்துப்பட்டறை நாடகங்களை டி.வி. தொடராக எடுத்துக்கொடுத்தால் அதைத் தான் ஸ்பான்ஸர் செய்வதாக ஒரு யோசனையை சுகுமாரன் முன்வைத்தார். இதுபற்றி முத்துசாமியுடன் கலந்து பேசத்தான் நான் கொட்டி வாக்கம் போனது. நான் போன நேரத்தில் நடேஷ் அங்கு வந்து சேர்ந்திருக்கவில்லை. முத்துசாமி மாடியில் மாணவர்களோடு பேசிக்கொண்டிருப்பதாகச் சொன்ன ஒருவர், வாங்க என்றபடி விரைவாக மாடிக்குச் சென்றார். 'நடேஷோட ஃபிரண்ட் வந்திருக்காரு' என்று அவர் முத்துசாமியிடம் சொன்னபோது, நானும் மாடியை அடைந்திருந்தேன். திரும்பிப் பார்த்த முத்துசாமி, என்னைக் கண்டதும் படு உற்சாகமாக, 'வாங்க மோகன்' என்றார். பிறகு என்னைப் பக்கத்தில் உட்காரச் செய்துவிட்டு, அங்கிருந்த மாணவர்களிடம், 'இவர் இப்பதான் நடேஷுக்கு ஃபிரண்ட்

எனக்குப் பல வருசமா ஃபிரண்ட்' என்று ஆரம்பித்து, என்னைப் பற்றியும் எங்களுடைய பல வருட நட்பைப் பற்றியும் சொல்லிக் கொண்டிருந்தார்.

தன்னுடைய நாடக உருவாக்கத்துக்கு, தான் பார்த்த நவீன நடனங்கள் உந்துதலாக இருந்ததாகக் குறிப்பிடும் முத்துசாமியிடம் மொழி வெளிப்பாடும் நடனமாகத்தான் சதிராடியது. படைப்பு மொழியில் மட்டுமல்ல, பேச்சு மொழியிலும் நடன குணம் கூடியிருந்தது. பேச்சு மொழியில் சாமான்யத்தை ஒழித்துக் கட்டும்போது உருவாகும் நடனமது. உணர்ச்சிவசச் சொல்லாடல் களின் வழி கேட்பவர்களிடம் அவருடைய பரவச நிலையைக் கடத்திவிடும் வித்தகம் அவருக்கு இயல்பாகக் கூடியிருந்தது. ஆனால், அந்தப் பரவசத்துக்கான காரண காரியத் தர்க்கங்கள் அவ்வளவு எளிதில் கேட்பவருக்கு வசப்படாது. அதை ஒரு அவசியமாகவும் அவர் கருதியிருக்கவில்லை. பரவச நிலைக்கு அழைத்துச் செல்லும் மாயத்தை அவருடைய நடன மொழி அறிந்திருந்தது. அவருடைய உணர்ச்சித் தகிப்பில் எப்போதும் ஓர் அதீதத் தன்மை இருந்துகொண்டிருந்தது. அதுவே அவருடைய ஆளுமையின் தனித்துவமாகவும் இருந்தது.

ஒருசமயம், 1981 இறுதி அல்லது 1982ஆம் ஆண்டு ஆரம்பமாக இருக்கும், கண்ணப்ப தம்பிரானின் கூத்து மதுரையில் நடை பெற்றது. அதையொட்டி முத்துசாமி மதுரை வந்திருந்தார். அச்சமயம் சுந்தர ராமசாமியும் மதுரை வந்திருந்தார்.

அந்நாட்களில் ஒருநாள் மாலை சுந்தர ராமசாமி தங்கியிருந்த அறைக்கு முத்துசாமி வந்தார். அப்போது சுந்தர ராமசாமி வியாபார நிமித்தமாக வெளியில் சென்றிருந்தார். நானும் நண்பர் சிவராம கிருஷ்ணனும் அறையில் இருந்தோம். முத்துசாமி உள்ளே வந்த ஓரிரு நிமிடங்களில் சுந்தர ராமசாமியின் ஜே.ஜே: சில குறிப்புகள் நாவல் பற்றிய தன் பரவசங்களை வெளிப்படுத்தத் தொடங்கிவிட்டார். உணர்ச்சிப் பரவசங்களின் சன்னதம். அவர் தரையிறங்கியபோது நாங்கள் சிலிர்த்துப் போயிருந்தோம். அதன் பிறகுதான் சுந்தர ராமசாமி வந்தார். அவரிடம், 'கொஞ்சம் முன்னாடி வந்திருந்தா பெரும் போதையில் திளைத்திருந்திருக்கலாம்' என்றேன்.

'என்ன டிரிங்ஸ் சாப்பிட்டீங்களா' என்று கேட்டார் சுந்தர ராமசாமி. 'அதெல்லாம் இல்ல. முத்துசாமி, ஜே.ஜே. பற்றிப் பேசிக்கொண்டிருந்தார்' என்றேன். ராமசாமி மெல்லிதாகச் சிரித்துக்கொண்டார்.

1981ஆம் ஆண்டு ஐந்தாவது உலகத் தமிழ் மாநாடு மதுரையில் நடைபெற்றபோது, நடனக் கலைஞர் பத்மா சுப்ரமண்யம் எழுதிய ஆய்வுக் கட்டுரை நிராகரிக்கப்பட்டது. பரத சாஸ்திரம் எழுதிய பரத முனிவர் காஷ்மீரைச் சேர்ந்தவர் என்ற அவருடைய முடிபே நிராகரிப்புக்கான காரணம். அதேசமயம் மாநாட்டுக் கலை நிகழ்ச்சிகளில் பத்மா சுப்ரமண்யத்தின் நாட்டிய நிகழ்வு இருந்தது. அதற்காக, பத்மா சுப்ரமண்யமும் அவருடைய நடனத்துக்குப் பதம் பாடுகிறவரான அவருடைய அண்ணி சியாமளா பால கிருஷ்ணனும் வந்திருந்தார்கள். அத்தருணத்தில் முத்துசாமி எனக்கு ஒரு கடிதம் எழுதி, நிராகரிக்கப்பட்ட பத்மா சுப்ரமண்யத்தின் கட்டுரையை ஒரு குறிப்புடன் அனுப்பியிருந்தார். அதை அச்சிட்டு, மாநாட்டுக் கருத்தரங்கில் கலந்துகொள்பவர்களிடம் விநியோகிக்க வேண்டும் என்று கேட்டிருந்தார். பத்மா சுப்ர மண்யத்தை அவசியம் சந்திக்கவேண்டும் என்றும் குறிப்பிட்டு இருந்தார். நானும் அவர் கேட்டுக்கொண்டபடி அக்கட்டுரையை அச்சடித்து, கருத்தரங்க வாசலில் நின்று அனைவருக்கும் விநியோகம் செய்தேன். பத்மா சுப்ரமண்யத்தையும் சந்தித்தேன். அவருடைய நடனத்தையும் பார்த்தேன். அதிஅற்புத அனுபவம். அபிநயங்களைப் பிரதானப்படுத்தாத தூய நடனம். முத்துசாமி அவரையும் நடனக் கலையையும் கொண்டாடும் அருமை புரிந்தது.

4. கனவின் நடனம்

1977இல் கூத்துப்பட்டறை தொடங்கப்பட்டது. அதன் உருவாக்கத் துக்கு க்ரியா ராமகிருஷ்ணன்-ஜெயா, பிரக்ஞை வீராச்சாமி, சி. மணி, கி.அ. சச்சிதானந்தம், ஓவியர் கிருஷ்ணமூர்த்தி, இ.ஆர். கோபாலகிருஷ்ணன் ஆகியோர் உறுதுணையாக இருந்தனர். அதன் வழி முத்துசாமியின் வாழ்வில் தொடங்கிய ஒரு நெடும் பயணம் இன்று வரலாறாக நிலைத்து நீடித்துக் கொண்டிருக்கிறது. இப்பயணத்தின் ஒரு கட்டத்தில் 1988இல், தன்னுடைய 52ஆவது வயதில், பணி புரிந்துவந்த TAFE

நிறுவனத்திலிருந்து முத்துசாமி விலகினார். கூத்துப்பட்டறை இயக்கத்துக்கும் நவீன நாடகத்துக்கும் தன் முழு நேரத்தையும் அர்ப்பணித்தார்.

ஒரு கூட்டு முயற்சியில், அதற்கு இசைவானவர்களையும் தகுதியானவர்களையும் மெய்யான அக்கறை கொண்டவர்களையும் இணைத்துக்கொண்டு செயல்படும் மனோபாவம் முத்துசாமிக்குத் தொடக்கத்திலிருந்தே இருந்துவந்திருக்கிறது. தியேட்டருக்கான ஓர் அமைப்பாகக் கூத்துப்பட்டறையை நண்பர்களின் துணையுடன் முத்துசாமி தொடங்கியபோது, அதன் முதல் செயல்பாடாக மேக்ஸ் முல்லர் பவனில் பாஞ்சாலி சபதத்தில் பாஞ்சாலியின் துகிலுரியும் கட்டத்தை மட்டும் கூத்தாக நடத்தினார்கள். முழுக் கூத்து என்பது மிகுந்த செலவாகும் காரியம் என்பதால் இந்தச் சுருக்கமான ஏற்பாடு. கூத்தையும், கூத்துப் பட்டறை அமைப்பின் நோக்கத்தையும் அறிமுகம் செய்வதற்கு உகந்தவராகப் பத்மா சுப்ரமண்யத்தை முத்துசாமி அழைத்தார். அபிநயமில்லாத தூய நடனத்தில் உன்னத எல்லையை அடைந்திருப்பவர் பத்மா சுப்ரமண்யம் என்பதும், கூத்தில் வெளிப்படும் பல்வேறு நடன நடைகள் பரத நாட்டியத்தில் இருப்பவை என்று கருதியவர் என்பதுமே முத்துசாமிக்கு அவர்மீதான மதிப்பை உருவாக்கியிருக்கிறது. அவரும் கலந்து கொண்டு தெருக்கூத்துக் கலை பற்றிச் சிறப்பாக அறிமுகப்படுத்தியிருக்கிறார்.

ந. முத்துசாமிக்கு நவீன ஓவியங்கள்மீதும் நவீன நடனங்கள் மீதும் அலாதியான ஈடுபாடு இருந்தது. சமகால நவீன ஓவியர்களோடும் நடனக் கலைஞர்களோடும் நட்பும் உறவும் கொண்டிருந்தார். அவர்களைக் கவனப்படுத்தும் முனைப்பும் கொண்டிருந்தார். அவர்களிடமிருந்து கற்றுக்கொள்ளும் முனைப்பிலும் இருந்தார். நவீன ஓவியங்கள் பற்றிய சில கட்டுரை களை நுண்கலை இதழில் எழுதியிருக்கிறார்.

கூத்துப்பட்டறை தொடங்கியதைத் தொடர்ந்து, தெருக்கூத்து எனும் நம் மகத்தான தியேட்டர் பற்றி சிறு பத்திரிகை வாசகர் களிடையே கவனப்படுத்தும் நோக்கத்தோடு முத்துசாமி கட்டுரைகள் எழுதினார். 'தெருக்கூத்துக்கு உதவி தேவை' என்ற அவருடைய

முதல் கட்டுரை, அப்போது வைகை குமாரசாமி நடத்திய, என். சிவராமனும் நானும் பங்காற்றிய வைகை இதழில்தான் 1977இல் வெளியானது. அதைத் தொடர்ந்து முதலில் வைகையிலும், பின்னர் கொல்லிப்பாவை, யாத்ரா, ¼ ஆகிய இதழ்களிலும் கூத்து பற்றி முத்துசாமி எழுதிய கட்டுரைகள் வெளியாகின. அவற்றிலிருந்து தேர்ந்தெடுக்கப்பட்ட 9 கட்டுரைகள் அன்று பூட்டிய வண்டி என்ற தலைப்பில் 1982இல் அன்னம் வெளியீடாக வந்தது. பின்னர், முத்துசாமி தெருக்கூத்து, அரங்கக் கலைகள் பற்றி எழுதிய பல கட்டுரைகள் தொகுக்கப் பட்டு, அன்று பூட்டிய வண்டி என்ற அதே தலைப்பில் 2008இல் உயிர்மை வெளியீடாக வந்தது.

முத்துசாமியின் கட்டுரைகள் அவருடைய எண்ணங்களையும், மன அமைப்பையும், கலை நம்பிக்கையையும், செயல் முனைப்பையும், படைப்பு மனோபாவத்தையும், படைப்பாக்கத்தில் பொதிந்திருக்கும் எண்ணற்ற நுட்பங்களையும் விரித்துச் சொல்பவை. தெருக்கூத்து அன்றியும் இலக்கியம், திரைப்படம், ஓவியம், நாடகம் பற்றிய பல கட்டுரைகளை எழுதியிருக்கிறார். அவை, ந. முத்துசாமி கட்டுரைகள் என சி. அண்ணாமலையால் தொகுக்கப் பட்டு, 2005இல் காவ்யா வெளியீடாக வந்தது.

ந. முத்துசாமியின் கலைச் செயல்பாடுகள் பன்முகத் தன்மை யானவை என்றபோதிலும் கால வளர்ச்சியில் நவீன நாடகப் படைப்பாளியாகவும், கூத்துப்பட்டறை அமைப்பின் இயக்க சக்தியாகவுமே அவர் பெரிதும் நிலைபெற்றார். தன்னுடைய நாடகப் படைப்பாக்கத்துக்கான உத்வேகமாகவும் ஆதார சக்தியாகவும் நவீன நடனங்களும் புதுக்கவிதையுமே இருந்திருக் கின்றன என்பதைத் தொடர்ந்து முத்துசாமி முன்வைத்திருக்கிறார். எவ்வாறு என்பதை அவருடைய வார்த்தைகளிலேயே பார்க்கலாம். 'கருத்துகளைச் சித்திரத்தில் பிடித்து உருத் தருகிற வித்தை கைவரவேண்டும். சிக்கெனப் பிடித்து நிறுத்தி அதிரடிக்கிற வித்தையைப் புதுக்கவிதைகள் மிக இயல்பாகக் கொண்டிருக் கின்றன' என்று புதுக்கவிதையின் நாடக குணத்தைக் கூறுகிறார். 'மனித அங்கங்கள் அவற்றின் சாமான்ய இயக்கங்களை ஒழித்து விட்டால் அங்கு நடனம்தான் தோன்றும். எனவே, என் நாடகங் களுக்கு இயக்க குணங்களை நடனங்கள் கொடுத்தன' என்று நடனம் தந்த கொடையைக் கூறுகிறார்.

1968இல் எழுதிய காலம் காலமாக என்ற முதல் நாடகத்தில் தொடங்கி 2011இல் எழுதிய விக்கிரமாதித்தன் கதை'வரையான அவருடைய 21 நாடகங்களின் பனுவல்களைத் தொகுத்து நவீன நாடக இயக்குநரான கே.எஸ். கருணா பிரசாத், தன்னுடைய போதிவனம் பதிப்பகத்தின் வெளியீடாக 2015இல் கொண்டு வந்தார். மிகச் சிறந்த தயாரிப்பு. தமிழ் நவீன நாடக இயக்கத்துக் கான வளமாகவும் குரு வணக்கமாகவும் கருணா பிரசாத் அளித்திருக்கும் அரிய கொடை.

ந. முத்துசாமியின் உத்வேகமிக்க அயரா நெடும் கலைப் பயணத்தில் சில அங்கீகாரங்களும் கௌரவங்களும் அவரை வந்தடைந்தன. சங்கீத நாடக அகாதெமி விருது (1999-2000), தமிழக அரசின் கலைஞர் பொற்கிழி விருது (2010), தமிழக அரசின் கலைமாமணி விருது (2010), இந்திய அரசின் பத்மஸ்ரீ விருது (2012) போன்றவை குறிப்பிடத்தக்கன. 2018ஆம் ஆண்டு ஆனந்த விகடன் இதழ் வாழ்நாள் சாதனையாளர் விருது வழங்கியது. அந்த விருதுச் சின்னத்தைக் கூத்துப்பட்டறைக் கலைஞர்கள் இணைந்து வழங்கியது தனிச்சிறப்பு. அச்சமயம் முத்துசாமியோடு அவருடைய மனைவி குஞ்சலி அம்மாவும் உடனிருந்தது அத்தருணத்துக்கு மேலும் பொலிவூட்டியது. கடந்த 10 ஆண்டுகளாகக் கூத்துப் பட்டறை முத்துசாமி வீட்டு மாடியில்தான் இயங்கி வருகிறது. அவருடைய குடும்பத்தின் ஓர் அங்கமாகத்தான் அது இருந்து கொண்டிருக்கிறது; தொடர்ந்துகொண்டிருக்கிறது.

ஒரு கனவின் அற்புத நடனமாக அவருடைய வாழ்வியக்கம் அமைந்தது. அந்த நடனம் கலைவெளியில் அவர் விரும்பிய தாக்கங்களையும் நிகழ்த்தியது. 2018 அக்டோபர் 24ஆம் தேதி, தன்னுடைய 82ஆவது வயதில் ந. முத்துசாமி மறைந்த போது, இந்து தமிழ் திசை நாளிதழ் தன்னுடைய நடுப்பக்கங்களை அவருடைய நினைவுகளுக்கும் சாதனைகளுக்கும் சமர்ப்பித்து அஞ்சலி செலுத்தியது. கூத்துப்பட்டறையின் தொடக்கத்திலேயே, கூத்துக் குடும்பத்திலிருந்து ஒருவரைத் திருச்சூர் நாடகப் பள்ளியில் படிக்கவைக்க வேண்டும் என்ற தீர்மானத்தோடு அங்கு 1979ஆம் ஆண்டு சேர்க்கப்பட்டவர் ஆறுமுகம். இவர் கூத்துக்கலைஞர் கண்ணப்ப தம்பிரான் குடும்பத்துக்கு உறவு. படிப்புக்கான முழுச் செலவையும் கூத்துப்பட்டறை ஏற்றுக்கொண்டது. நான்காண்டு

படிப்புக்குப் பிறகு சிறந்த நாடகக் கலைஞனாக, 'கருஞ்சுழி' ஆறுமுகமாக அவர் வெளிப்பட்டார். 2019 மார்ச் 29-31 தேதிகளில் அவர் பாண்டிச்சேரியில் முத்துசாமி நினைவாக, மூன்றுநாள் நாடக விழாவும் சர்வதேசக் கருத்தரங்கும் நடத்தித் தன் வணக்கத்தைச் செலுத்தியிருக்கிறார்.

நிறைவான கலை வாழ்வு வாழ்ந்த கனவு மனிதர் ந. முத்துசாமி. தமிழ்ச் சிறுகதைப் பரப்பிலும், நவீன நாடகப் பரப்பிலும் அவர் காலம் காலமாக நிலைத்திருப்பார்.

□

13

தருமு சிவராம்

(1939-1997)

1. நட்சத்திரவாசி

எழுத்துலகப் பிரவேசத்தின் ஆரம்பத்தில் தருமு சிவராம் என்றும், பின்னாளில் பிரமிள் என்றும் அறியப்பட்ட இவர், காலம் நமக்கு அருளிய பெரும் கொடை. சிறுபத்திரிகை என்ற கருத்தாக்கத்தின் செம்மையான வடிவமாக, காந்தியுக அர்ப்பணிப்பு உணர்வுடன் சி.சு. செல்லப்பா நடத்திய எழுத்து (1959-70) இதழின் மூலம் இளம் வயதிலேயே ஒரு பேராற்றல்மிக்க படைப்பு சக்தியாகவும் விமர்சன சக்தியாகவும் வெளிப்பட்டவர். அறிவியல், மெய்ஞான தத்துவங்களின் மீதான 'அறிவின் விசாரமயமான பிரமிப்புகள்' அவருடைய படைப்புலகம் என்றால், இலக்கியக் கோட்பாடுகள் சார்ந்த அறிவின் விசாரமயமான அணுகுமுறையே அவருடைய விமர்சன நெறி. தன்னுடைய இருபதாவது வயதில் ஓர் அபூர்வ ஞானச் சுடராக, ஈழத்தின் திருகோணமலையிலிருந்து எழுத்துப் பிரவேசம் நிகழ்த்தியவர்.

1939, ஏப்ரல் 20இல் பிறந்த இவரின் முதல் கவிதை, 1960 ஜனவரி எழுத்து இதழில் பிரசுரமானது. இதிலிருந்து ஆரம்பம்கொண்ட இவருடைய எழுத்தியக்கம், சிறுபத்திரிகை இயக்கத்தில் ஒரு திகைப்பூட்டும் சக்தியாக எழுச்சிகொண்டது. தன்னுடைய 23ஆவது வயதில், மௌனி கதைகள் நூலுக்கு, திருகோண மலையில் இருந்து இவர் எழுதிய முன்னுரை, அவருடைய இலக்கிய மேதமைக்கும், தமிழகத்தில் அது அறியப்பட்டிருந்ததுக்கு மான பிரத்தியேக அடையாளம். 1970களின் தொடக்கத்தில்,

மிகவும் அனுசரணையாக இருந்த அம்மாவின் மரணத்துக்குப் பின், தன் பங்கு சொத்துகளை விற்றுவிட்டு, கொஞ்சம் வசதியாகவே தமிழ்நாடு வந்துசேர்ந்தார். தமிழ்நாட்டில் சில நாட்கள் தங்கி யிருந்து, இலக்கியச் சந்திப்புகள் மேற்கொள்வதென்பதும், பின்னர் இங்கிருந்து பாரீஸ் சென்று ஒரு நவீன ஓவியக் கலைஞனாகவும் சிற்பியாகவும் வாழ்வை அமைத்துக்கொள்வது என்பதுவுமே அவருடைய திட்டமாகவும் கனவாகவும் இருந்தது. ஓவிய-சிற்பக் கலையும் அவருடைய இயல்பான ஆற்றல்களில் ஒன்று.

அவருடைய தமிழக வருகைக்குப் பின், அவருடைய ஆளுமையின் வசீகரம், சில தமிழ்ப் படைப்பாளுமைகளால் வியப்புடன் பார்க்கப்பட்டது. அவருடைய தனித்துவமிக்க மேதமையையும், நவீனத் தமிழ் இலக்கியச் சூழலில் அவரின் இன்றியமையாமையையும் உணர்ந்து அவரைப் பேணிப் பாதுகாக்க வேண்டுமென அவருடைய வருகையின் முதல் வருடங்களில் சுந்தர ராமசாமியும் வெங்கட் சாமிநாதனும் பிரயாசைகள் எடுத்துக்கொண்டனர். சிறுபத்திரிகை இலக்கிய வெளியின் ஒரு சிறு வட்டம் அவரை அரவணைத்துக்கொண்டது. அவர் இங்கேயே நீடித்து இருந்துவிட்டார். அதேசமயம், கையிருப்பும் கரைந்தது. பாரீஸ் கனவும் கலைந்தது. வாழ்நாளின் இறுதிவரை அவர் தமிழகத்திலேயே நிலைத்திருந்தார். ஈழத்தைப் பூர்வீகமாகக் கொண்ட தமிழக எழுத்தாளர் என்பதே அவருடைய அடையாளமாகவும் ஆனது.

என் 21ஆவது வயதில், 1973-74இல் நவீனத் தமிழ் இலக்கியத் தோடும், சிறுபத்திரிகைகளோடும் என் உறவு தொடங்கியது. இக்காலகட்டத்தில் தருமு சிவராமின் படைப்புகளும் விமர்சனங் களும் என்னுள் ஆழமான பாதிப்புகளை நிகழ்த்தி யிருந்தன. அவருடைய கோட்பாட்டு அடிப்படை சார்ந்த தர்க்கரீதியான விமர்சனங்களும், அவற்றில் இழையோடிய தார்மீக ஆவேசங் களும் அதுவரை நிலவிவந்த இலக்கிய மதிப்பீடுகளை மறுபரிசீலனைக்கு உள்ளாக்கின. ஒரு சூறாவளியெனச் சுழன்றடித்தது அவர் குரல். அவருடைய விமர்சனச் சுடரில் பல அபிப்பிராயங்கள் பொசுங்கின. $E=mc^2$, கண்ணாடியுள்ளிருந்து என்ற நெடுங்கவிதைகள் உள்ளிட்ட அவருடைய இக்காலத்திய கவிதைகள் நவீனத் தமிழ்க் கவிதையின் சிகர வெளிப்பாடுகள்.

பிரபஞ்சத்தில் மனிதனின் இருப்பு பற்றிய அவருடைய ஒளிப் பாய்ச்சல்கள் புரிந்தும் புரியாததுமான ஒரு பிரமிப்பை என்னுள் ஏற்படுத்தியிருந்தன. கண்ணாடியுள்ளிருந்து கவிதைத் தொகுப்பு வெளிவந்திருந்தது. மனமும் மூளையும் ஓர் இசைமையில் விகாசம் பெற்ற அபூர்வ ஆளுமை. என் ஆதர்ச ஆளுமைகளில் ஒருவராக அவரை என் மனம் வெகு இயல்பாகவும் உத்வேகத் துடனும் வரித்துக்கொண்டிருந்தது.

தருமு சிவராமிடம் என் தொடர்பு கடிதம் மூலம் தொடங்கியது. மதுரைப் பல்கலைக்கழகத் தமிழ்த் துறையில் ஆய்வு மாணவனாக 1975இல் சேர்ந்தபிறகு, நகுலனின் குருக்ஷேத்திரம் போன்றதொரு தொகுப்பைக் கொண்டுவர ஆசைப்பட்டேன். அதற்காகப் படைப்புகளும் கட்டுரைகளும் கேட்டு அன்றைய எழுத்தாளுமை களோடு கடிதத் தொடர்புகொண்டேன். பிரமிப்படையும் வகையில் படைப்புகள் வந்துசேர்ந்தன. குருக்ஷேத்திரம் போன்றதொரு தொகுப்பு என்பதுதான் ஈர்ப்பாக இருந்திருக்க வேண்டும். இதற்காகத் தருமு சிவராம் அனுப்பியதுதான் 'நக்ஷத்திரவாசி' நாடகம் (அந்தத் தொகுப்பை என்னால் கொண்டு வரமுடியாமல் போனது வேறு கதை).

தருமு சிவராம் பெரும்பாலும் அஞ்சலட்டையில்தான் கடிதங்கள் எழுதுவார். சமயங்களில் ஒரே நாளில் இரண்டு, மூன்று அஞ்சலட்டைகள் வருவதுமுண்டு. கடிதத்தை எப்போதும் 'மை டியர்' என்றுதான் ஆரம்பிப்பார். அஞ்சலட்டையின் மேற்புற வலது மூலையில் அவருடைய அந்நேரத்திய பெயர் ஆங்கிலத்தில் இருக்கும். வித விதமான உச்சரிப்பில் அப்பெயர்கள் மாறிக் கொண்டே இருக்கும். வானவியல் சாஸ்திரத்திலும் எண் கணிதத்திலும் பேரார்வம் கொண்டிருந்த இவர், தன் பெயரை முன்வைத்துக் கடைசிவரை பரிசோதனைகள் மேற்கொண்டபடி இருந்தார். அந்தந்த மாற்றங்களின்போது, அது நிகழ்த்தும் விளைவுகளை அவதானிப்பதாகச் சொல்லுவார்.

கடிதத் தொடர்பின் தொடர்ச்சியாக, ஒருகட்டத்தில், கேரளாவில் கவிதை பற்றிய ஒரு அகில இந்தியக் கருத்தரங்கில் கலந்துகொள்ள இருப்பதாகவும், திரும்பும்போது மதுரை வரவும் சந்திக்கவும்

விரும்புவதாகத் தெரிவித்திருந்தார். அப்படி வந்தால் சில நாட்கள் தங்குவதற்கு ஏற்பாடு செய்ய முடியுமா என்றும் கேட்டிருந்தார்.

என் மனம் குதூகலத்தில் பரபரத்தது. அதேசமயம், என்ன ஏற்பாடு செய்வது என்று மலைப்பாகவும் இருந்தது. பெரியநாயகி அச்சகம் குமாரசாமியிடம் சொன்னேன். அவர் வெகு சாதாரணமாக, அச்சகத்தின் மாடியிலிருக்கும் சிறு அறையை ஒழுங்குபடுத்தித் தருகிறேன். தங்கிக்கொள்ளட்டும் என்றார். அவ்வளவு சுலபமாக முடிந்ததில் பெரும் ஆனந்தம். உடனடியாகக் கடிதம் எழுதிவிட்டு, வரும் நாளுக்காகக் காத்திருந்தேன்.

குறிப்பிட்ட நாள் காலையில் மதுரை ரயில் நிலையத்தின் முதலாவது நடைமேடையில், கையில் கண்ணாடியுள்ளிருந்து புத்தகத்தை வைத்துக்கொண்டு, ரயிலின் வரவுக்காகத் தவித்தபடி இருந்தேன். அப்புத்தகத்தின் பின்னட்டையில் சிவராம் புகைப் படம் இடம்பெற்றிருந்தது. மனதில் அந்தச் சித்திரம் படிந்திருந்தது. ரயில் வந்தது. குறிப்பிட்ட பெட்டியை அடைந்து, மையமாக நின்றுகொண்டு, இரு வாசல்கள் வழியாகவும் இறங்குபவர்களைக் கவனித்துக்கொண்டிருந்தேன். பேண்ட், முழுக்கைச் சட்டை, தடித்த கண்ணாடி, அடர்த்தியான தலைமுடி, சிறிய சூட்கேஸ் என கச்சிதமான தோற்றத்தோடு தருமு சிவராம் இறங்கினார். அவர் முன்னால் போய் நின்றேன். என் கையிலிருந்த, கண்ணாடி யுள்ளிருந்து புத்தகத்தைப் பார்த்துவிட்டு, அட்டகாசமாகச் சிரித்தார். அந்த விசித்திரச் சிரிப்பு, என்னைப் பல ஆண்டுகள் தொடர்ந்து கொண்டிருந்தது.

2. காலம் அருளிய கொடை

1975ஆம் ஆண்டின் இறுதிப் பகுதியில் கேரளாவில் நடந்த ஒரு அகில இந்தியக் கவிதைப் பட்டறையில் கலந்துகொண்டுவிட்டுத் திரும்பும் வழியில்தான் முதன்முறையாக சிவராம் மதுரை வந்தார். அவரை ரயில் நிலையத்தில் சந்தித்து, அழைத்துச் சென்று குமாரசாமியின் பெரியநாயகி அச்சகம் மாடி அறையில் தங்க வைத்தேன். அவ்வப்போது, பல்கலைக்கழகம் போய் வந்து கொண்டிருந்ததைத் தவிர, பிற நேரங்களில் முடிந்தவரை அவருடன்தான் இருந்தேன். மேதமையில் மிளிரும் உடல்

மொழியும் பேச்சுமொழியும் கொண்டவர். எடுத்த எடுப்பிலேயே 'வா, போ' என்று ஒருமையில்தான் உறவாடினார். சுந்தர ராமசாமியை உத்வேகத்தின் உள்ளார்ந்த அமைதி என்று கொண்டால், தருமு சிவராமை உத்வேகத்தின் எக்காளம் என்று கொள்ளலாம். அவருடைய உரையாடல்கள், பெரும்பாலும், அன்றைய சிறுபத்திரிகைச் சூழலின் மொண்ணையான, தீட்சண்ய மற்ற போக்குகள் பற்றியும் படிந்திருந்த கசடுகள் பற்றியும், ஒரு லட்சியப் பிடிமானத்தோடும் ஆவேசமாகவும் வெளிப்பட்டன. கிண்டலும் கேலியும் நக்கலும் சர்வ அலட்சியமாகத் தெறித்தன. அப்போதெல்லாம் என்னுள்ளும் ஓர் ஆவேசச் சுழல் எழுச்சிகொண்டது.

உலக இலக்கியத்தில் அவரை ஆட்கொண்ட ஆளுமைகள் பற்றியும், தத்துவ மேதைகள் பற்றியும் பேசும்போது, அவரிடம் வெளிப்படும் கனிவு, நம்மையும் அவர்களிடம் சரணடைய வைக்கும். இவ்வகையில் அவர் வழியாக நான் அறிந்துகொண்ட படைப்பாளிகள், ஹென்றி மில்லர் மற்றும் விளாதிமிர் நபக்கோவ். தத்துவ மேதை ஜே. கிருஷ்ணமூர்த்தி. நபக்கோவின் ஒவ்வொரு வார்த்தையும் ஒரு நெல்மணி என்றார். ஹென்றி மில்லரின் நாவல்களின் பல பக்கங்களில் சதைகள் தொங்கும். ஆனால் அதனைக் கடந்து, மனித இருப்பின் பிரபஞ்ச கதியை அணுகியவர் என்றார். ஜே. கிருஷ்ணமூர்த்தியின் டிசம்பர் மாத அடையாறு ஆலமரத்தடி உரையாடல்களின் மகத்துவம் பற்றியும், அவருடைய தோற்றம், வெளிப்பாடு பற்றியெல்லாம் மிகுந்த பரவசத்துடன் சொல்வார். இம்மாதிரியான தருணங்களில், மனிதனின் பிரபஞ்ச இருப்பு பற்றிய சிவராமின் படைப்பு மன ஒளிச் சிதறல்கள் அநாயாசமாகத் தெறிக்கும். கலை, இலக்கிய, தத்துவ உலகங்களின் சில கதவுகளை எனக்குத் திறந்து காட்டிப் பிரமிக்க வைத்தார். உள்ளுணர்வின் சமிக்ஞைகளை, தர்க்கத்தின் பாய்ச்சல்களில் முடிவுகளாக முன்னிறுத்தும் ஓர் அபூர்வ ஆற்றல் அவரிடம் இருந்தது. அவருக்கு இணையான அபூர்வ மூளையை நான் இதுவரை சந்தித்ததில்லை.

அதேசமயம், அவருடைய நடவடிக்கைகளின் சில விசித்திரங் களைப் புரிந்துகொள்வதில் எனக்கு சிரமங்களும் சங்கடங்களும் இருந்துகொண்டிருந்தன. அவர் பெரியநாயகி அச்சகத்தில் தங்கியிருப்பதை அறிந்து, அவரைப் பார்ப்பதற்காக ஜி. நாகராஜன்

தருமு சிவராம் ✦ 191

ஒருநாள் காலை வந்தார். என்னுடைய 17 வயதில் ஜி. நாகராஜனின் மாணவன் நான். ஆறு ஆண்டுகளுக்குப் பிறகு, அன்று அவரைப் பார்த்தபோது, அவர் ஒரு முக்கியமான படைப்பாளி என்பதை அறிந்திருந்தேன். அவரை ஆசிரியராகப் பார்த்த காலத்தில் இருந்த மிடுக்கும் பொலிவும் குன்றி வதங்கியிருந்தார். தற்செயலாக அவரைப் பார்த்ததில் என் மனம் கிளர்ந்தது. ஆனால், சிவராம் அவரோடு முகம் கொடுத்துப் பேசவில்லை என்பதோடு மிக அசட்டையாக அவரைப் புறக்கணித்தார். என்னிடம், 'வா, கொஞ்சம் வெளியில் போகலாம்' என்றார். நான் நாகராஜனிடம் சொல்லிக்கொண்டு கிளம்புவதற்கு முன்பாக சிவராம் வாசலுக்கு வெளியே போய் நின்றுகொண்டார். 1973இல் சிவராம் ஞானரதம் இதழில் எழுதியிருந்த சதுரச் சிறகு என்ற சிறுகதைக்கு ஜி. நாகராஜன் அதன் பிந்தைய இதழில் எழுதிய விமர்சனம்தான் அந்தப் புறக்கணிப்புக்கான காரணமாக இருக்கக்கூடும் என்பதைப் பின்னாளில் அறிந்துகொண்டேன். ஆனால், அவரோடு வெளியில் சென்றபோது, ஜி. நாகராஜனின் குடி, ஒழுங்கீனங்கள் பற்றிய குற்றச்சாட்டுகளை முன்வைத்து, இப்படியான ஆட்களை ஆதரிக்கக் கூடாது என்றார்.

மதுரையில் அவருடைய முதல் தங்கலின்போது ஓர் அபூர்வமான நிகழ்வு தற்செயலாக நடந்தேறியது. என்னுடைய அக்காலகட்ட ஆதர்சங்களாக இருந்து என்னை இயக்கிய மூவரில் மற்றொருவரான வெங்கட் சாமிநாதன் அச்சமயத்தில் இரண்டு நாள் விஜயமாக மதுரை வந்தார். அவருடைய எழுத்தியக்கமானது, இலக்கியம் சார்ந்ததாக மட்டுமில்லாது, அனைத்துக் கலை ஊடகங்களின் மீதும் கவனம் கொண்டதில் என் பார்வை வெளி விரிவடைந்து இருந்தது. மணி பதிப்பகம் மணி ஏற்பாட்டில் டவுண் ஹால் ரோடு ராம்சன் லாட்ஜில் தங்கினார். அந்தச் சமயத்தில் சாமிநாதனோடும் எனக்குக் கடிதத் தொடர்பு இருந்தது. அது ஒரு ஞாயிற்றுக்கிழமை. மதியச் சாப்பாட்டுக்கு அவரை எங்கள் வீட்டுக்கு அழைத்திருந்தேன். அம்மாவின் அருமையான ஆட்டுக்கறி சமையல். தருமுவையும் வரச் சொன்னேன். வெங்கட் சாமிநாதனும் சிவராமும் கடும் பிணக்கில் இருந்த காலம். நான் சற்றும் எதிர்பாராதவகையில் சிவராம் கொஞ்சமும் முரண்டாமல் சம்மதித்தார். சாப்பாட்டுக்குப் பின் வீட்டில் என் அறையில்

இருவரும் நேரடியாக முகம் கொடுத்துப் பேசிக்கொள்ளாமல், என்னை முன்னிறுத்தி சி.சு. செல்லப்பா பற்றி இலக்கிய சர்ச்சை செய்துகொண்டிருந்தனர்.

பின்னர் சாமிநாதன் லாட்ஜிற்குக் கிளம்பியபோது, சிவராமிடம், 'நீங்களும் ரெண்டு நாள் சாமிநாதன் அறையிலேயே தங்கி விடுங்களேன். நானும் அவரோடுதான் இருக்கப் போகிறேன். எனக்கும் அங்கும் இங்குமாக அலைவது மிச்சமாகும்' என்றேன். சம்மதித்து கூடவே லாட்ஜிற்கு வந்தார். மாலையில் ஓரிரு நண்பர்கள் வந்தார்கள். ஓர் அறைக்குள் இரு சந்திப்புகள் என்பதாக அவை அமைந்தன. எல்லோரும் போனபிறகு, நாங்கள் மூவரும் அறையில் தனித்திருந்தோம். சூழல் கொஞ்சம் இறுக்கமாகத் தானிருந்தது. இரவு உணவுக்குப் பின், வெ.சா. 'வாய்யா, கொஞ்சம் வெளியே போகலாம்' என்றார். நான் சிவராமுவிடம் சொல்லி விட்டு, சாமிநாதனோடு வெளியே போனேன். 'ஏதாவது சினிமா வுக்குப் போயிட்டு ரூமுக்கு லேட்டா வரலாம்' என்றார். சாமி நாதனிடம் கேட்டுவிட்டுத்தான் செய்திருந்தேன் என்றாலும் சிவராமுவை அவருடைய அறைக்கு அழைத்து வந்திருக்கக் கூடாதோ என்று எனக்குச் சங்கடமாகிவிட்டது.

காலையில் நான் தாமதமாக விழித்தபோது, இருவரும் கட்டிலில் அமர்ந்தபடி சகஜமாகப் பேசிக்கொண்டிருந்தார்கள். நான் அவர்களைப் பார்த்து மலர்ச்சியுடன் முறுவலித்தபோது, அவர்களும் சுபாவமாகச் சிரித்தார்கள். எனக்குப் பெரும் ஆசுவாசமாக இருந்தது. அன்று இரவு சாமிநாதன், மதுரை யிலிருந்து தஞ்சாவூர் கிளம்பினார். அடுத்த ஒன்றிரண்டு நாட்களிலேயே சிவராம் சென்னை கிளம்பினார்.

புது மலர்ச்சியடைந்திருந்த இவர்களின் நட்பு, சாமிநாதனின் கலை இலக்கிய எதிர்ப்புக் குரலின் ஆவேசத்தில் வசீகரமடைந் திருந்த மூன்று இளைஞர்களான மணி, ஜெயபாலன், டேவிட் சந்திரசேகர் ஆகியோருடன் உறவு ஏற்பட சிவராமுக்கு வழிவகுத்தது. மணி பதிப்பகம் சிவராமையும் அணைத்துக் கொண்டது. அதன் தொடர்ச்சியாக, சிவராமின் கைப்பிடியளவு கடல் கவிதைத் தொகுப்பு அவர்களால் கொண்டுவரப்பட்டது. இந்த உறவின் நெருக்கத்தில், கொடைக்கானலில் வேளாண்

அலுவலராகப் பணியாற்றிய மணி பதிப்பகம் ஜெயபாலனுடன் 1976இல் கொடைக்கானலில் ஒரு மாதம் போலத் தங்கியிருந்த சிவராம், அங்கிருந்து இரண்டாம் முறையாக மதுரை வந்தார். இம்முறை, பல மாதங்கள் மதுரையில் தங்கினார். இக்காலகட்டம் அவரோடு நெருங்கி உறவாட ஏதுவாக அமைந்தது. தகிக்கும் ஓர் அபூர்வ மூளையின் வெம்மையில் என் நாட்களும் தகித்தன.

3. ஆளுமை விநோதங்கள்

சிவராமுடைய முதல் மதுரை வருகையின்போது, கேரளாவில் நடந்த கவிதைப் பட்டறையில் கலந்துகொண்ட ஒரு வேற்று மொழிப் பெண் கவிஞர் மீது அவர் கொண்டுவிட்டிருந்த பெரும் காதலில் முதல் சில நாட்கள் ததும்பிக்கொண்டிருந்தார். அவர் வாழ்நாளில் அபூர்வமாகத்தான் பெண்களைப் பார்க்கவும், அவர்களோடு பேசவும் பழகவும் வாய்ப்பு கிடைத்திருக்கிறது. அப்படி அமையும்போது அவர்கள்மீது அவர் மனம் வெகு சுலபமாகக் காதல் கொண்டுவிடுகிறது. தமிழ்நாட்டின் பாலியல் வறட்சிச் சூழலில் இது தவிர்க்க முடியாத வாதை. ஒருமுறை, சென்னையில் பக்கத்து வீட்டுப் பெண்ணின் மீதான காதல் வேட்கையில் தற்கொலைக்குக்கூட முயன்றிருக்கிறார். இதை ஒரு கவிதையாகவும் எழுதியிருக்கிறார்.

பாலியல் வறட்சியின் கடுமையைத் தணிக்கக் காமப் புத்தகங்கள்மீது நாட்டம் கொள்வது இயல்பான ஒரு மாற்றாக ஆகிவிடுகிறது. நண்பர் ஒருவரிடம் ஓர் அருமையான ஆங்கிலக் காமப் புத்தகம் இருப்பதைக் கேள்விப்பட்ட புதுமைப்பித்தன், அவரைச் சந்தித்து, அப்புத்தகத்தை வாசித்துவிட்டுத் தருவதாகக் கேட்டிருக்கிறார். அந்த நண்பரும் ஓரிரு நாட்களில் திருப்பிக் கொடுத்துவிடும்படி சொல்லிப் புத்தகத்தைக் கொடுத்திருக்கிறார். தன் அறைக்குப் போனதும் அதை வாசித்த புதுமைப்பித்தன், அப்புத்தகத்தைப் பிரிய மனமின்றி, இரவோடு இரவாக அந்தப் புத்தகத்தை ஒரு நோட்டில் பிரதி செய்திருக்கிறார். இத்தகவல், 1949இல் சுந்தர ராமசாமி கொண்டுவந்த புதுமைப்பித்தன் மலரில் பதிவாகியிருக்கிறது. இந்த தாகம் இயல்பானதுதான். இந்த வேட்கை சிவராமிடமும் இருந்ததைத் தற்செயலாக அறிய நேர்ந்தது.

இரண்டாவது முறை மதுரையில் ஆறு மாதங்களுக்கு மேல் (1976-77) தங்கியிருந்தபோது, கடைசி சில மாதங்கள் மாணவர் தனிப்பயிற்சிக் கல்லூரி (எஸ்டீசி) விடுதியில் தனி அறை எடுத்துத் தங்கினார். நான் கூடுமானவரை, மாலை நேரங்களில் அங்கு சென்று அவரைச் சந்திப்பது வழக்கம். அப்படி ஒருநாள் சென்றிருந்தபோது, அவர் குளித்துக்கொண்டிருந்தார். நான் கட்டிலில் அமர்ந்து, வழக்கம்போல, என் மடியில் வைத்துக் கொள்வதற்காகத் தலையணையை எடுத்தபோது, அதனடியில் ஒரு காம இதழ் இருந்தது. ஆர்வமாக அதைப் புரட்டத் தொடங்கினேன். சில பக்கங்களின் இடையிடையே, கோடிழுத்து அதன் மேல் கீழ் வெற்றிடங்களில் அவர் அதிலிருந்த கதையை மேலும் வளர்த்திருந்தார். அதைப் பார்த்துக்கொண்டிருக்கும்போதே குளியலறையிலிருந்து வெளியே வந்தவர், 'என்ன இதெல்லாம்' என்றார். 'இங்க கிடந்துச்சு. அதான் பாத்துட்டிருக்கேன்' என்றேன். 'இந்தப் பக்கத்து ரூம் பசங்க இப்படி எதையாச்சும் தூக்கி இங்க போட்டுடறாங்க' என்றபடி அதை என்னிடமிருந்து பிடுங்கி ஜன்னல் வழியாக வெளியே எறிந்தார்.

தருமு சிவராம், தன்னுள்ளிருந்த ஓவியக் கலைஞனுக்கு உரிய ஊட்டமளித்ததில்லை என்றுதான் சொல்லவேண்டும். அவருடைய கோடுகள் புனைவு யதார்த்தமும் மாந்ரீகத் தன்மையும் இணைந்து உறவாடியவை. பொதுவாக, தான் சம்பந்தப்பட்ட சிற்றிதழ்களுக்கும் புத்தகங்களுக்கும் மட்டுமே தன் ஓவியக் கலைத் திறனைப் பயன்படுத்தினார். மணி பதிப்பகம் வெளியிட்ட அவருடைய கைப்பிடியளவு கடல் கவிதைத் தொகுப்புக்கு அவரே முகப்போவியம் வரைந்தார். அவர்கள் வெளியிட்ட வெங்கட் சாமிநாதனின் *அக்ரஹாரத்தில் கழுதை* திரைக்கதை நூலுக்கு முகப்போவியம் வரைந்து முன்னுரையும் எழுதினார். பின்னாளில் ராஜமார்த்தாண்டனோடு நெருக்கமும் அன்பும் கொண்டிருந்தபோது, ராஜமார்த்தாண்டன் தன் நண்பர் ராஜகோபாலோடு இணைந்து நடத்திய *கொல்லிப்பாவை* என்ற சிற்றிதழுக்குப் பெயர் வைத்து, கொல்லிப்பாவையின் படிமத்தை வரைந்து கொடுத்து, இதழில் கணிசமான பங்களிப்பும் செய்தார். தன் நவீன ஓவியக் கலைத்திறனைச் சிற்றிதழ் இயக்கச் செயல் பாடுகளுக்கு மட்டுமே பயன்படுத்தினார். எப்போதாவது,

நண்பர்களின் வீடுகளுக்குச் சென்றால், சமயங்களில் அவர்களின் உருவச் சித்திரங்களை வரைவதுண்டு. குமாரசாமியின் அச்சகத்தில் தங்கியிருந்தபோது, அவர் கேட்டுக்கொண்டதற்காக, கு.ப.ராவின் உருவப்படத்தை வரைந்து கொடுத்தார். அதை வரையும்போது நான் அருகில் இருந்தேன். பேனா மையினால் வரையப்பட்ட கோட்டுச் சித்திரம். மிக ஒயிலாக வரையப்பட்டிருந்த சித்திரம். நளினமும் மிடுக்கும் இசைந்திருந்த சித்திரம். முடித்துவிட்டுக் காண்பித்தபோது, 'எப்படி, நம்ம ஊரு கு.ப.ராவை ஒரு ஈரோப்பியன் ரைட்டர் ஆக்கியிருக்கேன் பாத்தியா?' என்றபடி சிரித்தார்.

அவர் மதுரையில் இருப்பதற்கான செலவை மணி பதிப்பகம் கவனித்துக்கொண்ட போதிலும், மதுரை அவருக்கு அலுப்பூட்டத் தொடங்கியது. ஒரு நல்ல நூலகம்கூட இல்லாத மதுரை, ஒரு எழுத்தாளன் வாழத் தகுதியில்லாத பாலைவனம் என்ற எண்ணம் அவருக்கு இருந்தது. மீண்டும் சென்னை கிளம்பினார்.

1977ஆம் ஆண்டில் ஒருநாள், நாகர்கோவிலில் சுந்தர ராமசாமி வீட்டு மாடி அறையில் சு.ராவோடு பேசிக்கொண்டிருந்தபோது, மாடிக்கு வந்த சு.ராவின் மனைவி கமலா அம்மா, 'மோகன் உங்களுக்கு ஃபோன்' என்றார். நான் எழுந்துகொண்டு திகைப்புடன் அவரைப் பார்த்தேன். 'சிவராம்னு நினைக்கிறேன்' என்று முறுவலுடன் சொன்னார். நான் கீழே இறங்கிப்போய் ஃபோனை எடுத்தேன். சிவராம்தான். 'எங்கிருந்து பேசுறீங்க' என்று கேட்டேன். 'நீ தங்கியிருக்கும் வீட்டுக்கு எதுத்தமாதிரி இருக்கும் பலசரக்குக் கடையிலிருந்து' என்று உரக்கச் சிரித்தார். 'கிளம்பி வா. இங்கயே வெயிட் பண்றேன்' என்றார். மாடிக்குப் போனதும் ராமசாமி, யார் என்றார். சிவராமுதான் என்றேன் சிரித்தபடியே. எப்படித் தெரிந்தது என்று கமலா அம்மாவிடம் கேட்டேன். 'இங்க ரொம்ப நாள் தங்கியிருந்தவர்தானே. குரல் தெரியாதா' என்றார்கள்.

வெளியில் சென்று, சிவராமுவைப் பார்த்தேன். 'எப்படி புடிச்சேன் பாத்தியா' என்பது போலச் சிரித்தார். அவர் அந்தச் சமயத்தில், நாகர்கோவிலுக்கு அருகிலுள்ள, ராஜமார்த்தாண்டனின் ஊரான இடையன்விளையில் அவரோடு சில நாட்களாகத் தங்கியிருந்திருக்கிறார். இருவரும் பேசிக்கொண்டே நடந்து ஒரு

ஹோட்டல் சென்று, பன் பட்டர் ஜாம், டீ சாப்பிட்டோம். முதலில் கோபத்துடன் பேச ஆரம்பித்தார். பணக்கார எழுத்தாளன்னா பார்ப்ப, பேசுவ, தங்குவ என்றெல்லாம் பொரிந்து தள்ளினார். நான் ஒரு வேலை நிமித்தமாக அங்கு வந்திருப்பதையும், அப்போது அவர் அங்கிருப்பதே எனக்குத் தெரியாதென்றும் ஏதேதோ சொல்லிச் சமாளித்தேன். சகஜம் திரும்பியது. சு.ரா. வீட்டு கேட் வரை வந்து பிரிந்தார்.

பின்னர், வெங்கட் சாமிநாதன், தருமு சிவராம், சுந்தர ராமசாமி மூவருக்குமிடையே நடந்த ஒரு தொடர் சர்ச்சையில் நானும் எதிர்வினை ஆற்றியதில் அவருடனான முதல் விரிசலும் விலகலும் ஏற்பட்டது.

4. பெரும் சிறகுகள் கொண்ட கலைஞன்

என் மதுரைக் காலத்தின் கடைசி சில ஆண்டுகள் (1980-83) சிவராமோடு தொடர்புகளேதும் இல்லை. எனினும், 1983 ஜூன் 3இல் நான் க்ரியாவில் சேர்ந்த சில நாட்களுக்குள்ளாகவே மீண்டும் உறவு சகஜமானது. அப்போது அவர் ராயப்பேட்டையில் க்ரியா அலுவலகம் இருந்த இடத்துக்கு எதிர் சந்தில்தான் குடியிருந்தார். அவருக்குக் க்ரியாவோடும் பிணக்கு இருந்தது. ஆனாலும் ஒருநாள் சிவராம் க்ரியாவுக்கு வந்தார். நான் என் இருக்கையில் வேலையாக இருந்தேன். அவர் என்னைப் பார்க்க வந்திருப்பதாக நான் நினைக்கவில்லை. நேராக என்னிடம் வந்தவர், 'நீ வந்திருப்பது தெரிந்து நான்தான் வந்து பாக்கணுமா? நீ வந்து பாக்கமாட்டியா?' என்று ஆரம்பித்தார். எனக்குப் பெரும் திகைப்பாக இருந்தது. இடையில் எதுவுமே நடந்திருக்கவில்லை என்பதுபோல அவ்வளவு இயல்பாகப் பேசினார். அவருடைய ஓர் அரிய குணாம்சமிது. எனினும், அவருடைய வருகை, அலுவலகச் சூழலில் பதற்றத்தை ஏற்படுத்தியிருப்பதாக எனக்குத் தோன்றி, ஒருவித சங்கடம் என்னைப் பற்றிக்கொண்டது. வெளியில் சென்று டீ சாப்பிட்டோம். சில களிமண் சிற்பங்கள் செய்திருக்கிறேன். வந்து பார் என்றார். நான் போகவில்லை.

பின்னர், நான் வீட்டிலிருக்கும் நேரம் அறிந்துகொண்டு, ஓரிரு முறை வந்தார். நான் குடியிருந்தது கி. அ. சச்சிதானந்தம் வீட்டு மாடியில். அவருக்கும் தருமுவுக்கும் இடையே பல ஆண்டுகளுக்கு

முன்பாகவே கடும் பிணக்கு ஏற்பட்டுவிட்டிருந்தது. எனவே, என் வீட்டுக்கு வருவதிலும் சிக்கல் இருந்தது. நான் க்ரியாவிலிருந்து விலகித் தனியாக அச்சகம் தொடங்கிய பிறகு, அங்கு சில முறை வந்தார். ஆனால், என் மனமும் அவருடைய நேரடி உறவிலிருந்து விலகியிருக்கவே விரும்பியது என்பதுதான் உண்மை. ஆக, என் சென்னை வாழ்க்கையில் பட்டும் படாததுமான உறவுதான் அவரோடு இருந்துகொண்டிருந்தது.

அவருடைய கடைசிக் காலகட்டச் செயல்பாடுகள், அவருடைய உக்கிரமான படைப்பாற்றலின் விளைவுகளாக இல்லாமல் தர்க்க பலம் மட்டுமே கொண்ட விவகாரக் கவிதைகளாகவும் கட்டுரை களாகவுமே வெளிப்பட்டன. இக்காலகட்டத்தில் தர்க்க அறிவின் பலத்தில் தன் இருப்பை அவர் நிலைநிறுத்த முறப்பட்டார். தர்க்கம் என்பது இரு பக்கமும் கூர்கொண்ட கத்தி போன்றது என்பதை அனுபவபூர்வமாக அவர் எழுத்துகள் எனக்கு உணர்த்தின. ஒரு விசயத்தை அதன் எந்தப் பக்கமாகவும் நின்று விவாதிக்கும் தர்க்கச் செருக்கு அவரிடம் வெளிப்பட்டபடி இருந்தது. இக்கால கட்டத்தில் விமர்சன ஊழல்கள், விமர்சனாஸ்ரமம், விமர்சன மீட்சிகள் போன்ற தர்க்க விவகாரத் தொகுப்புகளே வெளிவந்தன. ஒரு அபூர்வக் கலை மேதையின் படைப்பு மன வளங்களை முழுமையாக வசப்படுத்திக்கொள்ள ஒரு சமூகம் தன் அசட்டையாலும் அறியாமையினாலும் இழந்துவிட்டது என்பதில் சந்தேகமில்லை.

தன் கால இருப்பிலிருந்து, காலாதீத வெளிகளில் தன் படைப்பாக்கப் பயணங்களை மேற்கொண்ட ஒரு நட்சத்திரவாசி அவர். படைக்கும் தருணங்களில் அவரொரு நட்சத்திரவாசியாகத் தான் வாழ்ந்திருக்கிறார். அவருடைய பிரமாண்டமான சிறகுகள் வான்வெளிகளில் சஞ்சரிக்கத் துணையாக இருந்திருக்கின்றன. அதேசமயம் அந்த பிரமாண்டமான சிறகுகள் அவரை நிலத்தில் சுபாவமாக நடக்கவிடாமல் தடுத்துக்கொண்டே இருந்தன. உலகெங்கும் கலை இலக்கியப் பெருவெளிகளில் இப்படியான அபூர்வங்கள் இருந்துவந்திருக்கிறார்கள். வாழும் காலத்தில் அவர்களைப் புரிந்துகொள்வதில் காலமும் சமூகமும் எப்போதும் தடுமாறிக்கொண்டுதான் இருந்திருக்கின்றன. இதற்கான நவீனத் தமிழ் இலக்கிய உதாரணம், தருமு சிவராம்.

அதேசமயம், எளிய நேர்த்தியுடன் தன்னைப் பேணிக்கொள்பவர். புகைப் பழக்கமோ மதுப் பழக்கமோ அறவே இல்லாதவர். அசைவ உணவின்மீது நாட்டம் (நண்டின்மீது பெரும் மோகம்) இருந்த அதே அளவுக்கு, இயற்கை உணவிலும் பச்சைக் காய் கறிகளிலும் விருப்பமுண்டு. தன் தேவைக்கேற்ப சமைக்கவும் தெரிந்தவர். உடலைப் பேணுவதிலும் கவனமுண்டு. நண்பர்களின் நலன்களில் அக்கறை கொள்பவர். அவர்களுடைய பெயரின் எழுத்துகளில் மாற்றம் செய்வதுகூட அது அவர்களுக்கு நல்லது செய்யும் என்ற அவருடைய நம்பிக்கையிலிருந்து மேற்கொள்ளப் படுவதுதான். என் முதல் சந்திப்பிலேயே, என் பெயரில் ஓர் எழுத்தை மாற்றி, அந்த ஸ்பெல்லிங்கில் தினமும் பல முறை பெயரை எழுதிப் பார்க்கச் சொன்னார். மேலும், நான் அதிகமாக சிகரெட் பிடிப்பதாகச் சொல்லி, சிகரெட்டை இரண்டாக நறுக்கி வைத்துக்கொண்டு பிடித்தால் பாதி குறையும் என்றார். அதேசமயம், அவருடைய இன்னொரு பின்னமாக, தகிக்கும் ஒரு உக்கிர மனநிலையும் அவருக்குள் இருந்துகொண்டிருந்தது. அதுதான் நடைமுறை வாழ்வில் தவிர்க்க முடியாமல் சிடுக்கு களையும் உருவாக்கிக்கொண்டிருந்தது. நம்முடைய பூஞ்சை மனங்களால் (என்னையும் சேர்த்தே சொல்கிறேன்) அதை கிரஹித்துக்கொள்ள முடிவதில்லை.

அவர் உடல் நலம் சீரற்று மருத்துவமனையிலிருந்தபோது, ஒருநாள் 'வெளி' ரங்கராஜன் என்னைச் சந்தித்தார். அமெரிக்கவாழ் தமிழர்களால் நடத்தப்படும் விளக்கு விருது அமைப்பின் ஒருங்கிணைப்பாளராகச் செயல்பட்ட அவர், அந்த ஆண்டுக்கான விருதை தருமு சிவராமுக்குக் கொடுக்க முடிவு செய்து, அதன் அமைப்பாளர் கோ. ராஜாராமுக்குத் தெரிவித்திருக்கிறார். அதை ராஜாராம் அமைப்பின் பிற உறுப்பினர்களுக்குத் தெரிவித்த போது, அவர்களுக்கு சிவராம் பற்றி எதுவும் தெரிந்திருக்கவில்லை.

எனவே, இங்குள்ள நண்பர்கள் அறியும் வகையில் ஒரு கட்டுரை அனுப்பி வைக்கும்படி கேட்டிருக்கிறார். அது குறித்து தான் ரங்கராஜன் என்னிடம் பேசினார். அப்போது புதிய பார்வை இதழில் தமிழின் அறியப்படாத ஆளுமைகள் குறித்து, நடைவழிக் குறிப்புகள் என்ற தொடரை எழுதிக்கொண்டிருந்தேன். அதன் அடுத்த இதழிலேயே, 'தருமு சிவராம்: தமிழின் பெருமிதம்' என்ற

கட்டுரை எழுதினேன். அந்த ஆண்டுக்கான விளக்கு விருது சிவராமுக்குக் கொடுக்கப்பட்டது.

பெண் இணையோ, துணையோ, நட்போகூட அமையாத வாழ்நிலை. வருமானமற்ற வாழ்க்கைப் போக்கு. கவித்துவ மேதமைக்கான எளிய அங்கீகாரம்கூட அளிக்காத சமூகச் சூழல். அவர் பெருமையை நம் காலமும் சமூகமும் அறிந்திராத போதிலும் தன் பெருமை தானறிந்தவர். நட்பின் தொடக்க காலத்தில், ஒருநாள், மதுரை வீதியொன்றில் நாங்கள் நடந்து சென்று கொண்டிருந்தபோது, 'ஒரு மகா கவிஞன் இந்த வீதியில் நடந்து போய்க்கொண்டிருப்பது இங்குள்ள யாருக்கும் தெரியாதில்ல' என்றுவிட்டு சத்தமாகச் சிரித்தார்.

வாழ்நிலையின் சகல இடர்களுக்கூடாகவும் கலை நம்பிக்கையின் செருக்குடன் கம்பீரமாக வாழ்ந்தவர். எந்தவொன்றையும், எவ்வித சமரசமுமற்று தீவிர மனோபாவத்துடன் அணுகியவர். எந்த ஒரு காலகட்டத்திலும், எந்தவொரு சந்தர்ப்பத்திலும் கலை, இலக்கிய நிறுவனங்களின் பக்கம் போகாதவர். அந்த நிறுவனங்களின் அதிகாரப் பிரதிநிதிகளுடன் எவ்வித உறவும் கொண்டிராதவர். அவருடைய கலை இலக்கிய நம்பிக்கையும் மனோபலமும் போற்றப்பட வேண்டியவை. அவர் தன் காலத்துக்கும் சமூகத்துக்கும் மொழிக்கும் அளித்தது பெரும் கொடை; எனில் சமூகம் அவருடைய ஆற்றல்களைப் பூரணமாகப் பெற்றுக்கொள்ளத் தவறியது, பெரும் அவலம்.

□

14

எஸ். சம்பத்

(1941-1984)

1. அடிப்படைகளில் உழலும் கலைமனம்

தமிழின் மிகவும் பெறுமதியான நாவல், சம்பத்தின் இடைவெளி. இந்த நாவல், முதலில் 1975ஆம் ஆண்டு தெறிகள் இதழில் பிரசுரமானது. அன்று குறிப்பிடத்தகுந்த கவிஞராக அறியப் பட்டிருந்த உமாபதியால், அவர் அச்சமயம் பணியாற்றிய நாகர்கோவிலிலிருந்து, மிகச் சிறப்பாகக் கொண்டுவரப்பட்ட இந்த இதழ் அந்த ஓர் இதழோடு நின்றுவிட்டது. அது நெருக்கடி நிலை பிரகடனப்படுத்தப்பட்டிருந்த காலம். சிறுபத்திரிகை இயக்கமும் கண்காணிப்புக்கு உட்பட்டிருந்தது. 'புதுக்கவிதை' என்ற சொல்லே ஒரு சங்கேதமாக இருக்கக்கூடும் என உளவுத் துறை வல்லுநர்கள் சந்தேகப்பட்ட காலம். இதன் காரணமாக, உமாபதிக்கு அலுவலகத்தில் ஏற்பட்ட நெருக்கடியை அடுத்து இவ்விதழ் நின்றது. என் 23ஆவது வயதில் வெளியான இந்த இதழுக்கு, என் இலக்கிய வாழ்வின் தொடக்கத்தை வடிவமைத்ததில் முக்கிய பங்குண்டு. இந்த இதழில் இரண்டு பெரும் படைப்புகள் வெளிவந்திருந்தன. ஒன்று, கலாப்ரியாவின் சுயம்வரம் குறுங் காவியம்; மற்றொன்று, சம்பத்தின் இடைவெளி நாவல். கலாப்ரியாவின் சுயம்வரம் குறித்து, அப்போது சில நண்பர் களுடன் இணைந்து நடத்திய விழிகள் இதழில் கட்டுரை எழுதினேன். இக்கட்டுரைதான் சுந்தர ராமசாமியுடனான என் முதல் சந்திப்புக்கும், அவர் நடத்திய காகங்கள் அமைப்பின் முதல் கூட்டத்தில் கலந்துகொண்டு வண்ணநிலவனின் எஸ்தர் சிறுகதைத் தொகுப்பு பற்றிக் கட்டுரை வாசிக்கவும் வழி செய்தது.

தெறிகள் இதழில் சம்பத்தின் இடைவெளி நாவல் முடிந்திருந்த பக்கத்தின் கீழ் இருந்த சிறு வெற்றிடத்தில், தமிழில் அதுவரை வாசித்த நாவல்களில் அதுவே மிகச் சிறந்ததென்றும், அந்நாவல் வாசிப்பு என்னுள் ஏற்படுத்திய அதிர்வுகளையும் அலாதியான எக்களிப்பையும் பரவசத்தையும் நுணுக்கி நுணுக்கிக் குறித்து வைத்திருந்தேன். இன்றும்கூட மேலதிகமான புரிதலுடன் இந்நாவல் மேலும் மேலும் கிளர்ச்சியும் பரவசமும் அளித்துக் கொண்டிருக்கிறது. ஒவ்வொரு வாசிப்பின்போதும் திகைப் பூட்டுவதாகவும், ஒரு ரகசிய இதழை விரிப்பதாகவும் இருந்து கொண்டிருக்கிறது.

சம்பத் என்ற பெயர் என் மனதில் பதிந்தது, அப்போதுதான். அதற்குப் பின்னரே அவருடைய சிறுகதைகளையும் குறுநாவல் களையும் ஆர்வத்துடன் வாசிக்கத் தொடங்கினேன். கணையாழி, சதங்கை ஆகிய இதழ்களிலேயே அவருடைய படைப்புகள் பெரிதும் வெளிவந்துகொண்டிருந்தன. அடிப்படைகளில் உழலும் அவருடைய கலைமனம் என்னை வெகுவாக ஆகர்சித்தது. அவரைத் தமிழின் இளம் தாஸ்தாயெவ்ஸ்கி என்பதாகத்தான் என் மனம் பாவித்துக்கொண்டிருந்தது. அவரோடு இணைந்து இடைவெளி நாவலை மேம்படுத்தும் பணி அமையும் என்பது அப்போது நான் சற்றும் நினைத்துப் பார்த்திராதது.

தெறிகள் இதழில் வெளியானதன் பின்னர், இடைவெளி நாவல், 1984இல் க்ரியா வெளியீடாகப் புத்தக வடிவம் பெறுவதற்கு முன்னர், இரண்டு முறை அதன் பிரதியில் மாற்றங்கள் மேற்கொள்ளப்பட்டிருக்கின்றன. அந்த நாவல் பிரதியின் இரண்டாம் வடிவம் சம்பத் தானாகவே மேற்கொண்டது. இப்பிரதியை முன்வைத்து நானும் சம்பத்தும் இணைந்து மேற்கொண்ட சிற்சில மாற்றங்களுடன் புத்தக வடிவம் அமைந்தது. 1983ஆம் ஆண்டு ஜூன் மாதம் 3ஆம் தேதி க்ரியாவில் பணியாற்றுவதற்காக சென்னை வந்துசேர்ந்தேன். மதுரையில் என்னுடைய திறமைகளை நான் துருப்பிடிக்க விட்டுக் கொண்டிருப்பதாகக் கருதிய ராமகிருஷ்ணன் க்ரியாவில் இணைந்து பணிபுரிய வரும்படி ஒரு நீண்ட கடிதம் மூலம் அழைத்தார். ராமகிருஷ்ணன் ஒரு பல்கலைக்கழகம். அவரோடு இணைந்து பணியாற்றுவது உங்களுடைய வளர்ச்சிக்குப் பெரிதும் உதவும்

என்று சுந்தர ராமசாமி உத்வேகம் அளித்துக் கடிதம் எழுதினார். இரு கடிதங்களும் அளித்த உந்துதலோடு சென்னை வந்தேன்.

க்ரியா புத்தக வெளியீட்டைத் தீவிரப்படுத்த முனைந்திருந்த காலமது. அப்போது க்ரியா ராமகிருஷ்ணனிடம் இடைவெளியை வெளியிடலாமென்று யோசனை தெரிவித்தேன். ராமகிருஷ்ணன் புன்சிரிப்புடன், வெளியிடப்படுவதற்கான கையெழுத்துப் பிரதிகளின் அடுக்கிலிருந்து ஒரு டயரியை எடுத்துக் கொடுத்தார். ராமகிருஷ்ணன் ஏற்கெனவே கேட்டுக்கொண்டதற்கிணங்க சம்பத், தெறிகள் இதழில் வெளியான பனுவலில் சில திருத்தங்கள் செய்து ஒரு டயரியில் எழுதிக் கொடுத்திருக்கிறார். அதை என்னிடம் கொடுத்த ராமகிருஷ்ணன், 'அவரோடு உட்கார்ந்து எடிட் செய்யலாமென்றால் அவர் அதற்குத் தயாராக இல்லை. நீங்கள் வேண்டுமானால் முயன்றுப் பாருங்கள்' என்றார். இதனையடுத்து, அதைக் கவனமாகப் படித்துக் குறிப்புகள் எடுத்துக்கொண்டேன். க்ரியா அலுவலகத்தில் சம்பத்துடனான முதல் சந்திப்பு நிகழ்ந்தது. செமத்தியான உடல்வாகு. நல்ல பருமன்; நல்ல உயரம். தோற்றத்துக்குச் சற்றும் பொருந்தாத குழந்தைமை முகம்.

இடைவெளி நாவல் குறித்த என்னுடைய பரவசங்களை அவரிடம் பகிர்ந்துகொண்டேன். பின்னர், பனுவலில் சில திருத்தங்கள் மேற்கொள்வது பிரதியை மேம்படுத்துவதோடு வாசிப்புக்கும் படைப்பின் இசைமைக்கும் பெரிதும் உதவும் என்பதை வெளிப்படுத்தினேன். பனுவலை என்னுடன் சேர்ந்து பார்க்க அவரைப் பக்குவமாக நகர்த்திக்கொண்டு வந்துவிட வேண்டுமென்ற என் முன் ஜாக்கிரதைகளுக்கு மாறாக, முதல் ஓரிரு பக்கங்களை முன்வைத்துத் தெரிவித்த ஓரிரு யோசனைகளின் அளவிலேயே அவர், 'சரி, நாம் சேர்ந்து பார்க்கலாம்' என்று சம்மதித்துவிட்டார்.

வெளியீட்டுக்கு ஏற்கும் படைப்புகளைச் செழுமைப் படுத்துவதையும் மேம்படுத்துவதையும் க்ரியா ஒரு பொறுப்பாக உணர்ந்திருந்தது. எடிட்டிங் என்பது தணிக்கை என்ற அர்த்தத் திலேயே அறியப்பட்டிருக்கும் தமிழ்ச் சூழலில், தன்னை ஊனப்படுத்தும் காரியமாகவே இந்தச் செயலைப் படைப்பாளி

கருதுகிறான். உண்மையில் பிரதியை மேம்படுத்தும் ஒரு செயல்பாடு அது. பக்க நிர்ணயங்களுக்காகவோ, சமூக நெறிமுறைகள், ஒழுக்கம், அரசியல் போன்ற வரையறைகளுக்காகவோ பிரதியை வெட்டிச் சிதைப்பதல்ல. மாறாக, பிரதிக்கும் வாசிப்புக்குமான உறவில் படைப்பாளி அறியாது பிரதியில் நேர்ந்துவிட்ட சிடுக்குகளை விடுவிப்பதும், படைப்புலகின் இசைமைக்கு அனுசரணையானது மான ஒரு காரியம். மேலைநாடுகளில் எடிட்டிங் என்பது பதிப்புத் துறையில் முக்கியமான தொழில்சார் அம்சமாக இருக்கிறது. படைப்பாளிகள் சிலர் தங்களுக்கென்று பிரத்தியேகமான எடிட்டர்களைக் கொண்டிருக்கிறார்கள். எடிட்டரின் கால அவகாசத்துக்காகப் படைப்புகள் காத்திருக்கின்றன. இங்கு எடிட்டிங் என்பது குறுக்கீடாகவும் தணிக்கையாகவுமே அறியப் படுகிறது. எனினும் இன்று இந்த மனோபாவம் மாறிக்கொண்டு வருவதைக் காண முடிகிறது. அதேசமயம் ஓர் இசைமையோடும் நுண்ணுணர்வோடும் படைப்பை அணுகும் தொழில்முறைசார் எடிட்டர்கள் நம்மிடையே உருவாகாத நிலையே இன்றும் தொடர்வதாகத் தெரிகிறது.

பகலில் க்ரியா ராமகிருஷ்ணன் வீட்டில் நானும் சம்பத்தும் பணியைத் தொடங்கினோம். சென்னை வந்த முதல் சில மாதங்கள் நான் ராம் வீட்டில்தான் தங்கியிருந்தேன். காலை 10 மணியளவில் சம்பத், ராம் வீட்டுக்கு வந்துவிடுவார். ஆரம்பத்தில் சம்பத்துக்கு என்னோடு அமரத் தயக்கமிருந்தது. தேவையற்ற வேலை என்ற எண்ணமிருந்தது. முதல் அமர்வுக்குப் பின்னர் அப்பணியில் உற்சாகத்துடன் ஈடுபட்டார். அவ்வேலையில் ஈர்ப்பும் ஈடுபாடும் அவருக்கு நாளுக்கு நாள் கூடிக்கொண்டே வந்தன. சிறு சிறு மாற்றங்களில் நிகழும் மாயங்களை அவர் மிகவும் ரசிக்கத் தொடங்கினார். மிகுந்த லயிப்போடு தன்னை ஈடுபடுத்திக்கொண்டார். ஓர் இதமான நட்பும் அரும்பியது.

2. தகிக்கும் படைப்பு மனம்

இடைவெளி நாவல் எடிட்டிங் பணியில் தொடங்கிய எங்கள் நட்பு, அடுத்த சில மாதங்களில் மிகவும் இணக்கமான இலக்கிய உறவாகச் செழித்தது. தாஸ்தாயெவ்ஸ்கியும் டி.எச். லாரென்ஸும் அவருக்கு மிகவும் பிடித்தமானவர்களாக இருந்ததைப் போலவே

எனக்கும் இருந்தனர். அவரை நகர்த்திச் செல்லும் நம்பிக்கைதான் என்னையும் நகர்த்திக்கொண்டிருப்பதாக உணரச் செய்த நட்பாக அது அமைந்திருந்தது. அடுத்து எழுதுவதற்கான திட்டங்களைச் சொல்லிக்கொண்டே இருப்பார். அவருடன் உரையாடுவது இதமாக இருந்தது. இடைவெளி கையெழுத்துப் பிரதியை வரி வரியாகப் பார்த்தோம். திருத்தங்களின்போது கூடிவரும் அழகு அவருக்குக் குதூகலம் தந்தது. தகிக்கும் மனநிலையும் எளிதில் பரவசப்படும் குழந்தைமை மனநிலையும் அவரிடம் பிணைப்புற்று இருந்தன.

சாவு தன்னை வெளிப்படுத்திக் கொள்ளும் கனவுப் பகுதியின் போது, 'இதை நீயே பார்த்துக்கொள். இதை எழுதியபோது சாவு என்னைப் படுத்திய பாடு போதுமப்பா, காய்ச்சலில் விழுந்து தப்பித்து வந்திருக்கிறேன். இன்னொரு தடவை அதன் பிடியில் சிக்கிக்கொண்டால் அவ்வளவுதான். எனக்கு பயமாயிருக்கு...' என்று எழுந்து உள்ளறைக்குள் போய்விட்டார். நான் திகைத்துப் போய் கொஞ்ச நேரம் அமைதியாக உட்கார்ந்திருந்தேன். சிறிது நேரம் கழித்து வந்து, 'சரி, பார்க்கலாம்' என்றபடி உட்கார்ந்தார். 'சாவு என்பது இடைவெளி' என்று தினகரனுக்கு வசப்படும் போது, கையைத் தரையில் குத்தி, 'எவன் இதைச் சொல்லி இச்ருக்கான். இதுக்கே நோபல் பரிசு தரணும்' என்றார். ஏழெட்டு நாட்களில் இப்பணி முடிந்ததாக ஞாபகம். சதா தகிக்கும் உள்ளார்ந்த தீவிர மனநிலையும், நேசிக்கும் தன்மையிலான ஒருவித பேதமையும் ஒன்றையொன்று மேவி அவரிடம் வெளிப்பட்டுக்கொண்டே இருக்கும். அப்போது தொடங்கிய நட்பு, அடுத்த ஆறேழு மாதங்கள் — அதாவது, 1984ஆம் ஆண்டு ஜூலை 26இல் அவர் இறப்பதற்குச் சில நாட்கள் முன்பு வரை — தொடர்ந்தது.

1983ஆம் ஆண்டு இறுதியில் என் குடும்பமும் சென்னை வந்து, நாங்கள் நண்பர் சச்சிதானந்தம் வீட்டு மாடியில் குடியமர்ந்தோம். க்ரியா ராமகிருஷ்ணன் தயவில் அந்த மாடி இரண்டாகத் தடுக்கப்பட்டு ஒரு பகுதி எங்களுக்கான வீடாகவும், மற்றொரு பகுதி, க்ரியாவின் புத்தகக் கிடங்கு மற்றும் அச்சுக்கோப்பக மாகவும் அமைக்கப்பட்டது. 1984, ஜூன் வாக்கில் இடைவெளி அச்சு வேலை தொடங்கியபோது, சம்பத் ஒவ்வொரு நாளும் மதிய வேளைகளில் எங்கள் வீட்டுக்கு வருவார். அச்சாகி வந்த

பக்கங்களைப் பார்ப்பார். அப்போதும்கூட ஒன்றிரண்டு வாக்கியங்களை இப்படி மாற்றலாமா என்று ஆர்வத்தோடு கேட்டிருக்கிறார். அடுத்த பதிப்பில் பார்த்துக்கொள்ளலாம் என்று சிரித்தபடி பதில் சொல்லியிருக்கிறேன். சென்னை வெயிலில் அவர் வந்தவுடன் செய்யும் முதல் காரியம், சட்டையைக் கழற்றிப் போடுவதுதான். சட்டைப் பாக்கெட்டில் எப்போதும் லாட்டரிச் சீட்டு இருக்கும். இப்படி 10, 15 நாட்கள் வந்துகொண்டிருந்தவர், திடீரென்று பல நாட்கள் வரக் காணோம். இடைவெளி அச்சு வேலை முடிந்து பைண்டிங்கில் இருந்தது. இச்சமயத்தில் ஒருநாள் காலை க்ரியாவில் பணியாற்றிய எழுத்தாளர் திலீப்குமார், 'சம்பத் இறந்துவிட்டதாகத் தகவல்' என்று தயக்கத்துடன் கூறினார். அத்தகவல் தெரியவந்தபோதே அவர் இறந்து 15, 20 நாட்களாகி விட்டன. அன்றே அத்தகவல் உறுதிப்படுத்தப்பட்டது. நான் அன்றே சம்பத் வீடு சென்று அவருடைய துணைவியாரைச் சந்தித்தேன். மறுநாளே அவர் பற்றிய ஒரு குறிப்பு எழுதிப் புத்தகத்தில் சேர்த்தோம்.

புத்தகத்தின் அச்சான பக்கங்களை மட்டும்தான் சம்பத் பார்த்திருந்தார். புத்தகம் பைண்டிங்கில் சில நாட்கள் முடங்கிக் கிடந்தபோதுதான் சம்பத்தின் மரணம் நிகழ்ந்துவிட்டிருந்தது. சாவு என்னும் அடிப்படைப் பிரச்னையில் உழன்று, அதன் அடிப்படைத் தன்மையைக் கண்டறிய விழையும் முழு முற்றான புனைவுப் பயணம் இடைவெளி நாவல். எனினும், அதற்கு முன்னரே சாவை மையப் பிரச்சினையாகக் கொண்ட, சாமியார் ஜூவுக்குப் போகிறார், கோடுகள், இடைவெளி போன்ற சில அருமையான சிறுகதைகளையும் சம்பத் படைத்திருக்கிறார். 'இடைவெளியென இருப்பதாலேயே எவராலும் வெல்லப்பட முடியாத சாவு' திடீரென ஏற்பட்ட மூளை ரத்த நாளச் சேதம் மூலம், 43ஆவது வயதில், சம்பத்தின் உயிரை அபகரித்தது.

1941ஆம் ஆண்டு திருச்சியில் பிறந்த சம்பத், வளர்ந்ததும் படித்ததும் டில்லியில். டில்லி ரயில்வேயில் உயரதிகாரியாகப் பணியாற்றிய அவருடைய தந்தை பணி ஓய்வு பெற்று சென்னை திரும்பியபோது சம்பத்தும் தன் குடும்பத்துடன் சென்னை வந்தார். எம்.ஏ. (பொருளாதாரம்) பி.எட். படித்திருந்த சம்பத், சென்னை வாழ்வின் தொடக்கத்தில் ஆய்வு நிறுவனங்களிலும்

சில தனியார் நிறுவனங்களிலும் பணியாற்றினார். கடைசி சில ஆண்டுகள், படைப்பாளியிடம் அவனுடைய முழு நேரத்தையும் கேட்டுநிற்கும் எழுத்தின் குரலுக்குக் கட்டுப்பட்டு, முழுநேரப் படைப்பாளியாகச் செயல்பட முடிவு செய்தார். அதனைத் தொடர்ந்து, இத்தகைய முடிவு தமிழ்ச் சூழலில் அளிக்கும் மோசமான நெருக்கடிகளையும் அவஸ்தைகளையும் குடும்ப, சமூக, எழுத்துலகப் பின்புலங்களில் அனுபவித்தார். ஒரு கட்டத்தில் குமுதம் போன்ற வணிக இதழ்களில் எழுதிப் பணம் பார்த்துவிடுவது என்றுகூடப் பிரயாசைப்பட்டிருக்கிறார். அவருடைய நண்பரும் எழுத்தாளருமான ஐராவதமுடன் இணைந்து வெகுஜனக் கதைகளை உருவாக்கியிருக்கிறார். அவருக்கு ஜனரஞ்சமாக எழுத வராது என்பதால், அவர் கதைகளைச் சொல்வதென்றும் ஐராவதம் எழுதுவதென்றும் முடிவுசெய்து எழுதி அனுப்பியிருக்கிறார்கள். எதுவும் பிரசுரமாக வில்லை. அவர்கள் எதிர்பார்ப்பு கிஞ்சித்தும் நிறைவேறவில்லை.

தன் படைப்பூக்கம்மீதும் மேதமையின்மீதும் அபார நம்பிக்கை கொண்டிருந்தவர் சம்பத். பணத்தின் மதிப்பு என்பதை மையமாகக் கொண்டு ஆயிரம் பக்க அளவிலான பெரும் நாவலொன்றை எழுத இருப்பதாகச் சொல்லிக்கொண்டிருந்தார். இடையில் எழுதிய சில படைப்புகளை ஏதோ ஒரு மன அவசத்தில் எரிக்கவும் செய்திருக்கிறார். படைப்பாளியின் அருமையோ, முக்கியத்துவமோ உணரப்படாத துர்பாக்கியச் சூழலில் நாம் நிறையவே இழந்து விட்டிருக்கிறோம்.

நவீனத் தமிழ் இலக்கிய மேதையான புதுமைப்பித்தனின் மறைவுக்குப் பின் சுழன்றுவிட்ட 70 ஆண்டுகளில் புனைவும் மேதமையும் முயங்கிய படைப்பாளிகளில் எஸ். சம்பத் மிக முக்கியமானவர். அதிர்வலைகள் எழுப்பும் ஆழமான குரலும் உள்ளார்ந்த மௌனமும் உறைந்திருக்கும் படைப்புலகம் இவர்களுடையது. இருவரையுமே மரணம் நடுத்தர வயதில் சுருட்டிக்கொண்டுவிட்டது. புதுமைப்பித்தன் இன்று ஒரு பெயராக நிலைத்துவிட்டிருக்கிறார். இதில் நாம் ஆறுதல் கொள்வதற்கான எவ்வித முகாந்திரங்களும் சூழலில் இல்லை. ஏனெனில், புதுமைப்பித்தன் என்ற பெயரில் பொதிந்திருக்கும் இலக்கிய தார்மீகங்கள் இன்னும் அங்கீகாரம் பெறவில்லை என்றே

தோன்றுகிறது. சம்பத் எதிர்கொண்ட நெருக்கடிகளையும், அவருடைய மரணச்செய்தி வெளிப்படவே பல நாட்கள் ஆனதையும், தன் வாழ்நாளில் அவருடைய ஒரு புத்தகம்கூட வெளிவராமல் போனதையும் நாம் எப்படிப் புரிந்துகொள்வது என்று தெரியவில்லை. பண்பட்ட எந்தவொரு மொழிச் சூழலிலும் இத்தகைய அவல அனுபவங்கள் ஒரு படைப்பு மேதைக்கு நிகழ்ந்திருக்குமா என்பது சந்தேகமே.

3. பாதியில் முறிந்த பயணம்

தமிழில் புதிய தடம் பதித்தவை சம்பத்தின் எழுத்துகள். சிந்தனை உலகிற்கும் இலக்கியத்துக்குமிடையே இருக்க வேண்டிய அவசியமான உறவின் இசைமையைப் புனைவின்வழி அற்புத மாகப் பிணைத்தவர். அடிப்படை விசயங்களில் உழலும் புனைவு மனம் இவருடையது. ஆண்-பெண் உறவும் சாவும் இவரைப் பெரிதும் வாட்டிய விசயங்கள். அவருடைய சிறுகதைகளும் குறுநாவல்களும் ஒரே நாவலான இடைவெளியும் இந்தத் தன்மைகளில் உருவாகியிருக்கும் படைப்புகளே. தன் காலத்திய வாழ்வனுபவங்களின் ஊடான பயணங்களில் அறியவரும் வாழ்வின் விசித்திர குணங்களும், அனுபவங்களின் சாரத்தில் உருக்கொள்ளும் கருத்துகளும் கேள்விகளும் அலைக்கழிப்புகளும் இவருடைய புனைவுப் பாதையை வடிவமைக்கின்றன. அந்தப் பாதையில் உள்ளுணர்வின் ஒளியோடு, பிரச்சினைகளுக்கான விடைகளைத் தர்க்கரீதியாகக் கண்டடையும் முனைப்பில் இழை இழையாய் இழைந்து இவருடைய படைப்புலகம் உருக் கொள்கிறது. மிகக் குறைவாக எழுதியிருக்கும் இவர், மிக அதிகமாக எழுதும் ஆசையும் கனவுகளும் கொண்டிருந்தவர். தன் திறமைகளில் மிகுந்த நம்பிக்கை கொண்டிருந்த இவர், இலக்கிய உலகில் தாஸ்தாயெவ்ஸ்கியின் இடத்தை அடைந்துவிட வேண்டுமென்ற பேராசை கொண்டிருந்தார். அதற்கான தகிக்கும் படைப்பு மன உளைச்சல்கள் அவரை உலுக்கியபடியே இருந்தன. மரணம் அவருடைய கனவைப் பறித்தது; பயணத்தைப் பாதியில் முறித்தது.

தமிழின் முதல் முழு முற்றான கருத்துலக நாவல் இடைவெளி. சிந்தனை உலகில் சுயமான, அசலான, தீவிரமான புனைவுப்

பயணம் இப்படைப்பில் நிகழ்ந்திருக்கிறது. ஒரு அசலான கண்டுபிடிப்பின் வீர்யத்தையும் புது மலர்ச்சியையும் இப்படைப்பு கொண்டிருக்கிறது. தமிழ் நாவல் பரப்பில் கருத்துலகச் சாயல் கொண்ட நவீனப் படைப்பாளியாக அறியப்பட்டு அதனாலேயே பிரபல்யமும் அடைந்தவர் ஜெயகாந்தன். ஆனால் அவருடைய படைப்புகளில் புனைவுப் பயணத்திலிருந்து, அது வசப்படுத்தும் மெய்யறிவிலிருந்து, சிந்தனைகள் உருக்கொள்வதில்லை. மாறாக, சமகாலக் கருத்துலகம் சமூகத்துக்கு அளித்த சாரங்களின் சில அம்சங்களை ஸ்வீகரித்துக்கொண்டு அதற்குப் புனைவடிவம் தந்தவர் ஜெயகாந்தன். மாறாக, படைப்பின் புனைவு வழியான மெய்யறிவுப் பயணத்திலிருந்து அறியக் கிடைக்கும் மனிதனைப் பற்றியும் வாழ்க்கை பற்றியுமான அவதானிப்புகளிலிருந்தும், அவை மொழியும் புதிய சாத்தியங்களிலிருந்தும் பிற அமைப்பு களும், கொள்கைகளும், துறைசார் அறிவுகளும் தம்மைச் செழுமைப்படுத்திக்கொள்ள முடியும்; முடிந்திருக்கிறது. உதாரணம், ஃப்ராய்டு, தாஸ்தாயெவ்ஸ்கியிடமிருந்து பெற்ற பெறுமதிகள். கலை, இலக்கியங்களிடம் காலம் எதிர்பார்ப்பது இதுதான். அப்படியான ஒரு தனித்துவத் தன்மையை இடைவெளி நாவல் கொண்டிருக்கிறது. அடிப்படைகளில் உழன்று தகிக்கும் தினகரனை சாவு பிரச்சினை ஆட்கொள்ளும்போது அவர் மேற்கொண்ட பயணத்தினூடாக படைப்பு ஒரு மகத்தான கண்டுபிடிப்பை வசப்படுத்துகிறது. உள்ளுணர்வு வழிநடத்தும் பாதையில் தர்க்கத்தின் ஒளித் துணையோடு கொண்ட பயணத்தில் நிகழ்ந்திருக்கும் புனைவுக் கண்டுபிடிப்பாக அது அமைந் திருக்கிறது. அதுவே இப்படைப்பை அரியதும் முக்கியமானது மான படைப்பாக ஆக்கி இருக்கிறது.

சாவு என்ற பிரச்சினையை சாவு பற்றிய சித்தாந்த உலகத் திலிருந்தோ, மருத்துவத்துறை சார்ந்த உடற்கூறு உலகத்திலிருந்தோ அணுகாமல், முற்றிலும் வேறான, கலை மனம் சார்ந்த அனுமான, யூக உலகிலிருந்து அணுகியிருக்கும் படைப்பு இது. சாவை ஒரு ஆன்மிக சித்தாந்தப் பிரச்சினையாகவோ, சட்ட ரீதியான சமூகப் பிரச்சினையாகவோ, உடற்கூறு சார்ந்த மருத்துவப் பிரச்சினை யாகவோ, இருத்தலியல் சார்ந்த கோட்பாட்டுப் பிரச்சினை யாகவோ அல்லாமல் அதன் அடிப்படைத் தன்மையை யூகங்களின்

வழியாகக் கண்டடையும் ஓர் அறிவியல் தன்மையுடனான கலைப் பயணமாக இந்நாவல் உருவாகியிருக்கிறது. இந்தப் பயணத்தில் படைப்பின் மந்திர சக்தியென ஒரு கண்டுபிடிப்பை நிகழ்த்தவும் செய்கிறது. அதனாலேயே புத்தம் புதிதான, வெகு அபூர்வமான கலைப் படைப்பாக இடைவெளி சுடர்கிறது. தமிழில் இதுவரை இப்படியான ஒரு அசாத்தியக் கலை முயற்சி நிகழ்ந்திருக்க வில்லை. இந்தக் கண்டுபிடிப்பு ஒரு கருத்தாக இல்லாமல் ஒரு மந்திர சக்தியாகப் படைப்பில் உறைந்திருக்கிறது. ஒரு படைப்பு, காலத்தில் நகர்வதும் அதன் இருப்பை அவசியமாகக் கொண்டு இருப்பதும் அதன் கருத்துகளால் அல்ல. மாறாக, அதன் புனைவுப் பயணத்தில் உயிர்கொண்டிருக்கும் மந்திர சக்தியினால் தான். இது இடைவெளியில் கூடிவந்திருக்கிறது. சாவு விசயத்தில் அவர் உழன்று உழன்று கண்டடைந்தது, அவரே விரும்பியது போல், கடைசிபட்சமாக ஒரு குழந்தைக்கும் புரியும்படியானதாக அமைந்துவிடும் அபூர்வம் வியப்பும் திகைப்பும் அளிக்கிறது.

தமிழில் நவீன செவ்வியல் குறும்படைப்பு என்பதற்கான சிறந்த படைப்பாக நாம் கொண்டிருப்பது இடைவெளி. பரந்து விரிந்த பிரமாண்டமான தளம் இல்லையென்றாலும் சிறிய, ஆழமான, நுட்பமான நவீனப் படைப்பு. படைப்புலகம் இட்டுச் செல்லும் அறியப்படாத பிராந்தியங்களுக்கு முற்றாகத் தன்னை ஒப்புக் கொடுத்து, அச்சமற்ற, சமாளிப்புகளற்ற பயணத்தை மேற்கொண்ட நவீனப் படைப்பாளி சம்பத். தமிழில் நான் அதிக முறை படித்த நாவல் இதுதான். பாரீஸ் ரிவ்யூ நேர்காணலில் ஐரோப்பிய எழுத்தாளர்கள் பற்றிய ஒரு கேள்விக்குப் பதிலாக வில்லியம் ஃபாக்னர், ஜேம்ஸ் ஜாய்ஸை ஒரு மகத்தான படைப்பாளி என்று குறிப்பிட்டுவிட்டு, 'ஞானஸ்நானம் செய்விக்கும் கல்வியறிவற்ற ஒரு உபதேசி பழைய ஆகமத்தை அணுகுவது போன்ற நம்பிக்கையோடு ஜாய்ஸின் யூலிஸஸை நீங்கள் அணுக வேண்டும்' என்று கூறியிருப்பார். என்னைப் பொறுத்தவரை, இடைவெளியுடனான என் உறவு அநேகமாக இப்படித்தான் எப்போதும் இருந்துவருகிறது.

ஒரு நாவலாசிரியன் மகத்தான புனைவுவாதி மட்டுமல்ல; அவன் தன்னளவில் ஒரு தத்துவவாதி, சிந்தனையாளன்,

கண்டுபிடிப்பாளன். இவ்வகையில்தான் சிந்தனையும் புனைவும் கூடி முயங்கி உருக்கொண்ட இடைவெளி தமிழின் பெறுமதியான நாவலாகி இருக்கிறது. இந்த இடத்தில் மிகச் சிறந்த ஆங்கில நாவலாசிரியரான டி.எச். லாரன்ஸ், 'ஒய் நாவல் மேட்டர்ஸ்' என்ற கட்டுரையில் முன்வைத்திருக்கும் ஓர் ஆதங்கத்தைக் குறிப்பிட விரும்புகிறேன்: 'பிளாட்டோவின் உரையாடல்கள் விநோதமான சிறிய நாவல்கள். தத்துவமும் புனைகதையும் பிரிந்தது, இவ்வுலகின் மிகப் பெரிய சோகமாக எனக்குப் படுகிறது. இரண்டும் ஒன்றாகத் தான் புராணக் கதைக் காலங்களிலிருந்து உருவாகி வந்திருக்கின்றன. அரிஸ்டாடில், தாமஸ் அகின்னஸ் போன்றவர்களால் இவை, ஒருவர் மீது ஒருவர் குற்றம் கண்டுபிடித்துத் தொல்லைப்படுத்திக் கொண்டே இருக்கிற தம்பதிகளைப் போல, தனித் தனியே பிரிந்து போயின. இதன் காரணமாக, நாவல் மேலோட்டமானதாகவும் தத்துவம் அருவமானதாகவும் வறண்டுபோயின. நாவலில் இவ்விரண்டும் மீண்டும் இணைந்து வரவேண்டும்.'

இத்தகையதோர் இணைவில் புனைவாகியிருக்கும் நாவல்தான் இடைவெளி. இதனாலேயே தமிழின் முதல் முழு முற்றான கருத்துலக நாவலாக இடைவெளி தனித்துவம் பெற்றிருக்கிறது. உலக இலக்கிய வளத்துக்கு நம் கொடையாக அமையும் தனித்துவமும் ஆற்றலும் கொண்டது. இந்த நாவல் இன்னும் ஆங்கிலத்தில்கூட மொழிபெயர்க்கப்படவில்லை என்பது உலக இலக்கியப் பரப்புக்கான பேரிழப்பு.

4. வெல்ல முடியா சாவு

உலக நாவல் பரப்பிற்கு நம் பங்களிப்பாக ஒரு நாவல் முன் வைக்கப்பட்டு அது பெருமிதத்தோடு உலக அளவில் ஏற்கப் படுமெனில் நிச்சயமாக அது இடைவெளியாகவே இருக்க முடியும் என்பது என் நம்பிக்கை. இது, சாவு என்பது என்ன? அது ஏன் ஒருபோதும் வெல்ல முடியாததாக இருக்கிறது, அதன் எந்த அடிபடை அம்சம் இப்படியான ஒரு தன்மையை அதற்கு உரியதாக்குகிறது என்ற கேள்விகளால் அலைக்கழிக்கப்படும் தினகரன் என்ற பாத்திரம் அவற்றுக்கான விடை தேடிச் செல்லும் நாவல். சம்பத்தின் சுயசரிதை அம்சங்கள் இப்படைப்பில் விரவிக்கிடக்கின்றன.

இடைவெளி 7 அத்தியாயங்கள் கொண்ட சிறிய நாவல். இந்நாவலின் மையப் பாத்திரமான தினகரன் பற்றி நாவலிலிருந்து நாம் அறிவது: பத்தாண்டுகள் முன்னோக்கிப் பார்க்க விரும்பாத இச்சமூக ஓட்டத்திற்கிடையே அடிப்படைப் பிரச்சினைகளில் உழன்று தகிக்கும் ஒருவர் தினகரன். இப்போது அவரை ஆட்கொண்டிருப்பது சாவு பற்றிய ஒரு கேள்வி. பிறப்பால் பிராமணன். அவருக்கு தாஸ்தாயெவ்ஸ்கியை ரொம்பப் பிடிக்கும். காரணம், அவர் யேசு கிறிஸ்துவை, ஒரு கோணத்திலிருந்து பார்க்கும்போது, கடைசிபட்சமாக, அசைக்க முடியாத அளவுக்கு ஒரு கண்டன விமர்சனம் பண்ணிப்போயிருக்கிறார். இது தினகரனுக்கு ரொம்ப முக்கியம். யேசுவை தினகரனுக்குப் பிடிக்கும். ஆனாலும் என்ன, எண்ண ரூபமான எதையுமே எதிர்கொள்ளத்தானே வேண்டும் என்பது தினகரனின் நிலைப்பாடு. இப்படிப் பார்க்கும்போது வேதங்களும் உபநிஷத்துகளும் இந்த மாதிரியான பரிசீலனைக்கு இன்னமும் உட்படவில்லை என்பது அவரது ஆதங்கம்.

கிட்டத்தட்ட 35 வயதான தினகரனின் குடும்பம் இது: மனைவி பத்மா; குழந்தைகள் குமார், ஸ்ரீதர், ஜெயஸ்ரீ. கலவியில் அதீத நாட்டமுடையவர். சாவுப் பிரச்சினையில் உழலத் தொடங்கிய பிறகு, மனைவியே கேட்டுக்கொண்டும் மறுக்குமளவு பிரச்சினையில் அமிழ்ந்து போனவர். அதற்கு முன்னர் டில்லியில் பணி புரிந்தபோது, கல்பனா என்ற பெண்ணுடன் உறவு. மனதில், நினைவுகளில் அவளின் தீவிர இருப்பு.

சாவுப் பிரச்சினை தினகரனை ஆட்கொள்ளத் தொடங்கும் ஆரம்பக் கட்டத்தில், தோல் ஏற்றுமதி செய்யும் நிறுவனம் ஒன்றில் தினகரன் முக்கிய பதவியில் இருக்கிறார். பிரச்சினை தீவிர முகம் கொள்ளும்போது, வேலை அதிகமில்லாத, மதிப்பில்லாத பேக்கிங் பிரிவுக்குத் தானே விரும்பிக் கேட்டு மாற்றிக்கொள்கிறார். முன்னர் டில்லியிலும் தற்சமயம் சென்னையிலுமாக ஒருபோதும் ஓர் அலுவலகத்தில் அதிக நாட்கள் அவர் நீடித்திருந்ததில்லை. சாவு பிரச்சினையில் சிக்கிக்கொண்டு உழன்று தவிக்கும்போது, வீட்டிலும் வெளியிலும் அலுவலகத்திலும் அவருடைய நடவடிக்கைகள் பரிகசிக்கப்படுகின்றன. சாவு எனும் அடிப்படைப் பிரச்சினையில் உழன்றபடியே, பெரிய எண்ண ஓட்டங்களில்

திளைக்கும் தினகரன், அன்றாட நடைமுறை வாழ்வில் பரிகசிப்புக்கு ஆளாகிக்கொண்டு இருப்பதற்குக் காரணம், அவருடைய இருப்பில் 'மடத்தனம்' ஒரு முக்கிய பரிமாணமாக இருப்பதுதான். இது ஒரு விசித்திர முரண். சிந்தனை நிலையில் மகத்தான எண்ண ஓட்டங்கள்; அன்றாட வாழ்நிலையில் மடத்தனத்தின் சாயைகள். இம்முரண்நிலை இந்நாவலின் முக்கிய பரிமாணம்.

மடத்தனம் (stupidity) நம் இருப்பின் முக்கியமான ஒரு பரிமாணம் என்பது குறித்து, இன்றைய சூழலில் நாம் கவனம் கொள்ள வேண்டியது அவசியம். அதனால்தான், 'அறிவியல் சிந்தனைகளுக்காகப் பெருமைப்பட்டுக்கொள்ளும் 19ஆம் நூற்றாண்டின் மிகச் சிறந்த கண்டுபிடிப்பே, மனித இருப்பின் விலக்க முடியாத ஒரு பரிமாணமாக மடத்தனம் இருப்பதை ஃப்ளாபெர்ட் தம் நாவல்கள் மூலம் கண்டடைந்ததுதான்' என்று மிலன் குந்தேரா கருதுகிறார். மேலும், ஃப்ளாபெர்ட்டின் இந்தக் கண்டுபிடிப்பு மார்க்ஸ், ஃப்ராய்டு ஆகியோரின் திடுக்குற வைக்கும் கருத்துகளைவிடவும் எதிர்கால உலகுக்கு முக்கியமானது என்கிறார் அவர். பொதுப் புத்திக்கும், வெற்றியை முன்னிறுத்தும் சமூக மதிப்புகளுக்கும் எதிரான ஒரு தேர்வாக மடத்தனத்தை நாம் கொள்ள முடியும். பைத்திய நிலை பற்றி இன்று அதிகமாகப் பேசப்படுகிறது. சிலாகிக்கப்படுகிறது. அது ஓர் அருமையான ஸ்திதியாக இருக்கலாம். ஆனால், துரதிர்ஷ்டவசமாக, அதை நாமாகத் தேர்வு செய்ய முடியாது. ஆனால் மடத்தனம் என்பதை நாம் ஒரு வாழ்நிலைத் தேர்வாகக் கொள்ளமுடியும். பொது ஓட்டத்திற்கு எதிரான ஒரு மாறுபட்ட சாத்தியமாக அதை நாம் வரித்துக்கொள்ள முடியும். தினகரனிடம் அதுவோர் இயல்பான பரிமாணமாக இருப்பதிலிருந்து இந்நாவல் புது வெளிச்சம் பெறுகிறது.

சாவு பற்றி, அதன் ஒரு அடிப்படைத் தன்மையைச் சொல்லி விடப் போகிறோம் என்ற எண்ணம் தினகரனிடம் உருவாவதி லிருந்து நாவல் ஆரம்பமாகிறது. சாவு பல விதங்களில் சம்பவித் தாலும் அதன் அடிப்படைக் கூறு ஒன்றுதான் என்ற யூகத்துடன் முதல் அத்தியாயம் முடிகிறது. இரண்டாவது அத்தியாயத்தில் தினகரன் தான் காணும் விந்தைக் கனவில் 'இடைவெளி' என்று

தன்னையறியாது சொல்கிறார். எதிரில் அமர்ந்திருக்கும் சாவு உருவம் தலையாட்டுகிறது. சாவுப் பிரச்சினையில் உழன்று தவிக்கும் மனதுக்கு உள்ளுணர்வு தரும் ஒரு வெளிச்சமிது. இந்த அத்தியாயத்தில் தினகரன் காணும் கனவில் சாவு வெளிப்படுவது சர்ரியலிஸத் தன்மையில் திகைப்பூட்டுவது. எனில், அதே அத்தியாயத்தில் மூர் மார்க்கெட் அருகில் 'தாட்' என்னும் மூன்று மயில், மூன்று புலி சூதாட்டத்தைத் தினகரன் ஆடும் பகுதி தாஸ்தாயெவ்ஸ்கி தன்மையில் அதிர்வூட்டுவது. அந்தச் சூதாட்டத்தில் கவர்கள் பிரிக்கும் முறையில் தெரியவரும் ஒரு சித்தாந்தத்தை முழுமையாகக் கண்டடைந்துவிட்டால், சாவு விஷயத்தைப் பற்றி எண்ணுவதில் ஒரு தொடர்ச்சியும், அந்தத் தொடர்பில் உருவாகும் இணைப்பு சக்தியும் மனக் கண்களுக்குப் புலப்படும் என்ற நம்பிக்கையில் அந்தச் சூதாட்டத்தைப் பல நாட்கள் தொடர்ந்து ஆடி அந்த உலகின் சூட்சமத்தை அறிந்து கொள்கிறார். இது அவருக்கு அவ்வப்போது சமிக்ஞைகளாகவும் யூகங்களாகவும் தோன்றும் சாவு பற்றிய முக்கியமான எண்ணங் களைப் பிரித்துக் கையாள உதவுகிறது. மிகவும் அற்புதமாக அமைந்துவிட்டிருக்கும் பகுதி இது.

அடுத்து வரும் அத்தியாயங்களில், சாவு குறித்து சதா உழன்றுகொண்டிருக்கும் தினகரனை அவருடைய யூக அனுமான உலகம் தொடர்ந்து நகர்த்தியபடியும் இயக்கியபடியும் இருக்கிறது. இந்த மன இயக்கத்தின் தொடர்ச்சியாகக் கடைசியில் வாழ்வு என்பது அனுசரணையான இடைவெளி என்றும், சாவு என்பது முரண்பாடுடைய இடைவெளி என்றும் கண்டடைவது, 'பெரிய எண்ண ஓட்டங்களுக்கே உரித்தான வீர்யத்தோடும், பூ மணப்பின் குணத்தோடும்' இந்த நாவலில் மலர்ந்து விரிந்திருக்கிறது. தகிக்கும் மனதின், அதன் எண்ணவோட்டங்களின் வெது வெதுப்பை இந்த நாவலின் பக்கங்களில் நாம் உணர முடியும். கண்டடைவதன் பரவசத்தையும்தான். இந்த வெதுவெதுப்பும் பரவசமும் நம் வாழ்வுக்கு அவசியமானவை. அதனால்தான் நாவலின் கடைசியில் தினகரன் சாவுக்கு முன் மண்டியிடுவதைப் போல, ஒவ்வொரு வாசிப்பின் போதும் நான் இந்நாவலுக்கு முன் மண்டியிடுகிறேன்.

☐

15

பிரபஞ்சன்
(1945-2018)

1. வானம் வசப்பட விழைந்த மனம்

மானுடம் வெல்லும் என்பதைத் தன் படைப்புக் குரலாகவும், வானம் வசப்படும் என்பதைத் தன் கலை நம்பிக்கையாகவும் கொண்டியங்கிய படைப்பு சக்தி. மானுடக் கலை அழகின் பிரபஞ்சக் குரல். வறுமை பிடுங்கித் தின்ற காலங்களிலும் சரி, கொஞ்சம் சௌகரியத்தை அனுபவிக்க வாய்த்த காலங்களிலும் சரி, தன் தோற்றத்திலும் எழுத்திலும் ஓர் அலாதியான மிடுக்கைப் பேணியவர். இவ்விரு விசயங்களிலும் ஏனோதானோவென்று அவர் ஒருபோதும் ஒப்பேற்றியதில்லை. காலத்தில் கனிந்து மெருகேறியப் படைப்பாளுமை பிரபஞ்சன். மனித மனச் சுழிப்புகளின் மாய வசீகரங்களை வசப்படுத்தியவர்.

நான் க்ரியா பதிப்பகத்தில் பணி புரிந்த காலகட்டத்தில், 1984இல் பிரபஞ்சனை முதன் முதலில் சந்தித்தேன். திருவல்லிக்கேணி மேன்ஷன்களில் உழன்றபடி, வருமானத்துக்கு வகை செய்யாத எழுத்துப் பணிகளில் வாழ்க்கையை நகர்த்திக் கொண்டிருந்தார். பசி அவரை வேலைக்குச் செல்ல உந்தும்போது, உடனடியாக வேலையில் சேர முனைவார். அப்படியான ஒரு நெருக்கடி நிலையில் அவர் வந்தடைந்த ஓர் இடம்தான் க்ரியா. என் மனதில் தங்கிவிட்டிருக்கும் அவருடைய முதல் பேச்சு இது: 'சாப்பாடு சாப்பிட்டு ஒரு வாரத்துக்கும் மேலாச்சு மோகன். பன்னும் டீயுமாத்தான் சில நாளா ஓடிட்டிருக்கு. சாப்பாடு சாப்பிடணும்னு ஆசையா இருக்கு...'

க்ரியாவில் நான் பணிபுரிய சென்னை வந்ததையடுத்து, நான் குடியிருக்க ஏற்பாடு செய்யப்பட்ட எழுத்தாளர் கி. அ. சச்சிதானந்தம்

வீட்டு மாடியின் மற்றொரு பகுதியில் அமைக்கப்பட்ட க்ரியாவின் அச்சுக் கோப்பகத்தில் பிழை திருத்துபவராக, என்னுடைய வேலைப் பளுவைக் குறைக்கும் முகாந்திரத்துடன், க்ரியா ராமகிருஷ்ணன், பிரபஞ்சனை நியமித்தார். அச்சுக் கோக்கப்பட்டதன் மெய்ப்பைத் திருத்தும் பணிக்காக அவர் ஒரு பென்சில் பாக்ஸ் எடுத்து வருவார். அதில் ஐந்தாறு பேனாக்கள் விதம் விதமாக இருக்கும். அது பற்றி ஒருநாள் சிரித்தபடி அவரிடம் கேட்டபோது, 'ப்ரூப் பாக்கும்போது போரடிச்சுதுனா வேறொரு பேனால திருத்த ஆரம்பிப்பேன். அப்ப கொஞ்சம் உற்சாகமா இருக்கும்' என்றார்.

ஆனால், அத்தனை பேனாக்களும் அந்தப் பணியில் அவர் மனம் ஒன்றி ஈடுபட உதவவில்லை. அதனால், அவர் திருத்திய மெய்ப்பை இரவில் நான் ஒருமுறை பார்த்துவிடுவேன். இருந்தாலும் அந்தப் பணியில் அவருக்கு சுத்தமாக நாட்டமில்லை என்பதை உணர முடிந்தது. அதுபற்றி அவரிடம் கேட்டபோது, 'ஆமாம் மோகன், வேறு வழியில்லாமத்தான் இருக்கேன், கொடுத்த வேலையை விட்டுட்டுப் போனா நல்லா இருக்காதேனு தான்...' என்றார். நான் இதுபற்றி ராமிடம் பேசினேன். அப்போது சார்வாகன் கதைகளைச் சேகரிக்கும் பணி இருந்ததால், அவரின் பல கதைகள் தீபம் இதழில் பிரசுரமாகியிருந்ததால் தீபம் அலுவலகம் சென்று அதைப் பிரதி எடுக்கும் பணி அவருக்குத் தரப்பட்டது. அதை உற்சாகமுடன் செய்து வந்ததாகத்தான் ஞாபகம். அந்தப் பணி முடிந்ததும் விலகிக்கொண்டார்.

இந்தப் பாடு பலப் பல ஆண்டுகளாக அவர் வாழ்வில் நீடித்துக் கொண்டிருந்தது. ஒரு பணியில் சேர்வதும் அது ஸ்திரப்படத் தொடங்கும்போது, 'என்ன செய்துகொண்டிருக்கிறோம்' என்ற எண்ணத்தின் பீடிப்பில் அதிலிருந்து வெளியேறி மீண்டும் தன் மனம் விரும்பும் எழுத்துப் பணிகளில் தன்னை முழுமையாக ஈடுபடுத்திக்கொள்வதுமாக வாழ்நாளெல்லாம் வாழ்ந்தவர். பெரும் வணிக இதழ்களிலும் அவ்வப்போது பணியாற்றி யிருக்கிறார். வாழ்வின் குரூரக் கைகள் அவற்றின் நுழைவாயிலுக்குள் அவரைத் தள்ளிவிடுவதும், அவருடைய லட்சியக் கனவுகளின் கைகள் அவரை வெளியே இழுத்து வந்துவிடுவதுமான வாழ்க்கை யோடு பல காலம் போராடியவர்.

80களில் சென்னையிலிருந்து அசைடு என்ற ஆங்கில இதழ் வெளிவந்தது. இது, இந்தியாவின் முதல் நகர இதழ் என்று கருதப் பட்டது. த நியூயார்க்கர் இதழின் பாதிப்பில் உருவானது. இந்த இதழ் நிறுவனம் 80களின் இறுதியில் அல்லது 90களின் தொடக்கத்தில் தமிழில் ஓர் இதழ் கொண்டுவரும் முடிவில் பிரபஞ்சனை ஆசிரியராக நியமித்து, தொடக்கப் பணிகளை மேற்கொண்டது. அக்காலகட்டத்தில் பிரபஞ்சனுக்கு அது வாழ்க்கை காட்டிய புன்னகை என்றுதான் கொள்ள வேண்டும். அச்சமயத்தில் ஒருநாள் அவரைச் சந்திக்க நேர்ந்தபோது, அவர் மகிழ்ச்சியோடும் தன்னம்பிக்கை யோடும் மிளிர்ந்தார். புது பேண்ட், புதுச் சட்டையோடு அழகிய ஷூவும் சேர்ந்துகொண்டிருந்தது. ஆனால் அந்த இதழ் ஆயத்தப் பணிகளோடு தொடங்கப்படாமலே முடிந்துவிட்டது.

அவரோடு முதல் முறையாக வெளியூரில் இரண்டு நாட்கள் சேர்ந்திருக்கும் வாய்ப்பு 2005ஆம் ஆண்டின் தொடக்கத்தில் அமைந்தது. இந்த நிகழ்வுதான் பரஸ்பர மதிப்பளவில் இருந்த எங்கள் உறவை, நெருக்கமானதாகவும் அந்நியோன்னியம் மிக்கதாகவும் ஆக்கியது. 2005ஆம் ஆண்டு, பிப்ரவரி 6ஆம் தேதி ஓசூரில் எழுத்தாளர் எழில்வரதனின் சிறுகதைத் தொகுப்பான ரதிப் பெண்கள் திரியும் அங்காடித் தெரு தொகுப்பின் வெளியீட்டு விழா நடந்தது. சந்தியா பதிப்பகம் வெளியீடு. அவ்விழாவுக்குப் பதிப்பாளராக சந்தியா பதிப்பகம் நடராஜனும், வெளியிட்டு சிறப்புரை ஆற்றுபவராகப் பிரபஞ்சனும், இவ்விருவருடைய விருப்பத்தின் பேரில் நானும் என மூவரும் ஓசூர் சென்று, பயணியர் விடுதியில் இரண்டு நாள் தங்கினோம்.

பிரபஞ்சனுடைய நூல் வெளியீட்டுப் பேச்சு, வழக்கம்போல, நம்பிக்கைக்குரிய இளம் எழுத்தாளருக்கு உற்சாகமும் உத்வேகமும் தருவதாக அமைந்தது. ஆனால், அறையில் அவரோடு இருந்த இரண்டு நாட்களும் மிகவும் குதூகலமானவை. தீர்க்கமான உரையாடல் என்று மட்டுமல்ல. கேலி, கிண்டல், நையாண்டி, எல்லாவற்றுக்கும் மேலாக, சரளமாக வெளிப்பட்ட குசும்பு என சகஜம் பேணிக் கலகலப்பாக இருந்த நாட்கள். இரண்டு வேளை இன்சுலீன் ஊசி போட்டுக்கொண்டபடியும், தொடர்ந்து புகைத்த படியும், மிக லகுவாகத் தன்னை வெளிப்படுத்தியபடியும் பிரபஞ்சன் களித்திருந்தார்.

அவரோடு விசேசமாக அமைந்த தருணங்களிலெல்லாம் சந்தியா நடராஜன் உடனிருந்திருக்கிறார். மகிழ்ச்சியின் மிதவையில் அவருடைய உரையாடலில் வெளிப்படும் மாயங்கள் அலாதியானவை. அப்படியான சில தருணங்களில் சிலர் கூடியிருந்தாலும், அதன் இறுதிக் கட்டத்தில், மற்றவர்களை மறந்து, நானும் அவரும் மட்டுமே உரையாடியபடி இருந்திருக் கிறோம். இப்படியான தருணங்களில் அவர் மனம் நெகிழ்ந்து தன் தனிப்பட்ட சில விஷயங்களைப் பகிர்ந்துகொண்டு கண் கலங்கியதும் உண்டு. தன்னுடைய தவறுகளென்று சில விஷயங் களைச் சொல்லி தன்னைத்தானே நொந்துகொண்டதும் உண்டு.

அவரின் கடைசிப் பேச்சாக என் மனதில் தங்கியிருப்பது, ‘மோகன், உங்களுக்குனு 5000 ரூபாய் ஒதுக்கியிருக்கேன். உங்களுக்கு ஒரு நல்ல சட்டை எடுக்கறோம். ஒரு பார்ட்டி வைக்கிறோம். பார்ட்டியை நடராஜன் ஆர்கனைஸ் செய்யட்டும். செலவு என்னுடையது’ என்றதுதான். என் நினைவிலிருக்கும் என்னுடனான அவருடைய முதல் பேச்சுக்கும் கடைசிப் பேச்சுக்கும் இடையில், வானத்தை வசப்படுத்த விழைந்த அவருடைய கலைமனதின் இயக்கம், தேர்ந்தெடுத்த வாழ்வின் இடர்களோடும், கலை நம்பிக்கையோடும் சலனித்துக்கொண்டிருந்தது.

2. வாழ்தலின் மகத்துவம்

மனிதனாக வாழ்வதன் மகத்துவத்தை மனப்பூர்வமாக உணர்ந்து தன் வாழ்வை வெகு சுபாவமாகப் பேணியவர் பிரபஞ்சன். அல்லல்பட்ட, அலைக்கழிக்கப்பட்ட வாழ்வின் நெருக்கடியிலும் வாழ்வைச் சிடுக்குகளின்றியும் புகார்களின்றியும் சகஜமாக எதிர்கொண்டவர். தான் தேர்ந்த வாழ்க்கையிலிருந்தும், அதன்மீது கொண்ட நம்பிக்கையிலிருந்தும் பிசகாதவர். அவருடைய சிறு பிராய வாழ்க்கை வடிவமைத்த வலுவான அடித்தளத்தோடு கட்டமைந்த வாழ்க்கை. பிரபஞ்சனின் இந்த வாழ்க்கைமுறையின் உயிர்ச் சுடராக அவருடைய அப்பா இருந்திருக்கிறார். அவருடைய அப்பாவைப் பற்றிய பிரபஞ்சனின் சித்திரம் இது:

‘என் அப்பாதான் எனக்கு ஆதர்சம். மிகவும் மேன்மையான மனிதர் அவர்... சைனாப் பட்டுச் சட்டை, சாண் அகலப் பட்டுச் சரிகை வேட்டி, அமெரிக்கன் கிராப்பு, கட் ஷூக்கள், பிரான்ஸ்

பரிமள வாசனைப் பொருள்களோடும் அவர் வாழ்ந்தார். பாகவதரின், சின்னப்பாவின், வசந்த கோகிலத்தின், ராஜகுமாரியின் ரசிகர் அவர். கிட்டப்பா பாடல்களில் கிறங்கிப் போவார். கிராமபோன் என்கிற வஸ்து, எங்கள் வீட்டில் கிட்டப்பா, சுந்தராம்பாளையே பாடிக்கொண்டிருக்கும். அந்த அப்பா, ஒரு நாளில் ஒரு வேளையே சாப்பிட்டு வாழ நேர்ந்த ஒரு பத்தாண்டையும் அவருடன் சேர்ந்து வாழக் கொடுத்துவைத்திருக்கிறேன். உப்பரிகையிலும் பாதாளத்திலும், யாரையும் குற்றம் சொல்லாத, வெறுக்காத, மிகுந்த சாந்த பாவத்தோடு துன்பங்களை எதிர் கொண்ட, அந்த மாமனிதரைப் போல் வாழ்ந்து தீர்ந்தால் நான் மகிழ்ச்சியடைவேன். என் ஒரே பிரார்த்தனை இது மட்டும்தான். மனிதனாக வாழ்தல் மகத்தானது.' பிரபஞ்சனின் பிரார்த்தனை அவரை வழி நடத்தியது. மகத்தான மனிதனாக வாழ்ந்தார். சாந்தம் அவரைத் தழுவியிருந்தது.

1945ஆம் ஆண்டு, ஏப்ரல் 27 அன்று புதுச்சேரியில் பிறந்தவர். இயற்பெயர் வைத்திலிங்கம். பள்ளிப் படிப்பு புதுச்சேரி பெத்தி செமினார் பள்ளியில் அமைந்தது. கோடைக் கால விடுமுறைகளின் போது, விழுப்புரத்தில் வசித்த தாத்தா வீட்டுக்குச் செல்கையில் அங்கிருந்த அலமாரியில் நிறைந்திருந்த தமிழ் இலக்கிய நூல்களை வாசித்துத் தன் ரசனையை ஏதோ ஒரு வகையில் வளர்த்துக் கொண்டிருக்கிறார். அவருடைய பதினான்காம் வயதிலேயே ரோமன் ரோலந்து நூலகத்தில் அவருடைய அப்பா அவரை உறுப்பினராகச் சேர்த்துவிட்டிருக்கிறார். அவருடைய வாழ்வில் அதன் முக்கியத்துவம் பற்றி பிரபஞ்சன் குறிப்பிடுவது: 'பிருமாண்டமான தமிழ், ஆங்கில, பிரெஞ்சு நூலகம் அது. என் வாழ்வில் நான் கடன்பட்ட ஸ்தலம் அது. தமிழ் மொழி பெயர்ப்பில் வந்திருந்த அத்தனை நூல்களும் அங்கிருந்தன. க.நா.சு. மொழிபெயர்த்தவை, அ.கி. ஜயராமன், கோபாலன் நூல்கள், த.நா. சேனாதிபதி, குமாரசாமி நூல்கள், சாமிநாத சர்மா, பழைய ஆயிரத்தோர் இரவுகள், ஆர். சண்முகசுந்தரத்தின் சரத் சந்திரர் நூல்கள், சுத்தானந்த பாரதியின் பிரெஞ்சுத் தமிழ் ஆக்கங்கள், ரஷ்ய மொழிபெயர்ப்புகள், குறிப்பாக சொக்க லிங்கத்தின் போரும் வாழ்வும் முதலான பேரிலக்கியப் பரிச்சயங்கள் என்னைப் பதப்படுத்திக்கொண்டிருந்தன.'

மேலும், இந்த நூலகம்தான் அவருடைய வாழ்வின் திசையை வடிவமைத்திருக்கிறது. இங்குதான், வையாபுரிப் பிள்ளை, ரா.பி. சேதுப்பிள்ளை, தொ.பொ. மீனாட்சிசுந்தரம், மு.வ., ஔவை சு. துரைசாமி ஆகிய தமிழ்ச் சான்றோர்களின் நூல்கள்மூலம் அவருக்குச் சங்க இலக்கியப் பரிச்சயமும் ஈடுபாடும் ஏற்பட்டு இருக்கிறது. இது குறித்து, 'என் வாழ்க்கைப் பயணம் முடிவு செய்யப்பட்ட தருணம் அது. ஒரு முழுதான தமிழ் வாழ்வையே வாழ்வது என்று முடிவெடுக்க எனக்குச் சங்க இலக்கியங்களே காரணமாயின' என்கிறார் பிரபஞ்சன். இந்த முடிவுதான், தஞ்சை கரந்தைப் புலவர் கல்லூரியில் அவரைச் சேரவைத்தது.

தஞ்சையில் படித்தபோது, தஞ்சை பிரகாஷுடன் ஏற்பட்ட நட்பு, நவீனத் தமிழ் இலக்கியத்தின் வாசல்களைத் திறந்து விட்டது. பிரகாஷ் வீட்டு மாடி நூலகத்தின் அற்புத உலகுக்குள் பிரபஞ்சன் பிரவேசித்தபோது, அவருடைய படைப்பு மனம் சுடர் விடத் தொடங்கியது. அதுவரை வெளிவந்த சிற்றிதழ்கள், வெளிவந்துகொண்டிருந்த சிற்றிதழ்கள், நவீனத் தமிழ்ப் புனை கதை நூல்கள் என்றான அந்த உலகில் லயித்துத் திளைத்து இருக்கிறார். மேலும், தஞ்சை வாழ்க்கை, கோயில்களோடும், ஆற்றுவெளியோடும், கர்னாடக சங்கீதத்தோடும், நாட்டியக் கலையோடும் அவருடைய மனவெளியை நிரப்பியிருக்கிறது. பட்டப் படிப்பு முடிந்ததும், வேலையேதும் அமைந்திராத நிலையில், தூரத்துச் சொந்தமான பிரமிளா ராணியுடன் 1970ஆம் ஆண்டு திருமணம் நடந்தது. அதனைத் தொடர்ந்து, புதுவை மாலை முரசுவில் பத்திரிகையாளராகப் பணிபுரிந்தார். எனினும், வாழ்க்கையின் நெருக்கடி அவரைச் சென்னைக்கு நகர்த்தியது.

அவர் சென்னை வந்தபின்பு, 1980-90 ஆகிய பத்தாண்டுகள் குங்குமம், குமுதம், ஆனந்தவிகடன் எனப் பல இதழ்களில் இடையிடையே பணிபுரிந்தார். இக்காலகட்டத்தில் இவருடைய புனைவுகள் புத்தகங்களாக வெளிவந்து குறிப்பிடத்தகுந்த எழுத்தாளராக அறியப்பட்டார். 1990 முதல் அவர் முழுநேர எழுத்தாளனாகத் தன்னை வரித்துக்கொண்டார். இத்தேர்வு தமிழ்ச் சூழலில் நிகழ்த்தும் சாதக பாதகங்கள் அனைத்தோடும் தன் வாழ்வை இயல்பாக எதிர்கொண்டார். நாவல், சிறுகதை, கவிதை, நாடகம், கட்டுரை, உரை, உரையாடல் என நவீனத் தமிழ்

இலக்கிய வாழ்வை மேற்கொண்டார். குடும்பம் புதுவையிலும் அவர் சென்னை மேன்சன்களிலும் என்றான வாழ்க்கையே தொடர்ந்தது. ராயப்பேட்டை அரசு குடியிருப்பில் வீடு அமைந்த பின்னும் தனிமை வாழ்க்கை தொடர்ந்தது. அவருடைய கலை நம்பிக்கை சார்ந்த வாழ்வு, அவருக்கான கொடையை வழங்க வெகுகாலம் பிடித்தது. இதற்கிடையே அவர் தமிழின் சிறந்த படைப்பாளிகளில் ஒருவராக நிலைபெற்றார். காலமும் கனிந்து வந்தது. புதிய தலைமுறை இளம் எழுத்தாளர்களும் ஆர்வலர்களும் அவருடைய எழுத்திலும், சுபாவமாகச் சுடரிட்ட அன்பின் ஆளுமையிலும் வசீகரிக்கப்பட்டு அவரைச் சூழ்ந்துகொண்டாடினர்.

அவருடைய 72ஆவது வயதில், மு. வேடியப்பன், பவா செல்லதுரை, எஸ். ராமகிருஷ்ணன் ஆகியோரின் முன்னெடுப்பில் 'எழுத்துலகில் பிரபஞ்சன் 55' என்ற ஒரு நாள் நிகழ்வு 2017ஆம் ஆண்டு ஏப்ரல் 29ஆம் தேதி நடத்தப்பட்டது. அந்த நிகழ்வில் இலக்கிய ஆர்வலர்கள் உவந்தளித்த ரூபாய் 12 லட்சத்து ஐம்பதாயிரம் பணமும் அவருக்கு வழங்கப்பட்டது. இந்த விழாவில் பங்கேற்ற புதுவை முதலமைச்சர், அந்த நிகழ்வு அளித்த உத்வேகத்தில், தங்கள் மண்ணின் மைந்தனுக்கு புதுவை அரசு விழா எடுக்கும் என்று அறிவித்ததோடு அதை நிறைவேற்றவும் செய்தார். 2018 மே முதல் வாரத்தில் அரசு சார்பில் விழா எடுத்ததோடு, ரூபாய் 10 லட்சம் பணமும் வழங்கினார். ஆனால் இதனை அடுத்த சில மாதங்களில், புற்றுநோய் முற்றிய நிலையில் அவரை ஆட்கொண்டிருப்பது தெரியவந்தது. சில மாத சிகிச்சைக்குப் பின்னர், 2018 டிசம்பர் 21இல் மரணமடைந்தார்.

புதுவை அரசு, அவருடைய உடலுக்கு அரசு மரியாதையுடன் அஞ்சலி செய்தது. ஒரு தமிழ்ப் படைப்பாளியின் உடல், தேசியக்கொடி போர்த்தப்பட்டு, 21 குண்டுகள் முழங்க ராணுவ மரியாதையுடன் தகனம் செய்யப்பட்ட அபூர்வ நிகழ்வு, வரலாற்றில் முதல் முறையாக அரங்கேறியது. நட்சத்திரமானார் பிரபஞ்சன்.

3. மானுடம் பாடிய எழுத்து

பிரபஞ்சனின் எழுத்துலகப் பயணம் மிக நெடியது. 55 ஆண்டுகளுக்கும் மேலானது. இந்தப் பயணத்தில் வெளியான புத்தகங்களின் எண்ணிக்கை கணிசமானவை மட்டுமல்ல;

காத்திரமானவையும்கூட. மானுட வாழ்வின் மகோன்னதத்தையும் மேன்மையையும் போற்றிய எழுத்துகள் அவருடையவை. சகமனிதர்களிடம் நேசத்தையும் பரிவையும் பகிர்ந்துகொள்வதன் மூலமே வாழ்வு பரிபூரணம் எய்தும் என்று நம்பிக்கை கொண்டவை. உலகம் அன்பால் தழைக்க வேண்டும் எனக் கனவு காண்பவை. மனித இருப்பு பற்றிய விசாரணையினூடாக அன்பின் விதை களைத் தூவிச் செல்பவை. தன்னுடைய வாழ்வியக்கத்தையும் அப்படியாக அமைத்துக்கொண்டு பிரகாசித்தவர் பிரபஞ்சன்.

தன்னுடைய 16ஆவது வயதில், பள்ளிப் படிப்பின் இறுதியில், எழுதத் தொடங்கியவர். 1961ஆம் ஆண்டு பரணி என்ற இதழில் ஒரு கதையும் கவிதையும், அதே ஆண்டில் கலைச்செல்வி என்ற இதழில் ஒரு கட்டுரையும் பிரசுரமாகியிருக்கின்றன. 1971ஆம் ஆண்டு கோவையிலிருந்து சில படைப்பாளிகள் இணைந்து நடத்திய வானம்பாடிகள் கவிதை இயக்கத்தோடு தன்னைப் பிணைத்துக்கொண்டார்.

ஜாதி, மத அடையாளங்களற்ற பெயர்களை அவர்கள், சொந்தப் பெயர் துறந்து புனைபெயர்களாகக் கொண்டனர். அதன் நிமித்தம் வைத்திலிங்கம், பிரபஞ்சன் ஆனார். பிரபஞ்சக் கவி என்ற பெயரில் வானம்பாடி இதழில் கவிதைகள் எழுதினார். திராவிட இயக்கப் பற்று, மார்க்ஸியப் பிடிமானம், தமிழர் வாழ்வு, அரசியல், பண்பாட்டுச் சலனங்கள் குறித்த அவதானிப்பு எனத் தன் வாழ்வின் கதியில், பல்வேறு பாதைகளினூடாகப் பயணப்பட்ட பிரபஞ்சன், அதன்வழி, தனதான இலக்கியத்துவப் பாதையைக் கண்டடைந்தார். ஆனால் எப்போதும் அவருடைய இலக்கிய நம்பிக்கை என்பது, மானுடம் போற்றுவதையும், அன்பையும் பரிவையும் முன்னிறுத்துவதையுமே இலக்காகக் கொண்டிருக் கின்றன. நேற்று மனிதர்கள் சிறுகதைத் தொகுப்பு முன்னுரையில் அவர் இவ்வாறு குறிப்பிடுகிறார்: 'மனிதன் சகமனிதன்பால் அன்பு செலுத்தவேண்டும். எனில், மனிதனைப் புரிந்துகொள்ள வேண்டும். அப்படி எனில், அவன் தன்னைத்தானே புரிந்து கொள்ள வேண்டியது அவசியம். இங்ஙனம் மனிதன் தன்னை அறிவதற்குக் கலையும் இலக்கியமும் மிகப் பெரும் துணையாய், ஒரு நல்ல சிநேகிதனாய் நிற்கும் என்று நான் உளப்பூர்வமாக நம்புகிறேன்.'

1982இல் அவருடைய முதல் புத்தகமாக வெளிவந்த, ஒரு ஊரில் ரெண்டு மனிதர்கள் சிறுகதைத் தொகுப்பு, அவரைத் தமிழின் குறிப்பிடத்தகுந்த புனைகதையாளராக அடையாளம் காட்டியது. அடுத்த முப்பத்தைந்து ஆண்டுகளுக்குள் இருபதுக்கும் மேற்பட்ட சிறுகதைத் தொகுப்புகள் (300 சிறுகதைகளுக்கும் மேலானவை), 21 நாவல்கள், ஒரு கவிதைத் தொகுப்பு, மூன்று நாடகங்கள், ஐந்து குறுநாவல் தொகுப்புகள், எட்டு கட்டுரை நூல்கள் என அவருடைய எழுத்துலகம் விரிந்து பரந்தது. பிரபஞ்சனுடைய இறுதிக் காலத்தில் அவருக்கு உற்ற துணையாக இருந்த பி.என்.எஸ். பாண்டியன் வெளியிட்டிருக்கும், பிரபஞ்சன்: ஓர் எழுத்தின் பயணம் என்ற சிறு கையேடு தரும் தகவலிது. அவருடைய பல நெடுங்கதைகளை நாவல் பட்டியலில் சேர்த்து விட்டிருப்பது இதன் குறை.

சமகால வாழ்வில், கருத்துலகம் சமூகத்துக்கு அளித்த சாரங்களின் சில அம்சங்களைத் தன் வாழ்வினூடாகக் கிரஹித்துக் கொண்டு அவற்றைப் புனைவுகளாக்கும் அம்சத்தில் ஜெய காந்தனையும், மனித மன உணர்வுகளின், குறிப்பாகப் பெண்களின், நுண்மைகளினூடாகப் பயணம் செய்வதில் ஜானகிராமனையும் பிணைத்துக்கொண்டிருக்கும் தனித்துவப் படைப்புலகம் பிரபஞ்சனுடையது.

பிரபஞ்சனின் புனைவாக்கங்களில் மிகச் சிறந்தவை மானுடம் வெல்லும், வானம் வசப்படும் ஆகிய இரண்டு வரலாற்று நாவல்கள். இந்த இரு நாவல்களையும் எழுதுவதற்கு அவருக்கு ஆதாரமாக அமைந்த அரிய பொக்கிஷம், ஆனந்தரங்கம் பிள்ளை டயரி. இதன் வெளிச்சத்திலிருந்துதான் அவருடைய இந்த இரண்டு நாவல்களும் புனைவு பெற்றிருக்கின்றன. பிரெஞ்சு ஆளுநர் துய்ப்பிளேவிடம் துவிபாஷியாகப் பணியாற்றியவர் ஆனந்தரங்கர். இப்பணிக் காலத்தில் அவர் பார்த்த, அறிந்த அரசியல் நிகழ்வுகளை ஆனந்தரங்கர், 1736, செப்டம்பர் 16 முதல் 1761 வரை தொடர்ந்து நாட்குறிப்புகளாக எழுதி வந்திருக்கிறார். இந்த டயரிக் குறிப்புகளின் பின்புலமும் பிரபஞ்சனின் படைப்பு மேதமையும் இணைந்து உறவாடி, இவ்விரு நாவல்களையும் வளப்பமானதாக ஆக்கியிருக்கின்றன.

மானுடம் வெல்லும் நாவல், 1735 முதல் 1742 வரையான ஏழாண்டுகளின் போதான புதுச்சேரியின் வரலாற்றைப் பின்புலமாகக் கொண்டது. 1735இல் புதுச்சேரியை ஆள்வதற்கென பிரான்ஸிலிருந்து தூய்மா என்பவர் வருவதிலிருந்து இந்நாவல் ஆரம்பமாகிறது. இக்காலகட்டத்தில்தான் ஆனந்தரங்கம் பிள்ளை, அரசியலில், அதிகார வட்டத்தில் முக்கியத்துவம் பெறத் தொடங்குகிறார். 'இக்காலகட்டத்து உழைக்கும் மக்களது, நிலச்சுவான்தார்களது, அதிகாரிகளினது, தாசிகளினது வாழ்வு எங்கனம் இருந்தது என்கிற கலாபூர்வமான, இலக்கிய ரீதியான விமர்சனமே இப்புதினம்' என்று பிரபஞ்சன் கூறுவது இந்த நாவலில் மெய்ப்பிக்கப்பட்டிருக்கிறது.

இந்நாவலின் தொடர்ச்சியாக, அடுத்த பத்தாண்டுகால புதுவை அரசியல் வரலாற்றுப் புனைவாக அமைந்தது, வானம் வசப்படும். 1740-50 வரையான பத்தாண்டுகால நிகழ்வுகளின் தளத்தில் விரியும் நாவல். இந்த நாவல்தான், 1995இல் பிரபஞ்சனுக்கு சாகித்திய அக்காதெமி விருது பெற்றுத்தந்தது. எனினும், வானம் வசப்படும் நாவலை விடவும் அடர்த்தியும் செறிவும் புனைவுச் சுழிப்புகளும் கொண்டது, மானுடம் வெல்லும். இந்த நாவல்கள் பற்றிப் பிரபஞ்சன்: 'ஆறாயிரம் மைல்களைக் கடந்து இங்கு வந்து சேர்ந்த ஐரோப்பியனுக்கும், இந்த மண்ணில் பிறந்த தமிழனுக்கும் அல்லது இன்னொரு இனத்தானுக்கும் மனித சுபாவம் எப்படியெல்லாம் செயல்பட்டிருக்கிறது என்று உடைத்துப் பார்ப்பது எனக்கு சுவாரஸ்யம் தருகிறது. அதிலும், இரண்டு நூற்றாண்டுக்கு முந்தைய மனிதர்கள் எப்படிச் சிந்தித்தார்கள், செயல்பட்டார்கள், அவர்களின் மனித சுபாவம் எப்படிச் சுழித்துக்கொண்டது என்று பார்ப்பது கூடுதல் சுவாரஸ்யமாக இருக்கும். எனக்கு இருந்தது' என்கிறார். நிச்சயம் வாசகனுக்கும் இருக்கும் என்பதில் சந்தேகமில்லை.

'தமிழில் தக்க வரலாற்று நாவல்கள் இல்லை என்கிற வசைச் சொல் என்னால் ஒழிந்தது!' என பிரபஞ்சன் பெருமிதத்தோடு கூறுவதில் சிறு மிகையுமில்லை. பிரபஞ்சனின் வருகைக்குப் பின்னர்தான், அவருடைய இந்த வரலாற்று நாவல்களில்தான், நம்முடைய தமிழ் மக்கள், உழைக்கும் சாமானியர்கள், நிலச்சுவான்தார்கள், அதிகார வட்டத்திலிருப்பவர்கள், மன்னர்கள்

மது அருந்தவும் மீன் சாப்பிடவும், கள் குடிக்கவும் கருவாடு சாப்பிடவும் முடிந்திருக்கிறது. இது ஓர் எளிய உதாரணம்தான்.

இவ்விரு நாவல்களையும் நற்றிணை பதிப்பகம் அழகிய மறுபதிப்பாக வெளியிட்டபோது, நான் அப்பதிப்பகத்தில் பணியாற்றியதால் அவற்றின் மெய்ப்பை சரிபார்க்கும் பொறுப்பு அமைந்தது. அப்போது, பனுவலில் ஏற்பட்ட சில சந்தேகங்கள் குறித்து அவரிடம் அவ்வப்போது பேசவேண்டி வந்தது. அவர் மிகக் கவனமாக எழுதியிருக்கிறார் என்பதை அப்போது அறிந்துகொள்ள முடிந்தது. குறிப்பாக, ஒரு பெயரை சாமானிய மக்கள் உச்சரிப்பதற்கும், படித்த, பிரெஞ்சு அறிந்த, அதிகார அமைப்பில் உள்ளவர்கள் உச்சரிப்பதற்குமான வேறுபாட்டை யெல்லாம் அவர் மிகத் துல்லியமாகப் பயன்படுத்தியிருப்பது தெரிந்தது. பல்வேறு தளங்களில், இருட்டிலிருந்து வெளிச்சத் துக்கும், அறியாமையிலிருந்து ஞானத்துக்கும் இந்த நாவல்கள் நம்மை அழைத்துச் செல்கின்றன.

4. காலம் கலை கலைஞன்

பிரபஞ்சனின் வாசிப்பும் எழுத்தும் தொடக்கத்திலிருந்து இறுதி வரை சற்றும் சோராத ஓர் இயக்கம். நூல்களை அறிமுகப் படுத்துவதில் அவர் ஆற்றிய பங்களிப்பு தமிழ்ச் சூழலில் மிகவும் முக்கியமானது. தமிழ் எழுத்தாளர்களில் எவரும் இதுவரை அவரளவு இப்படியான பங்களிப்பு செய்ததில்லை. அவர் எழுதிய பெரும்பாலான கட்டுரைத் தொடர்கள் இத்தன்மையிலானவை. மக்கள் டீவியில் பணிபுரிந்த காலத்திலும் நாள்தோறும் காலை ஒளிபரப்பில் புத்தகங்களை அறிமுகப்படுத்திக்கொண்டிருந்தார். நூல் வெளியீட்டு விழாக்களுக்கு அதிகம் அழைக்கப்பட்டவரும் அவராகவே இருக்கக்கூடும். பக்க மற்றும் நேர வரையறைக் கேற்ப, சுருக்கமாகவும் விஸ்தாரமாகவும் புத்தகத்தை அவரால் அறிமுகப்படுத்த முடிந்தது. மிகக் குறைந்த வார்த்தைகளில் நூலின் சாரத்தையும் அதன் முக்கியத்துவத்தையும் துல்லியமாக முன்வைத்துவிடும் வித்தகம் அவருக்குக் கூடிவந்திருந்தது. அக்கறையும் அர்ப்பணிப்புமிக்க இந்த நெடும் பயணத்தில் அவர் எண்ணற்ற நூல்களையும் எழுத்தாளர்களையும் அறிமுகப் படுத்தியபடி இருந்தார். இந்தச் செயல்பாடு, மெல்ல மெல்ல புதிய

தலைமுறைப் படைப்பாளிகளிடம் அவர்மீதான ஓர் ஈர்ப்பை உருவாக்கியது. பெண்கள் எழுத முனைவதில் அவர் மிகவும் பரவசமடைந்தார். உற்சாகப்படுத்தினார். உத்வேகமூட்டினார். பெண் சிநேகிதங்கள் குறித்த பெருமிதம் அவரிடம் எப்போதும் இருந்தது. வாசகர்களும் இளம் படைப்பாளிகளும் சூழ்ந்த உலகமானது, அவர் வாழ்க்கை.

பொதுவாக, சமூகச் சூழல் மற்றும் மதிப்பீடுகள் சார்ந்த கட்டுரைகளில் தீர்க்கமாகவும் சீற்றத்தோடும் தன் எண்ணங் களையும் சிந்தனைகளையும் வெளிப்படுத்திய பிரபஞ்சன், படைப்புகளில் சகமனிதன் மீதான பரிவையும் அவனைப் புரிந்துகொள்வதையும் இழையோட்டமாகக் கொண்டிருந்தார். அவர் தன்னுடைய கட்டுரை நூல்களுக்கு எழுதிய முன்னுரை களில் சமூக அறம் சார்ந்த தன்னுடைய சீற்றங்களைக் கொந்தளிப்போடு வெளிப்படுத்தினார். எனில், படைப்பு நூல்களுக்கு எழுதிய முன்னுரைகளில் தன் அறம் சார்ந்த பரிவை மிகுந்த சாந்தத்தோடு வெளிப்படுத்தினார். 'சகமனிதனைப் புரிந்துகொள்வதே என் அறம்' என்கிறார் பிரபஞ்சன். சமூகம் வரையறுக்கும் நெறிப்படுத்தும் ஒழுக்கத்துக்கும், தனிமனிதன் தன் வாழ்வின் சுடராக வரித்துக்கொள்ளவேண்டிய அறத்துக்குமான வேறுபாட்டைத் தெளிவாகக் கண்டடைந்து எழுத்திலும் வாழ்விலும் தனதான அறத்தைப் பேணியவர். அவர் சொல்கிறார்: 'அறம், நீதி உரைப்பது இல்லை. நியாயம் வழங்குவது இல்லை... கண்ணீரை, துன்பத்தை, துயரை, வறுமையை, இயலாமையை, தவிர்க்க முடியாத சமரசத்தைப் புரிந்துகொள்வதே என்னைப் பொறுத்த வரை அறம். நான் பாதிக்கப்பட்டவர் பக்கமே நிற்கிறேன். உலகம் ஒழுக்கவாதிகள் என்கிற வன்முறையாளர்களால் இயங்குவது அல்ல. பலவீனர்களால் அல்லது மனிதர்களால் இயங்குவது.'

இத்தகைய மேலான புரிதலோடு, அதையே தன் வாழ்வு மற்றும் எழுத்தின் அறமாகக் கொண்டிருந்ததே பிரபஞ்சனின் வாழ் வியக்கம். அதுவே அவருடைய சுபாவமாகவும் நிலைபெற்றது. இந்த சுபாவம் வழி நடத்திய பாதையில் அமைந்த அவருடைய பயணத்தில் காலகதியில் பலரும் அவர்மீது அன்புகொண்டு அவரை வந்தடைந்தனர். என்னதான் இயல்புணர்ச்சிகள் இட்டுச் சென்ற வாழ்வாக இருந்தாலும், அவரும் இந்தச் சமூகத்தில்

வாழ்ந்த சமூக மனிதன்தான். அதனாலேயே அவர் சில மனச் சங்கடங்களுக்கு ஆளான தருணங்களும் உண்டு. அதன் காரண மாகவே, சமயங்களில் விரக்தியும் சலிப்பும் பீடித்திருக்கின்றன. சமயங்களில் குற்றவுணர்ச்சி வாட்டியிருக்கிறது. இவற்றி னூடாகவும், அவர் தன் வாழ்வை இயல்புணர்ச்சிகளின் வெளிச்சத் திலேயே தொடர்ந்தார். எல்லாம் புரிந்துகொள்ளப்படும் என்ற நம்பிக்கை அவருக்கு இருந்தது.

'என் எழுத்துப் பயணம், அருமையான நண்பர்களை எனக்கு அருளி இருக்கிறது. என் சம்பாதனை என்பதும் இதுதான்' என்று மனம் நெகிழும் பிரபஞ்சனின் இறுதி நாட்களில் பி.என்.எஸ். பாண்டியன் என்ற பத்திரிகையாளர் அவருக்குப் பெரும் துணையாக இருந்தார். முற்றிய புற்றுநோய்க்காக மருத்துவமனை யில் சிகிச்சை பெற்ற இக்காலகட்டத்தில் அவர், உடல்நிலையின் கடுமையையும் மீறி, மனத்தளவில் அடுத்து எழுத வேண்டியது பற்றிய எண்ணங்களைச் சுடரேற்றியபடியே இருந்திருக்கிறார். 'அடுத்த கட்டம் என்ன?' என்று மீண்டும் மீண்டும் கேட்டபடியே இருந்தார் என்கிறார், பி.என்.எஸ்.பாண்டியன். அவர் மனதில் இந்தக் கேள்வி சலனித்தபடியே இருந்திருக்கும். மீண்டு வருவோம் என்ற நம்பிக்கையும், எழுத்துப் பணியைத் தொடர வேண்டும் என்ற கனலும் அவருள் தகித்துக்கொண்டே இருந்திருக்கின்றன.

மருத்துவமனையில் முதல் முறை அனுமதிக்கப்பட்டு, சிகிச்சைக்குப் பின்னர் வீடு திரும்பிய பிரபஞ்சன், முன்னதாக இராமாயணம், மகாபாரதம் இரண்டையும் தன் பார்வையிலிருந்து நூல்களாக உருவாக்கியதன் தொடர்ச்சியாக, 'மகாபாகவத'த்தைத் தன் பார்வையில் எழுதுவதற்கான முன்னெடுப்புகளை மேற் கொண்டிருக்கிறார். மேலும், கோவலனும் கண்ணகியும் மதுரைக்கு நடந்து சென்ற பாதையில் நடந்து சென்று, அதை நூலாகப் பதிவு செய்யவேண்டும் என்ற ஆசையும் இருந்திருக்கிறது. ஆனால், மீண்டும் உடல்நிலை மோசமாகி மருத்துவமனையில் அனுமதிக்கப்பட்டார். இப்போது தன் காலத்திற்குப் பின்னான காரியங்கள் குறித்து மனம் சிந்திக்கத் தொடங்கிவிட்டது. பாண்டியனிடம் இதுபற்றி உரையாடியிருக்கிறார். பிரபஞ்சன் பெயரில் அறக்கட்டளை தொடங்குவதென்றும், அவருடைய புத்தகங்கள் அனைத்தையும் டிஸ்கவரி புக் பேலஸ் வெளியிடுவது

என்றும், ராயல்டி தொகை அறக்கட்டளைக்குத் தரப்பட்டு, அத்தொகையில் அறக்கட்டளை செயல்படுவதென்றும் அவர்கள் தீர்மானித்திருக்கிறார்கள்.

டிசம்பர் 21, அவருடைய நினைவு நாள். மிகச் சிறப்பாக நினைவுகூரப்படவும் கொண்டாடப்படவும் வேண்டிய நாள். 'ஒரு நாளில் இரண்டு வேளை சாப்பிட எனக்கு வாய்த்திருந்தால் இன்னும் நிறைய எழுதியிருப்பேன்' என்று பின்னாளில் தன்னுடைய ஆதங்கத்தை வெளிப்படுத்தினார் பிரபஞ்சன். நம் சூழலில் எழுத்தை முழுநேர வாழ்க்கைத் தேர்வாக ஒரு படைப்பு மனம் கொள்ளும்போது காலமும் சமூகமும் இன்றளவும் அந்தத் தேர்வை உதாசீனப்படுத்தி படைப்பாளியை வாட்டி எடுக்கிறது. வாழ்க்கை குரூர முகம் காட்டுகிறது. எனினும், தன் காலத்துக்கும் சமூகத்துக்கும் தான் தேர்ந்தெடுத்த வாழ்க்கை யினூடாகப் பெரும் கருணையுடன் தன் எழுத்தின் வழியாக அரிய கொடைகளை அளிக்கிறான் படைப்பாளி. அப்படியாக வாழ்ந்த, நம்முடைய பெருமிதங்களில் ஒருவர் பிரபஞ்சன். நம்முடைய பெருமிதங் களைக் கொண்டாடுவதன் மூலம்தான் நம் காலமும் சமூகமும் வாழ்வும் செழுமை அடையும்.

கால மாற்றம் நிகழ்ந்தபடிதான் இருக்கிறது. பாரதி, புதுமைப் பித்தன், ப. சிங்காரம், ஜி. நாகராஜன் ஆகியோரின் காலச் சூழலிலிருந்து இன்றைய சூழல் மேம்பட்டிருக்கிறது என்பதில் சந்தேகமில்லை. காலத்துடன் கொண்ட உறவில் லட்சிய மனங்கள் அயராது மேற்கொண்ட பிரயாசைகளிலேயே இது சாத்தியமாகி யிருக்கிறது. பிரபஞ்சனின் இறுதிக் காலத்தில் எடுக்கப்பட்ட விழாக்களும், அவருடைய மரணத்துக்குப் புதுவை அரசு அளித்த உயரிய மரியாதையும் மிகுந்த நம்பிக்கையளிக்கும் அம்சங்கள்.

நம் வாழ்வின் ஒவ்வொரு துறையிலும் படைப்பாக்க மனங்கள் நிகழ்த்தும் அரிய பங்களிப்புகள் மூலமே அந்தந்தத் துறைகளும் சமூகமும் காலமும் மனித வாழ்வும் வளமடைகின்றன. மனித வாழ்வின் மகத்துவத்தையும் சக மனிதர்களையும் நேசித்த படைப்பு மனம் பிரபஞ்சனுடையது. அவரைக் கொண்டாடுவதென்பது நம் வாழ்வை நாம் சக மனிதர்களுடன் கொண்டாடுவதுதான்.

□

16

கோபிகிருஷ்ணன்

(1945-2003)

1. ஒப்பனைகளற்ற வாழ்வும் எழுத்தும்

தீவிர படைப்பு மனோபாவம் கொண்ட எழுத்தாளனைப் பெரிதும் அலைக்கழித்து அல்லலுற வைக்கும் வறுமை வாழ்வு பாரதி, புதுமைப்பித்தன் காலங்களிலிருந்து இன்றுவரை தமிழ்ச்சூழலின் மாறாத் தன்மைகளில் ஒன்றாக இருந்துவருகிறது. சௌகர்யமான குடும்பப் பின்புலமோ, பாதுகாப்பான பணி உத்திரவாதமோ, பிழைப்புக்கான சாதுர்ய சமரச மனோபாவமோ இல்லாத வரை தமிழ்ச் சூழலில் ஒரு படைப்பாளியின் வாழ்க்கை துயர் மிகுந்ததாகவே பெரும்பாலும் தொடர்ந்துகொண்டிருக்கிறது. துயர் கவிந்த வாழ்வினூடாகத் தன் எழுத்தைக் கலை நம்பிக்கையோடு பேணியவர் கோபிகிருஷ்ணன். வறுமை பிடுங்கித் தின்னும் வாழ்வினூடாகவும் பிழைப்புக்கான சாதுர்யங்கள் எதுவும் தன்னை அண்டாமல் வாழ்ந்தவர். அதேசமயம், ஆங்கிலத்தில் வளமான அறிவு, தட்டச்சில் அபாரமான திறன், உளவியல் மருத்துவப் பணியிலும் சமூகப் பணியிலும் முறையான கல்வி அறிவு, காரியங்களைச் செய்நேர்த்தியுடன் அணுகும் ஆற்றல் என சராசரி சௌகர்யமான வாழ்க்கையை அனுபவிக்கப் போதுமான திறமைகள் அவரிடம் இருந்தன. எனினும், தீராத நெருக்கடிக் குள்ளும், மீளாத வேதனைக்குள்ளும், கடும் மன அழுத்தங்களுக் குள்ளும் அலைக்கழிந்த மனிதர் கோபி. அவர் தன் வாழ்நாளில் 17 நிறுவனங்களில் ஒன்று மாற்றி ஒன்று என வேலை பார்த்திருக்கிறார். இம்மாற்றங்களுக்கிடையே வேலையின்றித் தவித்த காலமும் உண்டு. முன்னர் வேலை பார்த்த நிறுவனத்துக்கே

மீண்டும் வேறு வழியின்றிச் சென்றதுமுண்டு. ஏகப்பட்ட ஒண்டுக் குடித்தன வீடுகளில் குடும்பத்தோடு வசித்திருக்கிறார். இத்தகைய வாழ்நிலையிலும்கூட, நியாய உணர்வுகள்மீது இறுக்கமான பிடிமானம்கொண்டவர். இந்தப் பிடிமானம் ஒருவித பிடிவாதத்தை அவருடைய சுபாவமாக்கியது. இந்தப் பிடிமானமும் பிடிவாதமும் எந்த ஒரு வேலையிலும் நீடித்து நிலைக்கவிடாமல் அவரை வெளியேற்றிக்கொண்டிருந்தன. அதேசமயம், சென்னைப் பெருநகரக் கீழ்நடுத்தர வர்க்கத்தின் இந்த ஒண்டுக் குடித்தன வீடுகளும், பணியிடங்களும், அவருடைய மனோபாவங்களும் தான் அவருடைய படைப்புலகை நிர்மாணித்தன.

1983ஆம் ஆண்டு ஜூன் மாதம் க்ரியாவில் பணிபுரிவதற்காக நான் சென்னை வந்ததையடுத்து, சில ஆண்டுகள் நாங்கள் சக பணியாளராக இணைந்திருந்தோம். அவருடைய மரணம் வரை 20 ஆண்டு காலம் எங்கள் நட்பு நீடித்தது. நட்புறவுகளைப் பிசிறுகளற்றும் சிடுக்குகளற்றும் சாதுர்யங்களற்றும் பேணக் கூடியவர். அவருடைய எளிமையும் பாந்தமான சுபாவமும் சாந்தமான குணமும் அவர்மீது தனி வாஞ்சையை எனக்குள் ஏற்படுத்தியிருந்தன. க்ரியாவின் முதல் பணியாளர் அவர்தான். க்ரியா அலுவலகம் தொடங்குவதற்கு முன்பே, பகுதி நேரப் பணியாளராக மாலை நேரங்களில் ராமகிருஷ்ணனின் வீட்டில் தட்டச்சுப் பணிகளை மேற்கொண்டவர். நான் மதுரைப் பல்கலைக் கழகத்தில் ஆய்வு மாணவனாக இருந்தபோது ஒருசமயம் முதல்முறையாகச் சென்னை வந்து சில நாட்கள் க்ரியா ராமகிருஷ்ணன் வீட்டில் தங்கியிருந்தபோதுதான் கோபியை முதல்முறையாகப் பார்த்தேன். அது வெறும் அறிமுகம் மட்டுமே. பின்னர் நானும் க்ரியாவில் பணி மேற்கொண்டபோதுதான் நட்பு ஏற்பட்டது. எனினும் அவர் ஒரு படைப்பாளியாகத் தன்னை உருவாக்கிக்கொண்டுவருவது க்ரியாவில் யாருக்கும் தெரியாது. அவருக்கு ழ இதழ் நண்பர்களோடும், மையம் ராஜகோபால், எழுத்தாளர் ஆனந்த் ஆகியோருடனும் நெருக்கமான உறவும் நட்பும் இருந்தன. அவர்கள் அவரை உற்சாகப்படுத்தி வந்திருக்கிறார்கள்.

நான் பணியில் சேர்ந்த சில மாதங்களுக்குப் பின், 1984இல் ஒருநாள் வீட்டுக்கு வந்த கோபிகிருஷ்ணன், ஒரு கவரைக் கொடுத்தார். தான் எழுதிய நான்கைந்து சிறுகதைகள் அதிலிருப்ப

தாகச் சொல்லிப் படித்துப் பாருங்கள் என்றார். அவருடைய இயல்பான தயக்கத்தையும் கூச்சத்தையும் மீறி குரலில் நம்பிக்கை வெளிப்பட்டது. ஆச்சரியமும் மகிழ்ச்சியும் கலந்த ஒரு மனநிலை என்னிடம் படர்ந்தது. போகும்போது, வேறு யாருக்கும் தெரிய வேண்டாம் என்று சன்னமான குரலில் சொன்னார். 'சரி, கோபி. படித்துவிட்டு உங்களிடம் தனியாகப் பேசுகிறேன்' என்றேன். அவர் கிளம்பிச் சென்ற மறுகணமே கதைகளைப் படிக்க ஆரம்பித்தேன். அக்கதைகள் எனக்குத் திகைப்பூட்டின. சென்னை நகரக் கீழ்நடுத்தர மக்களின் அன்றாடங்களும் நடத்தைகளும் மனோபாவங்களும் பற்றிய கதைகள் தமிழுக்குப் புதிதில்லை என்றாலும் அந்த அன்றாடங்கள் தரும் அலுப்பும் சலிப்பும் பகடி செய்யப்பட்டிருந்த விதத்திலும், கதை கூறல் முறையிலும் கோபி மிகவும் புதிய ஒருவராக, அதுவரை நான் அறிந்திராத ஒருவராக வெளிப்பட்டார். நேர்பழக்கத்தில் தெரியவரும் அவருடைய சாந்தமான சுபாவத்துக்கு மாறாக, எழுத்தில் வெளிப்பட்ட பகடி ஆச்சரியமளித்தது.

மறுநாள் காலை தேநீர்க் கடையில் கோபியிடம் அவருடைய கதைகளைப் பற்றிய என் அபிப்பிராயங்களைத் தெரிவித்தேன். கதைகளின் எள்ளல் தொனியே அவருடைய கதை கூறல் முறையையும் வடிவத்தையும் தீர்மானிக்கிறது. இது சுவாரஸ்யமாகவும் அவருடைய தனித்துவமாகவும் அமைந்திருக்கிறது. அதேசமயம், புறச் சூழல், மனித நடத்தைகள் குறித்த அவருடைய அவதானிப்புகளிலிருந்து வெளிப்படும் இந்தப் பகடி, சுய அவதானிப்புக்கும் சுய எள்ளலுக்கும் இலக்காகும்போது, இன்னும் தீவிரமான நுட்பமான கதையுலகம் வசப்பட ஏதுவாகும் என்பதாக என் அபிப்பிராயங்கள் இருந்தன. கோபி மிகுந்த ஆர்வத்துடன் உன்னிப்பாகக் கேட்டுக்கொண்டிருந்தார்.

கோபிகிருஷ்ணனின் படைப்புக் காலம் 1983 இறுதியிலிருந்து, அவருடைய மரணம் வரையான (2003) 20 ஆண்டுகள். அவருடைய முதல் தொகுப்பான ஒவ்வாத உணர்வுகள் ஆறு கதைகள் கொண்ட சிறு தொகுப்பாக 1986இல் வெளிவந்தது. ஆனால் அதன்பிறகு, கோபி நிறைய எழுதினார். அவருடைய எழுத்துலகம் விரியத் தொடங்கியது. இளமையிலிருந்து அவரைப் பீடித்துக் கொண்டிருந்த மனநோய்க் கூறுகளுக்காக இறுதிவரை மாத்திரைகள்

எடுத்துக்கொண்டிருந்த அவருக்கு எழுத்து மனநலன் பேணும் ஒரு நல்வழிப் பாதையாக அமைந்தது. அதன்மூலம் தன் இருப்புக்கு மதிப்பளித்துக்கொண்டிருந்தார். மனப்பிறழ்வு வசப்பட்டவர்களின் உலகம் குறித்த அவருடைய புனைவுகளும் பதிவுகளும் தமிழுக்கு ஒரு புதிய பிராந்தியத்தையும், புதிய ஞானத்தையும் அளித்தன.

தன்னை ஜோடித்துக்கொள்ளும் காரியமாக அல்ல; தன்னை நிர்வாணப்படுத்திக்கொள்ளும் செயல்பாடாகவே கோபிக்கு எழுத்து இருந்தது. இந்த மனோபாவம் காரணமாகத்தான் அதிகாரத்தை விழையும் சிறு சாயைகூட அவருடைய எழுத்திலோ வாழ்விலோ படியவில்லை. அகந்தையைக் கட்டி எழுப்பித் தன்னைக் கொண்டாடவும், அதன்மூலம் தனக்கான அதிகார வட்டத்தை உருவாக்கவும் முனையும் எழுத்துச் சூழலில் கோபி விசித்திரமானவர். தனியானவர். பாலுணர்வின் தகிப்புகள் உட்பட, தன் சகல மன உணர்வுகளையும் வெகு சகஜமாகவும் படைப்புக் குணத்தோடும் அவருக்கே உரிய நுட்பங்களோடும் வெளிப்படுத்தியதன் மூலம் தன்னை முழு நிர்வாணியாக முன்னிறுத்தியவர். இந்தத் தன்மையால்தான் எவ்வித அங்கீகாரத் துக்கும் விழையாத ஒரு எளிய மனிதராகத் தன் இருப்பை வைத்திருக்க அவரால் முடிந்தது. அதேசமயம், மிக மோசமான நெருக்கடிகளுக்கிடையிலும் செருக்காகவும் கம்பீரமாகவும் தம்மை முன்னிறுத்திய படைப்பாளிகள் இருந்திருக்கிறார்கள். அப்படியான அவசியம்கூட ஏதுமில்லாமல் இருக்க முடிந்த அபூர்வ ஆளுமை, கோபிகிருஷ்ணன். அவருடைய எழுத்தும் வாழ்வும் எவ்வித ஒப்பனைகளுமற்றன.

2. நிர்வாணத்தின் சிறகுகள்

கடும் நெருக்கடிகளும் துயர்களும் மன அழுத்தங்களும் தொடர்ந்து கோபிகிருஷ்ணனின் வாழ்வைச் சுற்றிச் சுழன்றுகொண்டிருந்தன. வாழ்க்கை ஏதேனும் ஒரு கட்டத்திலாவது அவருக்குக் கொஞ்சம் ஆசுவாசம் தந்திருக்குமா என்பது சந்தேகம்தான். எனினும், வாழ்க்கை காட்டிய குரூர முகத்துக்கு எதிராக அவர் தன் மென்மையான சுபாவத்தைப் பேணிவந்தது மிகவும் அபூர்வமான விசயம். 1985ஆம் ஆண்டு டிசம்பர் 31ஆம் தேதி இரவு கோபி

ராயப்பேட்டை காவல்நிலையத்தில் சந்தேகத்தின் பேரில் வைக்கப்பட்டிருந்தார். அவருடைய மனைவி தற்கொலை முயற்சி மேற்கொண்டு ராயப்பேட்டை மருத்துவமனையில் நினைவின்றி இருந்தார். கடுமையான பணக் கஷ்டத்தின் காரணமாக எடுத்த முடிவு. போலீஸ் அதைக் கொலை முயற்சியாகப் பார்த்தது. அவருடைய மனைவி நினைவு பெற்று நடந்ததைச் சொன்னால் தான் விமோசனம் என்ற நிலை. அவருடைய மனைவியோ மூன்று நாட்கள் வரை நினைவின்றி இருந்தார். 31ஆம் தேதி இரவில் நான் கோபியைக் காவல்நிலையம் சென்று பார்த்தேன். அதன் பின்புற வெளியில் நின்று பேசினோம். அப்போது உள்ளே யாரோ அடிகளின் வலி தாங்காமல் கதறும் சத்தம் கேட்டது. கோபியின் முகம் இருண்டது. 'என்னை எதுவும் பண்ணலை. உண்மையச் சொல்லிடுனு மட்டும் மிரட்டினாங்க. ஆனா, இப்படி நடக்கும் போது, இதையெல்லாம் பார்க்கும்போது, பதறுது' என்றார். அவரிடமிருந்து பிரிந்து, கோபியின் மனைவி நிலை பற்றி அறிய ராயப்பேட்டை மருத்துவமனை வளாகத்தில் ஒரு மரத்தடித் திண்டில் அமர்ந்திருந்தேன். அப்போது க்ரியாவில் பணியாற்றிய மாளவிகா என்ற தோழியின் கணவர் அந்த இரவில் என்னுடன் இருந்தார். புத்தாண்டுக் கொண்டாட்ட நாள். அது சென்னையில் எவ்வளவு அமர்க்களமாகக் கொண்டாடப்படுகிறது என்பதைப் பிரத்தியட்சமாகக் கண்ட நாள். விபத்தில் அடிபட்டவர்களை ஏந்திக்கொண்டு ஆம்புலன்ஸ்களும் ஆட்டோக்களும் களேபரங் களோடும் கதறல்களோடும் வந்தபடி இருந்தன.

மறுநாள் காலை என் வீட்டுக்கு அருகிலிருந்த, ஒருவகையில் எனக்கு உறவினருமான, பிரபல மருத்துவர் முத்து சேதுபதியைப் போய்ப் பார்த்தேன். அவர் அப்போது ராயப்பேட்டை மருத்துவ மனையில்தான் உயர்நிலை டாக்டராகப் பணிபுரிந்து கொண்டிருந்தார். அவரிடம் விசயத்தைச் சொன்னேன். அவர் கோபியின் மனைவி இருந்த வார்டுக்கு என்னையும் அழைத்துக்கொண்டு போனார். அவர் மயக்கநிலையில் இருந்தார். அந்த வார்டு டாக்டரை சந்தித்துப் பேசிவிட்டு வந்தவர், 'அவர் மயக்கத்திலிருந்து மீண்டால்தான் உண்டு. பார்க்கலாம்' என்றார். அதற்கு மறுநாள் 'முன்னேற்றம் இருக்கு. மீண்டுவிடுவாரென்று நினைக்கிறேன்' என்று ஆறுதலாகச் சொன்னார். மூன்றாம் நாள் அவர்

மயக்கநிலையிலிருந்து மீண்டார். அந்தத் தகவலை முதலில் சொன்னவரும் டாக்டர்தான். ஓரளவு ஆசுவாசம் ஏற்பட்டது. நான் கோபியைக் காவல்நிலையத்தில் பார்த்துத் தகவல் சொன்னேன். முகம் மலர்ந்தது. 'மாற்றுச் சட்டை ஒண்ணு வேணும் மோகன்' என்று கேட்டார். வீட்டுக்குப் போய் என்னுடைய சட்டைகளில் ஒன்றை எடுத்துக் கொண்டுபோய்க் கொடுத்தேன். நான்காம் நாள், அவருடைய மனைவியின் வாக்குமூலத்துக்குப் பின் கோபி காவல்நிலையம் விட்டு வெளியில் வந்தார். வழக்கு அவர் மனைவி மீதான தற்கொலை முயற்சி வழக்காக மாறியது. கோர்ட்டில் முதல்முறை என்பதால் மன்னிப்பு வழங்கப்பட்டு வழக்கு தள்ளுபடி செய்யப்பட்டது.

1986இல், நான் க்ரியாவிலிருந்து விலகி ஓர் அச்சகம் தொடங்கினேன். அதன் பின்னரான ஒரு கட்டத்தில் க்ரியா விலிருந்து வெளியேறிய கோபி எப்போதாவது என்னைப் பார்க்க மிதிலா அச்சகம் வருவார். அப்போது, அநேகமாக, நான் காவல்நிலையத்தில் அவருக்குக் கொடுத்த சட்டையை அணிந்திருப்பார்; அல்லது அந்தச் சட்டையை அணிந்த நாளில் என்னைப் பார்க்க விழைந்து வந்திருப்பார். எந்த ஒரு கடும் நெருக்கடியையும் முழுமையாக ஏற்றுக்கொண்டு, சாந்தமாகக் கடக்கும் அவருடைய சுபாவம் அரிதானது. நன்றியுணர்வு மிகுந்தவர். அவருக்கு வாய்த்த எந்தவொரு இனிமையான தருணத்துக்கும் தன் நன்றியை வெளிப்படுத்தி மகிழ்பவர். நான் அகம் என்ற பெயரில் நண்பர்களோடு இணைந்து புத்தகத் தயாரிப்பு நிறுவனமொன்றை ஆயிரம் விளக்குப் பகுதியில் நடத்திக்கொண்டிருந்த காலகட்டத்தில் அங்கு கோபிகிருஷ்ணன் ஒருநாள் வந்தார். அன்று மாலை பக்கத்து ஒயின் ஷாப்பில் தற்செயலாக நண்பர்கள் கூடினோம். கோபியும் என் விருப்பத்தை ஏற்று அதில் கலந்துகொண்டார். கோபிக்குக் குடிப்பதில் ஆசை உண்டு. ஆனால் அதை நாடிப் போவதில்லை. இணக்கமான வாய்ப்பு அமைந்தால் அளவாகக் குடிப்பவர். ஐந்தாறு நண்பர்களோடு அந்த முன்னிரவு ஆனந்தமாக அமைந்தது. கோபி வெகுவாக மகிழ்ந்திருந்தார். அது ஒரு இனிய நாள் எனப் பலமுறை நன்றி தெரிவித்தபடி இருந்தார். அந்த நாளில் கலந்துகொண்டு அன்றைய இரவு முழுவதும் அவருடன்

உரையாடிக்கொண்டிருந்த நண்பர் பாண்டியராஜனுக்கு அவருடைய அடுத்த புத்தகத்தைச் சமர்ப்பணம் செய்தார்.

பாளையங்கோட்டை, தூய சவேரியார் கல்லூரியில் இயங்கிய நாட்டார் வழக்காற்றியல் ஆய்வு மையத்தில் நான் பணிபுரிந்த சமயத்தில் ஒரு மொழிபெயர்ப்புப் பணிக்காகக் கோபி கிருஷ்ணனை வரவழைத்து என்னுடன் தங்க வைத்திருந்தேன். அப்போது கோபி வேலையின்றி இருந்த சமயம். கோபி தொடர்ந்து சிகரெட் பிடிப்பவர். அவர் அளவிற்கு சிகரெட் புகைப்பவர்களை மிகக் குறைவாகவே சந்தித்திருக்கிறேன். அவருக்கு அதிகமாக சிகரெட் தேவைப்பட்டது. அதனால், மிகவும் மலிவான சிகரெட்டையே பயன்படுத்தினார். அவர் சுதந்திரமாகப் புகைத்தபடி பணியாற்றுவதற்கு வசதியாக, என் அறையிலிருந்த படியே அவர் தன் பணியை மேற்கொள்ளும் சௌகர்யம் அவருக்கு அளிக்கப்பட்டது.

இந்த நாட்களில் அவர் மிகவும் லகுவாக இருந்ததாக அவ்வப்போது நன்றி தெரிவிப்பார். இச்சமயத்தில் வேறொரு பணி நிமித்தமாக நெல்லை வந்திருந்த யூமா வாசுகி என்னைப் பார்க்க வந்தபோது அவரும் ஒருநாள் எங்களுடன் தங்கினார். கோபி யுடனான அந்தச் சந்திப்பில் அவர்களுக்குள் ஏற்பட்ட நெருக்கம் பின்னர் ஒரு நேர்காணல் பதிவிற்கு முகாந்திரமாக அமைந்ததென யூமா வாசுகி அந்த நேர்காணலுக்கான முன்குறிப்பில் குறிப்பிட்டிருக்கிறார்.

கோபிகிருஷ்ணனின் எழுத்துலகிற்குள் பிரவேசிப்பதற்கு முன்பாக, யூமா வாசுகி அவரிடம் நிகழ்த்திய நேர்காணலின் பதிவை வாசிப்பது, மிகச் சிறந்த அறிமுகமாக இருக்கும். ஒரு தமிழ்ப் படைப்பாளி தன்னை மிக எளிமையாகவும் நேர்மை யாகவும் அப்பட்டமாகவும் வரைந்துகொண்டிருக்கும் வாழ்க்கைச் சித்திரம் இது. தமிழின் மிகச் சிறந்த நேர்காணல் பதிவு. இந்த நேர்காணலில் கோபி தன்னை வெளிப்படுத்திக்கொண்டிருக்கும் விதம் அபூர்வமானது. தன்னை, தன் சுயத்தை வெகு சுலபமாகக் களைந்து எவ்வித ஒப்பனையுமின்றி முன்வைக்க அவருக்கு லகுவாக முடிந்திருக்கிறது. ஒப்பனைகளைத் தீண்டாத எளிய மனதின் பூரண அழகில் ஒளிரும் பதிவு. இந்த நேர்காணல் குறித்த

முன்குறிப்பில் யூமா வாசுகியின் கடைசி வரி இது: ‘பேச்சு முடிந்து வெகுநேரம் நீடித்த சஞ்சலமான அமைதியில், ‘நான் சொன்ன தெல்லாம் மிகவும் அசிங்கமாக இருக்கிறதா’ என்று கேட்டார் கோபி.’ இந்த எளிய, நேரிய, நிர்வாண மனோபாவத்திலிருந்து தான் அவருடைய எழுத்துலகம் உருக்கொண்டிருக்கிறது.

3. புதிர்மொழி ஞானம்

கோபிகிருஷ்ணன் எழுத்துகளின் முழுமையான தொகுப்பு, 2012இல் கோபிகிருஷ்ணன் படைப்புகள் என்ற தலைப்பில் நற்றிணை பதிப்பகத்தால் வெளியிடப்பட்டது. அதன் தொகுப்பாள ராக நான் பணியாற்றினேன். இதன்மூலம் அவருடைய எல்லா எழுத்துகளையும் ஒருசேர வாசிக்கும் வாய்ப்பு அமைந்தது. கோபிகிருஷ்ணனின் படைப்பாக்க காலம் என்பது 1983 இறுதி யிலிருந்து அவருடைய மரணம் வரையான (2003) இருபது ஆண்டுகள். அவருடைய எழுத்துகள் சிறுகதைகள், குறுநாவல்கள், பதிவுகள், கட்டுரைகள், கவிதைகள், நேர்காணல் என ஆறு பகுதிகளாகப் பிரிக்கப்பட்டு அத்தொகுப்பு வெளியானது. நவீனத் தமிழிலக்கியத்தில் கோபிகிருஷ்ணனின் முக்கியத்துவம் என்பது, மனப்பிறழ்வு மனிதர்களின் குரலையும், அவர்களுடைய பித்துமொழியையும் அபூர்வ நடத்தைகளையும் அபாரமாகப் பதிவு செய்ததில்தான் மகத்துவம் பெற்றிருக்கிறது. ஒரு படைப்பாளி, படைப்பாக்கத்தின்போது எய்தும் பித்துநிலையில் வெளிப்படும் பித்துமொழி என்பது வேறு; மனச் சிதைவுக்குள்ளாகிய மனிதர் களின் வெளிப்பாட்டு மொழி தன்னியல்பாகக் கொண்டிருக்கும் பித்துமொழி என்பது வேறு. இவ்விரு தன்மைகளையும் கோபியின் எழுத்துகளில் நாம் சாதாரணமாகக் காணலாம்.

எண்பத்தாறு சிறுகதைகளும் நான்கு குறுநாவல்களும் அடங்கியது அவருடைய படைப்புலகம். அவருடைய படைப்பாக்க காலமானது, மூன்று கட்டங்களாக அமைந்திருப்பதை அனுமானிக்க முடிகிறது. முதலாவது, அவருடைய எழுத்துப் பிரவேசத்தின் தொடக்க ஆண்டுகள். இக்காலகட்டத்தில் அவர் ஒரு கீழ்நடுத்தர வர்க்க ஒண்டுக் குடித்தன குடும்பஸ்தனாகவும், சமூக மனிதனாகவும் தான் அன்றாடம் எதிர்கொள்ளும் நெருக்கடி களையும் சங்கடங்களையும், தன்னைச் சுற்றி நிகழும் சக

மனிதர்களின் நடத்தைகளையும் மனோபாவங்களையும் சமூக நடவடிக்கைகளையும் ஓர் எள்ளலுடன் அவதானிப்பவராகத் தென்படுகிறார். அவருடைய ஆரம்ப காலகட்டக் கதைகளில், ஒவ்வாத உணர்வுகள், காணி நிலம் வேண்டும், மக்கள் தினசரி - ஒரு தேசிய நாளேடு, பீடி, மிகவும் பச்சையான வாழ்க்கை போன்றவை முக்கியமானவை. இக்காலகட்டக் கதைகளை அடிப்படையாகக் கொண்டுதான் அசோகமித்திரன், கோபி கிருஷ்ணனின் எழுத்துகளை இவ்வாறு மதிப்பிடுகிறார்: 'கோபி கிருஷ்ணனின் எழுத்துகள் முற்றிலும் முதலுமாக இந்த நூற்றாண்டின் எழுத்து. ஜனப் பெருக்கம், இட நெருக்கடி, ஓய்ச்சலுக்கே இடம் தரா வாழ்க்கைமுறை — இவை இந்த ஆயிரத்தித் தொள்ளாயிரத்து எண்பத்தொன்பதின் நிதர்சனங்கள். ஒரு சாதாரண, விசேஷ சமூக முக்கியத்துவம் பெறாத மனிதனுக்கு இச்சூழ்நிலையில் ஏற்படக்கூடியது அலுப்புதான். உறவு, அன்பு, பொறுப்பு, நிதானம், பிறருக்காக வழிவிடும் தியாக மனப்பான்மை — இத்துடன் கூடவே ஒரு அலுப்பும் புகைமூட்டமாக இருக்கும்... இந்த அலுப்பை மனதார ஒப்புக்கொண்டு எழுத்தில் பதிவு செய்வது தான் கோபிகிருஷ்ணனின் படைப்புகள். இந்த அலுப்புணர்ச்சியோடு வரிக்கு வரி இழைந்திருக்கும் நகைச்சுவை அவர் அலுப்பினால் வீழ்ச்சியுறாத திடமனிதன் என்பதையே காட்டுகிறது.'

அவருடைய இரண்டாம் கட்ட இடைக்காலப் படைப்புகள் தான் நவீனத் தமிழ் இலக்கியத்துக்கான கோபிகிருஷ்ணனின் தனித்துவமிக்க கொடை. இக்காலகட்டத்தில் அவருடைய எழுத்துகள் மனப்பிறழ்வு மனிதர்களின் குரல்களையும் நடத்தை களையும் பேரன்பின் கரிசனத்தோடு பதிவு செய்தன. மனித மனச்சிதைவுகளை இவர் தன் படைப்புகளாக உருவாக்கியிருப்பது ஒருவகை எனில், மனச்சிதைவாளர்களின் குரல்களை அவர் களுடைய வெளிப்பாடுகளாக ஆவணப்படுத்தியிருப்பது இன்னொரு வகை. இவ்விரு வகையிலுமான இவருடைய எழுத்துலகம் மிகவும் விசேஷமானது. நவீனத் தமிழ் இலக்கியத்தில் மனப்பிறழ்வுக் கதாபாத்திரங்கள் சார்ந்த படைப்புகள் ஒரு சில வந்திருக்கின்றன. இவ்வகையில் க.நா.சுவின் பித்தப் பூ நாவலும் எம்.வி. வெங்கட்ராமின் காதுகள் நாவலும் குறிப்பிடத்தகுந்தன. பாதசாரியின் காசி சிறுகதை இந்தத்

தன்மையிலான மிகச் சிறந்த படைப்பு. எனினும், நவீனத் தமிழ் இலக்கியப் பரப்பில் கோபியின் இவ்வகை எழுத்துகள் ஒரு தனித்துவமான பிராந்தியம். தனிப்பெரும் கொடை.

'மனநோய் என்பது பிறிதொரு மனநிலை. சிகிச்சை தேவையென்றாலும் அது துர்பாக்கியமோ துரதிர்ஷ்டமோ அல்ல. நோய்க்கூறுகளை அனுகூலமாகப் பயன்படுத்திக்கொள்ளும்போது அதுவே ஒரு வரப்பிரசாதமாகவும் அமைய வாய்ப்புண்டு' என்கிறார் கோபிகிருஷ்ணன். கலை இலக்கியத் தளங்களில் இப்படியாக அமைத்துக்கொண்ட பல மேதைகள் உலகெங்கும் இருக்கிறார்கள். கோபியும் அப்படியான ஒருவரே. இளமையிலிருந்தே தனக்கேற்பட்டிருந்த மனநோய்க் கூறுகளைத் தனதான படைப்புலகை சிருஷ்டிப்பதற்குச் சாதகமாக ஆக்கிக்கொண்ட ஓர் அபூர்வம் அவர். அதேசமயம், தன்னுடைய மனநலனைப் பேணுவதற்காகத் தொடர்ந்து வாழ்நாள் முழுதும் மாத்திரைகள் எடுத்துவந்தார். எனினும், ஓரிரு முறைக்கும் மேலாக, தன் உயிரை மாய்த்துக்கொள்ளும் கணநேர உந்துதலுக்கு ஆட்பட்டிருக்கிறார். அவருடைய கண்களுக்கு யேசு கிறிஸ்து அவ்வப்போது தென்பட்டிருக்கிறார். அன்றாடங்களைக் கடப்பதில் சிறு பயமும் அவரிடம் இருந்துகொண்டிருந்தது. தன் சட்டை மேல்பாக்கெட்டில் பணம் வைத்திருக்கும்போது, அது தவறிவிடாமல் இருக்க ஊக்கால் குத்தி பாக்கெட்டை மூடியிருப்பார். அவரை வாட்டிக் கொண்டிருந்த மன அழுத்தங்களிலிருந்து விடுவிக்குமொரு நல்வழிப் பாதையாக அவருக்கு எழுத்து அமைந்தது.

கோபியின் எழுத்துகள் மனநலம் குன்றிய மனிதர்களையும் அவர்களுடைய நடத்தைகளையும் மொழியையும் நமக்கு அறிமுகம் செய்வதோடு ஓர் அபூர்வமான உறவையும் அந்த உலகோடு ஏற்படுத்திக் கொடுக்கின்றன. இத்தன்மையில், *முடியாத சமன், கருத்தரங்கில் கணக்கில் கொள்ளப்பட்டவை, வார்த்தை உறவு, பிறழ்வு-விடிவு, உறங்காத உணர்வுகள், டேபிள் டென்னிஸ்* போன்ற பல குறிப்பிடத்தகுந்த கதைகளை அவர் உருவாக்கியிருக்கிறார். அவருடைய இத்தன்மையான படைப்புகளில் மிகச் சிறந்தது, *டேபிள் டென்னிஸ்* என்ற குறுநாவல். காதலின் மேன்மையையும் காமக் கிளர்ச்சியின் மகத்துவத்தையும் பேசும் தமிழின் சிறந்த நவீனப் படைப்பு. பேரின்பப் பரவசக்

களியாட்டப் புனைவு. 'இது முனிபுங்கவர்களுக்காகவோ துறவிகளுக்காகவோ சன்னியாசினிகளுக்காகவோ செக்ஸைப் பாவம் என்று கருதும் மனநோயாளிகளுக்காகவோ எழுதப்பட்டதல்ல. உள்ளங்களிலும் உணர்வுகளிலும் இயல்பான நம்பிக்கை வைத்திருக்கும், எளிதில் கசிந்துருகிவிடும் இளகிய மனது படைத்தவர்களுக்காக எழுதப்பட்டது. பாலுணர்வும் பரவசமும் காதலும் எத்துணை ரம்மியமானவை! இந்தப் படைப்பில் உள்ள சம்பவங்கள் அனைத்தும் மனப்பதிவுகளாகக் கொள்ளப்பட வேண்டும் என்பது என் வேண்டுகோள். இது ஒரு முக்கிய உளவியல் ஆவணம்' என்கிறார் கோபிகிருஷ்ணன்.

இவருடைய மூன்றாம் கட்டச் சிறுகதைகளில் அநேகம், அன்றாடங்களின் பொக்கான பதிவுகளாக வீர்யமிழந்தும் சாரமின்றியும் காணப்படுகின்றன. இவற்றைப் பார்க்கும்போது, எழுதுவதென்பது அவருடைய மீட்சிக்கான ஒரு வழமையாகவும் தேவையாகவும் அமைந்துவிட்டதாகவே தோன்றுகிறது. 'எழுதும் போது மனநிறைவு ஏற்படுகிறது. அப்போது எந்த வேண்டாத சிந்தனையும் தோன்றுவதில்லை. முழுமையான பிடிப்பு ஏற்படுகிறது. ஒரு நல்லுணர்வு அது' என்கிறார் கோபி..

நாம் இவருடைய எழுத்துலகின் நதியோட்டத்தில் நீந்திக் கொண்டிருக்கும்போதே சட்டென ஒரு சுழலுக்குள் சிக்குண்டு அடியாழத்துக்கு இழுத்துச் செல்லப்படும் அனுபவத்துக்கு ஆளாகிறோம். சமயங்களில் காற்று புகா இருட்குகைக்குள் அகப்பட்டுக்கொண்டு மூச்சுத் திணறுவது போலான ஓர் அனுபவ வெளிக்குள் இவருடைய எழுத்துகள் நம்மை இட்டுச் செல்கின்றன. இவருடைய படைப்புகளின் வாசிப்பினூடே நாம் சுவாதீனமாகத் தான் இருக்கிறோமா என்ற எண்ணம் அவ்வப்போது மேலெழுந்து நம்மைத் திடுக்குற வைப்பதை நம்மால் தவிர்க்க முடியாது.

4. மனநோய் உலகின் கைவிளக்கு

கோபிகிருஷ்ணனின் புனைகதைகளில் மனப்பிறழ்வு மனிதர்களின் குரல்களும் நடத்தைகளும் பதிவுகளாகியிருப்பது அவருடைய சிறப்பம்சம் எனில் மனப் பிறழ்வு மனிதர்களின் குரல்களை அவர் ஆவணப்படுத்தியிருக்கும் பதிவுகள் புனைவின் மகத்துவம் கொண்ட தனித்துவ அம்சமாகும். இத்தன்மையில்

அவருடைய உள்ளேயிருந்து சில குரல்கள் ஒரு நாவலுக்கான வீர்யமும் வீச்சும் கட்டமைப்பும் கொண்டது. ஓர் அரிய ஆவணம்; அதேசமயம் ஒரு தனித்துவமிக்க படைப்பு. தமிழில் இது ஓர் அபூர்வ வகை ஆவண இலக்கியம். ஓர் உளவியல் மருத்துவ சமூகப் பணியாளராக அவருடைய அனுபவங்களும் பார்வை களும் இசைபட உருவாகியிருக்கும் ஆவணப் படைப்பு. மனப் பிறழ்வு பற்றிய வெளிச்சத்தை நமக்களிக்கும் ஒரு கைவிளக்கு இந்த நூல்.

காட்சி, நிலை என்ற இரு பிரிவுகளாக இழைந்து இழைந்து பின்னிச் செல்லும் தன்மை கொண்டது இந்த ஆவணப் படைப்பு. 'நிலை' என்பதாக 59 மனநோய் மனிதர்களின் குரல்களும் இயல்புகளும் நடத்தைகளும் பதிவு பெற்றுள்ளன. 'காட்சி' என்பதாக உளவியல் மருத்துவ சமூகப் பணி மையத்தின் நடவடிக்கைகள் பதிவாகியுள்ளன. அதாவது, மனநோயாளிகளின் நிலைகளும் உளவியல் சமூகப் பணி மைய மருத்துவர்கள் மற்றும் பணியாளர்களின் நடவடிக்கைகளும் அணுகுமுறைகளும் அருகருகாக முன்வைக்கப்பட்டுள்ளன. இவ்விருவேறு எதிரெதிர் நிலைகளிலிருந்தும் காட்சிகளிலிருந்தும் வெளிப்படும் நிதர்சனங்கள் இவ்விரு உலகங்கள் பற்றிய ஆழ்ந்த புரிதல்களுக்கு நம்மை இட்டுச் செல்கின்றன. புனைவுத் தன்மை கொண்ட இந்தப் பகுதிப் பதிவுகளைத் தொடர்ந்து கோபிகிருஷ்ணனின் சில சிந்தனைப் பதிவுகள் இரு பிரிவுகளாக இடம்பெற்றிருக்கின்றன. இவை மனநோய் உலகம் பற்றிய பல்வேறு புரிதல்களுக்கு வழி காட்டுகின்றன.

'இன்றும் தொடரும் பழமை' என்ற தலைப்பில் ஆறு பகுதி களாக, மலையாள மாந்ரீகர்கள், இந்து சாமியார்கள், பூசாரிகள், முஸ்லிம் ஹஸ்ரத்துகள், கிறிஸ்துவப் பாதிரியார்கள் ஆகியோரைப் பேட்டி கண்டு, மனநோய்க்கு அவர்கள் மேற்கொள்ளும் சிகிச்சைகளைப் பதிவு செய்திருக்கிறார். மனநோயாளிகளின் மீது பிரயோகிக்கப்படும் வன்முறைகளை இவை வெளிப்படுத்துகின்றன. அதனைத் தொடர்ந்து, 'சில செய்திகள் சில சிந்தனைகள்' என்ற தலைப்பில் அவருடைய வாசிப்பிலிருந்து அவர் அறியப்பெற்ற எதிர் உளவியல் பற்றிய சில முக்கியமான விசயங்களை முன் வைக்கிறார். எதிர் உளவியல் பற்றிய முதல் தமிழ்ப் பதிவு இது.

சம்பிரதாய உளவியல் மேற்கொள்ளும் கட்டாய உளவியல் மருத்துவ சிகிச்சை என்பது ஒரு தண்டனையாகவே நிறைவேற்றப்படுகிறது. ஒருவரை மனநோயாளி என்று தீர்மானிக்கும்போது அவரை சமுதாயம் இழிவுபடுத்துகிறது. அவரைத் தாழ்த்துகிறது. அவரது சுதந்திரத்தை நிர்மூலமாக்குகிறது. அவரது கண்ணியத்தைக் குறைக்கிறது போன்ற சிந்தனைகள் வெளிப்படுகின்றன.

இன்றைய உளவியல் துறையில் சம்பிரதாய உளவியல் அணுகுமுறைகளுக்கு எதிராக உருவாகிவரும் சிந்தனைகளையும் கருத்தாக்கங்களையும் சில பார்வைகளாக 'சைக்கியாட்ரி டுடே' என்ற பதிவில் கோபி முன்வைக்கிறார். அதை இப்படியான ஒரு குறிப்போடு தொடங்குகிறார்: 'இப்போது நாம் பார்க்கப் போகிறவர்கள் சற்றே வித்தியாசமானவர்கள். புறக்கணிக்கப் பட்டவர்கள். வரலாற்றில் தமக்கென்று சில பக்கங்கள் கூட இல்லாதவர்கள். யார் இவர்கள்? மனச்சிக்கல்கள் உள்ள நம் நண்பர்கள்தாம். இவர்களைப் புரிந்துகொள்ள, இவர்களுக்காகப் பரிந்துரைக்க, சக மனிதர்களாக மனித நேயத்துடன் இவர்களைப் பார்க்க முன்வந்தவர்கள் மிகச் சிலரே. இந்தச் சிலரின் கருத்துகளை இங்கே பார்க்கப் போகிறோம். இந்தச் சிந்தனையாளர்கள் சமூக சராசரிகளிலிருந்து வேறுபட்டவர்கள். சூழலின் நிர்பந்தத்தில் இருந்து விடுபட்டுச் சூழலை விமர்சித்தவர்கள்.'

எதிர் உளவியல் மருத்துவ இயக்கம் என்பது இன்றளவும் நம்மிடையே கவனம் பெறாததாகவும் கட்டமைக்கப்படாததாகவுமே உள்ளது. சம்பிரதாய உளவியல் அணுகுமுறைகள் குறித்த எதிர் வினையாகப் பல்வேறு சிந்தனையாளர்களின் எண்ணங்களைத் தொகுத்துத் தருகிறார் கோபி. உளவியல் மருத்துவருக்குக் கொடுக்கப் பட்டிருக்கும் அதிகாரம், மருத்துவம் என்ற பெயரில் தனிநபர் உரிமைகளையும் சுதந்திரத்தையும் ஒடுக்குவதாக உள்ளது என்று கருதும் ஆர்.டி. லெய்ங்க்கின் பல கருத்துகள் ஒரு புதிய வெளிச்சத்தைத் தருகின்றன. நோயாளிகளின் விருப்பத்துக்கு மாறாக சிகிச்சை அளிக்கும் ஒரே மருத்துவம் உளவியல் மருத்துவம்தான். தேவையானால் நோயாளிகளைச் சிறையில் அடைக்கும் ஒரே மருத்துவமும் உளவியல் மருத்துவம்தான். சம்பிரதாய உளவியல் மருத்துவம், சமூகத்தின் எதிர்பார்ப்பின்படி, சமூகத்திலிருந்து நோயாளிகளைத் தனிமைப்படுத்தி அவர்களை ஒடுக்குகிறது.

கோபி ஒரு பிரபல மனநல மருத்துவ நிபுணரிடம் சில ஆண்டுகள் தனிச் செயலராக நல்ல ஊதியத்துடன் பணியாற்றினார். மனநோயாளிகளின் நோய்க்குறிப்பு வரலாறு எழுதுவது அவருடைய பணியாக இருந்தது. இதுவே உள்ளிருந்து சில குரல்கள் ஆவணப் படைப்புக்கான ஆதாரமாகவும் இருந்திருக்கிறது. ஆனால், சம்பிரதாய உளவியலுக்கு எதிரான மாற்று உளவியல், எதிர் உளவியல் பற்றி அவர் கற்றறிந்த பின்னர், சம்பிரதாய உளவியல் அணுகுமுறை மீதான கோபத்தில் அந்தப் பணி யிலிருந்து வெளியேறினார்.

பொதுவாகவே, மனித மனநலம் குறித்து அர்ப்பண உணர்வோடு தன்னால் இயன்ற பிரயாசைகளை எழுத்திலும் செயல்பாட்டிலும் தொடர்ந்து மேற்கொண்டு வந்தவர் கோபி. மனநலம் பாதிக்கப் பட்ட மக்களுக்கு ஆலோசனை வழங்கும் நோக்கத்துடன் மனநல ஆலோசகரான நண்பர் ஃஸபியுடனும் சமூகப்பணிகளில் தொண்டு உள்ளத்தோடு பணியாற்றும் எழுத்தாளர் லதா ராமகிருஷ்ண னுடனும் இணைந்து ஆத்மன் ஆலோசனை மையம் என்ற அமைப்பை உருவாக்கி மூன்றாண்டுகள் நடத்தினார். பொது மக்கள் மனநோய் பற்றித் தவறான கருத்துகளைக் கொண்டிருப்பதால் மன நோயாளிகள் அச்சத்துடனும் அவநம்பிக்கையுடனும் வெறுப் புடனும் பார்க்கப்படுகிறார்கள். உறவினர்களாலும் நண்பர்களாலும் புறக்கணிக்கப்படும் அவலத்திலிருந்தே அவர்கள் மீதான ஒடுக்குமுறை நிறைவேற்றப்படுகிறது என்பது போன்ற பல சிந்தனைகளைப் பதிவுசெய்கிறார். அவர்களிடம் நாம் கொள்ள வேண்டிய பரிவுக்காகக் கோபிகிருஷ்ணன் மன்றாடுகிறார்.

நாம் வாழும் சமூகம் நம்மீது அம்பாரமாய்க் குவித்திருக்கும் ஏகப்பட்ட கட்டுப்பாடுகளும் நியதிகளும் நெறிமுறைகளுமே மன இறுக்கம், சிடுக்கு, பிறழ்வு என விதவிதமான மனநோய்க் கூறுகளை உருவாக்குகின்றன. ‘மன இயல்பின் செழுமையான பாதையில் குறுக்கும் நெடுக்குமாக முளைகளை நட்டு, முட்களைப் பரப்பி, கூரான கற்களை ஆங்காங்கே போட்டு விட்டால் ஓட்டம் எப்படிச் சீராக இருக்க முடியும்’ என ஆதங்கப் படுகிறார் கோபி. வெவ்வேறு வகையான மனநோய்க்கு ஆட்பட்டவர்களின் விசித்திரமான நடத்தைகளைக் கோபி பதிவு செய்வதாகட்டும் புனைவதாகட்டும் நாமறியாத ஒரு மொழி

வெளிப்பாடாகவே உள்ளது. சமூக நியதிகளை மீறும் ஓர் அபூர்வ மொழி. ஓர் அதீத ஆரோக்கிய நிலையின் மொழி எனவும் இதைக் கொள்ளலாம்.

வித்தியாசமான நடத்தை என்பது மனநோய் அல்ல. அது ஒரு மொழி என்ற ஞானத்தை நாம் அறிகிறோம். கோபியின் படைப்பு மனமும் மெய்யான கரிசனமும் அவருடைய எழுத்துலகை மனித இயல்புகளும் நடத்தைகளும் பற்றிய ஓர் அரிய ஆவணமாக நமக்கு உருவாக்கித் தந்திருக்கிறது. இது மனித வாழ்வுக்கு மிகவும் பெறுமதியான ஒரு புதிர்மொழியின் ஞானத்தை நமக்குக் கற்றுக் கொடுக்கிறது.

□

பின்னிணைப்புகள்

1

சா. கந்தசாமி
(1945-2020)

காலத்தை செதுக்கிய கலைஞன்

அறிந்த உலகிலிருந்து அறியப்படாத உலகிற்குள்ளும், சொல்லப் பட்டவற்றிலிருந்து சொல்லப்படாதவற்றுக்குள்ளும் பிரவேசிக்கும் படைப்பு மனம் சா. கந்தசாமியுடையது. அவருடைய எழுத்தின் பிரதான அம்சமாக இருப்பது, கதைத் தன்மையல்ல; வாழ்வின் விசித்திரங்களும் அதன் பிடிபடாப் புதிர்த் தன்மைகளுமே அவருடைய எழுத்துக்கான வசீகரங்களாக இருக்கின்றன. அந்த வசீகரமே இந்த வாழ்க்கைக்கு சுவாரஸ்யமும் அர்த்தமும் கொடுப்பதாகக் கந்தசாமி கருதுகிறார். வாழ்வின் மீதான வியப்புகளிலிருந்தே அவருடைய படைப்புகள் உருவாகி யிருக்கின்றன. வியப்புகள் உருவாக்கும் கேள்விகளின் பாதையில் பயணிப்பதே அவருடைய புனைவுத் தடங்கள். கேள்விகள் எழுப்பும் சுவாரஸ்யத்தில்தான் அவருக்கு ஈடுபாடே தவிர பதில்களில் அல்ல. 20 வயதுகளின் மத்தியில் அவர் எழுதி முடித்த சாயாவனம் என்ற மகத்தான நாவல் முதல் இறுதிவரை அறுபடாது தொடர்ந்த 55 ஆண்டுகாலச் செழுமையான இலக்கியப் பயணம் அவருடையது. தன்னுடைய இளமைக் காலம் முதல் இறுதி வரை இலக்கியம் சார்ந்த பணிகளில் அயராது ஈடுபட்டவர். சொல்லிலும் செயலிலும் தொடர்ந்து பெரும் ஆற்றலுடன் செயல்பட்டவர்.

அறுபதுகளின் மத்தியில் சென்னையில் அறியப்படாத நான்கு இளைஞர்கள், ஒருவர் மூலம் ஒருவர் என அறிமுகமாகி ஒருங்கிணைந்தனர். இருபது வயதுகளின் ஆரம்பத்தில் இருந்த அந்த இளைஞர்கள் இலக்கியம் குறித்த பெரும் கனவுகள்

கொண்டிருந்தனர். சா. கந்தசாமி, ராமகிருஷ்ணன் (க்ரியா), ம. ராஜாராம், நா. கிருஷ்ணமூர்த்தி என்ற இந்த நான்கு இளைஞர்களையும் ஒருங்கிணைத்தது, இலக்கிய ஈடுபாடும் அக்கறைகளுமே. அன்று சென்னையில் நிகழ்ந்த இலக்கியச் செயல்பாடுகள் குறித்த கடும் அதிருப்தியில் இலக்கியச் சங்கம் என்ற அமைப்பை 1965இல் இவர்கள் உருவாக்கி செயலாற்றத் தொடங்கினர். மாதம் ஒருமுறை இரண்டாம் சனிக்கிழமையன்று தேவநேயப் பாவாணர் நூலகக் கட்டிடத்தில் கூட்டங்கள் நடத்தினர். ஒரு கலை இலக்கிய ஆளுமையை அழைத்துப் பேச வைத்தனர். முதல் கூட்டத்தில் க.நா.சு. பேசியிருக்கிறார். இந்த நால்வரில் அன்றே படைப்பாளி யாகவும் தீவிர இலக்கியத் தேட்டம் கொண்டவராகவும் உந்துசக்தி யாகவும் திகழ்ந்தவர் சா. கந்தசாமி. 'சா. கந்தசாமிதான், நான் இலக்கியத்திற்குள் வந்ததற்கும் பதிப்பகம் தொடங்கியதற்குமான மூல காரணம்' என்கிறார் க்ரியா ராமகிருஷ்ணன். பின்னர் நிகழ்ந்தது நவீனத் தமிழ் இலக்கிய வரலாற்றில் ஒரு மகத்தான அத்தியாயம்.. இலக்கியச் சங்கம் அமைப்பு கோணல்கள் என்ற சிறுகதைத் தொகுப்பை 1968இல் கொண்டுவந்தது அதில் இந்த நால்வரின் சிறுகதைகளும் இடம்பெற்றன. அதற்கு முன்னரே சா. கந்தசாமியின் சாயாவனம் நாவல் வாசகர் வட்டம் வெளியீடாக வந்து ஒரு தனித்துவமிக்க படைப்பாளியாக அவர் வெளிப் பட்டிருந்தார். அடுத்ததாக, இந்த நால்வரின் முயற்சியில் கசடதபற ஒரு வல்லின மாத இதழாக வெளிவந்தது. அதன் பின்னர் ராமகிருஷ்ணனால் க்ரியா பதிப்பகம் தொடங்கப்பட்டது. அதன் ஆரம்ப வெளியீடுகளில் ஒன்றாக, சா. கந்தசாமியின் தக்கையின் மீது நான்கு கண்கள் சிறுகதைத் தொகுப்பு வெளியானது. நவீனத் தமிழ் இலக்கியத்தின் பிரதான படைப்பு சக்திகளில் ஒருவரானார் சா. கந்தசாமி. இந்தப் பயணத்தினூடாக, சா. கந்தசாமியின் ஆளுமையில் நவீன கலை வெளி பற்றிய புரிதலும் ஞானமும் சேர்மானமாகின.

எழுத்துப் பணிகளோடு, கலை பற்றிய ஆவணப்படுத்துதல் களிலும் கந்தசாமி கவனம் செலுத்தினார். மூத்த கலைஞரும் சிற்பியுமான எஸ். தனபால் குறித்தும், சென்னை ஓவியக் கல்லூரி பற்றியும் ஆவணப்படங்கள் எடுத்திருக்கிறார். தென்னிந்திய சுடுமண் சிற்பங்களை அடிப்படையாகக் கொண்டு, சென்னை

தூர்தர்ஷனுக்காக அவர் உருவாக்கிய காவல் தெய்வங்கள் என்ற 20 நிமிட ஆவணப்படம் சர்வேதேச அங்கீகாரம் பெற்றது. தமிழ்நிலத்தின் மிகச் சிறந்த ஓவியரான ஆதிமூலத்தின் மிக நெருங்கிய நண்பராக இருந்தார். ஆதிமூலம் மறைவுக்குப் பிறகு உருவாக்கப்பட்ட ஆதிமூலம் ஃபவுண்டேசன் ஃபார் ஆர்ட்ஸ் 2013 ஜனவரி 20ஆம் தேதி நடத்திய முதலாவது நினைவுக் கூட்டத்தில், 'தமிழ் நவீனத்துவமும் ஆதிமூலமும்' என்ற தலைப்பில் சிறப்புரை நிகழ்த்தினார். ஆவணப்படங்கள் எடுக்கும் பணியின் தொடர்ச்சியாக, ஜெயகாந்தன் பற்றியும் அசோகமித்திரன் பற்றியும் ஆவணப் படங்கள் எடுத்திருக்கிறார்.

சா. கந்தசாமி 1940ஆம் ஆண்டு ஜூலை 23ஆம் தேதி பிறந்தவர். அவருடைய 15ஆவது வயதில் 1965ஆம் ஆண்டு குடும்பம் சென்னைக்குக் குடிபெயர்ந்தது. வில்லிவாக்கம் சிங்காரம்பிள்ளை உயர்நிலைப் பள்ளியில் 8ஆம் வகுப்பில் சேர்த்துக்கொள்ளப் பட்டிருக்கிறார். பள்ளி நாட்களிலேயே வாசிப்பு வேட்கை அவரிடம் மிகத் தீவிரமாக இருந்திருக்கிறது. அப்பள்ளியின் நூலகத்தில் இருந்த புத்தகங்கள் போதாமல் அவருக்காகவே பல புத்தகங்கள் வாங்கப்பட்டதாக, அவருடைய பள்ளித் தோழராகவும் கடைசிவரை சக இலக்கியப் பயணியாகவும் நண்பராகவும் இருந்த நா. கிருஷ்ணமூர்த்தி கூறுகிறார். அவருடைய இந்த வாசிப்பு வேட்கை இறுதிவரை அவரை ஆட்கொண்டிருந்தது.

சா. கந்தசாமியின் முதல் புத்தகமும் முதல் நாவலுமான சாயாவனம் மிக முக்கியமான ஒரு படைப்பு. அவருடைய அடையாளமாகவும் அதுவே அமைந்துவிட்டிருக்கிறது. அவருடைய அப்பா பெயரான சாந்தப்ப தேவர் என்பதன் முதல் எழுத்தான சா என்பது அவருடைய பெயரின் முன்னொட்டாக இருந்தாலும் சா. கந்தசாமி என்பது சாயாவனம் கந்தசாமி என்றே குறிப்பிடப் பட்டு நிலைபெற்றுவிட்டது.

சாயாவனம் நாவலைக் கந்தசாமி தன்னுடைய 25ஆவது வயதில், 1965லேயே எழுதி முடித்துவிட்டார். வாசகர் வட்டம் அதைப் பரிசீலனைக்கு எடுத்துக்கொண்டு வெளியிட 3 ஆண்டுகள் எடுத்துக்கொண்டது. 1968இல் அவருடைய திருமணம் நிகழ்ந்த சில நாட்களுக்குப் பிறகு அது வெளியாகி மண வாழ்வுக்கான

பரிசாகவும் அமைந்தது. என்றுமே அவருடைய குடும்பம் அவர் எழுத்தாளர் என்பதில் பெருமை கொண்டிருந்திருக்கிறது.

தமிழின் மிகச் சிறந்த சூழலியல் நாவல் சாயாவனம். புலம்பெயர்ந்த நாட்டிலிருந்து பல ஆண்டுகளுக்குப் பின் சொந்த ஊர் திரும்பும் இளைஞன், அங்குள்ள சாயாவனம் என்ற காட்டை அழித்து அங்கு ஒரு கரும்பு ஆலை அமைக்கிறான். காடுகளில் வாழும் பல்லுயிர்கள் அழிவதையும், அந்த ஊரின் வாழ்வியலில் நிகழும் மாற்றங்களையும் மிக விரிவாகப் பதிவு செய்திருக்கும் புனைவு. அதற்குப் பின்னர் அவர் எழுதிய நாவல்களில் தொலைந்து போனவர்கள், அவன் ஆனது, சூரிய வம்சம், விசாரணை கமிஷன் ஆகிய படைப்புகள் முக்கியமானவை. 1998ஆம் ஆண்டு விசாரணை கமிஷன் நாவலுக்காக அவருக்கு சாகித்திய அகாதெமி விருது வழங்கப்பட்டது.

அவருடைய முதல் சிறுகதைத் தொகுப்பான, தக்கையின் மீது நான்கு கண்கள் அருமையான சிறுகதைகள் கொண்டது. என் இளம் வயதில் சாயாவனம் நாவலும் தக்கையின் மீது நான்கு கண்கள் தொகுப்பும் என்னுள் அதிர்வலைகளை ஏற்படுத்தியவை. அவருடைய மொத்த சிறுகதைகளின் தொகுப்பைக் கவிதா புத்தகாலயம் சா. கந்தசாமி கதைகள் என வெளியிட்டிருக்கிறது.

இலக்கியக் கட்டுரைகள், பயணக் கட்டுரைகள் எனப் பல நூல்கள் எழுதியிருக்கிறார். எப்போதும் சோராது துடிப்புடன் ஏதாவது ஒரு செயல் திட்டத்தை மேற்கொண்டிருப்பார். சாகித்திய அகாதெமிக்காக 'தமிழ் இலக்கியத்தில் புலம்பெயர்வு' என்ற இரண்டு நாள் கருத்தரங்கம் ஒன்றை வடிவமைத்தார். சாகித்திய அகாதெமியும் மயிலாடுதுறை ஏவிசி கல்லூரி தமிழ்த்துறையும் இணைந்து 2019 நவம்பர் மாதத்தில் இந்தக் கருத்தரங்கை நடத்தின. அந்தக் கருத்தரங்கில் ப. சிங்காரம் நாவல்களில் புலம்பெயர்வு பற்றி என்னைக் கட்டுரை வாசிக்கும்படி கேட்டுக் கொண்டார். நானும் ஒத்துக்கொண்டேன். ஆனாலும், கடைசி நேரத்தில் நான் வராமல் போய்விடுவேன் என்ற சந்தேகம் அவருக்கு இருந்து கொண்டே இருந்தது. கருத்தரங்கின் முதல் நாள் காலை நான் தங்கும் விடுதியைப் போய்ச் சேர்ந்தபோது, 'இப்பத்தான்யா நிம்மதியா இருக்கு' என்றார். கருத்தரங்கின்

இரண்டாம் நாளில் எனக்கு சிறு உடல்நலக் குறைவு ஏற்பட்டது. மிகுந்த ஆதுரத்துடன் கவனித்துக் கொண்டார்.

கருத்தரங்கம் முடிந்த இரண்டாம் நாள் இரவு சென்னை திரும்புவதற்காக நாங்கள் இருவரும் மயிலாடுதுறை ரயில் நிலையத்தில் காத்திருந்தபோது, தன்னுடைய அடுத்த செயல் திட்டத்தைப் பற்றிப் பேசத் தொடங்கிவிட்டார். சாகித்திய அகாதெமிக்காக, தமிழில் வெளிவந்துள்ள ரயில் கதைகளைத் தொகுக்க இருப்பதாகச் சொல்லி அதுபற்றி உற்சாகமாக உரை யாடினார். சென்னை வந்த பிறகு, என்னுடைய கண்ணாடி அறை கதையைச் சேர்க்க அனுமதியும் கதைத் தொகுப்பையும் கேட்டார். கொடுத்தேன். உடல்நலம் குன்றியிருந்த கடைசி நாட்களிலும்கூட ரயில் கதைகளைத் தொகுக்கும் பணியை முடித்து சாகித்திய அகாதெமி வசம் ஒப்படைத்திருக்கிறார். காலத்தை செதுக்கிய கலைஞன் சா. கந்தசாமி.

இந்து தமிழ் திசை
02. 08. 2020

2

கி. ராஜநாராயணன்

(1922-2021)

கரிசல் பல்கலைக்கழகம்

கரிசல் மண்ணும் மனிதர்களும் பற்றிய புனைவுகள், ஆவணப் பதிவுகள், தொகுப்புகள் எனத் தன் வாழ்நாள் முழுதும் அயராமல் இயங்கிய ஒரு தனிநபர் பல்கலைக்கழகம் கி.ரா. கரிசல் மண் மற்றும் மனிதர்களின் மனோபாவங்களையும் வாழ்வியலையும் மிகுந்த லயிப்புடன் ஒரு கரிசல் மாணவனாகக் கற்றுத் தேர்ந்தார். வாய்மொழிக் கதை மரபிலிருந்து சுவீகரித்துக்கொண்ட பிரத்தியேக அழகியலோடு தன் அவதானங்களைப் புனைவுகளாக உருவாக்கினார். நாட்டார் அழகியல் நம்பிக்கைகளோடும் செயல்பாடுகளோடும் அவருடைய புனைவுப் பயணம் தீவிர கதியில் ஓர் இயக்கமாக மலர்ச்சி பெற்றது. அதன் தொடர்ச்சியாக, ஒரு கரிசல் பாட சாலையாக கி.ரா. உருவானார். அந்தப் பாடசாலையிலிருந்து உத்வேகம் பெற்றுப் பல இளம் கரிசல் படைப்பாளிகள் உருவானார்கள். கரிசல் இலக்கியம் தமிழ் இலக்கியப் பிராந்தியத்தில் வளமான பகுதியாக உருவெடுத்தது. கரிசல் இலக்கியத்தின் பிதாமகரானார் கி.ரா. புனைவிலிருந்து நீட்சி பெற்று, மண்ணின் அபூர்வ வாசனையை வசப்படுத்தும் முயற்சியாக, நாட்டுப்புறக் கதைகள், பாலியல் கதைகள், வயது வந்தவர்களுக்கு மட்டும் எனத் தொகுத்தபோது அவர் ஒரு கரிசல் கலாசாலையாகப் பரிமளித்தார். கரிசல் ஆய்வாளர்கள் உருவானார்கள். கரிசல் மண்ணின் பிரத்தியேக மொழியோடு வாசகர்கள் உறவுகொள்வதற்கு ஏதுவாக ஓர் அகராதியை உருவாக்க பிரயாசை கொண்டார். வட்டாரச் சொல்லகராதிகளுக்கான முன்னோடி முயற்சியாக அமைந்த, கரிசல் வட்டாராச் சொல்லகராதியை பெரும் உத்வேகத்துடனும், லட்சிய வேட்கையோடும் உருவாக்கினார்.

கரிசல் பல்கலைக் கழகமாக எழுச்சி பெற்றார். இதுவே அவரைப் புதுவைப் பல்கலைக்கழகத்தின் சிறப்புப் பேராசிரியராகவும் அமர்த்தியது. அங்கு அவர் உருவாக்கியதுதான் புதுவை வட்டாரச் சொல்லகராதி. புனைவுகள், ஆவணப் பதிவுகள், தொகுப்புகள், அகராதிகள் என்றாக அமைந்த பேரியக்கம் கி.ரா. நம் காலத்தின் மிகப் பெரிய உயிர்.

நாட்டார் கலைகள் மற்றும் வாய்மொழி இலக்கியத்தின் முக்கிய அம்சம் சுதந்திரமான பாலியல் வெளிப்பாடுகள். கிராமிய வாழ்வே பாலியல் சுதந்திரத்தை வெகு இயல்பாகக் கொண்டதுதான். கட்டுகளும் கபடுகளுமற்ற அதன் இயல்பான ரம்மியமான வாசனைகளில் இது பிரத்தியேகமானது. அதனாலேயே, பாலியல் கதைகள், வயது வந்தவர்களுக்கு மட்டும் ஆகியவற்றைச் சேகரித்து கி.ரா. தொகுப்புகளாக வெளியிட்டார். கிராமங்களில் சகஜமாக நிலவிய, கட்டுப்பாடுகளற்ற பாலியல் சுதந்திரத்தை இப்போது அது இழந்து வருவது குறித்த கவலை அவரிடம் இருந்தது. 'கட்டுப்பாடு கட்டுப்பாடுனு பேசி வாழ்க்கையையே பொழைப்பா மாத்திக்கிட்டு ஆளாளுக்குப் பைத்தியம் பிடிச்சு அலையிறோம்' என்று கவலைகொள்ளும் கி.ரா. 'நகரத்துக்காரன் எல்லாம் சேர்ந்து கிராமத்தைப் புனிதமாக் கிட்டாங்க' என்று வேதனைப்படுகிறார்.

எனக்கு அறிமுகமான கி.ராவின் முதல் புத்தகம் கன்னிமை சிறுகதைத் தொகுப்பு. நான் மதுரைப் பல்கலைக்கழகத்தில் ஆய்வு மாணவனாக இருந்த காலத்தில் எனக்குப் போக்கிடமாக இருந்த பெரியநாயகி அச்சகத்தின் உரிமையாளர் குமாரசாமியும் தஞ்சை ப்ரகாஷும் இணைந்து உருவாக்கிய பி.கே. புக்ஸ் பதிப்பகம் தன் முதல் வெளியீடுகளாக மூன்று புத்தகங்களைக் கொண்டுவந்தது. ஆ. மாதவனின் கடைத்தெருக் கதைகள், அம்பையின் சிறகுகள் முறியும், கி. ராஜநாராயணனின் கன்னிமை. கன்னிமை கதையில் ஒரு தனி வசீகரத்தை உணர்ந்தேன். கன்னியாகுமரி அம்மன் பற்றித் தொன்மமாகப் புழங்கிவரும் ஒரு கதையின் நவீன வடிவம் அது.

அதற்கடுத்த சில மாதங்களுக்குள்ளாகவே அவருடனான முதல் சந்திப்பு நிகழ்ந்தது. மதுரை லேடி டோக் கல்லூரித் தமிழ்த்துறை அவரைப் பேச அழைத்திருந்தது. அவர் இரண்டு நாட்கள் முன்பாகவே வந்து, மதுரைப் பல்கலைக்கழகத் தமிழ்த்துறையில் அப்போது எம்.ஏ. இரண்டாமாண்டு படித்துக்கொண்டிருந்த தென்காசி

மாணவர் த. மணியுடன் பல்கலைக்கழக மாணவர் விடுதியில் தங்கினார். அப்போது ஆய்வு மாணவனாக இருந்த நானும் மணியின் அறைக்குச் சென்று அவரைச் சந்தித்தேன். அப்போது கி.ராவுக்கு 50 வயதிருக்கும். ஒரு பாசக்காரப் பெரியவராக மாணவர்களுடன் சகஜமாகப் புழங்கிக்கொண்டிருந்தார். அவருடைய இயல்பான எளிமையும் இதமான பாந்தமும் எவரையும் வசீகரிக்கக் கூடியவை. அவருடைய இந்த வசீகரத் தன்மைதான் இலக்கிய ஆர்வமுள்ள கரிசல் படைப்பாளிகளும் சரி, வாசகர்களும் சரி அவரை நைனா என்றோ மாமா என்றோ உறவு முறையில் அழைக்க வைத்திருக்கிறது. அன்று மணி அவரை மாமா என்றுதான் கூப்பிட்டார். 'பானுமதி பாட்டு யாருக்காச்சும் பிடிக்குமா' என்று மணி அறையில் கூடி யிருந்தவர்களிடம் கேட்டார் கி.ரா. நான், எனக்குப் பிடிக்கும் என்று சொன்னதோடு சில பாடல்களின் சில வரிகளைப் பாடவும் செய்தேன். ரசித்துக் கேட்டார். பாராட்டவும் செய்தார். அன்றிரவு நானும் விடுதியிலேயே தங்கிவிட்டேன்.

மறுநாள் காலை என்னோடு கிளம்பி எங்கள் வீட்டுக்கு வந்தார். மதியம் லேடி டோக் கல்லூரி நிகழ்ச்சிக்கு அவரை அழைத்துச் செல்லும் பொறுப்பு என்னுடையது. மாடி அறையில் அவரோடு பேசிக்கொண்டிருந்தபோது சவரம் செய்துகொள்ள வேண்டும் என்றார். அதற்கான எல்லாமும் அவரிடம் இருந்தன. நான் ஒரு கப்பில் தண்ணீர் கொண்டுவந்து கொடுத்தேன். அறையிலிருந்த கண்ணாடியைப் பார்த்தபடி மிக நேர்த்தியாகவும் சாவதான மாகவும் சவரம் செய்துகொண்டார். மதியம் அம்மாவின் கறிக் குழம்பையும் வறுவலையும் ரசித்துச் சாப்பிட்டு வெகுவாகப் பாராட்டினார். அம்மாவும் கரிசல் பெண்மணிதானே.

லேடி டோக் கல்லூரி தமிழ்த்துறை மாணவிகளுடன் சகஜமான ஓர் உரையாடலை நிகழ்த்தினார். கூட்டம் முடிந்ததும், கி.ராவைக் கல்லூரிக்கு மிகுந்த ஈடுபாட்டுடன் வரவழைத்த விரிவுரையாளர், அவர்களுடைய வீட்டுக்கு கி.ரா. வந்து செல்ல வேண்டுமென ஆசைப் பட்டார். கி.ராவும் மிகுந்த மகிழ்ச்சியுடன் உடன்பட்டார். வீட்டில் மாலை சிற்றுண்டிக்கு ஆசிரியை ஏற்பாடு செய்திருந்தார். அவருடைய கைக்குழந்தையைக் கொண்டுவந்து கி.ராவிடம் கொடுத்தார். கி.ரா. மடியில் வைத்துக் குழந்தையைக் கொஞ்சிக் கொண்டிருந்தபோது, குழந்தை சிறுநீர் கழித்துவிட்டது. மிகவும் பதறிப்போய் குழந்தையை

வாங்கிக்கொண்ட விரிவுரையாளர் பதற்றத்துடன் வருத்தம் தெரிவித்தார். சிறு சங்கடமுமின்றி சிரித்த முகத்துடன், 'குழந்த ஒண்ணுக்குப் போனா உறவு நீடிக்கும்னு சொல்லுவாங்க' என்றார் கி.ரா. ஆசிரியை முகம் பதற்றம் தணிந்து மலர்ந்தது.

நவீனத்துவ இறுக்கங்களின் பீடிப்புகளோடு நவீன இலக்கியத் தோடு பல ஆண்டுகளாக உறவாடிய எனக்கு நாட்டார் கலை அழகியலின் மகத்துவத்தை உணர்த்தியது பாளையங்கோட்டை நாட்டார் வழக்காற்றியல் ஆய்வு மையம். அங்கு நான் பணியாற்றிய நான்கு ஆண்டுகளில் பெற்ற புத்தொளி, கி.ரா. படைப்புலகின் தனித்துவத்தையும் அருமையையும் முழுமையாக அறிய வழி செய்தது. கி.ராவின் படைப்புகள் நவீன வாய்மொழிக் கதைகள் என்பதையும் அவற்றின் முக்கியத்துவத்தையும் உணர முடிந்தது. இதாலோ கால்வினோவின் நவீன தேவதைக் கதைகளுக்கு இணையானவை இவருடைய நவீன வாய்மொழிக் கதைகள். வாய்மொழி இலக்கிய அழகியலைத் தனதான கலை நம்பிக்கை யாகவும் கோட்பாடாகவும் சுவீகரித்துக்கொண்டவர் கி.ரா. அதுவே அவருடைய கலைச் செயல்பாடாகவும் அமைந்தது. அதன் மூலம் அவர் உருவாக்கிக்கொண்ட தனி பாணியே அவருடைய கலை அடையாளமானது. அவருடைய படைப்புகளின் சொல்முறை, பொருளம்சம், வடிவம் என அனைத்துமே நாட்டார் அழகியல் கூறு களைக் கொண்டவை. வாய்மொழிக் கதைகூறல் தன்மைகளையே அவருடைய மொழிநடை உட்கொண்டிருந்தது. அக்கால கட்டத்தில் இலக்கியம், நவீன கலை, நாட்டார் கலை ஆகியவற்றுக்கான களமாக நான் கொண்டுவந்த புனைகளம் இதழ் தலையங்கமொன்றில் நாட்டார் கலை அழகியலில் இருந்து நவீன கலை அழகியல் உருவாக வேண்டியதன் அவசியத்தை வலியுறுத்தியிருந்தேன்.

1970களின் மத்தியில் அவருடன் ஏற்பட்ட முதல் சந்திப்புக்குப் பின், கிட்டத்தட்ட 35 ஆண்டுகளுக்குப் பிறகு, சென்னைப் புத்தகக் கண்காட்சியின்போது தொடர்ந்து சில ஆண்டுகள் அவரோடு உறவாட வாய்த்தது. அப்போது, அவருடைய வாழ்வில் பெரும் கொடையாக அமைந்த அவருடைய மனைவி கணவதி அம்மாளும் உடனிருப்பார்கள். அவர்கள் இருவரையும் இணையாகப் பார்ப்ப தென்பது, தாம்பத்திய வாழ்வின் பரிபூரண அழகைத் தரிசிப்பது என்றுதான் சொல்ல வேண்டும். கி.ராவின் புத்தகங்கள் அனைத்தையும்

வெளியிட்ட அன்னம்-அகரம் பதிப்பகத்தின் கதிருக்குத் துணையாகப் புத்தகக் கண்காட்சிகளின்போது புத்தகக் கடையைப் பார்த்துக் கொள்வதைச் சில ஆண்டுகள் மேற்கொண்டிருந்தேன். கண்காட்சி யின் இரண்டாவது சனி, ஞாயிறுகளில் கி.ரா. வந்திருந்து வாசகர் களுக்குக் கையெழுத்திட்டுக் கொடுப்பதை வழக்கமாகக் கொண்டிருந்தார். அப்போது கி.ராவுக்கு 85 வயதுக்கு மேலிருக்கும். வெகு சுத்தமான வேட்டி-ஜிப்பாவோடு இப்போது அங்கவஸ்திரமும் சேர்ந்துகொண்டிருந்தது. சவரம் செய்யப்பட்டுப் பளிச்சென்று இருக்கும் சிரித்த முகம். வாசகர்களிடம் சில வார்த்தைகள் பேசிய படிக் கையெழுத்திட்டுக் கொடுப்பார். ஒவ்வோர் ஆண்டும் அவருடைய புத்தகங்களின் விற்பனை கூடிக்கொண்டே போனது. வாசகர்களும் அதிகரித்தபடி இருந்தார்கள். வாசகர்கள் அவரைக் கொண்டாடுவதைப் பார்த்து மகிழ்ச்சியும் நெகிழ்ச்சியும் அடைந் திருக்கிறேன். சிலர் அவருடைய கால்களில் விழுந்து ஆசிர்வாதம் வாங்குவதில் மன நிறைவடைந்தார்கள்.

ஒருமுறை, என்னுடைய புனைகளம் இதழின் ஒரு பிரதியை அவரிடம் கதிர் காண்பித்தார். இதுவரை அவருக்குப் புனைகளம் பார்க்கக் கிடைக்கல்லை என்று கி.ரா. கூறினார். கதிர் புனைகளம் 4 இதழ்களையும் எடுத்து என்னிடம் தந்து அவரிடம் கொடுக்கும் படிக் கூறினார். நானும் மகிழ்ச்சியோடு கொடுத்தேன். பாண்டிச்சேரி சென்றபின் புனைகளம் இதழ்களைப் படித்துவிட்டுக் கதிரிடம், 'ரொம்ப நல்லா கொண்டுவந்திருக்காரு. முன்னாடி பாத்திருந்தா சிறுபத்திரிகை விருதை இதுக்குக் கொடுத்திருக்கலாம்' என்று சொல்லியிருக்கிறார். பார்வைக்கு நல்ல ஆரோக்கியத்துடன் பொலிவாகத் தோன்றினாலும், வயதின் காரணமாகச் சில தொந்தரவு களும் இருக்கத்தான் செய்தன. சிறுநீர் கழிப்பதிலும் மலம் வெளியேறுவதிலும் சிரமங்கள் இருப்பதை அவர் சொல்லி அறிய முடிந்தது. வயது ஏற, ஏற அவர் வெளியிடங்களுக்குச் செல்வதை முற்றிலும் தவிர்த்தார்.

நிறை வாழ்வு வாழ்ந்த பெருந்தகை. முதுமையிலும் தன் கலை நம்பிக்கையைச் செம்மையாகக் கொண்டு செயல்பட்டவர். வாய்மொழி இலக்கிய அழகியலின் பரிபூரண நவீன வடிவம். நம் காலத்தின் பெருமிதம். கரிசல் மண்ணின் மிகப் பெரிய உயிர்.

৮০গ্র